கடைசி ஆவி அழைப்புக் கூட்டம்

அகதா கிறிஸ்டி

கடைசி ஆவி அழைப்புக் கூட்டம்

மர்மக் கதைகளின் மகாராணியிடமிருந்து
உறைய வைக்கும் அமானுஷ்யக் கதைகள்

தமிழில்:
PSV குமாரசாமி

MANJUL

மஞ்சுள் பப்ளிஷிங் ஹவுஸ்

First published in India by

MANJUL

Manjul Publishing House
Corporate and Editorial Office
•2nd Floor, Usha Preet Complex, 42 Malviya Nagar, Bhopal 462 003 – India
Sales and Marketing Office
•C-16, Sector 3, Noida, Uttar Pradesh 201301 – India
Website: www.manjulindia.com

Distribution Centres
Ahmedabad, Bengaluru, Bhopal, Kolkata, Chennai,
Hyderabad, Mumbai, New Delhi, Pune

Tamil edition first published in 2024

ISBN 978-93-5543-692-4

Translated by: PSV Kumarasamy
Editing by: Nagalakshmi Shanmugam
Layout by: Manoranjan Kumar

Cover design © HarperCollins*Publishers* Ltd 2019
Cover illustration © Matt Griffin

Printed and bound in India by Repro India Ltd.

உள்ளடக்கம்

கடைசி ஆவி அழைப்புக் கூட்டம்

ரவுல் டாப்ரூயில் ஒரு பாடலைச் சீட்டியடித்தவாறே சீன் நதியைக் கடந்து சென்றான். அவன் ஒரு வசீகரமான பிரெஞ்சுக்காரன். அவனுக்கு சுமார் முப்பத்திரண்டு வயது இருக்கும். அவனுடைய உதடுகளுக்கு மேல் ஒரு கருப்பு மீசை படர்ந்திருந்தது. அவன் ஒரு பொறியாளன். இறுதியில் அவன் கார்டோனெட் என்ற இடத்தை அடைந்து, 17 ஆம் எண் என்று குறிக்கப்பட்டிருந்த கதவின் வழியாக உள்ளே நுழைந்தான். அங்கிருந்த வரவேற்பாளர் பெண்மணி தன் இடத்திலிருந்து எட்டிப் பார்த்து, வேண்டா வெறுப்பாக அவனுக்கு வணக்கம் தெரிவித்தாள். ரவுல் அதற்கு உற்சாகமான பதில் வணக்கம் தெரிவித்தான். பின் அவன் மாடிப்படியில் ஏறி மூன்றாவது மாடியில் இருந்த வீட்டை அடைந்தான். அவன் அதன் அழைப்பு மணியை அழுத்திவிட்டுக் காத்துக் கொண்டிருந்தபோது, மீண்டும் அதே பாடலை அவன் சீட்டியடித்தான். இன்று மாலை அவன் வழக்கத்தைவிட அதிக உற்சாகமாக இருந்தான். முகத்தில் சுருக்கங்களுடன் இருந்த ஒரு முதிய பிரெஞ்சுப் பெண்மணி அவ்வீட்டின் கதவைத் திறந்தாள். ரவுலைப் பார்த்ததும் அவளுடைய முகத்தில் ஒரு புன்னகை அரும்பியது.

"வணக்கம், ஐயா."

"வணக்கம், எலிஸ்."

தான் அணிந்திருந்த கையுறையைக் கழற்றிக் கொண்டே ரவுல் அந்த வீட்டின் முன்னறைக்குள் நுழைந்தான்.

"உன் எஜமானியம்மா என்னை எதிர்பார்த்துக் கொண்டிருக்கிறார்களா?" என்று அவன் எலிஸிடம் கேட்டான்.

"ஆமாம்."

எலிஸ் வாசற்கதவைச் சாத்திவிட்டு அவனை நோக்கித் திரும்பினாள்.

"நீங்கள் வரவேற்பறையில் காத்திருங்கள். மேடம் சில நிமிடங்களில் வந்துவிடுவார்கள். அவர் மீண்டும் தன்னிலைக்குத் திரும்பிக் கொண்டிருக்கிறார்."

"அவருக்கு உடல்நிலை சரியில்லையா?"

எலிஸ் வெறுப்பைக் காட்டும் விதத்தில் லேசாக உறுமினாள். பிறகு அவள் அவனைக் கடந்து சென்று வரவேற்பறையின் கதவை அவனுக்காகத் திறந்துவிட்டாள்.

"அவருக்கு உடல்நிலை எப்படிச் சரியாக இருக்கும்? எப்போது பார்த்தாலும், ஆவி அழைப்புக் கூட்டம், ஆவி அழைப்புக் கூட்டம், ஆவி அழைப்புக் கூட்டம். இது சரியில்லை. இது இயற்கையுமில்லை. நாம் எதைச் செய்ய வேண்டும் என்று கடவுள் கருதினாரோ, அதுவல்ல இது. என்னைக் கேட்டால், இது சாத்தானுடனான கைகோர்ப்பு என்று கூறுவேன்," என்று எலிஸ் புலம்பினாள்.

ரவுல் அவளுக்கு ஆறுதலளிக்கும் விதமாக அவளுடைய தோளைத் தட்டிக் கொடுத்தான்.

"எலிஸ், நீ தேவையில்லாமல் பதற்றப்படாதே! உனக்குப் புரியாத விஷயங்கள் அனைத்திலும் சாத்தானைப் பார்க்காதே!"

எலிஸ் சந்தேகத்துடன் தலையசைத்தாள்.

"நீங்கள் என்ன வேண்டுமானாலும் சொல்லலாம். ஆனால், இது எனக்குப் பிடிக்கவில்லை. மேடம் நாளுக்கு நாள் தேய்ந்து கொண்டு வருகிறார்கள், அவருடைய உடல் வெளுத்துக் கொண்டு வருகிறது, அவருடைய தலைவலி கூடிக் கொண்டே போகிறது," என்று எலிஸ் முனகினாள்.

பிறகு அவள் தொடர்ந்து பேசினாள்.

"இந்த ஆவி சமாச்சாரம் நல்லதல்ல. நல்ல ஆவிகள் எல்லாம் சொர்க்கத்தில் இருக்கின்றன. மற்ற அனைத்தும் நரகத்தில் உழல்கின்றன."

ரவுல் அங்கிருந்த ஒரு நாற்காலியில் உட்கார்ந்து கொண்டே, "இறப்புக்குப் பிந்தைய வாழ்க்கை குறித்த உன்னுடைய கண்ணோட்டம் எளிமையானது," என்றான்.

"நான் ஒரு நல்ல கத்தோலிக்கப் பெண்மணி."

அவள் தன் நெஞ்சுக்கருகே ஒரு சிலுவைக் குறி போட்டுக் கொண்டாள். பின் அவள் கதவருகே சென்றாள்.

அங்கு ஒரு கணம் தயங்கிய அவள், "திருமணத்திற்குப் பிறகு நீங்கள் இவற்றைத் தொடர மாட்டீர்கள்தானே?" என்று இறைஞ்சும் விதமாக ரவுலிடம் கேட்டாள்.

ரவுல் அவளை நோக்கிக் கனிவுடன் புன்னகை புரிந்தான்.

“எலிஸ், நீ உன் எஜமானியம்மாவுக்கு மிகவும் விசுவாசமாக இருப்பவள் என்பது எனக்குத் தெரியும். கவலைப்படாதே. அவளை நான் திருமணம் செய்து கொண்டவுடன், நீ ‘ஆவி சமாச்சாரங்கள்’ என்று அழைக்கின்ற நிகழ்வுகள் நின்றுவிடும். அதற்குப் பிறகு அவள் ஆவி அழைப்புக் கூட்டங்கள் எதையும் நடத்த மாட்டாள், போதுமா?”

எலிஸின் முகத்தில் ஒரு புன்னகை அரும்பியது.

“உண்மையாகத்தான் சொல்கிறீர்களா?”

“ஆமாம்,” என்று ரவுல் கூறினான். அதை அவன் அவளுக்குக் கூறினான் என்பதைவிடத் தனக்குத் தானே கூறிக் கொண்டான் என்பதுதான் உண்மை. “ஆமாம். இவை நிறுத்தப்பட்டே ஆக வேண்டும். சிமோனிடம் தனித்துவமான ஒரு திறமை இருக்கிறது. இதுவரை, பலருக்கும் பயன்படும் விதத்தில் அவள் அதைப் பயன்படுத்தி வந்துள்ளாள். அவள் போதுமான அளவு அதைச் செய்து முடித்துவிட்டாள். நீ கூறியது சரிதான், எலிஸ். சிமோன் நாளுக்கு நாள் மெலிந்து கொண்டு வருகிறாள், அவளுடைய உடல் வெளுத்துக் கொண்டு வருகிறது. மனிதர்களுக்கும் ஆவிகளுக்கும் நடுவே ஓர் இடையூடகமாக இருப்பது கடினமானது, சவாலானது. அது கடுமையான மனஅழுத்தத்தையும் உண்டாக்கவல்லது. ஆனால், பாரிஸ் நகரிலேயே மிகச் சிறந்த இடையூடக நபர் உன் எஜமானியம்மாதான். ஏன், அவள் பிரான்ஸிலேயே மிகச் சிறந்த இடையூடகம் என்றுகூடச் சொல்லலாம். உலகெங்கிலுமிருந்து அவளைப் பார்க்க ஏராளமானோர் வருவதற்குக் காரணம், அவள் தந்திரங்களைப் பயன்படுத்துவதில்லை, யாரையும் ஏமாற்றுவதில்லை.”

“பிறந்த குழந்தையைக்கூட அவரால் ஏமாற்ற முடியாது,” என்றாள் எலிஸ்.

“அவள் ஒரு தேவதை,” என்று ரவுல் உணர்ச்சிவசப்பட்டுக் கூறினான். “அவளை மகிழ்ச்சியாக வைத்திருக்க ஒரு மனிதனால் என்னவெல்லாம் செய்ய முடியுமோ, அவை அனைத்தையும் நான் அவளுக்காகச் செய்வேன்.”

“ஐயா, நான் பல ஆண்டுகளாக என் எஜமானியம்மாவுக்குச் சேவை புரிந்து வந்துள்ளேன். அவரை நான் மிகவும் நேசிக்கிறேன். அவரை நீங்கள் கொண்டாடுகிறீர்கள் என்பது எனக்குத் தெரியும். அப்படி நீங்கள் நடந்து கொள்ளாமல் இருந்திருந்தால், நானே உங்களை நார்நாராகக் கிழித்திருப்பேன்.”

ரவுல் அதைக் கேட்டுச் சிரித்தான்.

“விரைவில் அவள் இந்த ஆவி அழைப்புகளை நிறுத்திவிடுவாள் என்று இப்போது நான் உனக்கு உறுதி

அளித்துள்ளதால், இனி நீ கவலை கொள்ளத் தேவையில்லை."

இதைக் கேட்டு அந்த வயதான பெண்மணி மகிழ்ச்சியடைவாள் என்று எதிர்பார்த்திருந்த ரவுல் ஏமாற்றமடைந்தான். அவள் தொடர்ந்து வருத்தமாகவே இருந்தாள்.

"ஐயா, ஆனால்..." என்று தொடங்கிய அவள் சிறிது தயங்கினாள். "ஒருவேளை அந்த ஆவிகள் அவரைவிட்டுப் பிரிய மறுத்தால் என்ன செய்வது?"

ரவுல் அவளை வெறித்துப் பார்த்தான்.

"நீ என்ன சொல்கிறாய்?"

எலிஸ் தான் முதலில் கூறியதையே மீண்டும் ஒப்பித்தாள். "ஒருவேளை அந்த ஆவிகள் அவரைவிட்டுப் பிரிய மறுத்தால் என்ன செய்வது என்று நான் கேட்டேன்."

"உனக்கு ஆவிகள்மீது நம்பிக்கை கிடையாது என்றுதான் நான் நினைத்திருந்தேன்."

"அது உண்மைதான். என்னைப் பொறுத்தவரை அது பைத்தியக்காரத்தனம்," என்று எலிஸ் உறுதியாகக் கூறினாள். "ஆனாலும்–"

"சொல்."

"இதை எப்படி விளக்குவது என்று எனக்குத் தெரியவில்லை. தங்களை இடையூடகங்கள் என்று அறிவித்துக் கொள்ளும் நபர்கள், தங்களுக்குப் பிரியமானவர்களை இழந்துள்ள அப்பாவி மக்களைப் புத்திசாலித்தனமாக ஏமாற்றுபவர்கள் என்றுதான் நான் எப்போதும் நம்பி வந்துள்ளேன். ஆனால், என் மேடம் ஓர் ஏமாற்றுக்காரரர் அல்லர். அவர் நேர்மையானவர்–"

எலிஸ் தன் குரலைத் தணித்துக் கொண்டு ஒரு வியப்பான தொனியில் மேலும் தொடர்ந்தாள்.

"மேடம் விஷயத்தில் இது நிஜமாகவே நடக்கிறது. அவர் ஏமாற்றவில்லை. அதனால்தான் எனக்கு பயமாக இருக்கிறது. ஆனால், இது சரியில்லை என்பது மட்டும் எனக்கு உறுதியாகத் தெரியும். இது இயற்கைக்கும் கடவுளுக்கும் எதிரானது. அதற்கு யாராவது ஒரு விலையைக் கொடுத்தாக வேண்டியிருக்கும்."

ரவுல் எழுந்து வந்து அவளுடைய தோளில் தட்டி அவளுக்கு ஆறுதலளிக்க முயன்றான்.

"அமைதியாக இரு, எலிஸ். உனக்கு ஒரு நல்ல செய்தி சொல்லவா? இன்றுதான் கடைசி ஆவி அழைப்புக் கூட்டம்."

"அப்படியானால், இன்று ஒரு கூட்டம் இருக்கிறதா?"

"ஆமாம். கடைசிக் கூட்டம், எலிஸ், கடைசிக் கூட்டம்."

"மேடம் அதற்குத் தயாராக–"

அந்த அறையின் கதவு திறந்ததால் அவளுடைய

பேச்சு தடைபட்டது. சிமோன் உள்ளே நுழைந்தாள். அவள் உயரமாகவும் வெள்ளையாகவும் ஒல்லியாகவும் வசீகரமாகவும் இருந்தாள். அவளைக் கண்டதும் ரவுலின் முகம் பிரகாசமடைந்தது. எலிஸ் சத்தமின்றி அங்கிருந்து அகன்றாள்.

"சிமோன்!"

ரவுல் அவளுடைய இரண்டு கைகளையும் தன்னுடைய கைகளில் எடுத்துக் கொண்டு அவற்றின்மீது மென்மையாக முத்தமிட்டான். அவள் ரவுலின் பெயரை மென்மையாக முணுமுணுத்தாள்.

"சிமோன், நீ ஏன் இவ்வளவு வெளுத்துக் காணப்படுகிறாய்? உனக்கு ஒன்றுமில்லையே?"

"என் உடல்நிலை நன்றாகத்தான் இருக்கிறது. ஆனால்–" அவள் தயங்கினாள்.

ரவுல் அவளை அழைத்துச் சென்று அந்த அறையிலிருந்த சோபாவில் உட்கார வைத்துவிட்டு அவனும் அவளுக்குப் பக்கத்தில் உட்கார்ந்து கொண்டான்.

பின் அவளிடம், "உனக்கு வேறு என்ன பிரச்சனை?" என்று அவன் கேட்டான்.

"நான் அதைச் சொன்னால், நீ என்னை ஒரு பைத்தியக்காரி என்று நினைப்பாய்."

"சீச்சீ, நான் உன்னை ஒருபோதும் அப்படி நினைக்க மாட்டேன்."

சிமோன் தன் கைகளை அவனிடமிருந்து விடுவித்துக் கொண்டாள். ஓரிரு கணங்கள் அவளுடைய பார்வை தரையில் விரிக்கப்பட்டிருந்த கம்பளத்தின்மீது நிலை கொண்டது. பின் அவள் ஒரு மெதுவான குரலில் இவ்வாறு கூறினாள்:

"ரவுல், எனக்கு பயமாக இருக்கிறது."

அவள் மேலும் ஏதாவது கூறுவாள் என்று அவன் ஓரிரு நிமிடங்கள் பொறுத்திருந்தான். அவள் தன் பேச்சைத் தொடராமல் இருந்ததால், அவளை ஊக்குவிக்கும் விதமாக, "நீ எது குறித்து பயப்படுகிறாய்?" என்று கேட்டான்.

"எனக்கு வெறுமனே பயமாக இருக்கிறது, அவ்வளவுதான்."

அவன் அவளைக் குழப்பத்துடன் பார்த்தான். அவள் தொடர்ந்தாள்.

"இது அபத்தமாகத்தான் இருக்கிறது. ஆனாலும் நான் அப்படித்தான் உணர்கிறேன். எனக்கு பயமாக இருக்கிறது, அவ்வளவுதான். எது குறித்து எனக்கு பயமாக இருக்கிறது, ஏன் பயமாக இருக்கிறது என்று எனக்குத் தெரியவில்லை. பயங்கரமான ஏதோ ஒன்று எனக்கு நிகழப் போகிறது என்ற யோசனை மட்டும் என்னைவிட்டுப் போக மறுக்கிறது."

"சிமோன், நீ பயப்படாதே. எனக்கு உன்னுடைய நிலை புரிகிறது. உனக்குக் கடுமையான மனஅழுத்தம் ஏற்பட்டிருக்கிறது. ஓர் இடையூடகமாக இருப்பது எந்த அளவுக்கு மனஅழுத்தத்தைத் தரும் என்பதை நான் அறிவேன். உனக்கு ஓய்வும் அமைதியும்தாம் தேவை. "

அவள் அவனை நன்றியுடன் பார்த்தாள்.

"ஆமாம், ரவுல். நீ சொல்வது சரிதான். எனக்கு ஓய்வும் அமைதியும்தாம் தேவை."

அவள் தன் கண்களை மூடிக் கொண்டு அவனுடைய கைகளில் சாய்ந்தாள்.

"அதோடு, மகிழ்ச்சியும் உனக்குத் தேவை."

அவனுடைய கைகள் அவளை அவன் பக்கம் இழுத்தன. அவள் தன் கண்களை மூடிய நிலையிலேயே ஆழமாக மூச்சை உள்ளே இழுத்தாள்.

"ஆமாம். உன்னுடைய கைகள் என்னை அணைத்துக் கொண்டிருக்கின்றபோது நான் பாதுகாப்பாக உணர்கிறேன், இந்த பயங்கரமான இடையூடக வாழ்க்கை எனக்கு மறந்து போய்விடுகிறது. உனக்கு நிறைய விஷயங்கள் தெரியும் என்றாலும், இதைப் பற்றி அதிகமாகத் தெரியாது."

அவளுடைய உடல் திடீரென்று விறைத்ததை அவனால் உணர முடிந்தது. அவளுடைய கண்கள் மீண்டும் திறந்தன. அவை முன்னால் உற்றுப் பார்த்துக் கொண்டிருந்தன.

"நான் இருளில் உட்கார்ந்து கொண்டு என்னை இழக்கிறேன். எனக்கு என்ன நடக்கிறது என்பது எனக்குத் தெரிவதில்லை. பின்னர் நான் தூக்கத்திலிருந்து எழுவதுபோல வலியோடு விழிக்கிறேன். ஆனால், அப்போது நான் மிகவும் களைப்பாக உணர்கிறேன்."

"எனக்குத் தெரியும்."

அவன் மீண்டும் அவளுடைய கைகளைத் தன் கைகளில் எடுத்துக் கொண்டு, அவளை உற்சாகப்படுத்தும் விதமாக, "நீ தனித்துவமானவள். இந்த உலகிலேயே தலைசிறந்த இடையூடகம் நீதான்," என்று கூறினான்.

அவள் இல்லை என்பதுபோலத் தலையாட்டினாள்.

"நான் சொல்வது உண்மை," என்று அவன் மீண்டும் வலியுறுத்தினான்.

அவன் தன் பாக்கெட்டில் கையைவிட்டு இரண்டு கடிதங்களை வெளியே எடுத்தான். "இவற்றைப் பார். இது சால்பட்ரியர் மருத்துவமனையைச் சேர்ந்த பேராசிரியர் ரோச்சிடமிருந்து வந்துள்ளது. இந்த இரண்டாவது கடிதத்தை நான்சி நகரிலிருந்து டாக்டர் ஜெனீர் எழுதியுள்ளார். நீ

அவ்வப்போது அவர்கள் முன் அமர்ந்து அவர்களுக்காக ஆவிகளை அழைக்க வேண்டும் என்று அவர்கள் விரும்புகின்றனர்.”

“என்னால் முடியாது.”

சிமோன் திடீரென்று எழுந்து நின்றாள்.

“நான் இதற்கு ஒத்துக் கொள்ள மாட்டேன். இது முடிவுக்கு வந்தாக வேண்டும். ரவுல், நீ அப்படித்தானே எனக்கு வாக்குறுதி கொடுத்திருந்தாய்?”

ரவுல் அவளை வியப்புடன் பார்த்தான். அவன் எழுந்து நின்று அவளுடைய கைகளைப் பிடித்துக் கொண்டான்.

“ஆமாம். இது கண்டிப்பாக முடிந்துவிட்டது. அது ஏற்கனவே ஒப்புக் கொள்ளப்பட்ட விஷயம்தான். நான் உன்னைக் குறித்துப் பெருமை கொண்டுள்ளேன் என்பதை எடுத்துரைப்பதற்காகத்தான் நான் அந்தக் கடிதங்களை உனக்குக் காட்டினேன்.”

அவள் அவனைச் சந்தேகத்துடன் ஓரக்கண்ணால் பார்த்தாள்.

“மீண்டும் நான் ஆவி அழைப்புக் கூட்டங்களில் கலந்து கொண்டாக வேண்டும் என்று நீ என்னை வற்புறுத்த மாட்டாயல்லவா?”

“இல்லை. நான் உன்னை வற்புறுத்த மாட்டேன். நீ விரும்பினால் நான் தடுக்க–”

“நான் கண்டிப்பாக இதில் மீண்டும் ஒருபோதும் ஈடுபட மாட்டேன். இதில் ஆபத்து உள்ளது. என்னால் அதை உணர முடிகிறது. பயங்கரமான ஆபத்து!”

சிமோன் தன் கைகளைத் தன் நெற்றியில் ஒரு நிமிடம் வைத்து அழுத்தினாள். பின்னர் அவள் சன்னலருகே சென்றாள்.

அவள் ரவுலை நோக்கித் திரும்பி, “நீ என்னை வற்புறுத்த மாட்டாய் என்று மீண்டும் எனக்கு வாக்குக் கொடு,” என்று ஒரு மென்மையான குரலில் கூறினாள்.

ரவுல் அவளருகே சென்று அவளுடைய தோள்களைச் சுற்றித் தன் கையைப் படரவிட்டான்.

“அன்பே, நான் உனக்கு வாக்குறுதி அளிக்கிறேன். இன்றைய கூட்டத்திற்குப் பிறகு நீ மீண்டும் இப்படி உட்கார வேண்டியிருக்காது,” என்று அவன் பதமாகக் கூறினான்.

அவள் திடுக்கிட்டதை அவனால் உணர முடிந்தது.

“இன்றைய கூட்டமா?” என்று அவள் முணுமுணுத்தாள். “ஓ! மேடம் எக்சியை நான் மறந்தே போய்விட்டேன்.”

ரவுல் தன் கைக்கடிகாரத்தைப் பார்த்தான்.

“அவர் எந்நேரமும் வந்துவிடக்கூடும். சிமோன், உனக்கு

உடல்நிலை சரியில்லை என்றால்–”

அவன் சொல்லிக் கொண்டிருந்ததை சிமோன் கேட்டதுபோல அவனுக்குத் தோன்றவில்லை. அவள் ஏதோ ஆழ்ந்த யோசனையில் மூழ்கியிருந்தாள்.

“மேடம் எக்சி ஒரு விநோதப் பிறவி. எனக்கு அவரை நினைத்தால் திகிலாக இருக்கிறது,” என்றாள் அவள்.

“சிமோன்!”

அவனுடைய குரலில் இலேசாகக் கடிந்து கொள்கின்ற தொனி இருந்ததை அவள் உணர்ந்தாள்.

“ரவுல், நீயும் மற்றப் பிரெஞ்சுக்காரர்களைப்போலத்தான் இருக்கிறாய். உன்னைப் பொறுத்தவரை எந்தத் தாயும் புனிதமானவள்தான். தன் மகளைப் பறி கொடுத்துள்ள மேடம் எக்சியைப் பற்றி நான் இப்படி உணர்வது இரக்கமற்றதாக இருப்பதாக நீ கருதுகிறாய் என்பது எனக்குத் தெரியும். என்னால் இதை விவரிக்க முடியாது. மேடம் எக்சி ஒரு பெரிய உருவத்தைக் கொண்டவர், கருப்பு நிறத்தவர். நீ அவருடைய கைகளைப் பார்த்திருக்கிறாயா? அவை ஆண்களின் கைகளைப்போலப் பெரிதாக இருக்கும்.”

சிமோனின் உடல் இலேசாக நடுங்கியது. அவள் தன் கண்களை மூடிக் கொண்டாள். ரவுல் தன் கைகளை அவளிடமிருந்து விலக்கினான். அவன் அவளிடம் பேசியபோது அவனுடைய குரல் இதமற்று இருந்தது.

“சிமோன், உண்மையிலேயே என்னால் உன்னைப் புரிந்து கொள்ள முடியவில்லை. ஒரு பெண் என்ற முறையில், தன் மகளை இழந்து வாடும் மற்றொரு பெண்மீது உனக்கு அனுதாபம்தானே ஏற்பட வேண்டும்?”

சிமோன் தான் பொறுமையிழந்திருந்ததைத் தன் அங்க அசைவின் மூலம் வெளிப்படுத்தினாள்.

“ரவுல், உனக்குத்தான் புரியவில்லை. நான் அவரை முதன்முதலாகப் பார்த்தக் கணத்திலேயே–”

அவள் தன் கைகளை விரித்துக் காட்டினாள்.

“பயம் என்னிடம் தோன்றியது. அவருக்காக ஆவி அழைப்புக் கூட்டத்தில் அமர்வதற்கு முன் நான் பல நாட்கள் எடுத்துக் கொண்டேன் என்பது உனக்கு நினைவிருக்கிறதா? அவர் ஒரு நாள் கண்டிப்பாக எனக்குத் துரதிர்ஷ்டத்தைக் கொண்டுவருவார் என்று நான் தீர்க்கமாக உணர்ந்தேன்.”

ரவுல் தன் தோள்களைக் குலுக்கினான்.

“ஆனால், நடந்தது என்ன? அவருக்காக நீ அமர்ந்த அனைத்து நிகழ்வுகளும் வெற்றிகரமாக நடந்தேறின. நீ உட்கார்ந்த அடுத்தக் கணமே மேடம் எக்சியின் மகளான

சிறுமி அமேலியின் ஆவி உன்னுள் புகுந்து கொண்டது. அங்குத் தோன்றிய உருக்காட்சியும் தத்ரூபமாக இருந்தது. சென்ற முறை நீ அமர்ந்தபோது பேராசிரியர் ரோச் வந்திருந்தால், அவர் வியப்பால் உறைந்து போயிருந்திருப்பார்."

சிமோன் ஒரு மெல்லிய குரலில் பேசினாள். "ஆவிகளை அழைக்க நான் இப்படி உட்கார்கின்றபோது நான் பிரக்ஞையற்ற ஒரு நிலையில் இருப்பேன் என்பதை நீ அறிவாய். உண்மையைச் சொல், உருக்காட்சி நிஜமாகவே அவ்வளவு தத்ரூபமாகவா இருந்தது?"

அவன் உற்சாகமாகத் தலையை ஆட்டினான்.

"முதல் சில முறை, அக்குழந்தையின் உருவம் ஒரு புகைமூட்டத்தின் நடுவே மங்கலாகத் தெரிந்தது. ஆனால், சென்ற முறை–"

"சொல், ரவுல்."

அவன் மென்மையாகப் பேசினான்.

"சிமோன், அங்குத் தோன்றிய அக்குழந்தையின் உருவம் இரத்தமும் சதையும் கொண்ட ஒரு மனித உருவத்தைப்போல அச்சு அசலாக இருந்தது. நான் அந்த உருவத்தைத் தொடக்கூடச் செய்தேன். ஆனால், என் தொடுதல் உனக்கு வலிமிக்கதாக இருந்ததைக் கண்டவுடன், மேடம் எக்சி அந்த உருவத்தைத் தொடுவதற்கு நான் அனுமதிக்கவில்லை. மேடம் எக்சி அப்படி அந்த உருவத்தைத் தொட்டால், அவர் தன்னுடைய சுயகட்டுப்பாட்டை இழந்துவிடுவார் என்றும், அது உனக்கு ஆபத்து விளைவித்துவிடக்கூடும் என்றும் நான் பயந்தேன்."

சிமோன் மீண்டும் சன்னலைப் பார்த்துத் திரும்பினாள்.

"அதிலிருந்து கண்விழித்தபோது, நான் மிகவும் களைப்பாக இருந்தேன்," என்று அவள் முணுமுணுத்தாள். "ரவுல், இது சரியானது என்று நீ நினைக்கிறாயா? நான் சாத்தானுடன் கைகோர்த்துக் கொண்டிருப்பதாக எலிஸ் நினைக்கிறாள்."

அவள் சந்தேகத்துடன் சிரித்தாள்.

"நான் என்ன நம்புகிறேன் என்பது உனக்கு ஏற்கனவே தெரியும். நம்மால் புரிந்து கொள்ள முடியாத விஷயங்களைக் கையாள்கின்றபோது, எப்போதுமே ஆபத்து இருக்கிறது. ஆனால், நீ இதில் ஈடுபடுகின்ற காரணம் மேன்மையானது, அறிவியலுக்கானது. தங்களுக்குப் பின்னால் வருபவர்கள் பாதுகாப்பாக நடப்பதற்குப் பாதை அமைக்கின்ற முயற்சியில் ஈடுபட்டிருந்த எண்ணற்ற அறிவியல் முன்னோடிகள் துணிச்சலாகத் தங்களுடைய இன்னுயிர்களைத் தியாகம் செய்துள்ளனர். கடந்த பத்து ஆண்டுகளாக, நீயும் அவர்களைப்போல அறிவியலுக்காக உன்னை அர்ப்பணித்துக்

கொண்டுள்ளாய். அதற்கு நீ கொடுத்துள்ள விலை, தீவிரமான நரம்புத் தளர்ச்சியும் மனஅழுத்தமும். நீ ஆற்ற வேண்டிய அனைத்துப் பணிகளையும் நீ ஆற்றிவிட்டாய். இன்றிலிருந்து நீ மகிழ்ச்சியாக இருப்பதற்கான சுதந்திரத்தைப் பெற்றுவிட்டாய்."

சிமோன் அவனை நோக்கி ஒரு பாசப் புன்னகையை வீசினாள். அவளிடம் அமைதி திரும்பியிருந்தது. அவள் திரும்பி அங்கிருந்த கடிகாரத்தைப் பார்த்தாள்.

"மேடம் எக்சியை இன்னும் காணோம். ஒருவேளை அவர் வராமல் போகக்கூடும்," என்று அவள் முணுமுணுத்தாள்.

"அவர் வந்துவிடுவார். உன்னுடைய கடிகாரம் சிறிது வேகமாகப் போய்க் கொண்டிருக்கிறது."

சிமோன் அந்த அறையிலிருந்த பொருட்களை அங்குமிங்கும் இடம் மாற்றி வைத்தாள்.

"இந்த மேடம் எக்சி யார்? அவர் எங்கிருந்து வருகிறார்? அவரைச் சேர்ந்த மக்கள் யார்? நமக்கு அவரைப் பற்றி எதுவுமே தெரியாது என்பது விநோதமாக இருக்கிறது," என்று சிமோன் கூறினாள்.

ரவுல் தன் தோள்களைக் குலுக்கினான்.

"ஓர் இடையூடகத்திடம் வருபவர்கள், முடிந்த அளவு அநாமதேயமாக இருப்பதையே விரும்புவர். இது அடிப்படையான முன்னெச்சரிக்கை நடவடிக்கை."

"அது சரிதான்," என்று சிமோன் வேண்டா வெறுப்பாக ஒத்துக் கொண்டாள்.

அவள் தன் கையில் பிடித்திருந்த ஒரு பூச்சாடி கீழே விழுந்து உடைந்தது. அவள் வெடுக்கென்று ரவுலின் பக்கம் திரும்பினாள்.

"இன்று என்னவோ நான் தன்னிலை மறந்தவளாக இருக்கிறேன். ரவுல், இன்று நான் உட்காரப் போவதில்லை என்று மேடம் எக்சியிடம் நான் கூறினால், நீ என்னைக் கோழை என்று நினைப்பாயா?"

அவனுடைய முகத்தில் தோன்றிய வியப்புக் கலந்த வலியைக் கண்டு அவள் முகம் சிவந்தாள்.

"சிமோன், நீதானே வாக்குக் கொடுத்திருந்தாய்," என்று அவன் மென்மையாகத் துவக்கினான்.

அவள் பின்னால் நகர்ந்து சுவரை ஒட்டி நின்று கொண்டாள்.

"நான் அதை இரத்து செய்ய மாட்டேன்," என்றான் ரவுல்.

அவனுடைய பார்வையில் தெரிந்த கடுமை அவளை முகம் சுளிக்க வைத்தது.

"நான் இங்குப் பணத்தைப் பற்றி யோசிக்கவில்லை. ஆனால், இந்தப் பெண்மணி, கடந்த முறை நமக்கு ஒரு பெரும்

தொகையை அளித்திருந்தார் என்பதை நீ மறக்கக்கூடாது."

"பணத்தைவிட முக்கியத்துவம் வாய்ந்த விஷயங்கள் இருக்கின்றன," என்று அவள் சிறிது ஆக்ரோஷமாகவே கூறினாள்.

"கண்டிப்பாக. அதை நான் ஒத்துக் கொள்கிறேன்," என்று ரவுல் கூறினான். "நானும் அதைத்தான் சொல்ல வருகிறேன். இந்தப் பெண்மணி ஒரு தாய். தன்னுடைய ஒரே குழந்தையை இழந்து தவிப்பவர். உனக்கு உண்மையிலேயே உடல்நிலை சரியாக இருந்து, உன் மனச்சலனத்தின் காரணமாக நீ இந்த முடிவை எடுப்பதன் மூலம், ஒரு தாய் தன் குழந்தையைக் கடைசியாக ஒரு முறை பார்க்கின்ற வாய்ப்பை நீ அவருக்கு மறுக்கிறாய்."

"ரவுல், நீ என்னைச் சித்திரவதை செய்கிறாய். ஆனாலும் நீ கூறுவதில் உண்மை இருக்கிறது. நான் உன் விருப்பப்படியே செய்கிறேன். நான் எதற்குப் பயந்து கொண்டிருந்தேன் என்பது இப்போது எனக்குத் தெளிவாகியுள்ளது. 'தாய்' என்ற வார்த்தைதான் அது."

"சிமோன்!"

"ரவுல், இந்த உலகில் சில பழமையான அடிப்படை சக்திகள் இருக்கின்றன. அவற்றில் பல, மனித நாகரிகத்தால் அழிந்து போய்விட்டன. ஆனால், தாய்மை என்பது தொடக்கத்தில் எந்த இடத்தில் இருந்ததோ, அதே இடத்தில்தான் இப்போதும் இருக்கிறது. இந்த விஷயத்தில் விலங்குகளும் நாமும் ஒன்றுதான். ஒரு தாய் தன் குழந்தையின்மீது வைத்திருக்கின்ற அன்புக்கு இந்த உலகில் ஈடு இணை எதுவும் இல்லை. அது விதிகளை மதிப்பதில்லை, இரக்கம் காட்டுவதில்லை, தன் வழியில் குறுக்கிடுகின்ற எதுவொன்றையும் துவம்சம் செய்யத் தயங்குவதில்லை."

பின் அவள் தன் பேச்சை நிறுத்தினாள். அவளுக்கு மூச்சிரைத்தது. அவள் ரவுலை நோக்கித் திரும்பினாள். அவளுடைய முகத்தில் ஒரு மந்தகாசப் புன்னகை படர்ந்திருந்தது.

"ரவுல், இன்று நான் மதிகெட்டு நடந்து கொண்டிருக்கிறேன்."

அவன் அவளுடைய கைகளைத் தன் கைகளில் எடுத்துக் கொண்டான்.

"மேடம் எக்சி வரும்வரை நீ சிறிது நேரம் படுத்து ஓய்வெடுத்துக் கொள்."

"சரி." அவனை நோக்கி ஒரு புன்னகையை வீசிவிட்டு அவள் அந்த அறையைவிட்டு அகன்றாள்.

ரவுல் யோசனையுடன் அந்த அறையில் ஓரிரு நிமிடங்கள்

இருந்தான். பின் அவன் அந்த அறையைவிட்டு வெளியே வந்து, வரவேற்பறையைக் கடந்து, அதன் மறுமுனையிலிருந்த மற்றோர் அறையை அடைந்தான். அந்த அறையின் மறுமுனையில் ஒரு பெரிய மாடம் இருந்தது. அதில் ஒரு பெரிய நாற்காலி போடப்பட்டிருந்தது. அதையொட்டி, வெல்வெட்டால் ஆன கனத்தத் திரைச்சீலை ஒன்றும் இருந்தது. எலிஸ் அந்த அறையை ஒழுங்குபடுத்துவதில் மும்முரமாக இருந்தாள். அந்த மாடத்திற்கு அருகே அவள் இரண்டு நாற்காலிகளையும், வட்ட வடிவிலிருந்த சிறு மேசை ஒன்றையும் போட்டாள். அந்த மேசையின்மீது ஒரு கஞ்சிராவும், ஓர் ஊதுகுழலும், சில காகிதங்களும், சில பென்சில்களும் வைக்கப்பட்டிருந்தன.

“ஐயா, இத்துடன் இந்தக் கூத்து முடிந்துவிடும், இல்லையா?” என்று எலிஸ் கேட்டாள்.

அப்போது அந்த வீட்டின் அழைப்பு மணி ஒலித்தது.

“ஓ! அம்மணி வந்துவிட்டார்! இங்கு வருவதற்குப் பதிலாக, அவர் ஏன் ஒரு தேவாலயத்திற்குச் சென்று ஒரு மெழுகுவர்த்தியை ஏற்றி வைத்து, தன் மகளின் ஆன்மா சாந்தியடைவதற்காக மனமுருகப் பிரார்த்தனை செய்யக்கூடாது? நமக்கு எது சிறந்தது என்பது கடவுளுக்குத் தெரியாதா?” என்று எலிஸ் முணுமுணுத்தாள்.

“போய் வாசற்கதவைத் திற, எலிஸ்,” என்று ரவுல் கண்டிப்புடன் கூறினான்.

எலிஸ் அவனை முறைத்துப் பார்த்துவிட்டு அங்கிருந்து அகன்றாள். சில நிமிடங்களுக்குப் பிறகு, மேடம் எக்சியை அவள் அந்த அறைக்குள் அழைத்து வந்தாள்.

“நான் போய், நீங்கள் வந்துவிட்டதாக என் எஜமானியிடம் சொல்கிறேன்,” என்று கூறிவிட்டு எலிஸ் அங்கிருந்து நகர்ந்தாள்.

மேடம் எக்சியுடன் கைகுலுக்குவதற்காக ரவுல் முன்னால் வந்தான். அப்போது சிமோன் அவளைப் பற்றிக் கூறியிருந்த வார்த்தைகள் அவனுடைய காதுகளில் ஒலித்தன: ‘மேடம் எக்சி ஒரு பெரிய உருவம் படைத்தவர். அவர் கருப்பு நிறத்தவர்.’

அந்தப் பெண்மணி ஒரு பெரிய உருவம் படைத்தவள்தான். அவள் அணிந்திருந்த தடிமனான கருப்பு நிற ஆடை, அவளுடைய கருப்பு நிறத்தை இன்னும் தூக்கிக் காட்டியது. அவளுடைய குரலும் ஆழமாக ஒலித்தது.

“மன்னித்துக் கொள்ளுங்கள். சற்றுத் தாமதமாகிவிட்டது.”

“பரவாயில்லை. ஒரு சில நிமிடங்கள்தாம் கடந்துள்ளன,” என்று கூறி ரவுல் புன்னகைத்தான். “சிமோன் ஓய்வெடுத்துக் கொண்டிருக்கிறாள். இன்று அவளுக்கு உடல்நிலை சரியில்லை. அவள் இன்று பதற்றமாகவும் மனத்தளர்ச்சியுடனும்

இருக்கிறாள்."

அவனுடன் கைகுலுக்கிக் கொண்டிருந்த அவளுடைய பிடி இறுகியது.

"சிமோன் இன்று உட்காருவாரா இல்லையா?" என்று அவள் வெடுக்கென்று கேட்டாள்.

"கண்டிப்பாக உட்காருவார்."

அதைக் கேட்டு அவள் ஓர் ஆசுவாசப் பெருமூச்சை வெளியேற்றிவிட்டு, அங்கிருந்த ஒரு நாற்காலியில் அமர்ந்தாள்.

"இது எனக்கு எவ்வளவு ஆனந்தத்தையும் வியப்பையும் தருகிறது என்பதை உங்களால் கற்பனைகூடச் செய்ய முடியாது. என் செல்லப் பெண் அமேலி! அவளை மீண்டும் பார்ப்பதும், அவளுடைய குரலை மீண்டும் கேட்பதும் எனக்குப் பெரும் மகிழ்ச்சியைக் கொடுக்கிறது. அவளை என்னால் தொட முடிந்தால் இன்னும் சிறப்பாக இருக்கும்."

ரவுல் உடனடியாகவும் கண்டிப்புடனும், "எக்காரணம் கொண்டும் இங்கு நீங்கள் என் அனுமதி இல்லாமல் எந்தவொரு காரியத்திலும் ஈடுபடக்கூடாது. இல்லையெனில், அது பெரும் ஆபத்தில் முடியும்," என்று அப்பெண்மணியை எச்சரித்தான்.

"ஆபத்து யாருக்கு? எனக்கா?"

"இல்லை. சிமோனுக்கு ஆபத்து உண்டாகும். இந்த விஷயத்தை அறிவியல் ஒரு குறிப்பிட்ட விதத்தில் வெளிப்படுத்தியிருக்கிறது. அதை நான் என்னால் முடிந்த அளவு எளிமையாக விளக்குகிறேன். ஓர் ஆவி, ஓர் உருவ வடிவில் தோன்றுவதற்கு ஓர் இடையூடக நபரின் லௌகிக அம்சங்களைப் பயன்படுத்திக் கொண்டாக வேண்டும். இடையூடக நபரின் உதடுகளிலிருந்து புகை வடிவில் ஒன்று வெளிவருவதை நீங்கள் பார்த்தீர்கள், இல்லையா? அது பின்னர் ஒன்றுசேர்ந்து, இறந்து போன நபரின் பூத உடலின் உருவத்தை அடையும். ஆனால், இது உண்மையில் இடையூடக நபரின் லௌகிக உடலின் அம்சத்தால் ஆனது என்று நம்பப்படுகிறது. இது பின்னொரு நாள் சந்தேகத்திற்கு இடமின்றி நிரூபிக்கப்படும். ஆனால், தோன்றுகின்ற உருவத்தைக் கையாள்வது இடையூடக நபருக்குப் பெரும் வலியை உண்டாக்குகின்ற ஆபத்தை உள்ளடக்கியிருக்கிறது. தோன்றுகின்ற உருவத்தை யாராவது காட்டுமிராண்டித்தனமாகக் கையாண்டால், அது இடையூடக நபரின் இறப்பில் போய் முடியக்கூடும்."

அவன் கூறிக் கொண்டிருந்ததை மேடம் எக்சி கவனமாகக் கேட்டாள்.

"நீங்கள் சொல்வது சுவாரசியமாக இருக்கிறது. இதை எனக்குத் தெளிவுபடுத்துங்கள். இப்படித் தோன்றுகின்ற

உருவம் ஒரு கட்டத்தில் மிகவும் முதிர்ச்சி அடைந்து, அதன் மூலாதாரமான இடையூடகத்திலிருந்து முழுமையாக விடுபட்டுத் தனித்து இயங்குவதற்கு வாய்ப்பு இருக்கிறதா?"

"உங்களுடைய ஊகம் நல்ல கற்பனை வளத்துடன் இருக்கிறது," என்று ரவுல் கூறினான்.

"ஆனால், அது சாத்தியமா, இல்லையா?"

"இன்று அது சாத்தியமே இல்லை."

"ஒருவேளை வருங்காலத்தில்?"

அக்கணத்தில் சிமோன் அந்த அறைக்குள் நுழைந்ததால், மேடம் எக்சிக்குப் பதிலளிக்க வேண்டிய நெருக்கடியிலிருந்து ரவுல் தப்பித்தான். சிமோன் சோர்வாகவும் வெளுத்துப் போயும் காணப்பட்டாள். ஆனால், அவள் தன்னைத் தன் கட்டுப்பாட்டிற்குள் கொண்டு வந்திருந்தாள். அவள் முன்னே வந்து மேடம் எக்சியுடன் கைகுலுக்கினாள். ஆனால், அப்போது அவளுடைய உடல் இலேசாக நடுங்கியதை ரவுல் கவனிக்கத் தவறவில்லை.

"உங்களுக்கு உடல்நிலை சரியில்லை என்று கேள்விப்பட்டேன்," என்று மேடம் எக்சி கூறினாள்.

"அது ஒன்றுமில்லை," என்று வெடுக்கென்று கூறிய சிமோன், "நாம் துவக்கலாமா?" என்று கேட்டாள்.

பின் அவள் அந்த மாடத்திற்குச் சென்று அங்கிருந்த நாற்காலியில் அமர்ந்தாள். திடீரென்று ரவுலை ஒரு பெரும் பயம் சூழ்ந்து கொண்டது.

"சிமோன், நீ இன்று மிகவும் தளர்ந்து போய் இருக்கிறாய். இன்றைய ஆவி அழைப்புக் கூட்டத்தை நாம் இரத்து செய்துவிடலாம். மேடம் எக்சி அதைப் புரிந்து கொள்வார்," என்று ரவுல் கூறினான்.

"சார்!" என்று கத்தியபடி மேடம் எக்சி கோபத்துடன் எழுந்தாள்.

"இன்று நடத்த வேண்டாம்," என்று ரவுல் மீண்டும் வலியுறுத்தினான்.

"மேடம் சிமோன் கடைசியாக ஒரு முறை ஆவி அழைப்புக் கூட்டம் ஒன்றை நடத்துவதாக எனக்கு வாக்குறுதி கொடுத்திருந்தார்."

"அது உண்மைதான். நான் என்னுடைய வாக்குறுதியை நிறைவேற்றத் தயாராக இருக்கிறேன்," என்றாள் சிமோன்.

"நான் உங்களை நம்பலாமா?"

"கொடுத்த வாக்குறுதியை நான் ஒருபோதும் மீறுவதில்லை," என்று அவள் மேடம் எக்சியிடம் இறுக்கமாகக் கூறினாள். பின், அவள் ரவுலைப் பார்த்து, "ரவுல், நீ பயப்படாதே!

எப்படியோ இத்துடன் இது முடிந்துவிடும்," என்று கூறினாள்.

அவளிடமிருந்து சமிக்கை வந்ததும், ரவுல் அவளுக்கு முன்னால் இருந்த திரைச்சீலையை இழுத்து அவளை மறைத்தான். பின் அவன் அந்த அறையிலிருந்த சன்னலையும் மூடினான். அந்த அறையை ஓர் அரைகுறை இருட்டு சூழ்ந்தது. ரவுல், திரைச்சீலைக்கு முன்னாலிருந்த இரண்டு நாற்காலிகளில் ஒன்றை மேடம் எக்சிக்குச் சுட்டிக்காட்டி, அதில் அமரும்படி அவளிடம் கூறினான். பின் மற்றொரு நாற்காலியில் அவன் அமரப் போனான். மேடம் எக்சி தயங்கினாள்.

அவள் ரவுலிடம், "நான் இப்படிச் சொல்வதற்கு என்னை மன்னித்துவிடுங்கள். உங்களுடைய நேர்மையிலும் மேடம் சிமோனின் நேர்மையிலும் எனக்கு நம்பிக்கை இருக்கிறது. ஆனாலும், ஒரு முன்னெச்சரிக்கைக்காக நான் இதைக் கொண்டு வந்துள்ளேன்," என்று கூறி அவள் தன் கைப்பையிலிருந்து ஒரு நீளமான கயிற்றை வெளியே எடுத்தாள்.

"மேடம் எக்சி, நீங்கள் எங்களை அவமானப்படுத்துகிறீர்கள்," என்று ரவுல் கத்தினான்.

"இல்லை. இது ஒரு முன்னெச்சரிக்கை நடவடிக்கை, அவ்வளவுதான்."

"நான் மீண்டும் கூறுகிறேன். நீங்கள் எங்களை அவமானப்படுத்துகிறீர்கள்."

"எதற்காக நீங்கள் இதற்கு ஆட்சேபனை தெரிவிக்கிறீர்கள் என்பது எனக்குப் புரியவில்லை. இங்கு நீங்கள் ஏமாற்று வேலைகளில் ஈடுபடவில்லை என்றால், எதற்காக நீங்கள் இதற்கு பயப்பட வேண்டும்?"

ரவுல் ஏளனமாகச் சிரித்தான்.

"இங்கு நாங்கள் எதையும் மறைக்கவில்லை. நீங்கள் தாராளமாக என் கைகளையும் கால்களையும் கட்டுங்கள்."

அவன் எதிர்பார்த்திருந்த விளைவை அவனுடைய பேச்சு விளைவித்திருக்கவில்லை. மேடம் எக்சி உணர்ச்சியற்று முணுமுணுத்தாள்.

"நன்றி," என்று கூறிவிட்டு, அவள் அந்தக் கயிற்றுடன் ரவுலை நோக்கி முன்னேறினாள்.

திடீரென்று திரைச்சீலைக்குப் பின்னாலிருந்து சிமோன் கத்தினாள்.

"வேண்டாம், ரவுல். அதைச் செய்ய மேடம் எக்சியை அனுமதிக்காதே!"

மேடம் எக்சி ஏளனமாக நகைத்தாள்.

"மேடம் சிமோன் அரண்டு போயிருப்பதுபோலத் தெரிகிறது," என்று அவள் கிண்டலாகக் கூறினாள்.

"ஆமாம். நான் பயந்து போய்த்தான் இருக்கிறேன்," என்றாள் சிமோன்.

"சிமோன், நீ என்ன பேசுகிறாய் என்பதை யோசித்துப் பேசு," என்றான் ரவுல். "மேடம் எக்சி நம்மைப் பித்தலாட்டக்காரர்கள் என்று நினைக்கிறார்."

"அப்படியில்லை என்பதை நான் உறுதிப்படுத்தியே ஆக வேண்டும்," என்றாள் மேடம் எக்சி.

மேடம் எக்சி நிதானமாக அந்தக் கயிற்றால் ரவுலின் கைகளையும் கால்களையும் இறுக்கமாகக் கட்டினாள்.

அவள் தன்னைக் கட்டி முடித்தவுடன், ரவுல், "அவிழ்க்க முடியாதவாறு நீங்கள் முடிச்சுப் போட்டதற்கு நான் உங்களைப் பாராட்டியே ஆக வேண்டும்," என்று கிண்டலாகக் கூறினான். "இப்போது உங்களுக்குத் திருப்தியா?"

மேடம் எக்சி பதிலேதும் கூறவில்லை. அவள் அந்த அறையின் சுவர்களின் மேல் பொருத்தப்பட்டிருந்த மரச்சட்டங்களை உன்னிப்பாகச் சோதித்துப் பார்த்தாள். அடுத்து, வரவேற்பறைக்கும் அந்த அறைக்கும் இடையேயிருந்த கதவைப் பூட்டிச் சாவியை அதிலிருந்து எடுத்துக் கொண்டாள். பின் அவள் தன் நாற்காலிக்குச் சென்று அதில் அமர்ந்தாள்.

"இப்போது நான் தயார்," என்று அவள் ஒரு விநோதமான தொனியில் கூறினாள்.

நிமிடங்கள் ஓடிக் கொண்டிருந்தன. திரைச்சீலைக்குப் பின்னால் சிமோனின் மூச்சு கடினமாகவும் பெரிதாகவும் ஆகிக் கொண்டிருந்த சத்தம் கேட்டது. பின் அந்தச் சத்தம் நின்று, ஒரு முனகல் சத்தம் கேட்கத் துவங்கியது. அதைத் தொடர்ந்து சிறிது மௌனம் நிலவியது. பின் திடீரென்று கஞ்சிராவின் ஒலி கேட்டது. ஊதுகுழல் திடீரென்று துள்ளித் தரையில் விழுந்தது. அடுத்து, ஒரு பயங்கரமான சிரிப்புச் சத்தம் கேட்டது. திரைச்சீலை சிறிது விலக்கப்பட்டதுபோலத் தோன்றியது. சிமோனை அதன் வழியாகப் பார்க்க முடிந்தது. அவளுடைய தலை கவிழ்ந்திருந்தது. திடீரென்று மேடம் எக்சி பெருமூச்சுவிட்டாள். சிமோனின் வாயிலிருந்து ரிப்பனைப்போல ஒரு புகை வெளிப்பட்டுப் பரவியது. அது மெதுவாக ஒன்றுசேர்ந்து ஓர் உருவத்தின் வடிவை அடைந்தது. அது ஒரு குழந்தையின் உருவம்.

"அமேலி! என் செல்லமே! அமேலி!" என்று மேடம் எக்சி ஒரு கிசுகிசுப்பான குரலில் முணுமுணுத்தாள்.

அந்த மங்கலான புகையுருவம் மேலும் இறுகியது. ரவுல் நம்ப முடியாதவனாக வியப்புடன் அதைப் பார்த்துக் கொண்டிருந்தான். இதுவரை எந்த ஆவியின் உருவமும்

இவ்வளவு தத்ரூபமாக வெளிப்பட்டிருக்கவில்லை. இப்போது அவர்கள் முன் உண்மையிலேயே இரத்தமும் சதையும் கொண்ட ஒரு குழந்தை நின்று கொண்டிருந்ததைப்போல இருந்தது.

ஒரு மென்மையான குழந்தைக் குரல், "அம்மா!" என்று அழைத்தது.

"என் செல்லமே! என் செல்லமே!" என்று மேடம் எக்சி உருகிக் கத்தினாள்.

பின் அவள் தன் நாற்காலியிலிருந்து பாதி எழுந்தாள்.

"கவனம், மேடம் எக்சி," என்று ரவுல் எச்சரித்தான்.

அந்த உருவம் திரைச்சீலையைத் தாண்டி வந்தது. அக்குழந்தையின் உருவம் கைகளை அகல விரித்து, "அம்மா!" என்று கத்தியது.

"ஓ!" என்றாள் மேடம் எக்சி.

மேடம் எக்சி மீண்டும் தன் நாற்காலியிலிருந்து பாதி எழுந்தாள்.

அதைக் கண்டு கலவரமடைந்த ரவுல், "மேடம் எக்சி, ஜாக்கிரதை!" என்று கத்தினான்.

"நான் அவளைத் தொட்டே ஆக வேண்டும்," என்று மேடம் எக்சி ஒரு கரகரப்பான குரலில் கூறிவிட்டுச் சிறிது முன்னே செல்ல முயன்றாள்.

"தயவு செய்து உங்களைக் கட்டுப்படுத்திக் கொள்ளுங்கள்!" என்று ரவுல் கூச்சலிட்டான்.

இப்போது அவன் உண்மையிலேயே மிகவும் பயந்து போயிருந்தான்.

"உடனே உட்காருங்கள்!" என்று அவன் கட்டளையிட்டான்.

"என் செல்லக் குழந்தையை நான் தொட்டே ஆக வேண்டும்," என்று மேடம் எக்சி அரற்றினாள்.

"மேடம்! உட்காரும்படி நான் உங்களுக்கு ஆணையிடுகிறேன்!"

ரவுல் தன்னைப் பிணைத்திருந்த கயிற்றை விடுவிக்கப் போராடினான். ஆனால், மேடம் எக்சி அதை மிகவும் இறுக்கமாகக் கட்டியிருந்தாள். அவன் இப்போது கையாலாகாதவனாக இருந்தான். வரவிருந்த ஆபத்து குறித்த உணர்வு அவனை ஆக்கிரமித்தது.

"உடனே உட்காருங்கள்! சிமோனை நினைத்துப் பாருங்கள்!" என்று அவன் கதறினான்.

மேடம் எக்சி அவனைக் கண்டுகொள்ளவே இல்லை. இப்போது அவள் முற்றிலும் வேறுபட்ட ஒரு மனுஷியாகியிருந்தாள். பரவசமும் மகிழ்ச்சியும் அவளுடைய முகத்தில் தாண்டவமாடிக் கொண்டிருந்தன. திரைச்சீலைக்கு

அருகே நின்று கொண்டிருந்த உருவத்தை அவளுடைய கைகள் தொட்டன. சிமோனிடமிருந்து ஒரு பயங்கரமான முனகல் சத்தம் வெளிப்பட்டது.

“கடவுளே! இது பயங்கரமாக இருக்கிறது!” என்று ரவுல் கத்தினான். “சிமோன்–”

மேடம் எக்சி அவனை நோக்கித் திரும்பி இளக்காரமாகப் புன்னகைத்தாள்.

“நான் எதற்காக இடையூடகத்தைப் பற்றிக் கவலைப்பட வேண்டும்? எனக்கு என் குழந்தை வேண்டும்.”

“உங்களுக்குப் பைத்தியம்தான் பிடித்திருக்கிறது!”

“என் குழந்தை! செத்துப் போன என் செல்லம் இப்போது இரத்தமும் சதையுமாக என்னிடம் திரும்பி வந்திருக்கிறது. அது உயிரோடு சுவாசித்துக் கொண்டிருக்கிறது.”

ரவுல் ஏதோ சொல்வதற்குத் தன் வாயைத் திறந்தான். அவனுடைய வாயிலிருந்து வார்த்தைகள் எதுவும் வரவில்லை. ‘இந்தப் பெண்மணி திடீரென்று பயங்கரமாக மாறிவிட்டிருக்கிறாள்! தன்னுடைய சொந்த அபிலாஷைக்கு ஆட்பட்டு, இரக்கமற்ற ஒரு காட்டுமிராண்டியாக ஆகிவிட்டிருக்கிறாள்!’ என்று அவன் பதைத்தான். அந்தக் குழந்தையின் உதடுகள் பிரிந்தன. மூன்றாவது முறையாக அதனிடமிருந்து “அம்மா!” என்ற வார்த்தை வெளிவந்தது.

“இங்கே வா, என் செல்லமே!” என்று மேடம் எக்சி கத்தினாள்.

மேடம் எக்சி பாய்ந்து சென்று அக்குழந்தையின் உருவத்தைத் தூக்கினாள். திரைச்சீலைக்குப் பின்னாலிருந்து பயங்கர வேதனையுடன்கூடிய ஒரு நீண்ட கூச்சல் எழுந்தது.

“சிமோன்! சிமோன்!” என்று ரவுல் கத்தினான்.

மேடம் எக்சி அவனைக் கடந்து சென்று அந்த அறையின் கதவைத் திறந்து மாடிப்படிகளில் இறங்கிச் சென்ற உணர்வு அவனுக்கு இலேசாகவே இருந்தது.

திரைச்சீலைக்குப் பின்னாலிருந்து அந்த பயங்கரமான அலறல் தொடர்ந்தது. அது போன்றதொரு சத்தத்தை ரவுல் அதற்கு முன்பு தன் வாழ்நாளில் ஒருபோதும் கேட்டிருந்ததில்லை. பின்னர் களகளவென்ற ஓர் ஒலி கேட்டது. அத்துடன் அந்த அலறல் சத்தம் நின்றுவிட்டது. அதைத் தொடர்ந்து ஓர் உடல் கீழே பொத்தென்று விழுந்த சத்தம் கேட்டது.

தன்னுடைய கட்டுகளை அவிழ்ப்பதற்கு ரவுல் ஒரு பைத்தியக்காரனைப்போல முயன்று கொண்டிருந்தான். அவனுக்கு இருந்த வெறியில், சாத்தியமற்ற ஒன்றை அவன்

சாதித்திருந்தான். அக்கயிற்றை அவன் துண்டாக்கியிருந்தான். ஒருவழியாக அவன் தன்னை விடுவித்துக் கொண்டு எழுந்து நின்றபோது, "மேடம்!" என்று கத்திக் கொண்டே எலிஸ் அங்கே ஓடி வந்தாள்.

"சிமோன்!" என்று ரவுல் கத்தினான்.

அவர்கள் இருவரும் ஓடோடிச் சென்று அந்தத் திரைச்சீலையை விலக்கித் தள்ளினர்.

அங்குக் கண்ட காட்சியால் ரவுல் பின்பக்கமாகத் தள்ளாடினான்.

"ஐயோ! கடவுளே! எல்லா இடங்களிலும் சிவப்பாக இருக்கிறதே!"

எலிஸ் நடுக்கத்துடன் அவனிடம், "ஐயோ! மேடம் இறந்துவிட்டார். என்ன நடந்தது? மேடத்தின் உருவம் ஏன் பாதியாகச் சுருங்கிக் கிடக்கிறது?" என்று கத்தினாள்.

"எனக்குத் தெரியவில்லை," என்றான் ரவுல்.

அவனுடைய குரல் ஓர் அலறலாக ஓங்கிக் கொண்டிருந்தது.

"எனக்குத் தெரியவில்லை... எனக்குத் தெரியவில்லை... ஆனால், எனக்குப் பைத்தியம் பிடித்துக் கொண்டிருக்கிறது என்று நினைக்கிறேன். சிமோன்! சிமோன்!"

கண்ணாடிக்குள் ஒரு கொலைக் காட்சி

இந்தக் கதைக்கான விளக்கம் எதுவும் என்னிடம் கிடையாது. இதற்கான காரணம் குறித்த எந்தவிதமான கோட்பாடும் என்னிடம் இல்லை. அது நிகழ்ந்தது, அவ்வளவுதான்.

ஆனாலும், பல ஆண்டுகளுக்குப் பிறகு நான் கண்டுபிடித்த ஒரு விஷயத்தை நான் அப்போதே கவனித்திருந்தால், விஷயங்கள் வேறு மாதிரியாகச் சென்றிருக்கக்கூடும் என்று நான் சில நேரங்களில் நினைத்துக் கொள்வேன். நான் 'அப்போதே கவனித்திருந்தால்' மூன்று பேருடைய வாழ்க்கைப் போக்கே மாறியிருந்திருக்கும் என்பது உறுதி. ஆனால், அந்த நினைப்பே எனக்குக் குலைநடுக்கம் ஏற்படுத்துவதாக இருந்தது.

இந்தக் கதை, முதலாம் உலகப் போர் துவங்குவதற்கு முன்பு, 1914 இல், நான் நீல் கார்ஸ்லேக்குடன் அவனுடைய வீடான பேட்ஜ்வொர்த்திக்குச் சென்றபோது தொடங்கியது. நீல் என்னுடைய நெருங்கிய நண்பன். அவனுடைய தம்பி ஆலனுடன் எனக்கு ஓரளவு பழக்கம் இருந்தது. அவர்களுடைய தங்கையான சில்வியாவை நான் அதற்கு முன்பு ஒருபோதும் பார்த்திருக்கவில்லை. அவள் ஆலனைவிட இரண்டு வயதும், நீலைவிட மூன்று வயதும் இளையவள். நீலும் நானும் பள்ளியில் ஒன்றாகப் படித்துக் கொண்டிருந்தபோது, இரண்டு முறை, விடுமுறையில் நான் அவனுடன் அவனுடைய வீட்டுக்குச் செல்வதென்று நாங்கள் திட்டமிட்டிருந்தோம். ஆனால், ஏதோ காரணத்தால், இரண்டு முறையும் என்னால் அங்குச் செல்ல முடியாமல் போயிற்று. என்னுடைய இருபத்து மூன்றாவது வயதில்தான் நான் முதன்முதலாக நீலின் வீட்டிற்குச் சென்றேன்.

நான் சென்றிருந்த சமயத்தில் அவர்களுடைய வீட்டில்

ஒரு விசேஷம் நடைபெறவிருந்தது. சில்வியாவுக்குத் திருமணம் நிச்சயமாகியிருந்ததைக் கொண்டாட அவர்கள் ஒரு விருந்துக்கு ஏற்பாடு செய்திருந்தனர். அவளுக்கு நிச்சயிக்கப்பட்டிருந்தவனின் பெயர் சார்லஸ் கிராலி. அவன் சில்வியாவைவிட மிகவும் மூத்தவன் என்றாலும், அவன் ஒரு நல்ல பையன் என்றும், ஓரளவு வசதியானவன் என்றும் நீல் என்னிடம் கூறினான்.

நீலும் நானும் அவனுடைய வீட்டை அடைந்தபோது மாலை ஏழு மணி இருக்கும். இரவு விருந்துக்குத் தயாராவதற்காக வீட்டிலிருந்தவர்கள் அனைவரும் தத்தம் அறைகளுக்குச் சென்றிருந்தனர். எனக்கு ஒதுக்கப்பட்டிருந்த அறைக்கு நீல் என்னை அழைத்துச் சென்றான். பேட்ஜ்வொர்த்தி என்ற பெயரைத் தாங்கி நின்ற அந்த வீடு ஒரு பழங்கால மாளிகை வீடு. அப்போது அது ஒரு மோசமான நிலையில்தான் இருந்தது. கடந்த மூன்று நூற்றாண்டுகளாக, அந்த மாளிகையில் ஆங்காங்கே இஷ்டம்போல ஏகப்பட்ட அறைகளும் மாடியறைகளும் கட்டி வைக்கப்பட்டிருந்தன. அதனால், அந்த வீட்டில் ஆங்காங்கே படியேறியும் இறங்கியும் செல்ல வேண்டியிருந்தது. அந்த வீட்டில் நீங்கள் நடந்து சென்றால், திடீர் திடீரென்று மாடிப்படிகளை நீங்கள் எதிர்கொள்ள நேரிடும். அவ்வளவு எளிதாக உங்களால் ஓரிடத்திலிருந்து மற்றோர் இடத்திற்குச் சென்றுவிட முடியாது. அதனால், என்னைத் தயாராக இருக்கும்படியும், விருந்துக்குத் தான் வந்து என்னை அழைத்துச் செல்வதாகவும் நீல் என்னிடம் கூறியிருந்தான். அவனுடைய குடும்பத்தாரை நான் முதன்முதலாகச் சந்திக்கவிருந்ததால், நான் கொஞ்சம் சங்கோஜத்துடன் இருந்தேன். எந்த மூலையில் வேண்டுமானாலும் ஒரு பேயைச் சந்திக்க வாய்ப்பு இருந்த ஒரு மர்ம மாளிகைபோல அவனுடைய வீடு இருந்ததாக நான் அவனிடம் விளையாட்டாகக் கூறினேன். அதற்கு நீல், அந்த வீட்டில் உண்மையிலேயே பேய்கள் உலா வந்ததாக வதந்திகள் இருந்தபோதிலும், தாங்கள் எவரும் எந்தப் பேயையும் சந்தித்ததில்லை என்று அலட்சியமாகக் கூறினான். மேலும், அவை எந்த வடிவங்களில் இருந்தன என்பது தனக்குத் தெரியாது என்றும் அவன் கூறிவிட்டுச் சென்றான்.

அவன் சென்ற பிறகு, நான் என் பயணப்பெட்டியைத் திறந்து அன்று இரவு அணிவதற்கான உடையைத் தேர்ந்தெடுத்தேன். நீலின் குடும்பத்தினர் ஒரு மாளிகை போன்ற ஒரு வீட்டில் வசித்து வந்தாலும், பெரிய பணக்காரரர்கள் அல்லர். அதனால் எனக்கு உதவுவதற்கு அந்த வீட்டில் பணியாளர்கள் எவரும்

இருக்கவில்லை.

நான் உடை மாற்றிக் கொண்டு இறுதியாக என் ‘டையைக்’ கட்டுவதற்காக அந்த அறையிலிருந்த ஆளுயரக் கண்ணாடியின் முன்னால் போய் நின்றேன். அந்தக் கண்ணாடியில், எனக்குப் பின்னால் அந்த அறையின் வெற்றுச் சுவரும், அதன் நடுவே ஒரு கதவும் தெரிந்தன. நான் என் அலங்காரத்தை முடித்துக் கொண்டிருந்தபோது, கண்ணாடியில் என் பார்வையில் பட்டக் கதவு மெதுவாகத் திறந்ததை நான் கண்டேன்.

ஏனோ தெரியவில்லை, நான் திரும்பிப் பார்க்கவில்லை. திரும்புவதுதான் நான் செய்திருக்கக்கூடிய இயல்பான செயலாக இருந்திருக்க வேண்டும். ஆனால் நான் தொடர்ந்து கண்ணாடிக்குள்ளேயே பார்த்துக் கொண்டிருந்தேன். அந்தக் கதவு மெதுவாகத் திறந்தபோது, அதற்கு அப்பால் இருந்த அறையை என்னால் தெளிவாகப் பார்க்க முடிந்தது.

அது ஒரு படுக்கையறை. நான் அப்போது நின்று கொண்டிருந்த அறையைவிட அது பெரிதாக இருந்தது. அதில் இரண்டு கட்டில்கள் அருகருகே போடப்பட்டிருந்தன. அங்கு நான் கண்ட காட்சி என்னை நிலைகுலைய வைத்தது.

அந்தக் கட்டில்களில் ஒன்றின் கால்மாட்டில் ஓர் இளம்பெண் தெரிந்தாள். அவளுடைய கழுத்தை ஒருவன் தன்னுடைய இரண்டு கைகளாலும் நெரித்துக் கொண்டிருந்தான். அவள் மூச்சுத் திணறிக் கொண்டிருந்தாள்.

அக்காட்சி மிகத் தெளிவாக இருந்தது. அதில் எனக்கு எந்தக் குழப்பமும் இருக்கவில்லை. எனக்கு முன்னால் ஒரு கொலை அரங்கேறிக் கொண்டிருந்தது.

என்னால் அந்தப் பெண்ணின் முகத்தைத் தெளிவாகப் பார்க்க முடிந்தது. அவளுடைய தலைமுடி பொன்னிறத்தில் இருந்தது. அவளுடைய அழகான முகத்தில் வேதனை பிரதிபலித்தது. அந்த மனிதனின் முதுகுப்புறமும் அவனுடைய கைகளும் எனக்குத் தெரிந்தன. அவனுடைய முகம் முழுமையாகத் தெரியவில்லை. அவனுடைய முகத்தின் இடது புறத்திலிருந்து அவனுடைய கழுத்துவரை ஒரு நீண்ட வெட்டுக்காயத் தழும்பு தென்பட்டது.

நான் இப்போது அந்தக் காட்சியை விவரிப்பதற்கு நீண்ட நேரம் எடுத்துக் கொண்டுள்ளபோதிலும், அன்று உண்மையில் ஓரிரு கணங்கள் மட்டுமே கடந்திருந்தன. நான் அதிர்ச்சியில் உறைந்து போய் நின்று கொண்டிருந்தேன். பிறகு நான் அந்தப் பெண்ணைக் காப்பாற்றுவதற்காக வேகமாகத் திரும்பினேன்...

ஆனால், எனக்கு முன்னால் இருந்த சுவரில், அதாவது, அந்தக் கண்ணாடியில் பிரதிபலித்தச் சுவரில், இப்போது ஒரு மர

அலமாரி மட்டுமே இருந்தது. எந்தக் கதவும் திறந்திருக்கவில்லை, எந்த வன்முறைக் காட்சியும் தென்படவில்லை. நான் மீண்டும் அந்தக் கண்ணாடியின் பக்கம் திரும்பினேன். இப்போது அந்தக் கண்ணாடி அந்த அலமாரியை மட்டுமே பிரதிபலித்தது.

நான் உடனே பாய்ந்து சென்று அந்த அறையின் சுவரை அடைந்து, அந்த அலமாரியை நகர்த்த முயன்றேன். அக்கணத்தில், "என்னடா செய்து கொண்டிருக்கிறாய்?" என்று கேட்டபடியே நீல் என் அறைக்குள் வந்தான்.

நான் திடுக்கிட்டு அவனை நோக்கித் திரும்பி, "இந்த அலமாரிக்குப் பின்னால் கதவு ஏதேனும் இருக்கிறதா?" என்று கேட்டேன்.

அதற்கு அவன், "ஆமாம், இருக்கிறது. அது பக்கத்து அறைக்கு இட்டுச் செல்லும்," என்று கூறினான்.

நான் அவனை மேலும் குடைந்தேன்.

"அந்த அறையில் யார் இருக்கிறார்கள்?"

"மேஜர் ஓல்டமும் அவருடைய மனைவியும் இருக்கிறார்கள்."

"ஓல்டமின் மனைவி பொன்னிறத் தலைமுடி கொண்டவரா?"

"இல்லை. அவர் கருப்பு நிறத்தவர்."

இதைக் கேட்டதும், ஒருவேளை என்னை நானே முட்டாளாக்கிக் கொண்டிருந்தேன்போலும் என்று நான் நினைத்துக் கொண்டேன். பிறகு நான் என்னை ஆசுவாசப்படுத்திக் கொண்டு, அவனிடம் ஏதோ அபத்தமான விளக்கத்தைக் கொடுத்துவிட்டு அவனுடன் புறப்பட்டேன். நாங்கள் இருவரும் சாப்பாட்டு அறையை நோக்கி நடக்கத் துவங்கினோம். எனக்கு ஏதாவது மருட்சி ஏற்பட்டு இப்படி ஒரு தோற்றம் ஏற்பட்டிருந்திருக்கக்கூடும் என்று எனக்கு நானே சமாதானம் கூறிக் கொண்டு என் மனத்தை அமைதிப்படுத்தினேன். என் நடத்தை எனக்கே அவமானகரமானதாகத் தோன்றியது.

நாங்கள் சாப்பாட்டு அறையை அடைந்ததும், "இவள்தான் சில்வியா," என்று நீல் தன்னுடைய தங்கையை எனக்கு அறிமுகப்படுத்தினான். நான் அரண்டு போனேன். சற்று முன் அந்தக் கண்ணாடியில் நான் பார்த்திருந்த அதே முகத்தின் சொந்தக்காரி அங்கு நின்று கொண்டிருந்தாள். அடுத்து, சில்வியாவுக்குக் கணவனாக வரவிருந்தவனை நீல் எனக்கு அறிமுகம் செய்து வைத்தான். அவனுடைய முகத்தின் இடது பக்கத்திலிருந்து கழுத்துவரை ஒரு வெட்டுக்காயத் தழும்பு இருந்தது.

என் நிலையில் நீங்கள் இருந்திருந்தால், நீங்கள் என்ன செய்திருப்பீர்கள்? நான் என் அறையிலிருந்த கண்ணாடியில்

பார்த்திருந்த அதே பெண் இப்போது என் முன் நின்று கொண்டிருந்தாள். அவளுடைய கழுத்தை நெரித்துக் கொண்டிருந்தவனுக்கும் அப்பெண்ணுக்கும் இன்னும் ஒரு மாதத்தில் திருமணம் நடைபெறவிருந்தது.

நான் பார்த்திருந்தது என்ன? வருங்காலம் குறித்த ஒரு தீர்க்கதரிசனமா? சில்வியாவும் அவளுடைய கணவனும் வருங்காலத்தில் இங்கு வரும்போது அவர்களுக்கு அந்த அறை ஒதுக்கப்படுமா? அப்போது நான் பார்த்திருந்த காட்சி அங்கு உண்மையிலேயே அரங்கேறுமா?

இது குறித்து நான் என்ன செய்ய வேண்டும்? என்னால் எதையாவது செய்யத்தான் முடியுமா? நான் இதைச் சொன்னால், நீலும் சில்வியாவும் என்னை நம்புவார்களா?

நான் அங்குத் தங்கியிருந்த ஒரு வாரகாலம் முழுவதும் இதை நான் என் மண்டைக்குள் மீண்டும் மீண்டும் ஓடவிட்டுக் கொண்டிருந்தேன். யாரிடமாவது சொல்ல வேண்டுமா, கூடாதா? இதற்கிடையே, இன்னொரு சிக்கலுக்குள்ளும் நான் மாட்டிக் கொண்டேன். நான் சில்வியாவைப் பார்த்தக் கணத்திலேயே அவள்மீது காதல் வயப்பட்டுவிட்டேன். இந்த உலகில் அவள் மட்டும் எனக்குக் கிடைத்தால் போதும் என்று நான் நினைத்தேன். ஒரு விதத்தில் அது என் கைகளைக் கட்டிப் போட்டது.

அதே சமயம், நான் பார்த்திருந்த காட்சியைப் பற்றி நான் சொல்லவில்லை என்றால், சார்லஸ் அவளைத் திருமணம் செய்து கொள்வான். திருமணத்திற்குப் பிறகு அவன் அவளைக் கொன்றுவிடுவான். . .

அதனால், நான் அங்கிருந்து கிளம்புவதற்கு முதல் நாள், சில்வியாவிடம் எல்லாவற்றையும் சொல்லிவிட்டேன். "நான் ஒரு கதையை இட்டுக்கட்டி உன்னிடம் கூறுவதாக நீ நினைக்கலாம். ஆனால், நான் கூறுவது சத்தியம். நான் உண்மையிலேயே அக்காட்சியைப் பார்த்தேன். நீ சார்லஸைத் திருமணம் செய்யப் போவதால், என்னுடைய விநோதமான அனுபவத்தை நான் உன்னிடம் கூறியே ஆக வேண்டும் என்று எனக்குத் தோன்றியது."

நான் கூறியதை அவள் பொறுமையாகக் கேட்டுக் கொண்டிருந்தாள். அவளுடைய கண்களில் தெரிந்த ஏதோ ஒன்றை என்னால் புரிந்து கொள்ள முடியவில்லை. அவள் என்மீது கோபம் கொள்ளவில்லை. நான் சொல்லி முடித்ததும் அவள் எனக்கு நன்றி கூறினாள். நான் ஒரு அடிமுட்டாளைப்போல மீண்டும் மீண்டும், "நான் அதை உண்மையிலேயே பார்த்தேன்," என்று கூறினேன். இறுதியில்

அவள், "நான் உன்னை நம்புகிறேன்," என்றாள்.

அவளிடம் கூறியதன் மூலம் நான் சரியான காரியத்தைச் செய்திருந்தேனா அல்லது என்னை நானே முட்டாளாக்கிக் கொண்டிருந்தேனா என்ற முடிவைத் தெரிந்து கொள்ளாமலேயே நான் அங்கிருந்து கிளம்பினேன். ஆனால், ஒரு வாரத்திற்குப் பிறகு, அவள் சார்லஸுடனான தன்னுடைய நிச்சயதார்த்தத்தை முறித்துவிட்டாள்.

அதைத் தொடர்ந்து முதலாம் உலகப் போர் வெடித்தது. அதனால், வேறு எது பற்றியும் சிந்திக்க நேரம் இருக்கவில்லை. போர் நடந்து கொண்டிருந்த சமயத்தில் நான் ஓரிரு முறை ஊருக்குத் திரும்பி வந்தபோது, நான் சில்வியாவை எதிர்கொள்ள நேர்ந்தது. ஆனால், நான் அவளைத் தவிர்த்துவிட்டேன்.

நான் அவளைக் காதலித்தேன். அவளைத் திருமணம் செய்து கொள்ள நான் மிகவும் ஆசைப்பட்டேன். அவள் தன் நிச்சயதார்த்தத்தை நிறுத்துவதற்கு நான்தான் காரணமாக இருந்திருந்தேன் என்பதால், அவளிடம் போய் நான் அவளைக் காதலித்ததாகச் சொல்வது அவளுக்கு என்மீது சந்தேகத்தை வரவழைக்கும் என்று நான் அஞ்சினேன்.

பிறகு 1916 இல் போரில் நீல் கொல்லப்பட்டான். அந்தத் துயரச் செய்தியை அவர்களுடைய குடும்பத்தாரிடம் தெரிவிக்கின்ற கடினமான காரியம் என் தலையில் விழுந்தது. அவனுடைய கடைசித் தருணங்களை நான் சில்வியாவிடம் பகிர்ந்து கொண்டேன். அதற்குப் பிறகு அவளிடம் என் மனத்தைத் திறப்பது மேலும் கடினமாகிவிட்டது. அவள் தன் சகோதரன் நீலைக் கொண்டாடினாள். நீல் என் நெருங்கிய நண்பன். சில்வியா அந்த துக்க நேரத்திலும் என்னிடம் அன்பாக நடந்து கொண்டாள். நான் பல்லைக் கடித்துக் கொண்டு ஒன்றும் சொல்லாமல் அங்கிருந்து கிளம்பிவிட்டேன். போரில் ஏதாவது ஒரு குண்டு என்மீது பாய்ந்து இதற்கு ஒரு முடிவுகட்டிவிடாதா என்று நான் ஏங்கினேன். சில்வியா இல்லாத வாழ்க்கை எனக்கு மதிப்பு வாய்ந்ததாகத் தோன்றவில்லை.

ஆனால், எந்தத் துப்பாக்கிக் குண்டிலும் என் பெயர் பொறிக்கப்பட்டிருக்கவில்லை. ஆனால், ஒரு குண்டு என் வலது காதுக்குக் கீழே என் கன்னத்தை உரசிச் சென்றது. இன்னொரு குண்டு, என் பாக்கெட்டிலிருந்த உலோக சிகரெட் டப்பாவில் பட்டுத் தெறித்தது. 1918 இல் போரில் சார்லஸ் கொல்லப்பட்டான்.

அது எப்படியோ ஒரு வித்தியாசத்தை ஏற்படுத்தியது. 1918 ஆம் ஆண்டு, போர் நிறுத்தம் அறிவிக்கப்படுவதற்குச்

சற்று முன்பாக, இலையுதிர்காலத்தின்போது நான் வீடு திரும்பினேன். நான் நேராக சில்வியாவிடம் சென்று, நான் அவளைக் காதலித்ததாகக் கூறினேன். ஆனால், அதற்கு அவளிடமிருந்து எனக்கு நல்ல பதில் கிடைக்கும் என்று நான் நம்பியிருக்கவில்லை. ஆனால், நான் அவளைக் காதலித்த விஷயத்தை அவளிடம் சொல்வதற்கு நான் ஏன் இத்தனைக் காலம் எடுத்துக் கொண்டேன் என்று அவள் கேட்டபோது, நான் கிட்டத்தட்ட மூர்ச்சையானேன். நான் சார்லஸ் விவகாரத்தைப் பற்றிய பேச்சை எடுத்தவுடன், அவள் என்னிடம், "நான் எதற்காக சார்லஸுடனான நிச்சயதார்த்தத்தை முறித்துக் கொண்டேன் என்று நீ நினைத்தாய்? உன்னைப் பார்த்தக் கணத்திலேயே நான் உன்மீது காதல் வயப்பட்டுவிட்டேன்," என்றாள்.

நான் அவளிடம், "நான் அந்தக் கண்ணாடியில் பார்த்தக் காட்சியைப் பற்றி உன்னிடம் தெரிவித்ததால்தான் நீ உன் நிச்சயதார்த்தத்தை முறித்துவிட்டாய் என்று நான் நினைத்திருந்தேன்," என்று கூறியபோது, அதைக் கேட்டு அவள் நக்கலாகச் சிரித்தாள். பிறகு, நடந்த விஷயங்களை நாங்கள் தீர அலசி, கண்ணாடியில் எனக்குத் தெரிந்த காட்சி ஒரு விநோதமான காட்சிதான் என்றாலும் அதை நாங்கள் பெரிதுபடுத்தத் தேவையில்லை என்ற முடிவுக்கு வந்தோம்.

சிறிது காலம் கழித்து நானும் சில்வியாவும் திருமணம் செய்து கொண்டு மகிழ்ச்சியாக வாழ்க்கை நடத்தி வந்தோம். ஆனால், வெகு விரைவிலேயே, அவளுக்கு ஏற்றக் கணவன் நானல்லன் என்பது எனக்குப் புரிந்தது. நான் அவளை வெறித்தனமாகக் காதலித்தேன். அதனால் அவள் வேறு யாராவது ஓர் ஆணைப் பார்த்துப் புன்னகைத்தால்கூட நான் பொறாமையில் வெந்து போனேன். நான் அவள்மீது வைத்திருந்த வெறித்தனமான காதலை அது வெளிப்படுத்துவதாக இருந்ததால், துவக்கத்தில் சில்வியா அதை இரசித்தாள்.

எனக்கு என் நடத்தை புரிந்தாலும் அதை என்னால் மாற்றிக் கொள்ள முடியவில்லை. அவளுக்கு யாரிடமிருந்தாவது ஒரு கடிதம் வந்திருந்து அதை அவள் என்னிடம் காட்டாமல் இருந்தால், அது யாரிடமிருந்து வந்திருக்கும் என்று கற்பனை செய்து நான் எனக்குள் குமைந்தேன். அவள் யாருடனாவது சிரித்துப் பேசினால், அது என்னை வெகுண்டெழச் செய்தது.

சில்வியா முதலில் அதை வேடிக்கையாக எடுத்துக் கொண்டாள். ஆனால், பின்னர், அது அவளுக்கு அந்த அளவு வேடிக்கையாகப் படவில்லை. இறுதியில், அது அவளுக்கு வேடிக்கையாகவே படவில்லை.

பின் மெதுவாக அவள் என்னிடமிருந்து விலகத் தொடங்கினாள். லௌகிகரீதியாக அன்றி, மனரீதியாக அவள் விலகினாள். அவள் என்ன சிந்தித்துக் கொண்டிருந்தாள் என்பதை இனியும் என்னால் அறிந்து கொள்ள முடியவில்லை. அவள் என்னிடம் அன்பாக நடந்து கொண்டாள், ஆனால் அதில் ஒரு சோகம் இழையோடியது.

அவள் இனியும் என்னை நேசித்துக் கொண்டிருக்கவில்லை என்பது எனக்குப் படிப்படியாகப் புரியத் தொடங்கியது. அவளுக்கு என்மீது இருந்த காதல் செத்துப் போயிற்று. அதைக் கொன்ற பெருமை என்னையே சேரும்.

அது எங்கே போய் முடியும் என்பதை நான் அறிந்திருந்தேன். ஆனால், அது குறித்துச் சிந்திக்க நான் பயந்தேன்.

அப்போதுதான் டெரிக் வைன்ரைட் எங்களுடைய வாழ்க்கைக்குள் நுழைந்தான். அவன் எல்லா விதங்களிலும் எனக்கு நேரெதிராக இருந்தான். அவன் புத்திசாலியாகவும் நகைச்சுவையாகப் பேசுபவனாகவும் இருந்தான். அவன் வசீகரமாகவும் இருந்தான். அவன் நல்லவனாகவும் இருந்தான் என்பதையும் நான் ஒப்புக் கொண்டாக வேண்டும். ஒட்டுமொத்தத்தில், அவன் சில்வியாவுக்கு எல்லா விதங்களிலும் பொருத்தமானவனாக இருந்தான்.

அவள் அதற்கு எதிராகப் போராடினாள். அது எனக்குத் தெரிந்தும் நான் அவளுடைய உதவிக்கு வராமல் இருந்தேன். நான் என் சொந்த சோகத்திற்குள் மூழ்கியிருந்தேன். பொறாமையின் காரணமாக நான் வாய்க்கு வந்ததையெல்லாம் அவளிடம் பேசினேன். நான் அவளைப் பற்றி அவளிடம் கூறியவை உண்மையல்ல, அவை கொடூரமானவையாக இருந்தன. ஆனாலும் அது எனக்கு ஒருவிதமான குரூரத் திருப்தியை அளித்தது.

அதைக் கேட்டு சில்வியா கூனிக் குறுகினாள். நான் அவளுடைய பொறுமையைக் கடுமையாகச் சோதித்தேன். ஒரு கட்டத்தில், "இதற்கு மேல் என்னால் தாங்கிக் கொள்ள முடியாது," என்று அவள் கூறிவிட்டாள்.

அன்று இரவு நான் வீடு திரும்பியபோது, வீடு காலியாக இருந்தது. அவளைக் காணவில்லை. அவள் ஒரு குறிப்பை விட்டுச் சென்றிருந்தாள்.

தான் என்னை ஒரேயடியாகத் தலை முழுகுவதாக அவள் அதில் தெரிவித்திருந்தாள். தான் ஓரிரு நாட்கள் தன்னுடைய பூர்விக வீடாகிய பேட்ஜ்வொர்த்திக்குச் செல்லவிருந்ததாகவும், அதற்குப் பிறகு, தன்னை நேசித்த, தன்னுடைய தேவை இருந்த ஒரே நபரிடம் தான் செல்லவிருந்ததாகவும் அவள்

அக்குறிப்பில் குறிப்பிட்டிருந்தாள். இது தன்னுடைய இறுதி முடிவு என்றும் அவள் தெரிவித்திருந்தாள்.

அதுவரை எனக்கு அவள்மீது சந்தேகம் இருந்து வந்திருந்தபோதிலும், நான் அதை நம்பியிருக்கவில்லை. ஆனால், இப்போது? அதற்கான நிரூபணம் என் முன் இருந்தது. என்னுடைய பயம் நிஜமாகிவிட்டது. என்னால் ஆத்திரத்தை அடக்க முடியவில்லை. நான் காரில் ஏறி பேட்ஜ்வொர்த்தியை நோக்கி விரைந்தேன்.

நான் அவளுடைய வீட்டுக்குள் சென்று அவள் இருந்த அறைக்குள் அதிரடியாக நுழைந்தபோது, இரவு உணவு உட்கொள்ள அவள் தயாராகிக் கொண்டிருந்தாள்.

"என்னைத் தவிர வேறு எவருக்கும் நீ கிடைக்கக்கூடாது. எவருக்கும்!" என்று நான் உறுமினேன்.

நான் என்னுடைய இரண்டு கைகளாலும் அவளுடைய கழுத்தைப் பிடித்து நெரித்தேன்.

பின் அந்த அறையிலிருந்த ஆளுயரக் கண்ணாடியில் எங்கள் இருவரின் உருவங்களின் பிரதிபலிப்பை நான் பார்த்தேன். சில்வியா மூச்சுவிடத் திணறிக் கொண்டிருந்தாள். நான் அவளுடைய கழுத்தை நெரித்துக் கொண்டிருந்தேன். என் வலது கன்னத்தில் துப்பாக்கிக் குண்டால் உண்டாகியிருந்த நீண்ட தழும்பு தெள்ளத் தெளிவாகத் தெரிந்தது.

நான் அவளைக் கொல்லவில்லை. திடீரென்று எனக்கு உதித்த ஞானோதயம் என்னைச் செயலற்றவனாக ஆக்கியது. என் பிடி தளர்ந்தது. அவள் என் கரங்களிலிருந்து நழுவித் தரையில் விழுந்தாள்.

நான் உள்ளூர நொறுங்கிப் போய், குலுங்கிக் குலுங்கி அழுதேன். அவள்தான் என்னைத் தேற்றினாள். ஆமாம், அவள்தான் என்னைத் தேற்றினாள்.

நான் எல்லாவற்றையும் அவளிடம் கூறினேன். 'தான் நேசித்த, தான் தேவைப்பட்ட ஒரே நபரிடம் தான் செல்லவிருந்ததாக' அவள் கூறியிருந்ததை அவள் விளக்கினாள். அவள் ஆலனைத்தான் அப்படிக் குறிப்பிட்டிருந்தாள். அன்று இரவு எங்களால் பரஸ்பரம் அடுத்தவருடைய இதயத்தை ஊடுருவிப் பார்க்க முடிந்தது. அதற்குப் பிறகு, நாங்கள் ஒருபோதும் ஒருவரிடமிருந்து ஒருவர் விலகிச் செல்லவே இல்லை.

அன்று மட்டும் அந்த அறையில் அந்தக் கண்ணாடி இல்லாமல் போயிருந்தால், நான் ஒரு கொலைகாரனாக ஆகியிருந்திருப்பேன்.

ஆனால், அன்று இரவு, பல காலமாக என்னை ஆட்டுவித்து வந்திருந்த பொறாமை என்ற மிருகத்தை நான் கொன்றேன்.

ஆனாலும் நான் இப்படி நினைத்துக் கொள்வேன். முதன்முதலில் நான் பார்த்திருந்த கண்ணாடிக் காட்சியில், கொலை செய்ய முயன்று கொண்டிருந்த நபரின் இடது கன்னத்தில் இருந்த தழும்பு, நிஜத்தில் அவனுடைய வலது கன்னத்தில்தான் இருந்திருக்க வேண்டும் என்ற முக்கியமான விஷயத்தை நான் கோட்டைவிட்டிருக்காமல் இருந்திருந்தால் என்னவாகியிருக்கும் என்ற நினைப்பை என்னால் புறந்தள்ள முடியவில்லை. அந்த மனிதன் சார்லஸ் அல்லன் என்ற முடிவுக்கு நான் வந்திருப்பேன். அப்போது, நான் சில்வியாவை அக்காட்சி குறித்து எச்சரித்திருந்திருப்பேனா? அந்த மாதிரி நடந்திருந்தால், சில்வியா யாரைத் திருமணம் செய்திருந்திருப்பாள் – என்னையா அல்லது சார்லஸையா?

நான் ஓர் எளிமையான மனிதன். இவற்றைப் புரிந்து கொண்டிருப்பதுபோல என்னால் நடிக்க முடியாது. ஆனால், நான் பார்த்தது சத்தியம். நான் அதைப் பார்த்திருந்த காரணத்தால் நானும் சில்வியாவும் மணமுடித்துக் கொண்டோம். புளித்துப் போன வார்த்தைகளில் கூற வேண்டுமென்றால், இறப்பு எங்களைப் பிரிக்கும்வரை நாங்கள் ஒன்றாக இருப்போம். ஒருவேளை அதற்கு அப்பாலும். . .

அவசர உதவிக்கான அழைப்பு

"ஆகா! பிரமாதம்!" என்று டின்ஸ்மீடு பாராட்டும் விதமாக ஆர்ப்பரித்தார்.

பின் அவர் சிறிது பின்னால் நகர்ந்து, அந்த வட்ட வடிவ மேசையைப் பார்வையிட்டார். அதன்மீது விரிக்கப்பட்டிருந்த சொரசொரப்பான வெள்ளைத் துணியின்மீதும், அதன்மீது நேர்த்தியாக வைக்கப்பட்டிருந்த சாப்பாட்டுக் கத்திகள், முட்கரண்டிகள் போன்றவற்றின்மீதும் கணப்படுப்பின் வெளிச்சம் பட்டுப் பிரகாசித்தது.

டின்ஸ்மீடின் மனைவி மேகி சிறிது தயக்கத்துடன், "எல்லாம் தயாராக இருக்கிறதா?" என்று கேட்டார். அவர் எப்போதும் பதற்றமாகவே இருந்தார். தன்னுடைய கொஞ்சநஞ்சத் தலைமுடியை அவர் பின்னோக்கி வாரிவிட்டிருந்தார்.

"எல்லாம் தயாராக இருக்கிறது," என்று டின்ஸ்மீடு கூறினார். அவர் ஆஜானுபாகுவாகவும், தளர்ந்த தோள்களுடனும், ஒரு செந்நிற முகத்துடனும் இருந்தார். அவருடைய அடர்த்தியான புருவங்களுக்குக் கீழேயிருந்த அவருடைய சிறிய கண்கள் மினுமினுத்துக் கொண்டிருந்தன.

"எலுமிச்சை ஜூஸ் வேண்டுமா?" என்று மேகி மென்மையாகக் கேட்டார்.

வேண்டாம் என்பதுபோல டின்ஸ்மீடு தலையாட்டினார்.

"தேநீர் கொண்டு வா. அதுதான் இந்தத் தட்பவெப்ப நிலைக்குப் பொருத்தமாக இருக்கும்," என்று கூறிய டின்ஸ்மீடு, தன் மனைவியைப் பார்த்து வேடிக்கையாகக் கண்ணடித்துவிட்டு, மீண்டும் மேசையைப் பார்வையிடுவதில் இறங்கினார்.

"பிரெட், சீஸ், முட்டை, மாட்டுக்கறி ஆகியவை எனக்கு

வேண்டும். சமையலறையில் உனக்கு உதவுவதற்காக சார்லெட் காத்துக் கொண்டிருக்கிறாள்."

மேகி தான் செய்து கொண்டிருந்த பின்னல் வேலைப்பாடுகளை ஓர் ஓரமாக வைத்துவிட்டு எழுந்தார்.

"நம்முடைய சார்லட் ஒரு வசீகரமான பெண்ணாக வளர்ந்திருக்கிறாள்," என்று மேகி கூறினார்.

"ஓ! அவள் அச்சசலாகத் தன் அம்மாவை அப்படியே உரித்து வைத்திருக்கிறாள்," என்று கூறிவிட்டு டின்ஸ்மீடு சிரித்தார். "சரி, சரி, போய் வேலையைப் பார்!"

டின்ஸ்மீடு சீட்டியடித்தவாறு ஓரிரு நிமிடங்கள் அந்த அறையில் குறுக்கும் நெடுக்குமாக நடந்தார். அவர் சன்னலருகே வந்ததும் வெளியே எட்டிப் பார்த்தார்.

"மோசமான வானிலையாக இருக்கிறதே! இன்று விருந்தினர் எவரும் வர மாட்டார்கள்," என்று அவர் தனக்குள் முணுமுணுத்துக் கொண்டார்.

பின் அவரும் அந்த அறையைவிட்டு வெளியே சென்றார்.

பத்து நிமிடங்களுக்குப் பிறகு, வறுத்த முட்டைக்கறியுடன் மேகி அந்த அறைக்குள் நுழைந்தார். அவருக்குப் பின்னால் அவருடைய இரண்டு மகள்களும் மற்றப் பதார்த்தங்களைத் தூக்கிக் கொண்டு வந்தனர். டின்ஸ்மீடும் அவர்களுடைய மகன் ஜானியும் கடைசியாக வேறு சில பொருட்களைத் தூக்கிக் கொண்டு வந்தனர். டின்ஸ்மீடு அந்த மேசையின் தலைப்பக்கம் அமர்ந்து கொண்டார்.

"உணவுப் பொருட்களை டின்களில் அடைத்து விற்க வேண்டும் என்ற யோசனையைக் கண்டுபிடித்தவனை எவ்வளவு பாராட்டினாலும் தகும். இவை மட்டும் இல்லையென்றால், இப்படி கிராமப் பகுதியில் உட்கார்ந்து கொண்டிருக்கும் நம் போன்றோரின் நிலைமை என்னவாகும் என்று யோசித்துப் பாருங்கள்," என்று டின்ஸ்மீடு கூறினார்.

பின் தனக்கு மாட்டுக்கறித் துண்டு ஒன்றை வெட்டுவதில் அவர் முனைந்தார்.

"இந்த அத்துவானக் காட்டில் ஒரு வீடு கட்ட வேண்டும் என்ற யோசனை எந்தக் குப்பானுக்கு முளைத்ததோ எனக்குத் தெரியவில்லை," என்று அவருடைய மகள் மேக்டலீன் அலுத்துக் கொண்டாள். "கண்ணுக்கு எட்டியவரை ஒருவரைக்கூடப் பார்க்க முடியவில்லை."

"ஆமாம். அது உண்மைதான்," என்று டின்ஸ்மீடு ஒத்து ஊதினார்.

"அப்பா, நீங்கள் ஏன் இந்த வீட்டை வாங்கித் தொலைத்தீர்கள்?" என்று அவருடைய மற்றொரு மகள்

சார்லட் கேட்டாள்.

"அதற்கு என்னிடம் நல்ல காரணங்கள் இருந்தன."

அவருடைய பார்வை அவருடைய மனைவியின் பக்கம் திருட்டுத்தனமாகத் தாவியது. ஆனால், அதைக் கண்ட மேகி முகம் சுளித்தாள்.

"இது தன்னந்தனியாக இருப்பதோடு மட்டுமல்லாமல், இது பேய்கள் உலா வருகின்ற ஒரு வீடு என்ற பேச்சும் இருக்கிறது," என்றாள் சார்லட். "இந்த வீட்டில் ஓர் இரவுகூட நான் தனியாகத் தூங்க மாட்டேன்."

"அதெல்லாம் வெறும் கட்டுக்கதை. நான் எந்தப் பேயையும் இந்த வீட்டில் பார்த்ததில்லை. நீ பார்த்திருக்கிறாயா? சொல்."

"நான் பார்த்ததில்லை. ஆனால்–"

"என்ன ஆனால்?"

சார்லட் அதற்கு பதிலளிக்கவில்லை. ஆனால், அவளுடைய உடல் இலேசாக நடுங்கியது. திடீரென்று பலத்தக் காற்றுடன் கொட்டத் துவங்கிய மழை, சன்னல்மீது பலமாக மோதிச் சத்தம் எழுப்பியது. மேகியின் கையிலிருந்த தேக்கரண்டி நழுவிக் கீழே விழுந்தது.

"என்ன, பயந்துவிட்டாயா?" என்று டின்ஸ்மீடு தன் மனைவியிடம் கேட்டார். "இது காற்றுடன் வீசுகின்ற மழை, அவ்வளவுதான். இங்கு இந்தக் கணப்படுப்புக்கு அருகே நாம் பாதுகாப்பாகத்தான் இருக்கிறோம். இந்த மழையில் வெளியிலிருந்து யாரும் வந்து நம்மைத் தொந்தரவு செய்யப் போவதில்லை. இப்போது நம் வீட்டுக்கு யாராவது வந்தால், அதை அற்புதம் என்றுதான் வர்ணிக்க வேண்டும். ஆனால், அற்புதங்கள் நிகழ்வதில்லை." அது ஏதோ ஒரு விதத்தில் அவருக்கு நிம்மதியளித்ததுபோல அவர் மீண்டும் ஒரு முறை, "அற்புதங்கள் நிகழ்வதில்லை," என்று கூறினார்.

அந்த வார்த்தைகள் அவருடைய வாயிலிருந்து வெளிவந்த அக்கணத்தில் அந்த வீட்டின் வாசற்கதவு தட்டப்பட்ட ஓசை கேட்டது. டின்ஸ்மீடு உறைந்து போய் அப்படியே அமர்ந்திருந்தார்.

"இந்த நேரத்தில் யார் வருவார்கள்?" என்று அவர் முணுமுணுத்தார். அவருடைய முகம் தொங்கிப் போனது.

மேகி சிணுங்குகின்ற ஒரு குரலில் விசும்பிவிட்டுத் தன் சால்வையை இழுத்துப் போர்த்திக் கொண்டார். மேக்டலீன் தன் அப்பாவின் பக்கம் சாய்ந்து, "அப்பா, நீங்கள் கூறிய அற்புதம் நிகழ்ந்துள்ளது. போய் அந்த நபரை உள்ளே அழைத்து வாருங்கள்," என்று கூறினாள்.

* * *

இருபது நிமிடங்களுக்கு முன், அந்தக் கொட்டும் மழையில் நின்று கொண்டு மார்ட்டிமர் கிளீவ்லேன்ட் தன் காரை வெறித்துப் பார்த்துக் கொண்டிருந்தார். உண்மையிலேயே அது அவருடைய போதாத காலம்தான். ஒரு பத்து நிமிட இடைவெளியில் அவருடைய காரின் இரண்டு டயர்கள் பஞ்சராகிவிட்டிருந்தன. அந்த அத்துவானக் காட்டில் அவர் தனியாக மாட்டிக் கொண்டிருந்தார். பல மைல் தூரத்திற்கு எதுவும் தென்படவில்லை. மழையோடு இருளும் கவிந்து கொண்டிருந்தது. குறுக்குவழியில் போய்விடலாம் என்று தான் முடிவெடுத்ததற்குத் தன் புத்தியைச் செருப்பால் அடித்துக் கொள்ள வேண்டும் என்று அவர் நினைத்துக் கொண்டார். ஒழுங்காக முக்கியச் சாலையில் போயிருந்திருக்கலாம். வண்டிப் பாதைபோல இருந்த அந்த இடத்திற்கு அருகே ஏதாவது கிராமம் இருந்ததா என்றுகூடத் தெரியவில்லை.

அவர் குழப்பத்துடன் சுற்றுமுற்றும் பார்த்தார். அவர் இருந்த இடத்திற்கு மேலே ஒரு மலைப்பகுதியில் ஏதோ ஒரு வெளிச்சம் அவருடைய கண்களில் பட்டது. அடுத்த நிமிடம் அவரைப் பனிமூட்டம் சூழ்ந்ததால் அந்த வெளிச்சம் மறைந்துவிட்டது. ஆனால், அவர் பொறுமையாகக் காத்திருந்தார். சிறிது நேரத்திற்குப் பிறகு, அந்த வெளிச்சம் மீண்டும் அவருடைய கண்களில் பட்டது. சிறிது யோசனைக்குப் பிறகு, அவர் தன் காரை அங்கேயே விட்டுவிட்டு அந்த வெளிச்சத்தை நோக்கி நடக்கத் துவங்கினார்.

விரைவில் பனிமூட்டம் விலகியது. அந்த வெளிச்சம் ஒரு வீட்டின் சன்னலிலிருந்து வந்து கொண்டிருந்ததை அவரால் அவதானிக்க முடிந்தது. தன்னால் அங்குக் கண்டிப்பாக ஒதுங்கிக் கொள்ள முடியும் என்ற நம்பிக்கை அவரிடம் துளிர்விட்டது. கிளீவ்லேன்ட் நடையை எட்டிப் போட்டார். அவரை முன்னேறவிடக்கூடாது என்று கங்கணம் கட்டிக் கொண்டு சீறிக் கொண்டிருந்த மழையிடமிருந்தும் காற்றிடமிருந்தும் தப்பித்துக் கொள்ள அவர் தன் தலையைத் தொங்கவிட்டவாறு வேகமாக நடந்தார்.

ஒரு விதத்தில் பார்த்தால் கிளீவ்லேன்டும் ஒரு பிரபலம்தான். ஆனால், பெரும்பாலான மக்கள் அவருடைய பெயரையும் அவருடைய சாதனைகளையும் அறியாமல் இருக்கக்கூடும். அவர் மன அறிவியலில் ஒரு தலைசிறந்த வல்லுநர். ஆழ்மனத்தைப் பற்றி அவர் மிகச் சிறந்த இரண்டு புத்தகங்களை எழுதியிருந்தார். அமானுஷ்ய ஆய்வுக் கழகத்தில் அவர்

ஓர் உறுப்பினராக இருந்தார். அமானுஷ்யம் தொடர்பான விஷயங்களில் அவர் ஆர்வம் கொண்டிருந்தார்.

தன்னைச் சுற்றியிருந்த இடம் குறித்த நுட்பமான கிரகிப்புத்தன்மை இயற்கையிலேயே அவரிடம் இருந்தது. அவர் தன்னுடைய தனித்துவமான அந்தத் திறமையைப் பயிற்சியின் மூலம் கூர்தீட்டியிருந்தார். ஒருவழியாக அவர் அந்த வீட்டை அடைந்து அதன் கதவைத் தட்டினார். அந்த வீட்டின் சூழல் ஒரு சுவாரசியமான மனக்கிளர்ச்சியை அவரிடம் தோற்றுவித்திருந்தது. அவருடைய புலன்கள் அனைத்தும் திடீரென்று கூர்மையடைந்தன.

அந்த வீட்டின் உள்ளேயிருந்து ஒலித்துக் கொண்டிருந்த குரல்கள் அவருக்குத் தெளிவாகக் கேட்டன. அவர் கதவைத் தட்டியவுடன், அங்கு ஒரு சிறு அமைதி தோன்றியது. பின் ஒரு நாற்காலி பின்னுக்குத் தள்ளப்பட்டச் சத்தம் அவருக்குக் கேட்டது. அடுத்த நிமிடம், பதினைந்து வயது மதிக்கத்தக்க ஒரு பையன் வாசற்கதவைத் திறந்தான். அவனுடைய தோளுக்கு மேலாக அந்த வீட்டின் அறைக்குள் தெரிந்த காட்சியை அவரால் பார்க்க முடிந்தது.

அக்காட்சி அவருக்கு ஏதோ ஒரு டச்சு ஓவியரின் ஓவியம்போலத் தோன்றியது. அங்குப் போடப்பட்டிருந்த வட்ட மேசையைச் சுற்றி ஒரு குடும்பம் சாப்பிடுவதற்காக அமர்ந்திருந்தது. கணப்படுப்பின் வெளிச்சமும் ஒரு சில மெழுகுவர்த்திகளின் வெளிச்சமும் அவர்கள்மீது பட்டுக் கொண்டிருந்தன. ஒரு பெரிய உருவத்தைக் கொண்டிருந்த ஒருவர் அந்த மேசையில் நடுநாயகமாக அமர்ந்திருந்தார். அவர்தான் அப்பாவாக இருக்க வேண்டும். அவருக்கு எதிரே, பயம் பிரதிபலித்துக் கொண்டிருந்த முகத்தைக் கொண்ட ஒரு பெண்மணி அமர்ந்திருந்தார். வாசலைப் பார்த்தவாறு அமர்ந்து அவரை நோக்கிக் கொண்டிருந்தாள் ஓர் இளம்பெண். திடுக்கிட்ட நிலையிலிருந்த அவளுடைய கண்கள் அவரையே வெறித்துப் பார்த்துக் கொண்டிருந்தன. அவள் தன் கையில் பிடித்திருந்த ஒரு கோப்பை அவளுடைய உதட்டருகே போகாமல் பாதியிலேயே நின்று கொண்டிருந்தது.

அவள் ஓர் அழகான, அசாதாரணமான பெண் என்பதைக் கிளீவ்லேன்ட் உடனே கண்டுகொண்டார். அவளுடைய பொன்னிறத் தலைமுடி அவளுடைய முகத்தைச் சுற்றி ஒரு புகைபோலப் படர்ந்திருந்தது. ஒன்றுக்கொன்று சற்றுத் தள்ளியிருந்த அவளுடைய கண்கள் சாம்பல் நிறத்தில் இருந்தன.

அங்கு ஒரு கணம் மயான அமைதி நிலவியது.

பின் கிளீவ்லேன்ட் அந்த வீட்டிற்குள் வந்து, தன்னை அறிமுகப்படுத்திக் கொண்டு, தன்னுடைய துரதிர்ஷ்டமான கதையையும் கூறினார். அவர் தன் கதையைச் சொல்லி முடித்தபோது, அங்கு மீண்டும் ஒரு சிறு மௌனம் நிலவியது. அதன் காரணத்தைக் கிளீவ்லேன்டால் புரிந்து கொள்ள முடியவில்லை. பின் அந்த அப்பா தன் இருக்கையைவிட்டு எழுந்தார். அவர் அதற்குப் பெரும் முயற்சி செய்ததுபோலத் தோன்றியது.

"உள்ளே வாருங்கள், சார் – திரு கிளீவ்லேன்ட் என்றுதானே நீங்கள் சொன்னீர்கள்?"

கிளீவ்லேன்ட் புன்னகைத்தவாறு, "ஆமாம். அதுதான் என் பெயர்," என்று பதிலளித்தார்.

"உள்ளே வாருங்கள், கிளீவ்லேன்ட். இந்த மழையில் அங்கே நின்று கொண்டிருக்காதீர்கள். இந்தக் கணப்படுப்புக்கு அருகே வந்து அமருங்கள்," என்று அவரிடம் கூறிய அந்த அப்பா, தன் மகன் பக்கம் திரும்பி, "ஜானி, வாசற்கதவை மூடு. இரவு முழுவதும் நீ அங்கேயே நின்று கொண்டிருக்கப் போகிறாயா?" என்றார்.

கிளீவ்லேன்ட் அந்தக் கணப்படுப்புக்கு அருகே சென்று அங்கிருந்த ஒரு மர ஸ்டூலில் அமர்ந்தார். ஜானி வாசற்கதவைச் சாத்தினான்.

அந்த அப்பா, கிளீவ்லேன்ட் பக்கம் திரும்பி, "என் பெயர் டின்ஸ்மீடு," என்று கூறினார். இப்போது அவர் இனிமையாக நடந்து கொள்ளத் துவங்கினார். "இது என் மனைவி மேகி. இவர்கள் என் மகள்கள், சார்லட் மற்றும் மேக்டலீன்."

இதுவரை தனக்கு முதுகைக் காட்டிக் கொண்டு அமர்ந்திருந்த அந்தப் பெண்ணின் முகத்தைக் கிளீவ்லேன்ட் அப்போதுதான் முதன்முதலாகப் பார்த்தார். முற்றிலும் வித்தியாசமான ஒரு விதத்தில் அந்தப் பெண்ணும் அவளுடைய சகோதரியைப்போலவே அழகாக இருந்தாள். அவள் கருப்பாக இருந்தாள். அவளுடைய அழகில் ஒரு விதமான கடுமையும் பகையுணர்வும் உறைந்திருந்தன. அவள் கிளீவ்லேன்டின் குணாம்சத்தை ஆராய்வதுபோல அவரைத் தீவிரமாகப் பார்த்தாள். அவளுடைய பார்வை அவரை எடைபோடுவதுபோல இருந்தது.

"கிளீவ்லேன்ட், ஏதாவது குடிக்கிறீர்களா?"

"நன்றி. ஒரு கோப்பை தேநீர் கிடைத்தால் பிரமாதமாக இருக்கும்."

டின்ஸ்மீடு ஒரு கணம் தயங்கினார். பின்னர், "இது ஆறிவிட்டது," என்று கூறிக் கொண்டே, மேசையிலிருந்த ஐந்து

தேநீர் கோப்பைகளையும் ஒவ்வொன்றாக எடுத்து, அவற்றில் ஏற்கனவே ஊற்றி வைக்கப்பட்டிருந்த தேநீரை ஒரு குவளையில் கொட்டிவிட்டு, தன் மனைவியிடம், “நீ கொஞ்சம் சூடாகத் தேநீர் போட்டு எடுத்து வருகிறாயா?” என்று கேட்டார்.

மேகி அவசர அவசரமாக எழுந்து அங்கிருந்து அகன்றார். அந்த அறையிலிருந்து வெளியே செல்வது குறித்து அவர் மகிழ்ச்சியடைந்திருந்ததுபோல கிளீவ்லேன்டுக்குத் தோன்றியது.

சூடான தேநீர் விரைவில் வந்தது. கிளீவ்லேன்ட் குடிக்கக் குடிக்க, டின்ஸ்மீடு அவருக்கு மேலும் மேலும் தேநீர் கொடுத்து உபசரித்தார்.

டின்ஸ்மீடு தொணதொணவென்று பேசிக் கொண்டே இருந்தார். தன்னைப் பற்றிய அனைத்து விஷயங்களையும் அவர் கிளீவ்லேன்டிடம் கொட்டினார். “சமீபத்தில்தான் நான் கட்டுமானத் தொழிலிலிருந்து ஓய்வு பெற்றேன். நான் அதில் ஏகப்பட்டப் பணம் சம்பாதித்தேன். நாங்கள் இதற்கு முன்பு ஒருபோதும் கிராமப்புறத்தில் வசித்திருக்காததால், கிராமப்புற வாழ்க்கையைச் சுவைப்பதற்காக நாங்கள் இந்த இடத்திற்குக் குடிபெயர்ந்தோம். நாங்கள் இதற்கு ஒரு தவறான பருவத்தைத் தேர்ந்தெடுத்தோம் என்பது உண்மைதான். ஆனால், நாங்கள் காத்திருக்க விரும்பாததால், உடனே இந்த வீட்டிற்கு வந்துவிட்டோம்,” என்று தன் சுயசரிதையைக் கூறிய டின்ஸ்மீடு, “வாழ்க்கை நிச்சயமற்றது, இல்லையா?” என்று கிளீவ்லேன்டைப் பார்த்துக் கேட்டார். பிறகு, “இதற்கு அருகே எட்டு மைல் தூரத்திற்கு எந்த ஊரும் கிடையாது. நகரம் என்று சொல்லிக் கொள்ளப்படக்கூடிய ஒன்று பத்தொன்பது மைல்கள் தள்ளி இருக்கிறது. எங்களுக்கு இங்கு எந்தக் குறையும் இல்லை. ஆனால், என் மகள்கள் இருவரும் இந்த இடம் சுவாரசியமற்று இருப்பதாக நினைக்கின்றனர். என் மனைவிக்கு இந்த அமைதி பிடித்திருக்கிறது,” என்றார் அவர்.

டின்ஸ்மீடு இப்படிப் பேசிக் கொண்டே போனார். அவருடைய இயல்பான உரையாடல் நடை கிளீவ்லேன்டைக் கவர்ந்தது. ஒரு சாதாரண குடும்பம் ஒரு வழமையான வாழ்க்கையை வாழ்ந்து கொண்டிருந்ததென்று கிளீவ்லேனட் நினைத்துக் கொண்டார். ஆனால் அவர் அந்த அறைக்குள் நுழைந்த உடனேயே வேறு ஒன்றையும் உணர்ந்தார். அங்கு ஓர் இறுக்கம் நிலவியதையும், அங்கிருந்த ஐவரில் யாரோ ஒருவரிடமிருந்து அது வெளிப்பட்டுக் கொண்டிருந்ததையும் அவரால் உணர முடிந்தது. ஆனால், அது யாரிடமிருந்து கிளம்பியது என்பதை அவரால் அறிய முடியவில்லை. அல்லது இது தன்னுடைய கற்பனையாகக்கூட இருக்கக்கூடும்

என்று அவர் நினைத்தார். ஒருவேளை, ஓர் அந்நியரான தான் திடீரென்று அந்த வீட்டுக்குள் நுழைந்திருந்ததால் அங்கிருந்தோருக்கு அது அதிர்ச்சியளித்ததன் விளைவாகவும் அது இருக்கலாம் என்று அவருக்குத் தோன்றியது.

அன்றைய இரவை அவர்களுடைய வீட்டிலேயே கழிப்பது குறித்தப் பேச்சை அவர் எடுத்தபோது, டின்ஸ்மீடிடமிருந்து உடனடியாக பதில் வந்தது.

"இன்று இரவு நீங்கள் எங்களுடன்தான் தங்கியாக வேண்டும். பல மைல்களுக்கு இதைச் சுற்றி எதுவும் கிடையாது என்று நான் ஏற்கனவே சொல்லிவிட்டேன். உங்களுக்கு ஒரு படுக்கையறையை ஒதுக்கித் தருகிறோம். என்னுடைய பைஜாமா ஒன்றை உங்களுக்குத் தருகிறேன். அது உங்களுக்குத் தொளதொளவென்று இருக்கும். நீங்கள் சமாளித்துக் கொள்ள வேண்டும். நாளை காலைக்குள் உங்களுடைய ஈர உடைகள் காய்ந்துவிடும்."

"மிக்க நன்றி, சார்."

டின்ஸ்மீடு தன் மகள்கள் பக்கம் திரும்பி, "நீங்கள் இருவரும் போய் மாடியில் ஓர் அறையைத் தயார் செய்து கொடுங்கள்," என்று கூறினார்.

உடனே அவர்கள் இருவரும் அங்கிருந்து கிளம்பினர்.

"உங்களுடைய பெண்களைப் போன்ற அழகான யுவதிகள் இந்த இடம் சுவாரசியமற்று இருப்பதாக நினைப்பதில் வியப்பேதுமில்லை," என்றார் கிளீவ்லேன்ட்.

"அவர்கள் அழகாக வளர்ந்து நிற்கிறார்கள் என்பது உண்மைதான்," என்று ஓர் அப்பாவுக்கே உரிய பெருமையுடன் டின்ஸ்மீடு கூறினார். "அவர்கள் என்னைப்போலவோ அல்லது என்னுடைய மனைவியைப்போலவோ இல்லை. நாங்கள் இருவரும் வீட்டுப் பறவைகள். ஒருவரோடு ஒருவர் நெருக்கமானவர்கள்." பின் அவர் தன் மனைவியின் பக்கம் திரும்பி, "நான் சொல்வது சரிதானே, மேகி?" என்று கேட்டார்.

மேகி மென்மையாகப் புன்னகைத்தார். பிறகு அவர் மீண்டும் தன்னுடைய பின்னல் வேலையில் மூழ்கிவிட்டார். அவர் வேகமாகப் பின்னக்கூடியவராக இருந்தார்.

படுக்கையறை தயாராகிவிட்டச் செய்தி கிளீவ்லேன்டுக்கு அறிவிக்கப்பட்டது. கிளீவ்லேன்ட் மீண்டும் ஒரு முறை நன்றி கூறிவிட்டு எழுந்தார்.

"படுக்கையில் ஒரு வெந்நீர் பாட்டிலை வைத்தாயா?" என்று மேகி கேட்டாள். திடீரென்று வந்திருந்த விருந்தினரை உபசரிக்கின்ற, கரிசனம் கலந்த பெருமை அவரிடமிருந்து வெளிப்பட்டது.

“ஆமாம், அம்மா. இரண்டு பாட்டில்களை வைத்திருக்கிறோம்.”

“சரி, அப்படியானால் அவருடன் சென்று அவருடைய அறையை அவருக்குக் காட்டுங்கள். அவருக்கு வேறு ஏதாவது தேவைப்பட்டால், அதையும் செய்து கொடுங்கள்,” என்று டின்ஸ்மீடு தன் மகள்களிடம் கூறினார்.

ஒரு மெழுகுவர்த்தியை எடுத்துக் கொண்டு மேக்டலீன் கிளீவ்லேன்டுக்கு முன்னால் மாடிப்படிகளில் ஏறினாள். சார்லட் அவருக்குப் பின்னால் வந்தாள்.

ஒரு சாய்வான கூரையுடன் இருந்த அந்த அறை சிறியதாக இருந்தாலும் நேர்த்தியாக இருந்தது. அதில் போடப்பட்டிருந்த கட்டில் சௌகரியமாக இருந்ததாக அவருக்குத் தோன்றியது. அந்த அறையிலிருந்த ஒரு சில அறைகலன்கள் தூசி படிந்து கிடந்தன. அங்கிருந்த பேசினில் ஒரு பெரிய வெந்நீர்க் குவளை வைக்கப்பட்டிருந்தது. ஒரு பைஜாமா ஒரு நாற்காலியின்மீது வைக்கப்பட்டிருந்தது. படுக்கையில் விரிப்புகள் விரிக்கப்பட்டு ஒழுங்குபடுத்தப்பட்டிருந்தன.

மேக்டலீன் சன்னலருகே சென்று அது ஒழுங்காக மூடப்பட்டிருந்ததா என்று சோதித்தாள். சார்லட் அந்த அறையிலிருந்த பொருட்கள் சரியாக இருந்தனவா என்று ஒரு முறை நோட்டம் விட்டாள். பின்னர் அப்பெண்கள் இருவரும் அந்த அறையிலிருந்து வெளியேற ஆயத்தமாயினர்.

“சார், உங்களுக்கு வேறு ஏதாவது வேண்டுமா?” என்று மேக்டலீன் கேட்டாள்.

“வேறு எதுவும் வேண்டாம். நான் உங்கள் இருவருக்கும் சிரமம் கொடுத்ததற்காக மன்னிப்புக் கேட்டுக் கொள்கிறேன். குட் நைட்.”

“குட் நைட்.”

அவர்கள் வெளியே சென்று அந்த அறையின் கதவைச் சாத்தினர். கிளீவ்லேன்ட் ஆழ்ந்த யோசனையுடன் மெதுவாகத் தன்னுடைய ஈர உடையைக் களைந்துவிட்டு, தனக்குக் கொடுக்கப்பட்டிருந்த இளஞ்சிவப்பு நிறப் பைஜாமாவை அணிந்து கொண்டார். பின் அந்த அறையின் கதவுக்கு வெளியே தன்னுடைய ஈர உடையை அவர் காயப் போட்டார். கீழே டின்ஸ்மீடு பேசிக் கொண்டிருந்த சத்தம் அவருக்குக் கேட்டது.

‘ஆனாலும் அவர் சளசளவென்றுதான் பேசுகிறார். அவர் ஒரு விநோதமான ஆளுமைதான். மொத்தத்தில், இந்தக் குடும்பத்தில் ஏதோ புதிர் இருக்கிறது!’ என்று கிளீவ்லேன்ட் நினைத்துக் கொண்டார். பிறகு, இதுகூடத் தன்னுடைய கற்பனையாக இருக்குமோ என்றும் அவர் தன்னைத் தானே

கேட்டுக் கொண்டார்.

பின் அவர் மெதுவாகத் தன் அறைக்குள் வந்து அதன் கதவைச் சாத்தினார். சிறிது நேரம் படுக்கைக்கு அருகே ஏதோ தீவிர யோசனையுடன் அவர் நின்றார். அவருடைய பார்வை அவருடைய படுக்கைக்கு அருகே இருந்த மேசைக்குச் சென்றபோது, அவர் அதிர்ச்சியால் துள்ளினார்.

அந்த மேசையின்மீது தடிமனாகப் படிந்திருந்த தூசியின்மீது 'எஸ்.ஓ.எஸ்' என்ற மூன்று ஆங்கில எழுத்துகள் எழுதப்பட்டிருந்தன. ஆழ்கடலில் கதியற்றுத் திண்டாடுகின்ற கப்பல்கள் மோர்ஸ் தந்திமுறை மூலம், இப்படிப்பட்டச் செய்தியை அனுப்பும். 'எங்கள் கப்பலைக் காப்பாற்றுங்கள்!' என்ற பொருளில் அனுப்பப்படுகின்ற அவசரச் செய்தி அது.

அதைப் பார்த்தக் கிளீவ்லேன்டால் தன் கண்களை நம்ப முடியவில்லை. மோசமான ஏதோ ஒன்று நடக்கவிருந்ததாக அவருக்குள் தோன்றியிருந்த உள்ளுணர்வை அது உறுதிப்படுத்தியது. அவருடைய சிந்தனை சரிதான். அந்த வீட்டில் ஏதோ சரியில்லை.

'எஸ்.ஓ.எஸ்.' உதவிக்கான அழைப்பு! அதை எழுதியது யாராக இருக்கும்? மேக்டலீனா? சார்லட்டா? அவ்விரு பெண்களும் அந்த அறையைவிட்டுச் செல்வதற்கு முன்னால் ஓரிரு கணங்கள் தயங்கி நின்றதை அவர் நினைவுகூர்ந்தார். அவர்கள் இருவரில் யார் அதை எழுதியிருக்கக்கூடும்?

அந்த இரண்டு பெண்களின் முகங்களும் அவருடைய நினைவுக்கு வந்தன. மேக்டலீனின் இருண்ட, விட்டேத்தியான முகமும், சார்லட்டின் திடுக்கிட்டப் பார்வையில் இருந்த, புரிந்து கொள்ளப்பட முடியாத ஏதோ ஒன்றும் அவருக்கு ஞாபகம் வந்தன.

அவர் மீண்டும் அந்த அறையின் கதவைத் திறந்து கொண்டு வெளியே வந்தார். டின்ஸ்மீடின் அதிர வைக்கின்ற குரல் இனியும் கேட்டுக் கொண்டிருக்கவில்லை. அந்த வீடு அமைதியில் மூழ்கியிருந்தது.

'இன்று இரவு என்னால் எதுவும் செய்ய முடியாது. நாளை வேண்டுமானால் பார்க்கலாம்,' என்று அவர் தனக்குள் கூறிக் கொண்டார்.

* * *

கிளீவ்லேன்ட் அதிகாலையிலேயே கண்விழித்துவிட்டார். அவர் மாடியிலிருந்து கீழே இறங்கி வந்து வரவேற்பறையைக் கடந்து தோட்டத்திற்குச் சென்றார். மழைக்குப் பின் அந்தக்

காலைப்பொழுது அழகாகவும் புது மலர்ச்சியுடனும் இருந்தது. அந்த வீட்டில் வேறு யாரோ ஒருவரும் சீக்கிரமாக எழுந்திருந்ததைக் கிளீவ்லேன்ட் கண்டார். அந்தத் தோட்டத்தின் மறுமுனையில் இருந்த வேலியோரமாக சார்லட் நின்று கொண்டு எதையோ வெறித்துப் பார்த்துக் கொண்டிருந்தாள். கிளீவ்லேன்ட் அவளை நோக்கி நடந்தபோது, அவருடைய நாடித்துடிப்பின் வேகம் அதிகரித்தது. சார்லட்தான் அந்த மேசையில் அந்த அவசர உதவிச் செய்தியை எழுதியிருந்திருக்க வேண்டும் என்று அவர் உறுதியாக நம்பினார். அவர் அவளுக்கு அருகே சென்றபோது, அவள் அவரை நோக்கித் திரும்பி, “குட் மார்னிங்,” என்று கூறினாள். அவளுடைய கண்கள் மிக இயல்பாகவும் குழந்தைத்தனத்துடனும் இருந்தன. அவற்றில் எந்தவிதமான இரகசியப் புரிதல்களும் தென்படவில்லை.

“குட் மார்னிங்,” என்று கிளீவ்லேன்ட ஒரு புன்னகையுடன் பதில் வணக்கம் தெரிவித்தார். “இன்றைய காலை வானிலை, நேற்றைய இரவின் வானிலைக்கு நேரெதிராக இருக்கிறது, இல்லையா?”

“ஆமாம். அது உண்மைதான்.”

அருகேயிருந்த ஒரு மரத்திலிருந்து கிளீவ்லேன்ட் ஒரு சிறு கிளையை ஒடித்தார். அதைக் கொண்டு தன் காலடியில் இருந்த மண்ணில் முதலில் ‘எஸ்’ என்று அவர் எழுதினார். அதைத் தொடர்ந்து ‘ஓ’ என்றும், அதற்குப் பிறகு ‘எஸ்’ என்றும் அவர் எழுதினார். அதை எழுதிக் கொண்டிருந்தபோதே ஓரக்கண்ணால் அவர் சார்லட்டைப் பார்த்தார். அவர் எழுதிய எழுத்துகளைப் பார்த்தபோது அவளுடைய முகத்தில் எந்த உணர்ச்சியும் வெளிப்படவில்லை.

பிறகு கிளீவ்லேன்ட் திடீரென்று அவளிடம், “இந்த எழுத்துகள் எவற்றைப் பிரதிநுதப்படுத்துகின்றன என்பது உனக்குத் தெரியுமா?” என்று கேட்டார்.

அதைக் கேட்டு சார்லட்டின் புருவங்கள் உயர்ந்தன. “நடுக்கடலில் கப்பல்கள் ஏதேனும் பிரச்சனையில் மாட்டிக் கொள்கின்றபோது அனுப்புகின்ற சமிக்கைதானே இது?” என்று அவள் கேட்டாள்.

ஆமாம் என்பதுபோல கிளீவ்லேன்ட் தலையசைத்தார். “நேற்று இரவு என் படுக்கைக்கு அருகேயிருந்த மேசையின்மீது இந்த மூன்று எழுத்துகளை யாரோ எழுதியிருந்தனர்,” என்று அவர் அமைதியாகக் கூறினார். “ஒருவேளை நீ எழுதியிருந்திருக்கக்கூடும் என்று நான் நினைத்தேன்.”

அவளுடைய கண்கள் வியப்பால் அகல விரிந்தன.

"நானா? இல்லை. அவற்றை நான் எழுதவில்லை."

அப்படியானால், அவருடைய ஊகம் தவறாகிவிட்டது. அவரிடம் ஓர் ஏமாற்ற உணர்வு படர்ந்தது. அந்த அவசரச் செய்தியை அவள்தான் எழுதியிருந்திருக்க வேண்டும் என்று அவர் மிகவும் உறுதியாக நம்பியிருந்தார். பொதுவாக அவருடைய உள்ளுணர்வு அவரைத் தவறாக வழிநடத்தியதில்லை.

"நீ உறுதியாகத்தான் கூறுகிறாயா?" என்று அவர் விடாப்பிடியாகக் கேட்டார்.

"ஆமாம்."

பிறகு அவர்கள் மெதுவாக வீட்டை நோக்கி நடக்கத் துவங்கினர். சார்லட் ஏதோ தீவிர யோசனையில் இருந்தாள். கிளீவ்லேண்ட் சில அவதானிப்புகளை வெளிப்படுத்தியபோது, அவள் அதற்குப் பொத்தம்பொதுவாக பதிலளித்தாள்.

திடீரென்று அவள் அவசர அவசரமாக ஒரு மெதுவான குரலில், "நீங்கள் அந்த மூன்று எழுத்துகளைப் பற்றி என்னிடம் கேட்டது விநோதமாக இருக்கிறது. கண்டிப்பாக அவற்றை நான் எழுதவில்லை. ஆனால், என்னால் அவற்றை எளிதாக எழுதியிருந்திருக்க முடியும்," என்று கூறினாள்.

அவர் தன் நடையை நிறுத்திவிட்டு அவளை உற்றுப் பார்த்தார்.

"நான் சொல்வது உங்களுக்கு அபத்தமாகப் படலாம். ஆனால், நான் மிகவும் பயந்து போயிருந்தேன். உண்மையைச் சொல்வதென்றால், நான் மிகவும் அரண்டு போயிருந்தேன். ஆனால், நேற்று இரவு நீங்கள் எங்கள் வீட்டுக்கு வந்தபோது, ஏதோ ஒன்றுக்கு விடையளிப்பதற்காக நீங்கள் வந்திருந்ததுபோல எனக்குத் தோன்றியது," என்று சார்லட் கூறினாள்.

"நீ எதைக் கண்டு பயந்து போயிருக்கிறாய்?"

"எனக்குத் தெரியவில்லை."

"என்ன சொல்கிறாய்? உனக்கு பயமாக இருக்கிறது. ஆனால் எது குறித்து நீ பயந்து போயிருக்கிறாய் என்பது உனக்குத் தெரியவில்லையா?"

"இந்த வீட்டைப் பற்றிய பயம் என்று நான் நினைக்கிறேன். என் பயம் நாளுக்கு நாள் அதிகரித்துக் கொண்டே இருக்கிறது. அப்பா, அம்மா, மேக்டலீன் என்று எல்லோருமே இப்போது வித்தியாசமாக இருப்பதுபோல எனக்குத் தோன்றுகிறது."

கிளீவ்லேண்ட் அதற்கு உடனடியாக பதிலளிக்கவில்லை. அதற்குள் சார்லட் மீண்டும் பேசத் தொடங்கினாள்.

"இது பேய் உலா வருகின்ற வீடு என்று கருதப்படுவது

உங்களுக்குத் தெரியுமா?”

“என்ன?” கிளீவ்லேன்டின் சுவாரசியம் வேகமாக அதிகரித்தது.

“இந்த வீட்டில் ஒருவன் தன் மனைவியைக் கொலை செய்துவிட்டான். அது நடந்து பல ஆண்டுகள் இருக்கும். ஆனால், நாங்கள் இங்குக் குடிவந்த பிறகுதான் நாங்கள் அந்தக் கதையைக் கேள்விப்பட்டோம். பேய்கள் ஒரு கட்டுக்கதை என்று அப்பா கூறுகிறார். ஆனால், நான்? எனக்குத் தெரியவில்லை.”

கிளீவ்லேன்ட் வேகமாக யோசித்தார்.

பின் அவர் அவளிடம், “அந்தக் கொலை நேற்று நான் தங்கியிருந்த அதே அறையில் நடந்திருந்ததா?” என்று கேட்டார்.

“எனக்கு அதைப் பற்றிய விபரம் எதுவும் தெரியாது.”

“இப்போது யோசித்துப் பார்த்தால், அப்படித்தான் இருக்க வேண்டும் என்று எனக்குத் தோன்றுகிறது.” அதை அவர் தனக்குத் தானே கூறிக் கொண்டதுபோலத் தோன்றியது.

அவர் என்ன சொல்ல முனைந்தார் என்பதைச் சார்லட்டால் புரிந்து கொள்ள முடியவில்லை. அதனால் அவள் ஒரு கேள்விக்குறியுடன் அவரைப் பார்த்தாள்.

கிளீவ்லேன்ட் அவளிடம் மென்மையாக, “ஆவிகளை வரவழைத்துப் பேசுகின்ற ஓர் இடையூடகமாகச் செயல்படுபவள் நீ என்று நம்புவதற்கு உன்னிடம் ஏதேனும் காரணம் இருக்கிறதா?” என்று கேட்டார்.

சார்லட் அவரை வெறித்துப் பார்த்தாள்.

“நீதான் அந்த மூன்று எழுத்துகளை எழுதியுள்ளாய். அதை நீ பிரக்ஞையோடு செய்திருக்கவில்லை. ஓரிடத்தில் நடைபெறுகின்ற குற்றம் அந்த இடத்தை மாசுபடுத்திவிடுகிறது. உன்னுடையதைப் போன்ற, எளிதில் தூண்டப்படுகின்ற மனம், அப்படிப்பட்ட விதத்தில் செயல்பட்டிருக்கலாம் என்று நான் நினைக்கிறேன். பல ஆண்டுகளுக்கு முன்பு கொலையான அந்தப் பெண், அந்த மேசைமீது அந்த மூன்று எழுத்துகளை எழுதியிருந்திருக்கலாம். அதையே நேற்று இரவு நீ பிரக்ஞையின்றிச் செய்திருக்கிறாய்.”

சார்லட்டின் முகம் பிரகாசமடைந்தது.

“இதுதான் நேற்று அந்த எழுத்துகள் எழுதப்பட்டிருந்ததற்குக் காரணம் என்று நீங்கள் நினைக்கிறீர்களா?”

அப்போது அந்த வீட்டிற்குள்ளிருந்து யாரோ அவளை அழைத்ததால், அவள் உடனே உள்ளே ஓடிவிட்டாள். கிளீவ்லேன்ட் அந்தத் தோட்டத்தில் குறுக்கும் நெடுக்குமாக நடந்து கொண்டிருந்தார். அவர் தனக்குத் தானே இவ்வாறு

கேட்டுக் கொண்டார்: 'நான் கொடுத்த விளக்கம் எனக்கே திருப்திகரமாக இருக்கிறதா? நான் எல்லா தகவல்களையும் கணக்கில் எடுத்துக் கொண்டேனா? நேற்று இரவு நான் இந்த வீட்டிற்குள் நுழைந்தபோது, இங்கு நிலவிய இறுக்கத்தை நான் கணக்கில் எடுத்துக் கொண்டேனா?'

இந்த வீட்டுக்குத் தன்னுடைய வருகை ஏதோ ஒரு திகிலையும் திகைப்பையும் உருவாக்கியிருந்ததோ என்று அவர் யோசித்தார்.

பின்னர் அவர் மேலும் பல கேள்விகளைத் தனக்குள் கேட்டுக் கொள்ளத் துவங்கினார்: 'நான் அமானுஷ்யரீதியான விளக்கங்களையே ஒரேயடியாகச் சார்ந்திருப்பது நல்லதல்ல. சார்லட்டின் நடத்தையை வேண்டுமானால் அது விளக்கலாம். என்னுடைய வருகை ஜானியைத் தவிர இந்த வீட்டிலுள்ள மற்ற அனைவரையும் பயங்கரமாகப் பாதித்திருக்கிறது. அது என்னவென்று எனக்குத் தெரியவில்லை. ஆனால், அதில் ஜானிக்குப் பங்கில்லை என்பது மட்டும் தெளிவாகத் தெரிகிறது.'

அக்கணத்தில் வீட்டுக்குள்ளிருந்து வெளியே வந்த ஜானி, நேராக அவரிடம் வந்தான்.

"காலை உணவு தயாராக இருக்கிறது. நீங்கள் சாப்பிட வருகிறீர்களா?" என்று அவன் கேட்டான்.

ஜானியின் விரல்களில் ஏதோ கறை படிந்திருந்ததைக் கிளீவ்லேன்ட் கவனித்தார். அவருடைய பார்வை சென்ற திசையை நோக்கித் தன் பார்வையைச் செலுத்திய ஜானி, வருத்தம் கலந்த ஒரு சிரிப்பை வெளிப்படுத்தினான்.

அதற்கு விளக்கம் அளிக்கும் விதமாக, "நான் எப்போதும் வேதிப்பொருட்களுடன் விளையாடிக் கொண்டிருப்பேன்," என்று அவன் கூறினான். "சில சமயங்களில் அது அப்பாவுக்குக் கோபம் ஏற்படுத்தும். நானும் அவருடைய அடியொற்றிக் கட்டடத் தொழிலில் இறங்க வேண்டும் என்று அவர் விரும்புகிறார். ஆனால், எனக்கு வேதியியல் துறையில் ஆய்வுகள் மேற்கொள்ளத்தான் ஆசை."

அப்போது அவர்களுக்கு எதிரே இருந்த சன்னலுக்கு அருகே டின்ஸ்மீடு வந்து நின்றார். அவர் அவர்களை நோக்கி நட்பு கலந்த ஒரு புன்னகையை உதிர்த்தார். அதைப் பார்த்தவுடன், கிளீவ்லேன்டிடமிருந்த அவநம்பிக்கையும் எதிர்ப்புணர்வும் மீண்டும் விழித்துக் கொண்டன. டின்ஸ்மீடு சாப்பாட்டு மேசைக்குச் சென்று அமர்ந்தார். மேகி ஏற்கனவே அங்கு அமர்ந்திருந்தார். கிளீவ்லேன்டைப் பார்த்ததும், மேகி, உற்சாகமற்ற ஒரு குரலில், "குட் மார்னிங்," என்று கூறினார்.

மேகி தன்னைக் கண்டு பயந்து போயிருந்ததாகக் கிளீவ்லேன்ட் நினைத்தார்.

மேக்டலீன் கடைசியாக வந்து அவருக்கு நேர் எதிரே இருந்த நாற்காலியில் அமர்ந்தாள்.

“நேற்று இரவு நன்றாகத் தூங்கினீர்களா? உங்கள் படுக்கை வசதியாக இருந்ததா?” என்று அவரிடம் கேட்டுவிட்டு, அவள் அவரை ஆர்வக்குறுகுறுப்புடன் பார்த்தாள்.

தான் நன்றாகத் தூங்கியதாக அவர் பதிலளித்தபோது, அவளுடைய முகத்தில் ஒரு கணத்திற்குச் சட்டென்று ஒருவிதமான ஏமாற்றம் தோன்றி மறைந்ததாக அவருக்குப் பட்டது. அவளுடைய கேள்விக்குத் தன்னிடமிருந்து அவள் எத்தகைய பதிலை எதிர்பார்த்தாள் என்று அவர் யோசித்தார்.

பின் அவர் டின்ஸ்மீடின் பக்கம் திரும்பினார்.

“உங்கள் மகனுக்கு வேதியியலில் ஆர்வம் இருப்பதுபோலத் தெரிகிறது,” என்று அவர் இனிமையாகக் கூறினார்.

அப்போது மேகியின் கையிலிருந்த தேநீர் கோப்பை நழுவி சாசரின்மீது விழுந்தது.

“எப்போதும் நீ இப்படித்தான்,” என்று டின்ஸ்மீடு தன் மனைவியைக் கடிந்து கொண்டார்.

பின் அவர் கிளீவ்லேன்டின் பக்கம் திரும்பி, கட்டடத் தொழிலின் அருமை பெருமைகளைப் பற்றியும், பருவ வயது இளைஞர்களை அவர்களுடைய விருப்பம்போல ஆட விடுவதில் இருந்த ஆபத்துகளைப் பற்றியும் சரளமாகப் பேசினார்.

காலை உணவு முடிந்ததும் கிளீவ்லேன்ட் தனியாகத் தோட்டத்திற்குள் சென்று சிகரெட் பிடித்தார். அவர் அந்த வீட்டைவிட்டு வெளியேறுவதற்கான நேரம் வந்துவிட்டிருந்ததை அவர் உணராமல் இல்லை. சரியான காரணமின்றி, அவர் இனியும் தான் கிளம்புவதைத் தள்ளிப்போடுவது உசிதமாக இருக்காது. தான் அங்குத் தொடர்ந்து இருப்பதற்கு அவரிடம் அப்படி என்னதான் நியாயமான காரணங்கள் இருந்துவிட முடியும்? ஆனாலும் உடனடியாக அங்கிருந்து கிளம்ப அவருக்கு விருப்பம் இருக்கவில்லை.

தன் மனத்தில் இருந்தவற்றை அசைபோட்டவாறு நடந்து கொண்டிருந்த அவர், அந்த வீட்டின் மறுபக்கம் வந்து சேர்ந்தார். அவருடைய காலணிகளின் அடிப்பகுதி இரப்பரால் ஆனதாக இருந்ததால், அது ஓசையேதும் எழுப்பவில்லை. அவர் அந்த வீட்டின் சமையலறையைக் கடந்து சென்று கொண்டிருந்தபோது, அந்த அறையின் சன்னல் வழியாக வந்த டின்ஸ்மீடின் குரல் அவருடைய கவனத்தை ஈர்த்தது.

"இது பெரும் பணம்," என்று டின்ஸ்மீடு கூறினார்.

அதற்கு மேகி ஒரு மெதுவான குரலில் பதிலளித்ததால், அவர் பேசியது கிளீவ்லேன்டுக்குச் சரியாகக் கேட்கவில்லை. ஆனால் மேகிக்கு டின்ஸ்மீடு அளித்த பதில் அவருடைய காதுகளில் விழுந்தது.

"இது கிட்டத்தட்ட 60,000 பவுன்டுகள் என்று நம் வழக்கறிஞர் கூறினார்."

ஒட்டுக்கேட்கின்ற நோக்கம் கிளீவ்லேன்டுக்கு இருக்கவில்லை என்றாலும், காதில் விழுந்த வார்த்தைகளை அசைபோட்டவாறு அவர் அங்கிருந்து நழுவினார். பணத்தைப் பற்றிய பேச்சு அச்சூழ்நிலை குறித்தத் தெளிவைக் கிளீவ்லேன்டுக்குக் கொடுத்தது. அந்த 60,000 பவுன்டுகள், நிலைமையைத் தெளிவாக்கியதோடு, சூழலைச் சிக்கலாக ஆக்கியிருந்ததாகவும் அவர் கருதினார்.

மேக்டலீன் அந்த வீட்டிற்குள்ளிருந்து வெளியே வந்தாள். ஆனால் உள்ளேயிருந்து அவளுடைய அப்பாவின் குரல் அழைத்ததால், அவள் மீண்டும் உள்ளே சென்றுவிட்டாள். சில கணங்களில் டின்ஸ்மீடு வெளியே வந்து கிளீவ்லேன்டுடன் இணைந்து கொண்டார்.

"வானிலை நன்றாக இருக்கிறது. உங்களுடைய கார் நீங்கள் விட்டுவிட்டு வந்திருந்ததைவிட மேலும் மோசமாகியிருக்காது என்று நான் நம்புகிறேன்," என்று டின்ஸ்மீடு கூறினார்.

'அங்குச் சென்று பார்த்தப் பிறகுதான் தெரியும்,' என்று கிளீவ்லேன்ட் தனக்குள் நினைத்துக் கொண்டார்.

தக்க சமயத்தில் தனக்கு உதவி செய்ததற்காக அவர் மீண்டும் டின்ஸ்மீடுக்கு நன்றி கூறினார்.

"இதெல்லாம் ஒரு பெரிய விஷயமில்லை," என்று டின்ஸ்மீடு அதை அசட்டையாக ஒதுக்கித் தள்ளினார்.

அப்போது மேக்டலீனும் சார்லட்டும் கைகோர்த்தபடி ஒன்றாக வெளியே வந்து, தோட்டத்தில் சிறிது தூரத்தில் போடப்பட்டிருந்த ஒரு பெஞ்சில் போய் உட்கார்ந்தனர். அருகருகே இருந்த ஒரு கருப்புத் தலையும் ஒரு பொன்னிறத் தலையும் ஓர் இனிமையான முரண்பாட்டை வெளிப்படுத்தின. திடீரென்று தோன்றிய உந்துதலால் கிளீவ்லேன்ட் டின்ஸ்மீடிடம் இவ்வாறு கேட்டார்:

"டின்ஸ்மீடு, உங்களுடைய மகள்கள் இருவரும் முற்றிலும் வித்தியாசமாக இருக்கின்றனரே!"

தன் பைப்பைப் பற்ற வைத்துக் கொண்டிருந்த டின்ஸ்மீடு, தன் கையை வேகமாக ஆட்டி, அதிலிருந்த தீக்குச்சியைக் கீழே தூக்கி எறிந்தார்.

“ஆமாம். அது உண்மைதான்.”

கிளீவ்லேண்ட்டுக்கு மற்றோர் உந்துதல் தோன்றியது.

“அவர்கள் இருவருமே உங்களுடைய மகள்களாக இருக்க வாய்ப்பில்லை,” என்று கிளீவ்லேண்ட் மெதுவாகக் கூறினார்.

டின்ஸ்மீடு அவரை உற்றுப் பார்த்தார். ஒரு கணம் தயங்கிவிட்டு, பின் ஒரு முடிவுக்கு வந்தவர்போல அவர் கிளீவ்லேன்டிடம் இவ்வாறு கூறினார்:

“கிளீவ்லேன்ட், நீங்கள் மிகவும் புத்திசாலி. ஆமாம். அந்த இருவரில் ஒருத்தி நாங்கள் தத்தெடுத்து வளர்த்துக் கொண்டிருக்கின்ற பெண்தான். அவள் ஒரு பச்சிளம் குழந்தையாக இருந்தபோதே அவளை எங்களுடன் சேர்த்துக் கொண்டு, எங்களுடைய சொந்தப் பெண்ணைப்போலவே நாங்கள் வளர்த்து வருகிறோம். இந்த உண்மை அவளுக்கே தெரியாது. விரைவில் சொல்லப்படத்தான் வேண்டும்,” என்று கூறி அவர் பெருமூச்செறிந்தார்.

“பரம்பரைச் சொத்து விவகாரத்திற்காக, அப்படித்தானே?” என்று கிளீவ்லேன்ட் கேட்டார்.

டின்ஸ்மீடு அவர்மீது சந்தேகப் பார்வை ஒன்றை வீசினார்.

பிறகு, வெளிப்படையாகப் பேசுவதுதான் சிறந்தது என்று முடிவு செய்தவர்போல அவர் பேசத் தொடங்கினார்.

“கிளீவ்லேன்ட், நீங்கள் இப்படிக் கூறுவது விநோதமாக இருக்கிறது,” என்று டின்ஸ்மீடு கூறினார்.

“தொலையுணர்வு என்று வைத்துக் கொள்ளுங்கள்,” என்று கிளீவ்லேன்ட் ஒரு புன்னகையுடன் கூறினார்.

“அந்தப் பெண்ணின் அம்மாவுக்கு நல்லது செய்ய வேண்டும் என்பதற்காக நாங்கள் அக்குழந்தையைத் தத்தெடுத்தோம். அதற்குப் பிரதிபலனாக அந்தக் குழந்தையின் அம்மாவுக்கு நாங்கள் பணம் கொடுத்தோம். அப்போதுதான் நான் கட்டடத் தொழிலுக்குள் நுழைந்திருந்தேன். ஒரு சில மாதங்களுக்கு முன்பு ஒரு பத்திரிகையில் வெளிவந்திருந்த ஒரு விளம்பரத்தை நான் காண நேர்ந்தது. அது ஒரு குழந்தையைப் பற்றியது. அது எங்களுடைய மேக்டலீனைப் பற்றியது என்பதை நான் புரிந்து கொண்டேன். உடனே நான் வழக்கறிஞர்களைப் பார்க்கச் சென்றேன். பேச்சு இழுத்தடித்தது. அவர்கள் எங்கள்மீது சந்தேகம் கொண்டிருந்தனர். அது தப்பு என்று நான் சொல்ல மாட்டேன். இப்போது எல்லாம் சரியாகிவிட்டது. அடுத்த வாரம் நானே அவளை லண்டனுக்குக் கூட்டிச் செல்லவிருக்கிறேன். அவளுக்கு இதுவரை எதுவும் தெரியாது. அவளுடைய உண்மையான அப்பா யூத மதத்தைச் சேர்ந்த ஒரு பெரும் பணக்காரர். அவர் இறப்பதற்குச் சில

மாதங்களுக்கு முன்புதான், அவருக்கு இப்படி ஒரு குழந்தை இருப்பது அவருக்குத் தெரிய வந்தது. இறப்பதற்கு முன்பு தன்னுடைய சொத்து முழுவதையும் அவளுடைய பெயருக்கு எழுதி வைத்துவிட்டிருந்த அவர், அவளைக் கண்டுபிடிக்கப் பல ஏஜென்டுகளையும் நியமித்திருந்தார்."

டின்ஸ்மீடு கூறியதைக் கிளீன்லேன்ட் மிகவும் கவனமாகக் கேட்டார். டின்ஸ்மீடின் கதையைச் சந்தேகிக்க அவருக்கு எந்த முகாந்திரமும் இருக்கவில்லை. மேக்டலீனின் கருப்பு நிறத்திற்கான காரணத்தை அக்கதை வெளிப்படுத்தியது. அக்கதை உண்மையாக இருக்கக்கூடும் என்றாலும், அதற்குப் பின்னால் இருந்த ஏதோ ஒன்று மறைக்கப்பட்டுக் கொண்டிருந்ததாகக் கிளீவ்லேன்ட் சந்தேகித்தார்.

ஆனால், தன்னுடைய சந்தேகத்தை டின்ஸ்மீடிடம் வெளிக்காட்டிக் கொள்ள அவர் விரும்பவில்லை. மாறாக, தான் அக்கதையை முழுமையாக நம்பியதுபோலக் காட்டிக் கொள்வதென்று அவர் தீர்மானித்தார்.

"இக்கதை மிகவும் சுவாரசியமானதாக இருக்கிறது. என் சார்பில் மேக்டலீனிடம் வாழ்த்துகளைத் தெரிவியுங்கள். அவளுடைய அழகோடு இப்போது பணமும் சேர்ந்து கொண்டுள்ளது. அவள் வாழ்வு மிகச் சிறப்பாக இருக்கும்."

"அது உண்மைதான். அதோடு, அவள் மிகவும் நல்ல பெண்ணும்கூட."

அவருடைய நடத்தையில் கனிவு நிரம்பி வழிந்தது.

"சரி. அப்படியானால் நான் கிளம்புகிறேன். உங்களுடைய கருணைக்கும் விருந்தோம்பலுக்கும் மீண்டும் ஒரு முறை நன்றி கூற நான் கடமைப்பட்டுள்ளேன்."

மேகியிடம் விடைபெறுவதற்காக அவர் டின்ஸ்மீடுடன் வீட்டுக்குள் சென்றார். அப்போது மேகி ஒரு சன்னலைப் பார்த்தவாறு அவர்களுக்கு முதுகைக் காட்டியவாறு நின்று கொண்டிருந்தார். அவர்கள் வந்ததை அவர் கவனிக்கவில்லை.

"கிளீவ்லேன்ட் கிளம்புகிறார். உன்னிடம் விடைபெறுவதற்காக வந்திருக்கிறார்," என்று டின்ஸ்மீடு அறிவித்ததைக் கேட்டதும், மேகி திடுக்கிட்டுத் திரும்பிப் பார்த்தார். அப்போது அவருடைய கையிலிருந்து எதுவோ நழுவிக் கீழே விழுந்தது. கிளீவ்லேன்ட் அதை எடுத்து அவரிடம் கொடுத்தார். அது சார்லட்டின் உருவத்திலிருந்த ஒரு சிறிய பொம்மை. அது இருபத்தைந்து ஆண்டுகளுக்கு முன்பிருந்த நாகரிகத்தின்படி அலங்கரிக்கப்பட்டிருந்தது. பின் அவர் டின்ஸ்மீடிடம் கூறிய அதே வார்த்தைகளைக் கூறி மேகியிடமிருந்து விடைபெற்றுக் கொண்டார். மேகியின்

கண்களில் அதே பயம் கலந்த பார்வை மீண்டும் தென்பட்டதை அவர் கவனித்தார்.

அந்த இரண்டு இளம்பெண்களும் கண்களில் படவில்லை. அவர்களிடம் விடைபெற்றுக் கொள்ள அவர் ஆர்வம் காட்டவில்லை. அவர்கள் ஏன் அப்போது அங்கில்லை என்பது குறித்து அவருக்கு ஒரு யோசனையும் இருந்தது. விரைவில் அது சரியென்று நிரூபணமும் ஆனது.

அவர் அந்த வீட்டிலிருந்து சுமார் அரை மைல் தூரம் நடந்து வந்திருந்தபோது, அருகேயிருந்த புதர்ச்செடிகளை விலக்கிக் கொண்டு மேக்டலீன் வெளியே வந்தாள்.

“நான் உங்களிடம் பேசுவதற்காக வந்தேன்.”

“நான் உன்னை எதிர்பார்த்தேன். நேற்றிரவு, என் படுக்கையருகே இருந்த மேசைமீது மூன்று எழுத்துகளை எழுதியது நீதானே?”

ஆமாம் என்பதுபோல மேக்டலீன் தலையசைத்தாள்.

“எதற்காக எழுதினாய்?”

“எனக்குத் தெரியவில்லை. உண்மையிலேயே எனக்குத் தெரியவில்லை.”

“என்னிடம் மறைக்காமல் சொல்.”

மேக்டலீன் ஒரு முறை ஆழமாக சுவாசித்தாள்.

“நான் ஒரு எதார்த்தவாதி. கற்பனையான உலகில் வாழ்பவள் அல்லள் நான். பேய், பிசாசு போன்றவற்றில் உங்களுக்கு நம்பிக்கை உண்டு என்பது எனக்குத் தெரியும், ஆனால் எனக்கு அவற்றில் நம்பிக்கை கிடையாது,” என்று கூறியவள், மேட்டில் தெரிந்த தன்னுடைய வீட்டைச் சுட்டிக்காட்டி, “அந்த வீட்டில் ஏதோ பெரிய பிரச்சனை இருக்கிறது. அது கடந்தகாலத்தின் எதிரொலி அல்ல. நாங்கள் இங்கு வந்ததிலிருந்தே தொடங்கிய அது, நாளுக்கு நாள் வளர்ந்து கொண்டே இருக்கிறது. அப்பா வித்தியாசமாக நடந்து கொள்கிறார், அம்மா வித்தியாசமாக நடந்து கொள்கிறார், சார்லட் வித்தியாசமாக நடந்து கொள்கிறாள்,” என்றாள்.

இடையில் குறுக்கிட்டக் கிளீவ்லேன்ட், “ஜானி எப்படி நடந்து கொள்கிறான்?” என்று கேட்டார்.

மேக்டலீன் அவரை நிமிர்ந்து பார்த்தாள். அவளுடைய கண்களில் ஒரு புத்தொளி பிறந்தது. “நீங்கள் இப்படிக் கேட்ட பிறகு, யோசித்துப் பார்த்தால், ஜானியின் நடத்தையில் எந்த மாற்றமும் இல்லை என்பதை என்னால் உணர முடிகிறது. அவன் இதனால் எந்த விதத்திலும் பாதிக்கப்பட்டிருக்கவில்லை.”

“நீ?”

“நான் பயந்து போயுள்ளேன், அரண்டு போயுள்ளேன்.

தான் எதற்காக பயப்படுகிறோம் என்பது தெரியாமலேயே பயப்படுகின்ற ஒரு குழந்தையைப்போல நான் பயந்து போயிருக்கிறேன். அப்பா நிச்சயமாக விநோதமாக நடந்து கொள்கிறார். அதில் சந்தேகமே இல்லை. நேற்று இரவு அவர் அற்புதங்கள் பற்றிப் பேசினார். உடனே, ஓர் அற்புதம் நடக்க வேண்டும் என்று நான் பிரார்த்தனை செய்தேன். அடுத்தக் கணம் நீங்கள் எங்கள் வீட்டுக் கதவைத் தட்டினீர்கள்."

அவள் திடீரென்று தன் பேச்சை நிறுத்திவிட்டு அவரைப் பார்த்தாள்.

"என்னைப் பார்த்தால் ஒரு பைத்தியக்காரிபோல உங்களுக்குத் தெரிகிறது, அப்படித்தானே?" என்று அவள் கேட்டாள்.

"இல்லை. மாறாக, நீ தெளிந்த அறிவுடையவளாகத் தெரிகிறாய். அப்படிப்பட்டவர்களால், வரவிருக்கின்ற ஆபத்தை, குறிப்பாக, அது அவர்களுக்கு அருகே இருக்கின்றபோது, முன்னதாகவே உணர்ந்து கொள்ள முடியும்."

"நான் சொல்ல வருவதை நீங்கள் சரியாகப் புரிந்து கொள்ளவில்லை என்று நான் நினைக்கிறேன். நான் என்னைக் குறித்து பயப்படவில்லை."

"அப்படியானால், நீ யாரைக் குறித்து பயப்படுகிறாய்?"

"எனக்குத் தெரியவில்லை."

அவள் மேலும் தொடர்ந்தாள்.

"நான் 'எஸ்.ஓ.எஸ்' என்ற வார்த்தைகளை ஏதோ ஓர் உந்துதலில் எழுதினேன். எனக்கு ஒரு யோசனை உதித்திருந்தது. அது உங்களுக்கு அபத்தமானதாகத் தோன்றும் என்பதில் சந்தேகமில்லை. என் வீட்டிலுள்ளவர்கள் எல்லோரும் என்னை உங்களுடன் பேச விடமாட்டார்கள் என்று நான் நம்பினேன். நீங்கள் எனக்காக ஏதோ செய்ய வேண்டும் என்று நான் உங்களிடம் கேட்க விரும்பினேன், ஆனால் அது என்னவென்று எனக்குத் தெரியவில்லை. இப்போதும் அது எனக்குத் தெரியவில்லை."

"அதைப் பற்றி நீ கவலைப்படாதே. நான் பார்த்துக் கொள்கிறேன். உனக்கு என்ன செய்ய வேண்டும் என்பதை நான் அறிவேன்."

"உங்களால் என்ன செய்ய முடியும்?"

"என்னால் சிந்திக்க முடியும்," என்று கூறிவிட்டுக் கிளீவ்லேன்ட் புன்னகைத்தார்.

மேக்டலீன் அவரை சந்தேகத்துடன் பார்த்தாள்.

"சிந்தனையின் மூலம் ஏகப்பட்ட விஷயங்களைச் செய்ய முடியும். உன்னால் நம்ப முடிவதைக் காட்டிலும்

அதிகமானவற்றைச் சாதிக்க முடியும். எனக்கு ஒரு விஷயம் சொல். நேற்று இரவு சாப்பிடுவதற்கு முன்பாக, ஏதாவது ஒரு சொல் அல்லது வாக்கியம் உன்னுடைய கவனத்தைக் கவர்ந்ததா?"

மேக்டலீன் தன் புருவங்களைச் சுளித்தாள். "அப்படி எதுவும் இல்லை. என் அப்பா என் அம்மாவிடம், 'சார்லட் அச்சசலாக அவளுடைய அம்மாவை அப்படியே உரித்து வைத்திருக்கிறாள்' என்று கூறிவிட்டு விநோதமாகச் சிரித்தார். அதில் புதிர் எதுவும் இருந்ததாக நான் கருதவில்லை. அது சரிதானே?"

"ஆனால், சார்லட் உன் அம்மாவைப்போல இல்லையே!" என்று கிளீவ்லேன்ட மெதுவாகக் கூறினார்.

பின் அவர் ஓரிரு நிமிடங்கள் ஆழ்ந்த யோசனைக்குள் மூழ்கினார். அவர் நிமிர்ந்து பார்த்தபோது, மேக்டலீன் தன்னை நிச்சயமின்மையுடன் உற்று நோக்கிக் கொண்டிருந்ததை அவர் கண்டார்.

"மேக்டலீன், நீ கவலைப்படாமல் வீட்டுக்குப் போ. இதை என் பொறுப்பில் விட்டுவிடு. நான் பார்த்துக் கொள்கிறேன்."

அதற்குப் பிறகு அவள் மறுபேச்சு பேசாமல் தன் வீட்டை நோக்கி நடக்கத் துவங்கினாள். கிளீவ்லேன்ட் மேலும் சிறிது தூரம் நடந்தார். பின்னர் அந்தப் பசுமையான தரையில் அவர் மல்லாந்து படுத்தார். தன்னுடைய கண்களை மூடிக் கொண்டு, பிரக்ஞைபூர்வமான சிந்தனைகளையும் வலுக்கட்டாயமான சிந்தனைகளையும் அவர் ஒதுக்கித் தள்ளினார். தன்னுடைய மனத்தில் பல காட்சிகள் தாமாகவே வந்து மிதக்க அவர் அனுமதித்தார்.

முதலில் வந்தது ஜானியின் உருவம்தான். அவர் மீண்டும் மீண்டும் ஜானியிடமே வந்து சேர்ந்தார். அவன் முற்றிலும் அப்பாவியாகவும், அவனைச் சுற்றி நடைபெற்றுக் கொண்டிருந்த சூழ்ச்சிகள் மற்றும் சந்தேக வலைகளுக்குள் மாட்டிக் கொள்ளாமல் சுதந்திரமாகவும் இருந்தான். ஆனாலும், அவனைச் சுற்றித்தான் எல்லாமே சுழன்று கொண்டிருந்தது. அடுத்து, அன்று காலையில் மேகி தன்னுடைய தேநீர் கோப்பையை சாசரில் நழுவவிட்டக் காட்சி தோன்றியது. எது அவருக்குப் பதற்றத்தைத் தோற்றுவித்திருந்தது? அவர்களுடைய மகனின் வேதியியல் ஆர்வம் குறித்த ஒரு எதார்த்தமான உரையாடலா? அச்சமயத்தில் டின்ஸ்மீடு என்ன செய்து கொண்டிருந்தார் என்பது குறித்தப் பிரக்ஞை அவருக்கு இருக்கவில்லை. இப்போது அவருடைய மனத்தில் அந்தக் காட்சி தெளிவாக ஓடியது. டின்ஸ்மீடின் கையிலிருந்த தேநீர்

கோப்பை அவருடைய வாய்க்குப் போகாமல் பாதியிலேயே நின்று கொண்டிருந்தது.

அடுத்தக் காட்சியில் சார்லட் வந்தாள். அதில், முந்தைய இரவு அவர் அந்த வீட்டில் அடியெடுத்து வைத்தபோது அவள் தன் நாற்காலியில் அமர்ந்தபடி தன்னுடைய தேநீர் கோப்பையின் விளிம்பின் மேலாக அவரைப் பார்த்துக் கொண்டிருந்தாள். அதையடுத்து, உடனடியாக மற்றொரு காட்சி தோன்றியது. அதில் டின்ஸ்மீடு, “இது ஆறிவிட்டது,” என்று கூறிக் கொண்டே, மேசையிலிருந்த ஐந்து தேநீர் கோப்பைகளையும் ஒவ்வொன்றாக எடுத்து, அவற்றில் ஏற்கனவே ஊற்றப்பட்டிருந்த தேநீரை ஒரு குவளையில் கொட்டிக் கொண்டிருந்தார்.

அடுத்து, அவர் அப்படிக் கொட்டிய குவளையிலிருந்து ஆவி பறந்து கொண்டிருந்த காட்சி கிளீவ்லேன்டின் மனத்தில் தோன்றியது. அப்படியானால், அந்தத் தேநீர் அந்த அளவுக்கு ஆறியிருந்திருக்கவில்லை.

இப்போது திடீரென்று வேறொரு விஷயம் அவருடைய மனத்தில் தோன்றியது. அவர் சுமார் ஒரு மாதத்திற்கு முன்பு படித்திருந்த ஒரு செய்தி அது. ஒரு சிறுவனின் அஜாக்கிரதையால் மொத்தக் குடும்பமும் விஷத்திற்குப் பலியான செய்தி அது. சமையல் பொருட்கள் வைக்கப்படுகின்ற அலமாரியின் மேல்தட்டில் வைக்கப்பட்டிருந்த ஆர்சனிக் என்ற விஷப்பொருள் கசிந்து கீழேயிருந்த ரொட்டியில் கலந்துவிட்டிருந்தது. அச்செய்தியை அவர் ஒரு நாளிதழில் படித்திருந்தார். ஒருவேளை அச்செய்தியை டின்ஸ்மீடும் படித்திருந்திருக்கக்கூடும்.

இப்போது விஷயங்கள் தெளிவாகத் தொடங்கின.

அரைமணி நேரத்திற்குப் பிறகு, கிளீவ்லேன்ட் வேகமாக எழுந்தார்.

* * *

அது அன்றைய இரவு வேளை. டின்ஸ்மீடின் வீட்டில், இரவு உணவு உட்கொள்வதற்காக அனைவரும் சாப்பாட்டு மேசையைச் சுற்றி உட்கார்ந்திருந்தனர். அவித்த முட்டைகளும், டின்னில் அடைக்கப்பட்ட மாமிசமும் தயாராகியிருந்தன. மேகி ஒரு பெரிய தேநீர் கெட்டிலுடன் சாப்பாட்டு மேசையை நோக்கி வந்து கொண்டிருந்தார்.

சன்னல் பக்கமாகப் பார்வையை வீசிய அவர், “நேற்றைய தினத்தோடு ஒப்பிடுகையில் இன்று வானிலை நேரெதிராக

இருக்கிறது," என்றார்.

"ஆமாம். ஊசி கீழே விழுந்தால்கூட அதன் சத்தம் கேட்கும் அளவுக்கு அமைதியாக இருக்கிறது," என்று கூறிய டின்ஸ்மீடு, தன் மனைவியைப் பார்த்து, "தேநீரை எங்களுடைய கோப்பைகளில் ஊற்றுகிறாயா?" என்று கேட்டார்.

மேகி எல்லோருடைய கோப்பைகளிலும் தேநீரை ஊற்றி ஒவ்வொருவருக்கும் ஒரு கோப்பையைக் கொடுத்தார். பின் அவர் அந்தத் தேநீர் கெட்டிலைக் கீழே வைத்தபோது, திடீரென்று அலறிக் கொண்டே தன் நெஞ்சைப் பிடித்தார். தன் மனைவியின் பயம் கலந்த பார்வை சென்ற திசையை நோக்கி டின்ஸ்மீடு திரும்பினார். வாசலில் கிளீவ்லேன்ட் நின்று கொண்டிருந்தார்.

பின் அவர் உள்ளே நுழைந்தார். அவருடைய நடத்தை கனிவாகவும், மன்னிப்புக் கேட்கின்ற விதமாகவும் இருந்தது.

"நான் உங்களை அதிர்ச்சிக்குள்ளாக்கிவிட்டேன் என்பது எனக்குப் புரிகிறது. நான் வேறொரு விஷயமாக இங்கு மீண்டும் வர வேண்டியதாகிவிட்டது."

"என்ன விஷயம்?" என்று டின்ஸ்மீடு இரைந்தார். அவருடைய முகம் கோபத்தால் சிவந்து போயிருந்தது. "அது என்ன என்று நான் தெரிந்து கொள்ள விரும்புகிறேன்."

"சிறிது தேநீருக்காக நான் வந்தேன்."

பிறகு, பரிசோதனைச்சாலைகளில் பயன்படுத்தப்படுகின்ற ஒரு சிறு சோதனைக்குழாயை அவர் தன் பாக்கெட்டிலிருந்து வேகமாக வெளியே எடுத்தார். அடுத்து, மேசையிலிருந்த தேநீர் கோப்பைகளில் ஒன்றை எடுத்து, அதிலிருந்த தேநீரை அந்தச் சோதனைக்குழாயில் ஊற்றினார்.

"நீங்கள் என்ன செய்து கொண்டிருக்கிறீர்கள்?" என்று டின்ஸ்மீடு அலறினார். அவருடைய முகம் இப்போது முழுமையாக வெளுத்துப் போயிருந்தது. பயம் கலந்த ஒரு கூச்சல் மேகியிடமிருந்து வெளிப்பட்டது.

"நீங்கள் வழக்கமாக நாளிதழ்களைப் படிப்பவர் என்று நான் நினைக்கிறேன், சரிதானே? ஓர் ஒட்டுமொத்தக் குடும்பமும் விஷத்தால் பாதிக்கப்பட்டச் செய்தியை ஒருவர் படிக்க நேரிடலாம். அப்படி ஒரு சம்பவம் நடக்கின்றபோது, சிலர் அதில் பிழைத்துக் கொள்வார்கள், சிலர் பிழைக்க மாட்டார்கள். இங்கே உங்கள் வீட்டில், ஒரே ஒருவர் மட்டும் பிழைக்க மாட்டார். முதலில், இப்போது நீங்கள் சாப்பிட்டுக் கொண்டிருக்கின்ற, டின்னில் அடைக்கப்பட்டுள்ள மாமிசத்தின்மீது பழி விழும். ஆனால், பிணப்பரிசோதனை செய்கின்ற மருத்துவர் அதை நம்பாதிருக்கும் பட்சத்தில்

என்ன நிகழும்? சமையலறைப் பொருட்கள் வைக்கப்பட்டுள்ள அலமாரியின் மேலடுக்கில் ஆர்சனிக் விஷம் இருக்கிறது. அதற்குக் கீழேயுள்ள அடுக்கில் ஒரு தேநீர் பாக்கெட் இருக்கிறது. மேலேயுள்ள அடுக்கில் வசதியாக ஓர் ஓட்டையும் இருக்கிறது. மேலடுக்கிலுள்ள ஆர்சனிக் எதிர்பாராத விதமாகக் கீழடுக்கில் கசிந்துவிட்டது என்ற முடிவுக்கு வர வெகு நேரமாகாது. அஜாக்கிரதையாக இருந்துவிட்டிருந்ததாக உங்களுடைய மகன் ஜானிமீது பழி விழும். பெரிதாக வேறு பிரச்சனைகள் எதுவும் எழாது."

"நீங்கள் – நீங்கள் என்ன சொல்கிறீர்கள் என்று எனக்குப் புரியவில்லை," என்று கூறிய டின்ஸ்மீடுக்கு வேகமாக மூச்சு வாங்கியது.

"நான் என்ன சொல்லிக் கொண்டிருக்கிறேன் என்பது உங்களுக்கு நன்றாகவே தெரியும்," என்று கூறிய கிளீவ்லேன்ட், இன்னொரு சோதனைக்குழாயை எடுத்து, வேறொரு கோப்பையிலிருந்த தேநீரைச் சிறிதளவு அதில் ஊற்றினார். ஒரு சோதனைக்குழாயின்மீது ஒரு சிவப்பு லேபிளையும், மற்றொன்றின்மீது ஒரு நீல லேபிளையும் அவர் ஒட்டினார்.

"சிவப்பு லேபிள் ஒட்டப்பட்டுள்ள இந்தச் சோதனைக்குழாயில் சார்லட்டின் தேநீர் கோப்பையிலிருந்து எடுக்கப்பட்டத் தேநீர் இருக்கிறது. நீல லேபிள் ஒட்டப்பட்டுள்ள இந்தச் சோதனைக்குழாயில் மேக்டலீனின் தேநீர் கோப்பையிலிருந்து எடுக்கப்பட்டத் தேநீர் உள்ளது. முதல் சோதனைக்குழாயில் இருக்கின்ற ஆர்சனிக்கின் அளவு இரண்டாவது சோதனைக்குழாயில் இருக்கின்ற ஆர்சனிக்கின் அளவைவிட நான்கு அல்லது ஐந்து மடங்காவது அதிகம் இருக்கும் என்று நான் சத்தியமே செய்வேன்."

"உங்களுக்குப் பைத்தியம்தான் பிடித்திருக்கிறது," என்று டின்ஸ்மீடு கத்தினார்.

"நான் நன்றாகத்தான் இருக்கிறேன். டின்ஸ்மீடு, சார்லட் உங்களுடைய சொந்தக் குழந்தை என்றும், மேக்டலீன் நீங்கள் தத்தெடுத்தக் குழந்தை என்றும் நீங்கள்தானே இன்று காலையில் என்னிடம் சொன்னீர்கள்? இன்று காலையில் உங்களுடைய மனைவியின் கையிலிருந்து நழுவிய குட்டி உருவ பொம்மையைப் பார்த்தபோது, அது சார்லட்டின் உருவம் என்று நான் தவறுதலாக நினைத்துவிட்டேன். ஆனால், உண்மையில் அது சார்லட்டின் நிஜமான அம்மாவின் உருவ பொம்மைதான். உங்களுடைய சொந்தப் பெண்ணுக்கு அந்த இரஷ்ய அப்பாவின் பரம்பரைச் சொத்துகள் வந்து சேர வேண்டும் என்று நீங்கள் திட்டம் தீட்டினீர்கள். அந்த

இரஷ்யரின் மனைவிக்கும் சார்லட்டுக்கும் இடையேயுள்ள உருவ ஒற்றுமையை வைத்து யாராவது உண்மையை ஊகித்துவிடக்கூடும் என்று அஞ்சி, நீங்கள் அவளை அப்புறப்படுத்த நினைத்தீர்கள். அதனால், அவளுடைய தேநீர் கோப்பையில் நீங்கள் ஆர்சனிக்கைக் கலந்துவிட்டீர்கள்."

திடீரென்று மேகி வெறி பிடித்தவர்போலக் கூச்சல் போடத் துவங்கினார்.

"நான் எலுமிச்சை ஜூஸ் கலக்கட்டுமா என்று கேட்டபோது, அவர் தேநீர் வேண்டும் என்று கூறினார்."

"உன்னால் வாயை மூடிக் கொண்டு சும்மா கிடக்க முடியாதா?" என்று டின்ஸ்மீடு தன் மனைவியைப் பார்த்துக் கத்தினார்.

அகலமாக விரிந்திருந்த கண்களுடன் சார்லட் தன்னை உற்று நோக்கிக் கொண்டிருந்ததைக் கிளீவ்லேண்ட் கவனித்தார். பின் மேக்டலீன் அவருடைய தோளில் தட்டி, சிறிது தள்ளி அவரை அழைத்துப் போனாள்.

அவள் அவருடைய கையிலிருந்த சோதனைக்குழாய்களைச் சுட்டிக்காட்டி, "நீங்கள் என் அப்பாவை–" என்று தொடங்கினாள்.

கிளீவ்லேண்ட் அவளிடம், "மேக்டலீன், கடந்தகால விஷயங்களில் உனக்கு நம்பிக்கை இல்லாதிருக்கலாம். ஆனால், எனக்கு நம்பிக்கை இருக்கிறது. இந்த வீட்டில் நிலவுகின்ற அமானுஷ்யமான சூழலையும் நான் நம்புகிறேன். உன் அப்பா இந்த வீட்டுக்கு வந்திருக்காவிட்டால், ஒருவேளை – நான் 'ஒருவேளை' என்றுதான் கூறுகிறேன் - அவர் இந்தத் திட்டத்தை தீட்டாமல் இருந்திருக்கக்கூடும். இந்தச் சோதனைக்குழாய்களை, சார்லட்டின் இன்றைய பாதுகாப்பிற்காகவும் வருங்காலப் பாதுகாப்பிற்காகவும் நான் என்னிடம் பத்திரமாக வைத்துக் கொள்ளப் போகிறேன். இந்தச் சான்றுகளை நான் வேறு எதற்கும் பயன்படுத்த மாட்டேன். 'எஸ்.ஓ.எஸ்' என்ற மூன்று எழுத்துகளை எழுதிய கரங்களுக்கு நன்றி தெரிவிக்கும் விதமாக என்று வேண்டுமானால் நீ நினைத்துக் கொள்ளலாம்," என்றார்.

காவு வாங்குகின்ற எகிப்தியக் கல்லறை

புவாரோ மேற்கொண்டிருந்த பல விசாரணைகளில் நான் பங்கெடுத்திருந்தபோதிலும், எகிப்திய மன்னன் மென்ஹர்ராவின் கல்லறை கண்டுபிடிக்கப்பட்டதைத் தொடர்ந்து நிகழ்ந்த பல மரணங்களின் விசாரணையைப்போல சுவாரசியமான ஒன்றை நான் கண்டதில்லை என்றுதான் கூற வேண்டும்.

லார்டு கார்னர்வோன், சர் ஜான் வில்லார்டு, நியூயார்க்கைச் சேர்ந்த திரு பிளிப்னர் ஆகியோர், பிரபல எகிப்திய மன்னன் தூட்டன்காமூனின் கல்லறைக் கண்டுபிடிப்பைத் தொடர்ந்து, கெய்ரோவுக்கு அருகேயுள்ள கீசா பிரமிடுகள் இருந்த பகுதிகளை ஒட்டித் தங்களுடைய அகழாய்வுகளைத் தொடர்ந்தபோது, ஏகப்பட்டக் கல்லறைகளைக் கண்டுபிடித்தனர். அவர்களுடைய கண்டுபிடிப்புகள் பொதுமக்களிடம் பெரும் ஆர்வத்தைத் தோற்றுவித்தன. அவற்றில் குறிப்பிடத்தக்கது மன்னன் மென்ஹர்ராவின் கல்லறைக் கண்டுபிடிப்பு. மென்ஹர்ரா, எகிப்தின் எட்டாவது இராஜவம்சத்தைச் சேர்ந்தவன். அக்காலகட்டத்தைப் பற்றி அதிகம் அறியப்படாமல் இருந்ததால், அக்கண்டுபிடிப்புகள் பற்றிய தகவல்கள் உலகெங்கும் பத்திரிகைகளில் தலைப்புச் செய்தியாக இடம் பெற்றன.

அதைத் தொடர்ந்து நடைபெற்ற ஒரு சம்பவம் மக்கள் மனத்தில் ஆழமாகப் பதிந்துவிட்டது. சர் ஜான் வில்லார்டு திடீரென்று மாரடைப்பால் காலமான செய்திதான் அது.

எகிப்தியப் பொக்கிஷங்கள் துரதிர்ஷ்டத்தைக் கொண்டு வரும் என்ற பழைய மூடநம்பிக்கைக்குத் தூபம் போடுவதற்கான வாய்ப்பாக, பரபரப்புக்குப் பெயர்போன பல பத்திரிகைகள்,

இச்செய்திகளைப் பயன்படுத்திக் கொண்டன. பிரிட்டிஷ் அருங்காட்சியகத்தில் வைக்கப்பட்டிருந்த எகிப்திய 'மம்மி' அங்கிருந்து அப்புறப்படுத்தப்பட்டது என்பது போன்ற புரட்டுக் கதைகள் செய்திகளாக உலா வரத் துவங்கின.

அதற்குப் பதினைந்து நாட்கள் கழித்து, பிளிப்னர், இரத்த நச்சுப்பாட்டின் காரணமாக இறந்து போனார். அதற்கு ஒரு சில நாட்களுக்குப் பிறகு பிளிப்னரின் அண்ணன் மகன் ரூபர்ட் பிளிப்னர், நியூயார்க்கில் தன்னைத் தானே சுட்டுக் கொண்டு இறந்து போனான். மன்னன் மென்ஹர்ராவின் சாபம்தான் இந்தத் திடீர் மரணங்களுக்குக் காரணம் என்ற கதைதான் அன்றைய தினத்தின் பேசுபொருளானது. பற்பல நூற்றாண்டுகளுக்கு முன்பு இறந்து போன எகிப்திய மன்னர்களின் மாயாஜால சக்திகள் குறித்தச் செய்திகள் உச்சகட்டத்தை அடைந்தன.

அச்சமயத்தில்தான், இறந்து போன தொல்லியலாளரான ஜான் வில்லார்டின் மனைவியிடமிருந்து புவாரோவுக்கு ஒரு குறிப்பு வந்தது. கென்சிங்டன் சதுக்கத்திலிருந்த தன்னுடைய வீட்டிற்கு வரும்படி அவர் அதில் புவாரோவுக்கு அழைப்பு விடுத்திருந்தார். நானும் புவாரோவுடன் சென்றேன்.

ஒல்லியாகவும் உயரமாகவும் இருந்த வில்லார்டு சீமாட்டி, துக்க நாட்களில் அணியப்படுகின்ற உடையில் இருந்தார். அவர் அனுபவித்துக் கொண்டிருந்த துக்கம் அவருடைய வாடிப் போயிருந்த முகத்தின்மீது துல்லியமாகப் பிரதிபலித்தது.

"புவாரோ, நான் சொல்லி அனுப்பியவுடனேயே வந்ததற்கு நன்றி."

"நான் உங்களுக்குச் சேவை புரிவதற்காகக் காத்திருக்கிறேன். என்னை எதற்காக அழைத்தீர்கள்?"

"நீங்கள் ஒரு துப்பறிவாளர் என்பதை நான் அறிவேன். ஆனால், நான் இங்கு உங்களை ஒரு துப்பறிவாளராக மட்டும் அழைக்கவில்லை. உலக அனுபவம் வாய்ந்த, கற்பனை வளம் மிகுந்த, தனித்துவமான சிந்தனாவாதி நீங்கள் என்பதை நான் அறிவேன். அமானுஷ்யம் குறித்து நீங்கள் என்ன நினைக்கிறீர்கள் என்பதைச் சொல்லுங்கள்."

அவருக்கு பதிலளிப்பதற்கு முன், புவாரோ ஒரு கணம் தயங்கினார். என்ன சொல்லலாம் என்று அவர் யோசித்ததுபோலத் தோன்றியது. பின்னர் அவர் இவ்வாறு பதிலளித்தார்:

"நமக்கிடையே எந்தவிதமான தவறான புரிதல்களும் இருக்கக்கூடாது என்று நான் நினைக்கிறேன். இங்கு நீங்கள் என்னிடம் வீசியிருப்பது ஒரு பொதுவான கேள்வி அல்ல.

உங்களுடைய காலஞ்சென்ற கணவரின் இறப்பு குறித்து நீங்கள் மறைமுகமாகக் குறிப்பிடுகிறீர்கள், அப்படித்தானே?"

"ஆமாம், அது உண்மைதான்," என்று சீமாட்டி ஒப்புக் கொண்டார்.

"அவருடைய இறப்புச் சூழல் குறித்து நான் விசாரிக்க வேண்டும் என்று நீங்கள் விரும்புகிறீர்களா?"

"பத்திரிகைகளில் இடம் பெற்றச் செய்திகளில் கட்டுக்கதைகளின் பங்கு எவ்வளவு, உண்மைத் தகவல்களின் பங்கு எவ்வளவு என்பதை நீங்கள் உறுதி செய்ய வேண்டும் என்று நான் விரும்புகிறேன். அடுத்தடுத்து மூன்று மரணங்கள் நிகழ்ந்துள்ளன. அவற்றைத் தனித்தனியாக எடுத்துக் கொண்டால் அவற்றுக்கு எளிதாக விளக்கமளித்துவிட முடியும். ஆனால், அவற்றை மொத்தமாகப் பார்த்தால், அவற்றைத் தற்செயல் நிகழ்வுகள் என்று அவ்வளவு எளிதாக ஒதுக்கித் தள்ளிவிட முடியாது. ஏனெனில், அவை அனைத்தும் அந்தக் கல்லறை திறக்கப்பட்டு ஒரு மாதத்திற்குள் நிகழ்ந்துள்ளன. அது வெறும் மூடநம்பிக்கையாக இருக்கலாம் அல்லது நவீன அறிவியலின் கற்பனைக்குள் அடங்காத விதத்தில் இயங்கிக் கொண்டிருக்கின்ற சக்திவாய்ந்த ஏதோ பழங்கால சாபமாக இருக்கலாம். ஆனால், இங்கு நம் கண்முன் துருத்திக் கொண்டிருக்கின்ற உண்மையை நம்மால் மறைக்க முடியாது. மூன்று அகால மரணங்கள்! எனக்கு பயமாக இருக்கிறது, புவாரோ. இது இத்துடன் நின்றுவிடாது என்று நான் பயப்படுகிறேன்."

"குறிப்பாக நீங்கள் யாரை நினைத்துக் கவலைப்படுகிறீர்கள்?"

"என் மகன் கய் வில்லார்டை நினைத்துத்தான் நான் கவலைப்படுகிறேன். என் கணவரின் மரணச் செய்தி வந்தபோது, நான் உடல்நிலை சரியில்லாமல் இருந்தேன். அப்போதுதான் ஆக்ஸ்ஃபோர்டிலிருந்து திரும்பியிருந்த என் மகன், உடனே கிளம்பிச் சென்று என் கணவரின் உடலைக் கொண்டு வந்தான். இப்போது அவன் மீண்டும் எகிப்துக்குக் கிளம்பிச் சென்றுள்ளான். என் கெஞ்சல்களையும் மன்றாடல்களையும் அலட்சியம் செய்துவிட்டு அவன் சென்றுள்ளான். தன் அப்பாவின் இடத்தை எடுத்துக் கொண்டு, அவர் மேற்கொண்டிருந்த பணிகளைத் தான் தொடர வேண்டும் என்று அவன் தணியாத தாகம் கொண்டுள்ளான். நீங்கள் என்னை ஒரு மதியற்றப் பெண்ணாக, எல்லாவற்றையும் எளிதில் நம்பிவிடுகின்ற ஒருத்தியாக நினைக்கக்கூடும் என்று நான் சந்தேகப்படுகிறேன். ஒருவேளை, இறந்து போன அந்த மன்னனின் ஆவி இன்னும் சாந்தியடையாமல் இருந்தால்?

நான் பேசுவது உங்களுக்கு அபத்தமாகப் படலாம்–"

"இல்லை. நான் அப்படி நினைக்கவில்லை. மூடநம்பிக்கையின் சக்தியை நானும் நம்புகிறேன். உலகிலேயே மிகவும் ஆற்றல்வாய்ந்த சக்தி அது."

நான் புவாரோவை வியப்புடன் பார்த்தேன். புவாரோவை ஒரு மூடநம்பிக்கையாளர் என்று நான் ஒருபோதும் கருதியதில்லை. ஆனால், தனக்கு மூடநம்பிக்கை இருந்ததை இங்கு அவர் வெளிப்படையாக ஒப்புக் கொண்டிருந்தார்.

"உங்களுடைய மகனை நான் பாதுகாக்க வேண்டும் என்று நீங்கள் விரும்புகிறீர்கள், அப்படித்தானே? அவனை ஆபத்து அண்டாமல் இருப்பதற்கு என்னால் ஆன அனைத்து முயற்சிகளையும் நான் மேற்கொள்கிறேன்."

"சாதாரணமான கேஸ்கள் என்றால் உங்கள் உத்தரவாதம் போதும். ஆனால், இது அமானுஷ்யம் தொடர்பான விஷயமாக இருக்கிறதே?"

"அறிவியல் யுகம் என்று நாம் மார்தட்டிக் கொள்கின்ற இந்தக் காலத்தைவிட, மத்தியக் காலகட்டத்திலேயே, மாய, மந்திரதந்திரங்களைச் சமாளிக்க அதிகமான வித்தைகள் அறியப்பட்டிருந்தன. அதனால், நீங்கள் கவலைப்பட வேண்டாம். இப்போது நான் விஷயத்திற்கு வருகிறேன். உங்களுடைய கணவர் எப்போதுமே அர்ப்பணிப்பு கொண்ட ஓர் எகிப்தியலாளராக இருந்து வந்திருந்தார், அப்படித்தானே?"

"ஆமாம். அவருடைய இளமைக் காலத்திலிருந்தே அவருக்கு அதில் ஆர்வம் இருந்து வந்தது. இத்துறையின் தலைசிறந்த வல்லுநர்களில் ஒருவராக அவர் திகழ்ந்தார்."

"ஆனால், பிளிப்னர் இத்துறையில் தொழில்முறையாக ஈடுபட்டவர் அல்லர் என்று நான் கேள்விப்பட்டிருந்தேனே?"

"ஆமாம், அது உண்மைதான். அவர் ஒரு மாபெரும் செல்வந்தர். அவருக்கு ஏதாவது ஒரு விஷயத்தில் ஆர்வம் ஏற்பட்டால், அவர் உடனே அதில் குதித்துவிடுவார். என் கணவர் அவருக்கு எகிப்தியலில் ஆர்வத்தைத் தோற்றுவித்திருந்த காரணத்தால் அவர் அதில் இறங்கினார். அவருடைய பணம் இந்த அகழாய்வு முயற்சிக்குப் பெரும் பக்கபலமாக இருந்தது."

"பிளிப்னரின் அண்ணன் மகன் ரூபர்ட் பிளிப்னர் எப்படி? அவனுடைய இரசனைகள் எப்படி இருந்தன? அவன் இந்த அகழாய்வுக் குழுவினருடன் முதலிலிருந்தே தன்னை ஈடுபடுத்திக் கொண்டிருந்தானா?"

"நான் அப்படி நினைக்கவில்லை. இன்னும் சொல்லப் போனால், அவனுடைய மரணச் செய்தியை நாளிதழில் படிக்கின்றவரை, நான் அவனைப் பற்றிக்

கேள்விப்பட்டிருக்கவில்லை. பிளிப்னர் தன் அண்ணன் மகனுடன் அப்படியொன்றும் நெருக்கமாக இருக்கவில்லை. அவர் தன்னுடைய உறவினர்களைப் பற்றி எங்களிடம் பேசியதே இல்லை."

"இந்தக் குழுவில் வேறு யாரெல்லாம் இடம் பெற்றிருந்தனர்?"

"பிரிட்டிஷ் அருங்காட்சியகத்தில் ஒரு சிறிய பதவியில் இருக்கின்ற தொல்லியலாளர் டாஸ்வில்; நியூயார்க் மெட்ரோபாலிட்டன் அருங்காட்சியகத்தைச் சேர்ந்த தொல்லியலாளர் ஷ்னீடர்; மருத்துவ டாக்டர் ஏம்ஸ்; அமெரிக்காவைச் சேர்ந்த ஓர் இளம் செயலாளர்; என் கணவரின் தனிப்பட்டப் பணியாள் ஹாசன்."

"அந்த அமெரிக்கச் செயலாளரின் பெயர் உங்களுக்கு நினைவிருக்கிறதா?"

"ஹார்ப்பர் என்று நினைக்கிறேன். ஆனால், எனக்கு உறுதியாகத் தெரியவில்லை. அவன் பிளிப்னருடன் நீண்ட நாட்களாக இருந்து வந்தான். பழகுவதற்கு இனிமையானவன் அவன்."

"நன்றி."

"வேறு ஏதாவது உங்களுக்குத் தேவையா?"

"இல்லை. இப்போதைக்கு இந்தத் தகவல்கள் போதும். விஷயத்தை என்னிடம் விட்டுவிடுங்கள். உங்கள் மகனைப் பற்றிக் கவலைப்படாதீர்கள். அவனைப் பாதுகாக்க என்னால் ஆன அனைத்தையும் நான் செய்கிறேன்."

புவாரோவின் வார்த்தைகள் அந்தச் சீமாட்டியின் மனத்திற்கு நிம்மதியும் அமைதியும் அளிப்பவையாக இருக்கவில்லை என்பது கண்கூடு. ஏனெனில், அதைக் கேட்டு அவர் முகம் சுளித்ததை நான் பார்த்தேன். அதே நேரத்தில், புவாரோ அப்பெண்மணியின் கவலையைப் புறந்தள்ளவில்லை என்பது அவருக்கு ஆறுதலளிப்பதாக இருந்திருக்க வேண்டும்.

இந்த அளவு அமானுஷ்யம் சூழ்ந்திருந்த விவகாரங்களில் புவாரோ இதற்கு முன்பு ஒருபோதும் தலையிட்டதில்லை என்பதால், நாங்கள் திரும்பிச் சென்ற வழியில் நான் அவரிடம் இதைப் பற்றிக் கேட்டேன்.

"ஹேஸ்டிங்ஸ், எனக்கு இவற்றில் நம்பிக்கை உண்டு. மூடநம்பிக்கையின் சக்தியை ஒருவர் குறைத்து மதிப்பிட்டுவிடக்கூடாது," என்று புவாரோ கூறினார்.

"இந்த விஷயத்தில் நாம் என்ன செய்யப் போகிறோம்?"

"முதலில், ரூபர்ட்டின் மரணம் குறித்த விரிவான தகவல்களை அனுப்பும்படி நியூயார்க்கிற்கு ஒரு தந்தி அனுப்பப் போகிறோம்."

அந்தத் தந்தி அனுப்பப்பட்டு அதற்கான பதிலும் வந்தது. ரூபர்ட் பல ஆண்டுகளாக மனச்சோர்வால் அவதிப்பட்டு வந்திருந்தான். அவன் கடற்கரையோரமாக அலைந்து திரிந்து, விலைமதிப்பு வாய்ந்த பொருட்களைத் தேடிக் கொண்டிருந்தான். இரண்டு ஆண்டுகளுக்கு முன், அவன் நியூயார்க் நகருக்குத் திரும்பி வந்திருந்தான். அதன் பிறகு அவனுடைய மனச்சோர்வு கடுமையாக அதிகரித்தது. சமீபத்தில், எகிப்துக்குச் செல்வதற்குப் போதுமான அளவு பணத்தை நியூயார்க்கில் தனக்குத் தெரிந்தவர்களிடம் அவன் கடன் வாங்கியிருந்தான். "எகிப்திலிருந்து திரும்பி வருவதற்கு எனக்குக் கடன் கொடுப்பதற்கு எகிப்தில் ஒருவர் இருக்கிறார்," என்று அவன் முழங்கியிருந்தான். ஆனால், அவனுடைய திட்டம் பலிக்கவில்லை. படுகஞ்சனாக இருந்த அவனுடைய சிற்றப்பா பிளிப்னர், இரத்தமும் சதையுமாகத் தன்முன் உலாவிக் கொண்டிருந்த தன் சொந்தக்காரர்களைவிட, என்றோ மண்ணுக்குள் புதைந்து போயிருந்த அரசர்களின் எலும்புக்கூடுகளின்மீதுதான் அதிகக் கரிசனம் கொண்டிருந்தார் என்பதை அறிந்து அவரைத் திட்டிக் கொண்டே அவன் மீண்டும் நியூயார்க் நகருக்குத் திரும்பியிருந்தான். அவன் எகிப்தில் இருந்தபோதுதான் ஜான் வில்லார்டின் மரணம் நிகழ்ந்திருந்தது. நியூயார்க் நகருக்குத் திரும்பிய அவன், தற்கொலைக் கடிதம் ஒன்றை எழுதி வைத்துவிட்டுத் தன்னை தானே மாய்த்துக் கொண்டான். அக்கடிதத்தில் சில விநோதமான வாசகங்கள் இடம் பெற்றிருந்தன. அக்கடிதம் அவசர அவசரமாக, சுயகழிவிரக்கத்தினால் உந்தப்பட்டு எழுதப்பட்டிருந்ததைப்போலத் தோன்றியது. அக்கடிதத்தில், தான் ஒரு தொழுநோயாளி என்றும், சமூகத்தால் புறக்கணிக்கப்பட்டவன் என்றும், அதனால், தான் உயிரோடு இருப்பதைவிடச் செத்துப் போவதே மேல் என்றும் அவன் குறிப்பிட்டிருந்தான்.

இவற்றுக்கான காரணம் குறித்து என் மனத்தில் ஒரு யோசனை உதித்தது. என்றோ செத்துப் போன எகிப்திய மன்னனின் பழிவாங்கும் நடவடிக்கைகளிலெல்லாம் எனக்குக் கடுகளவு நம்பிக்கைகூடக் கிடையாது. நான் மொத்த விஷயத்தையும் ஒரு நவீனக் குற்றமாகவே பார்த்தேன். ஒருவேளை இந்த இளைஞன் தன் சிற்றப்பாவைக் கொல்வதற்காக வைத்த விஷத்தை, தவறுதலாக ஜான் வில்லார்டு உட்கொண்டிருக்கக்கூடும். அவன் நியூயார்க் நகருக்குத் திரும்பியவுடன் அவனுடைய சிற்றப்பாவின் மரணச் செய்தி அவனை எட்டுகிறது. தன்னுடைய அவசரத்தால்,

தேவையில்லாமல் ஓர் அப்பாவியைத் தான் கொன்றிருந்தது குறித்தக் குற்றவுணர்வால் தூண்டப்பட்டு அவன் தற்கொலை செய்து கொண்டிருந்திருக்கக்கூடும்.

என்னுடைய இந்த யோசனையை நான் புவாரோவிடம் தெரிவித்தேன். அவர் அதில் ஆர்வம் காட்டினார்.

“ஹேஸ்டிங்ஸ், உங்களுடைய யோசனை சிறப்பானதாக இருக்கிறது. ஆனால், இதில் நீங்கள் அந்த எகிப்தியக் கல்லறையின் தாக்கம் பற்றி எதுவுமே குறிப்பிடவில்லையே?”

“அதன் தாக்கம் இதில் இருக்கும் என்று நீங்கள் நினைக்கிறீர்களா?”

“ஆமாம். அதனால்தான் நாம் நாளையே எகிப்துக்குப் போகிறோம்,” என்று புவாரோ அறிவித்தார்.

அதைக் கேட்டு நான் பெரிதும் வியந்தேன்.

“ஆனால், இந்தக் கடற்பயணம்... அதை நான் வெறுக்கிறேன்!”என்று புவாரோ புலம்பினார்.

* * *

ஒரு வாரம் கழித்து நாங்கள் எகிப்தில் இருந்தோம். பாதங்களுக்குக் கீழே பொன்னிறப் பாலைவன மணல் சுட்டுக் கொண்டிருந்தது. தலைக்கு மேலே சூரியன் தகதகத்துக் கொண்டிருந்தான். புவாரோவுக்குப் பயணம் செய்யவே பிடிக்காது. பிரான்ஸின் மார்செயில்ஸ் துறைமுகத்திலிருந்து புறப்பட்ட எங்களுடைய கப்பல், நான்கு நாட்கள் பயணத்திற்குப் பிறகு, எகிப்தின் அலெக்சான்ட்ரியா துறைமுகத்திற்குப் போய்ச் சேர்ந்தது. புவாரோ வாடி வதங்கிப் போயிருந்தார். அங்கிருந்து நாங்கள் கெய்ரோவுக்குச் சென்று, பிரமிடுகளுக்கு அருகேயிருந்த ‘மேனா ஹவுஸ்’ என்ற ஓட்டலுக்கு வந்து சேர்ந்தோம்.

எகிப்தின் வசீகரம் எனக்கு மிகவும் குதூகலமளித்தது. புவாரோ லண்டனில் இருந்தபோது எப்படி உடையணிவாரோ அதைப்போல இங்கும் உடையணிந்திருந்தார். தன் உடையில் தொடர்ந்து சேர்ந்து கொண்டிருந்த மணற்துகள்களை அகற்ற அவர் திணறினார். அந்த மணற்துகள்களைத் தட்டிவிடுவதற்காகவே அவர் ஒரு பிரஷ்ஷைத் தூக்கித் திரிந்து கொண்டிருந்தார்.

“ஹேஸ்டிங்ஸ், என் காலணிகளைப் பார்த்தீர்களா? மணல் அதற்குள் புகுந்து கொண்டு என் பாதங்களைப் பாடாய்ப்படுத்துகிறது. எப்போதும் பளபளப்பாக இருக்கின்ற என் காலணிகள் இப்போது பார்க்கவே சகிக்க முடியாத

நிலையில் இருக்கின்றன. இந்தச் சூட்டில் என் முறுக்குமீசை நேராக நிற்காமல் தொங்கிக் கொண்டிருக்கிறது," என்று அவர் ஒரு புகார்ப் பட்டியல் வாசித்தார்.

நாங்கள் அடைய வேண்டியிருந்த முகாமை அடைவதற்கு நாங்கள் ஒட்டகங்களை ஏற்பாடு செய்திருந்தோம். புவாரோ அவற்றில் ஒன்றில் ஏறிப் பார்த்துவிட்டு, கீழே இறங்கி ஒரு கழுதையில் ஏறிக் கொண்டார். ஒட்டகப் பயணம் எவ்வளவு கடினம் என்பதை நான் பின்னர்தான் உணர்ந்தேன். ஒரு வாரத்திற்கு உடம்பு வலித்தது.

ஒருவழியாக நாங்கள் அகழாய்வு முகாமை அடைந்தோம். முகத்தில் வெள்ளைத் தாடியுடனும், தலையில் ஒரு தலைக்கவசத்துடனும் இருந்த ஒருவர் எங்களை வரவேற்றார்.

"வாருங்கள், புவாரோ! வாருங்கள், ஹேஸ்டிங்ஸ்! உங்களைக் கெய்ரோவில் வந்து வரவேற்க முடியவில்லை. திடீரென்று ஏற்பட்ட ஒரு சம்பவம் எங்களுடைய திட்டங்களையெல்லாம் சீர்குலைத்துவிட்டது."

புவாரோவின் முகம் வெளுத்துவிட்டது.

"இன்னொரு மரணமா?" என்று அவர் கேட்டார்.

"ஆமாம்."

"கய் வில்லார்டா?" என்று நான் பதறிப் போய்க் கேட்டேன்.

"இல்லையில்லை. என்னுடைய சக தொல்லியலாளர் ஷ்னீடர்."

"அவருடைய இறப்புக்குக் காரணம் என்ன?" என்று புவாரோ கேட்டார்.

"டெட்டனஸ்."

இப்போது என் முகம் வெளுத்துவிட்டது. என்னைத் தீய சக்திகள் சூழ்ந்திருந்ததுபோல எனக்குத் தோன்றியது. அடுத்தப் பலி நானாக இருப்பேனோ என்ற கிலி என்னை ஆட்கொண்டது.

புவாரோ அவரிடம், "அது டெட்டனஸ் என்று உங்களுக்கு உறுதியாகத் தெரியுமா?" என்று கேட்டார்.

"உறுதியாகத் தெரியும். மேற்கொண்டு தகவல்கள் வேண்டுமென்றால், டாக்டர் ஏம்ஸிடம் நீங்கள் கேட்டுக் கொள்ளுங்கள்."

"ஓ! நீங்கள்தான் டாக்டர் ஏம்ஸ் என்று நான் நினைத்துவிட்டேன்."

"இல்லை. என் பெயர் டாஸ்வில்."

அவரிடமிருந்த ஏதோ ஒன்று என்னை அவர்மீது சந்தேகம் கொள்ள வைத்தது.

"என்னுடன் வாருங்கள். நான் உங்களை கய் வில்லார்டிடம்

அழைத்துச் செல்கிறேன். உங்கள் வரவை அவர் ஆவலுடன் எதிர்பார்த்துக் கொண்டிருக்கிறார்."

நாங்கள் அந்த முகாமின் ஊடாக அழைத்துச் செல்லப்பட்டோம். பிறகு ஒரு பெரிய கூடாரத்திற்குள் நாங்கள் நுழைந்தோம். அங்கு மூன்று பேர் அமர்ந்திருந்தனர்.

எங்கள் வருகையை டாஸ்வில் அவர்களிடம் அறிவித்தார்.

அந்த மூவரில் மிகவும் இளமையாக இருந்தவன் எழுந்து எங்களை நோக்கி விரைந்து வந்தான். இருபத்திரண்டு வயதே ஆன அவன், களைத்துப் போயிருந்ததால், பல ஆண்டுகள் மூத்தவனாகத் தெரிந்தான். அவன் கடுமையான மனஉளைச்சலுக்கு ஆளாகியிருந்தது கண்கூடாகத் தெரிந்தது.

அவன் அங்கிருந்த மற்ற இருவரையும் எங்களிடம் அறிமுகப்படுத்தி வைத்தான். ஒருவர் டாக்டர் ஏம்ஸ். அவர் தன் முப்பதுகளில் இருந்தார். ஆனாலும், அவருடைய காதோரங்களில் நரை எட்டிப் பார்த்தது. மற்றவன் ஹார்ப்பர். ஒல்லியாக இருந்த அவன், மூக்குக்கண்ணாடி அணிந்திருந்தான்.

வழக்கமான நல விசாரிப்புகளுக்குப் பிறகு, டாஸ்வில்லும் ஹார்ப்பரும் அங்கிருந்து சென்றுவிட்டனர். நாங்கள் கய் வில்லார்டுடனும் டாக்டர் ஏம்ஸுடனும் தனியாக இருந்தோம்.

"நீங்கள் என்ன கேள்வி வேண்டுமானாலும் எங்களிடம் கேட்கலாம். தொடர்ந்து நடைபெற்றுக் கொண்டிருக்கின்ற இத்தகைய சம்பவங்கள் எங்களைத் திக்குமுக்காட வைத்துள்ளன. இவை அனைத்தும் எதேச்சையாக நடந்தவையாக இருக்க முடியாது என்பது மட்டும் உறுதி," என்று கய் கூறினான்.

அவனிடம் ஒருவிதமான பதற்றம் இருந்தது. புவாரோ அவனைத் தீவிரமாக அவதானித்துக் கொண்டிருந்தார்.

அவர் கய்யிடம், "நீ இதயபூர்வமாகத்தான் இதில் ஈடுபட்டுக் கொண்டிருக்கிறாயா?" என்று கேட்டார்.

"ஆமாம். என்ன நடந்தாலும் சரி, இதன் விளைவுகள் என்னவாக இருந்தாலும் சரி, இந்த வேலை தொடரும் என்பது உறுதி. நான் இதிலிருந்து பின்வாங்கப் போவதில்லை."

புவாரோ டாக்டர் ஏம்ஸின் பக்கம் திரும்பினார்.

"நீங்கள் எப்படி டாக்டர்?"

"நானும் இதிலிருந்து விலகப் போவதில்லை."

"சரி. ஷ்னீடர் எப்போது இறந்தார்?"

"மூன்று நாட்களுக்கு முன்பு."

"இது டெட்டனஸ்தான் என்பது உங்களுக்கு உறுதியாகத் தெரியுமா?"

"உறுதியாகத் தெரியும்."

"இது ஸ்டிரைக்னைன் விஷம் போன்றவற்றால்

ஏற்பட்டிருப்பதற்கு வாய்ப்பு உள்ளதா?"

"இல்லை. நீங்கள் எந்தக் கோணத்தில் யோசித்துக் கொண்டிருக்கிறீர்கள் என்பது எனக்குப் புரிகிறது. ஆனால், இது கண்டிப்பாக டெட்டனஸால் ஏற்பட்ட மரணம்தான்."

"நீங்கள் டெட்டனஸுக்கான எதிர்ச்சீரத்தைச் செலுத்தினீர்களா?"

"ஆமாம். மருத்துவரீதியாக எங்களால் முடிந்த அனைத்தையும் நாங்கள் செய்து பார்த்தோம்."

"அந்த எதிர்ச்சீரம் உங்களிடம் இருந்ததா?"

"இல்லை. அதை நாங்கள் கெய்ரோவிலிருந்து வரவழைத்தோம்."

"இந்த முகாமில் வேறு யாராவது டெட்டனஸால் பாதிக்கப்பட்டிருக்கிறார்களா?"

"இல்லை. ஒருவர்கூட பாதிக்கப்பட்டிருக்கவில்லை."

"பிளிப்னரின் இறப்பு டெட்டனஸால் ஏற்பட்டது அல்ல என்பது உங்களுக்கு உறுதியாகத் தெரியுமா?"

"உறுதியாகத் தெரியும். அவருடைய பெருவிரலில் ஒரு காயம் ஏற்பட்டிருந்தது. அது பழுத்து செப்டிக் ஆகிவிட்டது. சாதாரண மனிதர்களுக்கு இரண்டும் ஒன்றுபோலத் தோன்றலாம். ஆனால், இரண்டுக்கும் நிறைய வித்தியாசம் இருக்கிறது."

"அப்படியானால், நிகழ்ந்துள்ள நான்கு மரணங்களுக்கான காரணங்கள் ஒன்றிலிருந்து மற்றொன்று முற்றிலும் வேறுபட்டவையாக இருக்கின்றன. ஒன்று மாரடைப்பால் நிகழ்ந்துள்ளது. இன்னொன்று, இரத்தத்தில் விஷம் கலந்ததால் ஏற்பட்டது. மூன்றாவது, தற்கொலை. நான்காவது, டெட்டனஸ்."

"ஆமாம்."

"இந்த நான்கையும் இணைக்கின்ற பொதுவான காரணி எதுவும் இல்லையா?"

"நீங்கள் என்ன சொல்ல வருகிறீர்கள் என்பது எனக்குப் புரியவில்லை."

"சரி. நான் வெளிப்படையாகவே கேட்டுவிடுகிறேன்: மென்ஹர்ராவின் ஆவியை அவமதிக்கும்படியான செயல்கள் எதிலேனும் இந்த நால்வரும் ஈடுபட்டிருந்தனரா?"

டாக்டர் ஏம்ஸ் நம்ப முடியாமல் புவாரோவைப் பார்த்தார். "புவாரோ, நீங்கள் என்ன பேசிக் கொண்டிருக்கிறீர்கள் என்பதைத் தெரிந்துதான் பேசுகிறீர்களா? நீங்கள் அபத்தமாக ஏதோ உளறிக் கொண்டிருக்கிறீர்கள். இங்கு நிலவும் மூடநம்பிக்கைகளை நீங்கள் உண்மையிலேயே நம்புகிறீர்களா?"

“நீங்கள் பேசுவது அபத்தக் களஞ்சியமாக இருக்கிறது,” என்று கய் கோபப்பட்டுக் கத்தினான்.

புவாரோ இடித்தப் புளியாக இருந்தார்.

“டாக்டர் ஏம்ஸ், அப்படியானால் உங்களுக்கு இப்படிப்பட்ட நம்பிக்கைகள் இல்லை, அப்படித்தானே?”

“எனக்கு இல்லை,” என்று டாக்டர் ஏம்ஸ் ஆணித்தரமாகக் கூறினார். “நான் அறிவியலை நம்புபவன். அறிவியல் எதை போதிக்கிறதோ, அதை மட்டுமே நான் நம்புகிறேன்.”

“அப்படியானால், பண்டைய எகிப்தில் அறிவியலே இல்லை என்று நீங்கள் கூறுகிறீர்களா?” என்று புவாரோ மென்மையாகக் கேட்டார். உண்மையில் அதற்கு என்ன பதில் கூறுவதென்று அந்த டாக்டருக்குத் தெரியவில்லை. புவாரோ அவருடைய பதிலுக்குக் காத்திராமல் தொடர்ந்து பேசினார். “இதற்கு நீங்கள் பதில் கூற முனைய வேண்டாம். இந்த அகழாய்வில் பணியாற்றிக் கொண்டிருக்கும் உள்ளூர் தொழிலாளர்கள் என்ன நினைக்கிறார்கள் என்று மட்டும் சொல்லுங்கள்.”

“வெள்ளைக்காரர்களின் தலைகளை அடுத்து அவர்களுடைய தலைகளும் உருளப் போவதாக அவர்கள் நினைத்துக் கொண்டிருக்கின்றனர். அதோடு, அவர்கள் மிகவும் பயந்து போயிருக்கின்றனர். அப்படி அவர்கள் பயப்பட வேண்டிய தேவையில்லை என்று நான் நினைக்கிறேன்.”

கய் இடையில் புகுந்தான். “இது அபத்தமானது. இதைப் போய் எப்படி உங்களால் நம்ப முடிகிறது? நீங்கள் அவ்வாறு நினைத்தால், பண்டைய எகிப்தைப் பற்றி உங்களுக்கு எதுவும் தெரியவில்லை என்று அர்த்தம்.”

அதற்கு பதிலளிக்கும் விதமாக, புவாரோ தன் பாக்கெட்டுக்குள்ளிருந்து ஒரு சிறிய புத்தகத்தை எடுத்தார். நைந்து போயிருந்த ஒரு புராதனப் புத்தகம் அது. அதை அவர் எடுத்து நீட்டியபோது, அதன் தலைப்பை என்னால் பார்க்க முடிந்தது. ‘எகிப்தியர்கள் மற்றும் சால்டியர்களின் மாயாஜாலங்கள்.’ பின் புவாரோ மெதுவாக எழுந்து அந்தக் கூடாரத்தைவிட்டு வெளியே சென்றுவிட்டார்.

டாக்டர் ஏம்ஸ் என்னை வெறித்துப் பார்த்துவிட்டு, “அவர் என்னதான் யோசித்துக் கொண்டிருக்கிறார்?” என்று என்னிடம் கேட்டார்.

“எனக்குத் தெரியவில்லை,” என்று நான் ஒத்துக் கொண்டேன். “தீய சக்திகளை உசுப்பி எழுப்புவதற்கு அவர் ஏதாவது திட்டம் வைத்திருக்கக்கூடும், யார் கண்டது?”

பின்னர் நானும் அந்தக் கூடாரத்திலிருந்து வெளியேறி, புவாரோவைத் தேடினேன். அவர் ஹார்ப்பருடன் பேசிக்

கொண்டிருந்தார்.

ஹார்ப்பர் புவாரோவிடம், "பிளிப்னரின் விவகாரங்கள் எனக்கு அத்துப்படி. இந்த அகழாய்வுப் பயணத்தில், கடந்த ஆறு மாதங்களாகத்தான் நான் பங்கு கொண்டு வந்துள்ளேன்," என்று கூறிக் கொண்டிருந்ததை நான் கேட்டேன்.

"அவருடைய அண்ணன் மகனான ரூபர்ட்டைப் பற்றி ஏதேனும் என்னிடம் பகிர்ந்து கொள்ள முடியுமா?"

"அவன் திடீரென்று ஒரு நாள் இங்கு வந்தான். அதற்கு முன்பு நான் அவனை ஒருபோதும் பார்த்ததில்லை. ஆனால், ஏம்ஸும் ஷ்னீடரும் ஏற்கனவே அவனைச் சந்தித்திருந்தனர் என்று நான் நினைக்கிறேன். அவன் இங்கு வந்தது பிளிப்னருக்குப் பிடிக்கவே இல்லை. வெகு விரைவிலேயே அவர்களுக்கு இடையே பலத்த வாக்குவாதங்கள் நிகழ்ந்தன. பிளிப்னர் ரூபர்ட்டிடம், 'உனக்குச் சல்லிக்காசுகூட நான் தர மாட்டேன். நான் செத்தப் பிறகும் உனக்கு எதுவும் கிடைக்காது. என்னுடைய மொத்தப் பணத்தையும், நான் என் வாழ்நாள் முழுவதும் செய்து வந்துள்ள வேலைகளைத் தொடர்வதற்காக நான் எழுதி வைக்கப் போகிறேன். இது குறித்து நான் இன்றே ஷ்னீடரிம் பேசப் போகிறேன்,' என்று கூறினார். அதைத் தொடர்ந்து ரூபர்ட் கெய்ரோவிற்குக் கிளம்பிச் சென்றுவிட்டான்."

"அப்போது அவனுடைய உடல்நலம் செம்மையாக இருந்ததா?"

"தன் உடலில் ஏதோ பிரச்சனை இருந்ததாக அவன் குறிப்பிட்டான். ஆனால் அது அவ்வளவு தீவிரமான பிரச்சனை அல்ல என்று நான் நினைக்கிறேன். இல்லையெனில், அது நிச்சயமாக என் நினைவில் இருந்திருக்கும்."

"பிளிப்னர் ஏதேனும் உயில் எழுதி வைத்துள்ளாரா?"

"எங்களுக்குத் தெரிந்தவரை இல்லை."

"ஹார்ப்பர், நீ இந்த அகழாய்வுப் பணியில் தொடர்ந்து நீடிக்கப் போகிறாயா?"

"இல்லை. இங்கு விஷயங்கள் ஒரு கட்டுக்குள் வந்தவுடன் நான் நியூயார்க்கிற்குத் திரும்பிச் சென்றுவிடுவேன். இதற்காக நீங்கள் என்னைப் பரிகசிக்கலாம். ஆனால், நான் மென்ஹர்ராவின் வேட்டையின் அடுத்தப் பலிகடாவாக ஆவதில் எனக்கு விருப்பமில்லை. நான் இங்கு இருந்தால், கண்டிப்பாக அவன் என்னைத் தீர்த்துக்கட்டிவிடுவான்."

ஹார்ப்பர் தன் நெற்றியிலிருந்து வழிந்து கொண்டிருந்த வியர்வையைத் துடைத்தான்.

புவாரோ அவனிடமிருந்து திரும்பி நடந்தார். பிறகு அவர்

லேசாகத் திரும்பி, “மென்ஹர்ரா ஒருவனை நியூயார்க்கில் வைத்துத் தொலைத்துக் கட்டியிருந்தான் என்பதை மறந்துவிடாதே,” என்று அவருக்கே உரிய தனித்துவமான புன்னகையுடன் கூறினார்.

“அடக் கடவுளே!” என்று ஹார்ப்பர் அலுத்துக் கொண்டான்.

என்னருகே வந்த புவாரோ, “ஹார்ப்பர் மிகவும் பதற்றத்துடன் இருக்கிறான் என்பதில் சந்தேகமில்லை,” என்று கூறினார்.

எங்களுக்கு ஒதுக்கப்பட்டக் கூடாரத்திற்கு நாங்கள் வந்தோம். அதன் வாயிலில், ஒரு வெண்ணிற அங்கி அணிந்திருந்த, உயரமான ஒருவன் நின்று கொண்டிருந்தான். எங்களைக் கண்டதும் அவன் மரியாதையாக ஒதுங்கி வழிவிட்டுவிட்டு, அரபி மொழியில் எங்களுக்கு வணக்கம் சொன்னான். புவாரோ அவனருகே நின்றார்.

“நீ ஜான் வில்லார்டின் பணியாள் ஹாசன்தானே?” என்று புவாரோ அவனிடம் கேட்டார்.

“ஆமாம். இப்போது நான் கய் வில்லார்டுக்குச் சேவகம் புரிந்து கொண்டிருக்கிறேன்,” என்று கூறிய அவன், எங்களருகே வந்து ஒரு தாழ்வான குரலில், “புவாரோ, தீய ஆவிகளைக் கையாள்வதில் நீங்கள் கைதேர்ந்தவர் என்று நான் கேள்விப்பட்டுள்ளேன். இங்கே தீய சக்திகள் நம்மைச் சூழ்ந்துள்ளன. கய் வில்லார்டை இங்கிருந்து கிளம்பிப் போய்விடச் சொல்லுங்கள்,” என்று கூறினான்.

பிறகு அவன் புவாரோவின் பதிலுக்குக் காத்திராமல் விறுவிறுவென்று அங்கிருந்து நகர்ந்து சென்றுவிட்டான்.

“இங்குத் தீய சக்திகள் சுற்றிக் கொண்டிருப்பதை என்னாலும் உணர முடிகிறது,” என்றார் புவாரோ.

நாங்கள் குளித்துவிட்டுச் சாப்பிடச் சென்றோம். முழு நேரமும் எகிப்தியப் புராதனப் பொருட்களைப் பற்றி டாஸ்வில் பேசிக் கொண்டிருந்தார். சாப்பிட்டு முடித்துவிட்டு, தூங்குவதற்காக நாங்கள் எங்களுடைய கூடாரத்திற்குக் கிளம்பிக் கொண்டிருந்தபோது, கய் வில்லார்டு புவாரோவின் கையைப் பிடித்துக் கொண்டு, கூடாரத்திற்கு வெளியே ஒரு காட்சியை அவருக்குச் சுட்டிக்காட்டினான். அங்கு ஓர் உருவம் அங்கிருந்த கூடாரங்களுக்கு நடுவே பதுங்கிப் பதுங்கிச் சென்று கொண்டிருந்தது. அது ஒரு மனித உருவமல்ல. அது ஒரு நாயின் தலையைக் கொண்டிருந்தது. அதே உருவத்தை நான் கல்லறையின் சுவர்களில் பார்த்திருந்தது என் நினைவுக்கு வந்தது.

அதைப் பார்த்ததும் என் இரத்தம் உறைந்தது.

தன் நெஞ்சில் ஒரு சிலுவைக் குறி போட்டுக் கொண்ட புவாரோ, "அது அனுபிஸ். பண்டைய எகிப்தின் சாவுக் கடவுள்," என்று முணுமுணுத்தார்.

"யாரோ நம்மை பயமுறுத்துவதற்காகப் புரளி வேலையில் ஈடுபட்டுள்ளனர்," என்று கூறியபடி டாஸ்வில் கோபத்துடன் எழுந்தார்.

"ஹார்ப்பர், அது உன் கூடாரத்திற்குள் சென்றுள்ளது," என்றான் கய். கய்யின் முகம் வெளுத்திருந்தது.

இல்லையென்று தலையாட்டிய புவாரோ, "அது டாக்டர் ஏம்ஸின் கூடாரத்திற்குள் நுழைந்துள்ளது," என்றார்.

டாக்டர் ஏம்ஸ், டாஸ்வில் கூறியதை மீண்டும் கூறினார். "நம்மை பயமுறுத்துவதற்காக யாரோ ஏமாற்று வேலையில் ஈடுபட்டிருக்கின்றனர். வாருங்கள், நாம் போய் அவனைப் பிடித்துவிடலாம்."

அவர் உடனே வெளியே பாய்ந்து சென்றார். நானும் அவருக்குப் பின்னால் ஓடினேன். ஆனால், வெளியே எங்களால் எதையும் கண்டுபிடிக்க முடியவில்லை. நாங்கள் கொஞ்சம் கலக்கமான மனநிலையுடனேயே எங்களுடைய கூடாரத்திற்குத் திரும்பினோம். கூடாரத்திற்கு வெளியே இருந்த மணல் தரையில் புவாரோ பல வடிவங்களையும் எழுத்துகளையும் வரைந்து கொண்டிருந்தார். ஐங்கர உருவம் பல இடங்களில் வரையப்பட்டிருந்தன. புவாரோ வழக்கம்போல, நாங்கள் கேட்காமலேயே, மாயம், மந்திரம், மாந்திரீகம், பில்லி சூனியம் போன்றவை குறித்து ஒரு விரிவுரை ஆற்றினார். மரணப் புத்தகம் மற்றும் எகிப்தியக் கடவுளான 'கா' பற்றிய விபரங்களும் அதில் இடம் பெற்றிருந்தன.

இது டாஸ்வில்லிடம் கடும் வெறுப்பைத் தோற்றுவித்தது. அவர் என்னைத் தனியாக அழைத்துச் சென்றார்.

"புவாரோ ஏன் இப்படி அபத்தமாகப் பேசிக் கொண்டிருக்கிறார்? மத்திய காலகட்டத்திய கிறித்தவ மத மூடநம்பிக்கைகளுக்கும் பண்டைய எகிப்திய மூடநம்பிக்கைகளுக்கும் இடையேயுள்ள வித்தியாசங்கள் அவருக்குத் தெரியவில்லை. இதைப் போன்ற அறியாமையையும் மடத்தனத்தையும் நான் வேறு எவரிடமும் பார்த்ததில்லை," என்று அவர் புலம்பித் தள்ளினார்.

நான் அவரைச் சமாதானப்படுத்தி அனுப்பிவிட்டு எங்களுடைய கூடாரத்திற்குள் நுழைந்தேன். புவாரோ படுஉற்சாகமாக இருந்தார்.

"இனி நாம் நிம்மதியாகத் தூங்கலாம்," என்று அவர் மகிழ்ச்சியாகக் கூறினார். "என் தலை கடுமையாக வலிக்கிறது.

நான் வழக்கமாகக் குடிக்கின்ற மூலிகைத் தேநீர் இருந்தால் நன்றாக இருக்கும்."

அவருடைய பிரார்த்தனை உடனடியாகப் பலித்தது. அடுத்தக் கணம், எங்களுடைய கூடாரத்தின் வாசலை மூடியிருந்த துணி விலக்கப்பட்டது. உள்ளே நுழைந்த ஹாசன், ஒரு கோப்பை நிறைய சூடான பானத்தைப் புவாரோவிடம் நீட்டினான். அது புவாரோவுக்கு மிகவும் பிடித்தமான சாமந்திப்பூ தேநீர். அவர் ஹாசனுக்குத் தன்னுடைய மனமார்ந்த நன்றியைத் தெரிவித்தார். ஹாசன் எனக்கும் அந்தத் தேநீரைத் தர முன்வந்தபோது நான் அதை மறுத்துவிட்டேன். இது போன்ற கருமாந்திரமெல்லாம் எனக்குப் பிடிக்காது. ஹாசன் எங்கள் கூடாரத்திலிருந்து வெளியேறினான். நான் உடை மாற்றிக் கொண்டு, கூடாரத்தின் வாசலருகே சென்று நின்று கொண்டு, வெளியே தெரிந்த பாலைவனத்தைப் பார்த்துக் கொண்டிருந்தேன்.

"இந்த இடம் மிக அருமையாக இருக்கிறது. என்றோ மறைந்து போய்விட்ட நாகரிகத்தின் அடியாழத்தைக் கண்டுபிடிக்க முனைகின்ற அருமையான முயற்சியில் இந்த அகழாய்வாளர்கள் இறங்கியுள்ளனர். இது என்னை மிகவும் கவர்ந்துள்ளது," என்று கூறிவிட்டு, "புவாரோ, நீங்கள் என்ன நினைக்கிறீர்கள்?" என்று நான் கேட்டேன்.

அவரிடமிருந்து பதிலேதும் வராதது குறித்து நான் எரிச்சலடைந்தேன். நான் திரும்பிப் பார்த்தபோது, என்னுடைய எரிச்சல் கவலையாக மாறியது. புவாரோ தன்னுடைய படுக்கையில் மல்லாந்து விழுந்து கிடந்தார். அவருடைய முகம் அஷ்டகோணலாக இருந்தது. அவருக்கு அருகே அந்தக் காலிக் கோப்பை இருந்தது. அவருக்கு அருகே சென்று அவரை எட்டிப் பார்த்துவிட்டு, கூடாரத்தைவிட்டு நான் வேகமாக வெளியே ஓடினேன்.

"டாக்டர் ஏம்ஸ், உடனே வாருங்கள்!" என்று நான் கூச்சல் போட்டேன்.

"என்னவாயிற்று?" என்று கேட்டுக் கொண்டே டாக்டர் ஏம்ஸ் ஓடி வந்தார். அவர் பைஜாமா அணிந்திருந்தார்.

"புவாரோ இறந்து கொண்டிருக்கிறார். அவர் சாமந்திப்பூ தேநீர் குடித்தவுடன்தான் இப்படி ஆகிவிட்டது. அதைக் கொடுத்தது ஹாசன். அவன் இந்த முகாமிலிருந்து வெளியேற அனுமதிக்காதீர்கள்!"

டாக்டர் ஏம்ஸ் மின்னல் வேகத்தில் எங்களுடைய கூடாரத்திற்குள் ஓடினார். நான் அவரைக் கூப்பிடச் சென்றபோது புவாரோ எந்த நிலையில் கிடந்தாரோ,

இப்போதும் அவர் அப்படியே கிடந்தார்.

"ஐயோ! பார்த்தால் வலிப்பு வந்ததுபோல இருக்கிறதே!" என்று கூறிய டாக்டர், படுக்கைக்கு அருகே இருந்த காலிக் கோப்பையைக் கையில் எடுத்தவாறு என்னைப் பார்த்து, "இவர் என்ன குடித்தார் என்று சொன்னீர்கள்?" என்று கேட்டார்.

"நான் எதையும் குடிக்கவில்லை," என்று சாந்தமான ஒரு குரல் ஒலித்தது.

நானும் டாக்டரும் திரும்பிப் பார்த்தபோது, புவாரோ தன் படுக்கையில் ஒரு குத்துக்கல்போல உட்கார்ந்திருந்தார். மேலும், அவர் எங்களைப் பார்த்துப் புன்முறுவல் பூத்துக் கொண்டிருந்தார்.

"நான் இதைக் குடிக்கவில்லை. ஹேஸ்டிங்ஸ் பாலைவனத்தைப் பற்றிச் சிலாகித்துப் பேசிக் கொண்டிருந்த சமயத்தில், நான் இதை ஒரு பாட்டிலில் ஊற்றி வைத்துவிட்டேன். அதை நான் வேதியியல் பரிசோதனைக்கு அனுப்பப் போகிறேன்," என்று புவாரோ கூறியவுடன், அந்த டாக்டர் திடீரென்று புவாரோவை நோக்கிப் பாய எத்தனித்தார். "டாக்டர், நீங்கள் கற்றறிந்தவர். வன்முறையால் எந்தப் பயனும் கிடையாது என்பதை நீங்கள் அறிந்திருக்க வேண்டும். ஹேஸ்டிங்ஸ் உங்களைக் கூப்பிடச் சென்றபோது, நான் அந்த பாட்டிலைப் பத்திரப்படுத்திவிட்டேன்," என்று புவாரோ கூறினார். பின் அவர் என் பக்கம் திரும்பி, "ஹேஸ்டிங்ஸ், உடனே இவரைப் பிடித்துக் கொள்ளுங்கள்!" என்று ஒரு விதமான பதற்றத்தோடு கூறினார்.

புவாரோவின் பதற்றத்தை நான் தவறாகப் புரிந்து கொண்டேன். நான் புவாரோவைக் காப்பாற்ற வேண்டும் என்று கருதி, அந்த டாக்டருக்கும் புவாரோவுக்கும் இடையே நான் பாய்ந்தேன். ஆனால், டாக்டர் ஏம்ஸ் தன் கையில் வைத்திருந்த ஏதோ ஒன்றை எடுத்து அவசர அவசரமாகத் தன் வாயில் போட்டுக் கொண்டார். ஏதோ கெட்ட வாடை காற்றில் கலந்தது. ஒரு கணம் தள்ளாடிய அவர், மறுகணம் தரையில் தொப்பென்று விழுந்தார்.

"மற்றொரு பலி. ஆனால், இதுதான் கடைசிச் சாவாக இருக்கும். இவர் இப்படித் தன்னை முடித்துக் கொண்டது நல்லதற்குத்தான். மூன்று பேரைக் கொன்ற, கறை படிந்த கைகளுக்குச் சொந்தக்காரர் இவர்," என்று புவாரோ கூறினார்.

"டாக்டர் ஏம்ஸா?" நான் அதிர்ச்சியில் உறைந்து போனேன். "அத்தனை மரணங்களுக்கும் ஏதோ அமானுஷ்ய சக்திதான் காரணம் என்று நீங்கள் நம்பிக் கொண்டிருந்ததாக அல்லவா

நான் நினைத்திருந்தேன்!”

“ஹேஸ்டிங்ஸ், நீங்கள் என்னைத் தவறாகப் புரிந்து கொண்டுவிட்டீர்கள். நான் என்ன சொன்னேன்? ‘மூடநம்பிக்கையின் சக்தியை நானும் நம்புகிறேன்’ என்றுதானே சொன்னேன்? மனிதர்களிடம் மூடநம்பிக்கை ஆழமாக ஊடுருவியுள்ளதால், தொடர்ச்சியாக நிகழ்கின்ற பல மரணங்களுக்கு ஏதோ அமானுஷ்ய சக்திதான் காரணம் என்ற ஒரு கருத்தை நிலை நிறுத்திவிட்டப் பிறகு, நீங்கள் பட்டப்பகலில் ஒருவனைக் கத்தியால் குத்திக் கொன்றால்கூட, அதுவும் அந்த அமானுஷ்ய சக்தியின் விளைவுதான் என்று மக்கள் நம்பிவிடுவர். மனிதர்களின் இந்த நம்பிக்கையை யாரோ ஒருவர் தனக்குச் சாதகமாகப் பயன்படுத்திக் கொண்டிருந்ததாக முதலிலேயே நான் சந்தேகப்பட்டேன். ஜான் வில்லார்டின் இறப்பு அவரை இப்படி யோசிக்க வைத்திருக்க வேண்டும். எனக்குத் தெரிந்து ஜான் வில்லார்டின் திடீர் மரணத்தால் எவரும் பயனடைந்திருக்க முடியாது. ஆனால், பிளிப்னரின் விஷயம் அப்படியில்லை. அவர் ஒரு பெரும் பணக்காரர். நியூயார்க்கிலிருந்து கிடைத்திருந்த தகவல்கள் பல விஷயங்களைச் சுட்டிக்காட்டின. ரூபர்ட் எகிப்துக்குச் செல்வதற்குப் போதுமான அளவு பணத்தை நியூயார்க்கில் தனக்குத் தெரிந்தவர்களிடம் கடன் வாங்கியிருந்தான். ‘திரும்பி வருவதற்குத் தனக்குக் கடன் கொடுப்பதற்கு எகிப்தில் ஒருவர் இருந்தார்’ என்று அவன் தெரிவித்திருந்தான் என்ற தகவலில் இடம் பெற்றிருந்த நபர் அவனுடைய சிற்றப்பா என்று கருதப்பட்டது. ஆனால், அது வேறு ஒருவராக இருக்கும் என்று நான் கருதினேன். ஏனெனில், அவனுடைய சிற்றப்பா பணம் கொடுத்திருந்தால், அதை அவன் வெளிப்படையாகச் சொல்லியிருந்திருப்பான். அவனுடைய சிற்றப்பா அவனுக்குச் சல்லிக்காசுகூடக் கொடுக்க மறுத்துவிட்டதால், அவன் நியூயார்க்கிற்குத் திரும்பி வருவதற்கு எகிப்தில் யாரோ பணம் கொடுத்திருக்க வேண்டும்.”

“டாக்டர் ஏம்ஸ்மீது குற்றம் சுமத்துவதற்கு இதெல்லாம் போதாது,” என்று நான் கூறினேன்.

“ஹேஸ்டிங்ஸ், மேலும் விஷயங்கள் இருக்கின்றன. சில வேளைகளில், நாம் பிறருடைய கடிதங்களில் குறிப்பிடப்பட்டிருப்பவற்றை உருவகமாக எடுத்துக் கொள்கிறோம். சில நேரங்களில், அவை எதைக் குறிப்பிடுகின்றனவோ அதைத்தான் எதார்த்தத்திலும் குறிப்பிடுகின்றன என்பதை நாம் உணரத் தவறிவிடுகிறோம். எடுத்துக்காட்டாக, ரூபர்ட் தன்னுடைய தற்கொலைக்

கடிதத்தில், தான் ஒரு தொழுநோயாளி என்று குறிப்பிட்டிருந்தான், இல்லையா? அது உருவகமான ஒன்று என்றுதான் எல்லோரும் நினைத்துக் கொண்டிருந்தனர். ஆனால் உண்மையில், தான் தொழுநோயால் பீடிக்கப்பட்டிருந்ததாக அவன் கருதியதால்தான் அவன் தற்கொலை செய்து கொண்டிருந்தான்."

நான் வியப்பின் உச்சிக்கே சென்றுவிட்டேன்.

புவாரோ தொடர்ந்தார்: "அப்படிப்பட்ட எண்ணம் அவனுடைய மனத்தில் விதைக்கப்பட்டது. அவனுக்கு ஒரு இலேசான தோல் வியாதி இருந்திருக்கிறது. அது தொழுநோய் என்று டாக்டர் ஏம்ஸ் அவனிடம் பொய் சொல்லிவிட்டார். டாக்டர் ஏம்ஸை ரூபர்ட்டுக்கு ஏற்கனவே தெரியும் என்பதாலும், அவர் ஒரு பிரபலமான மருத்துவர் என்பதாலும், அவர் கூறியதை அவன் அப்படியே நம்பிவிட்டான். நாம் இங்கு வந்து சேர்ந்தபோது, டாக்டர் ஏம்ஸ் அல்லது ஹார்ப்பர் ஆகிய இருவரில் ஒருவர்தான் இந்த மரணங்களுக்குக் காரணமாக இருக்க வேண்டும் என்று நான் சந்தேகித்தேன். இதில் இக்குற்றங்களை எளிதாகச் செய்து அவற்றை மறைப்பதற்கு டாக்டருக்குத்தான் அதிக வாய்ப்புகள் இருந்ததாக நான் கருதினேன். டாக்டர் ஏம்ஸ்மீது ரூபர்ட் மதிப்பும் மரியாதையும் வைத்திருந்ததால், அவன் அவர்மீது உயில் எழுதி வைத்திருக்க வேண்டும். பெரும் சொத்தை அபகரிக்க ஒரு வழி பிறந்திருந்ததைக் கண்ட டாக்டருக்கு, பிளிப்னரின் இரத்தத்தில் ஊசி மூலம் விஷத்தைக் கலப்பது ஒரு பெரிய காரியமாக இருந்திருக்காது. பொய் சொல்லிப் பயமுறுத்தியதன் மூலம் ரூபர்ட்டைத் தற்கொலைக்கு அவர் தூண்டிவிட்டார். என்ன காரணத்தினாலோ பிளிப்னர் உயில் எழுதாமலேயே செத்துப் போய்விட்டார். அதனால், அவருடைய சொத்து முழுவதும் ரூபர்ட்டுக்குச் சென்றுவிட்டது. ரூபர்ட் இறந்துவிட்டதால், அது டாக்டருக்குக் கைமாறியது."

"ஷ்னீடர் விஷயம்?"

"எனக்குச் சரியாகத் தெரியவில்லை. அவருக்கு ஒருவேளை டாக்டர் ஏம்ஸ்மீது சந்தேகம் வந்திருக்கலாம். அல்லது, மூடநம்பிக்கையின் சக்தியின்மீது மக்களுக்கு இருக்கின்ற நம்பிக்கையை வலுப்படுத்துவதற்காக டாக்டர் ஏம்ஸ் அவரைத் தீர்த்துக் கட்டியிருந்திருக்கலாம். ஹேஸ்டிங்ஸ், கொலையாளிகள் குறித்த முக்கியமான உளவியல் கோட்பாடு ஒன்றை நான் உங்களிடம் பகிர்ந்து கொள்கிறேன். அவர்கள் கொலைகளை அதிகமாகச் செய்யச் செய்ய, அவர்களுக்குத் தங்களுடைய வெற்றியை மீண்டும் நிலை நிறுத்திக் கொள்ள

வேண்டும் என்ற ஆசை வந்துவிடும். அதனால், நான் கய்வில்லார்டு குறித்து அஞ்சினேன். இன்றிரவு நீங்கள் பார்த்த அனுபிஸ் உருவம், என்னுடைய அறிவுறுத்தலின்படி ஹாசன் புனைந்திருந்த வேடமாகும். டாக்டர் ஏம்ஸை மூடநம்பிக்கை மூலம் பயமுறுத்த முடியுமா என்று நான் சோதித்தேன். ஆனால், அதை அவர் நம்பவில்லை. அதனால் அடுத்து அவர் என்னைக் கொலை செய்ய முயற்சிக்கக்கூடும் என்று நான் சந்தேகித்தேன். இந்தக் கடற்பயணம், எரிச்சலூட்டுகின்ற மணல், கடுமையான சோர்வு ஆகியவற்றுக்குப் பிறகும் என் மூளை நன்றாகவே வேலை செய்திருக்கிறது."

புவாரோவின் கணிப்புகள் துல்லியமாக இருந்தன. சில ஆண்டுகளுக்கு முன்பு, ரூபர்ட் குடிபோதையில் வேடிக்கையாக ஓர் உயில் எழுதியிருந்தான். அதில் அவன் இவ்வாறு குறிப்பிட்டிருந்தான்: "நான் இறந்துவிடும் பட்சத்தில், என்னுடைய சிகரெட் கேஸ் மற்றும் இதர சொத்துகள் (என்னிடம் கடன்கள் மட்டும்தான் இருப்பதால், அவை முழுவதும்), ஒரு முறை நான் நீரில் மூழ்குவதிலிருந்து என்னைக் காப்பாற்றியிருந்த என் நண்பர் டாக்டர் ஏம்ஸிற்குப் போய்ச் சேரும்."

அந்தக் கேஸ், காதும் காதும் வைத்தாற்போல முடித்து வைக்கப்பட்டுவிட்டது. ஆனால், தன் கல்லறை சூறையாடப்பட்டதற்காக எகிப்திய மன்னன் மென்ஹர்ரா மேற்கொண்ட பழிவாங்கும் நடவடிக்கையின் நிரூபணமாகவே அந்தத் தொடர் கொலைகளைப் பொதுமக்கள் பார்த்தனர். இந்த நம்பிக்கை, பண்டைய எகிப்தின் அனைத்து நம்பிக்கைகளுக்கும் சிந்தனைகளுக்கும் முரணானது என்று புவாரோ சுட்டிக்காட்டினார்.

ஜிப்சி

தன் நண்பன் டிக்கி கார்ப்பென்டருக்கு ஜிப்சி மக்கள்மீது ஓர் இனம் புரியாத வெறுப்பு இருந்ததை மெக்ஃபார்லேன் அடிக்கடி கவனித்திருந்தான். அதற்கான காரணத்தை அவன் ஒருபோதும் அறிந்திருக்கவில்லை. ஆனால், எஸ்தர் லாஸுடன் டிக்கிக்கு நடைபெற்றிருந்த நிச்சயதார்த்தம் முறிந்தபோது, டிக்கிக்கும் மெக்ஃபார்லேனுக்கும் இடையேயான உறவு பிரச்சனைக்குள்ளானது.

ஓராண்டுக்கு முன்பு, மெக்ஃபார்லேனுக்கும் எஸ்தரின் தங்கையான ரேச்சலுக்கும் திருமணம் நிச்சயிக்கப்பட்டிருந்தது. மெக்ஃபார்லேனுக்கு அந்தச் சகோதரிகளைச் சிறு வயதிலிருந்தே பழக்கம். மெக்ஃபார்லேன் எதுவொன்றையும் நிதானமாகவும் எச்சரிக்கையுடனும் செய்பவனாக இருந்ததால், ரேச்சல்மீதான ஈர்ப்பை வெளிப்படையாக ஒப்புக் கொள்ள அவன் காலம் தாழ்த்திக் கொண்டிருந்தான். எஸ்தரோடு ஒப்பிடுகையில் ரேச்சல் ஒரு பேரழகி இல்லையென்றாலும், அவள் இனிமையானவளாக இருந்தாள். டிக்கிக்கு எஸ்தருடன் நிச்சயம் செய்யப்பட்டப் பிறகு, மெக்ஃபார்லேனுக்கும் டிக்கிக்கும் இடையேயான உறவு நெருக்கமாயிற்று.

தன்னுடைய நிச்சயதார்த்தம் முறிந்தபோது டிக்கியால் அதைத் தாங்கிக் கொள்ள முடியவில்லை. அவனுடைய வாழ்க்கையில் அதுவரை எல்லாமே சுமூகமாக நடைபெற்று வந்திருந்தது. அவனுக்குச் சிறு வயதிலிருந்தே கடல்மீது தணியாத காதல் இருந்ததால், அவன் புத்திசாலித்தனமாகக் கடற்படையில் வேலைக்குச் சேர்ந்திருந்தான். அவனிடம் ஒரு போர்வீரனின் மூர்க்கம் இருந்ததால், மென்மையான உணர்வுகள் அவனுக்குச் சரியாகக் கைகூடி வரவில்லை.

உணர்ச்சிவசப்படாத, தங்கள் மனத்தில் இருந்ததை வார்த்தைகளில் வடிக்கத் தெரியாத இளம் ஆங்கிலேயர்களின் கூட்டத்தில் அவனும் ஒருவனாக இருந்தான்.

மெக்ஃபார்லேன் ஸ்காட்லாந்தைச் சேர்ந்தவன். அவன் மிகவும் தீவிரமானவன். டிக்கி அவனிடம் மனம்விட்டுப் பேச முயற்சி செய்தபோது அவன் வெறுமனே புகைபிடித்துக் கொண்டு டிக்கி பேசியதைக் கேட்டுக் கொண்டிருந்தான். டிக்கி தன் மனத்தில் இருந்ததை எப்படியாவது கொட்டிவிடுவான் என்று மெக்ஃபார்லேன் எதிர்பார்த்திருந்தான். ஆனால் அவன் எஸ்தரைப் பற்றி எதுவும் பேசவில்லை. மாறாக, தன்னுடைய குழந்தைப்பருவத்தில் தான் எதிர்கொண்ட ஒரு பயங்கரமான விஷயத்தைப் பற்றி அவன் பேசினான்.

"இவை அனைத்தும் நான் சிறுவனாக இருந்தபோது நான் கண்ட ஒரு கனவிலிருந்து துவங்கின. என்னுடைய அந்தக் கனவில் ஒரு ஜிப்சி வந்தாள். பிறகு அனைத்துக் கனவுகளிலும் அவள் வரத் துவங்கினாள். தொடக்கத்தில் அக்கனவுகளை நான் வெகுவாக இரசித்தேன். பின்னர், என் கனவுகளில், அந்த ஜிப்சி தன் சோகமான கண்களுடன் என்னைக் கண்காணித்துக் கொண்டிருந்ததுபோலக் காட்சியளித்தாள். அவள் என்னைப் பார்த்த விதம், எனக்குத் தெரியாத ஏதோ ஒன்றை அவள் அறிந்திருந்ததைப்போல இருந்தது. அது எனக்கு ஏன் பயத்தைக் கொடுத்தது என்பது எனக்குத் தெரியாது. ஆனால், நான் அரண்டு போனேன். தூக்கத்திலிருந்து கூச்சல் போட்டுக் கொண்டே திடுக்கிட்டு விழிக்கத் துவங்கினேன்."

"உண்மையான ஜிப்சிக்களால் நீ பயமுறுத்தப்பட்டதுண்டா?"

"உண்மையான ஒரு ஜிப்சியை நான் முதன்முதலாக வெகுகாலம் கழித்துத்தான் பார்த்தேன். அதுவும் விநோதமான ஒரு சம்பவம்தான். ஒரு முறை நான் என் நாய்க்குட்டியைத் துரத்திக் கொண்டு சென்றேன். அது ஒரு காட்டுப் பகுதிக்குள் ஓடியது. அதன் முடிவிலிருந்த மரங்களற்ற ஓரிடத்தை நான் வந்தடைந்தேன். அங்கு ஒரு நீரோடையும் ஒரு மரப்பாலமும் இருந்தன. அங்கே ஒரு ஜிப்சி நின்று கொண்டிருந்தாள். என் கனவில் வந்து கொண்டிருந்த ஜிப்சியைப்போலவே அவளும் தன் தலையில் சிவப்பு நிறத் துணி ஒன்றைக் கட்டியிருந்தாள். இப்போதும் அவள் என்னைப் பார்த்த விதம், எனக்குத் தெரியாத ஏதோ ஒன்றை அவள் அறிந்திருந்ததைப்போலவும், அது அவளை வருத்தமடையச் செய்திருந்ததைப்போலவும் இருந்தது. பின் அவள் என்னை நோக்கித் தலையை இலேசாக ஆட்டியபடி, "உன் நிலையில் நான் இருந்தால், நான் இந்தப் பாலத்தைக் கடந்து போக மாட்டேன்," என்று மெதுவாகக்

கூறினாள். அதைக் கேட்டு நான் மிகவும் பயந்துவிட்டேன். ஆனால், அவள் சொன்னதைக் கேட்காமல் நான் அந்தப் பாலத்தின்மீது ஓடினேன். அது உளுத்துப் போயிருந்ததால், அது உடைந்தது. கீழே ஓடிக் கொண்டிருந்த நீரோடைக்குள் நான் தொப்பென்று விழுந்தேன். தண்ணீர் வேகமாக ஓடிக் கொண்டிருந்ததால், நான் கிட்டத்தட்ட அந்த நீரில் மூழ்கிவிட்டேன். அந்த அனுபவத்தை நான் ஒருநாளும் மறக்க மாட்டேன். என்னுடைய நிலைமைக்கு அந்த ஜிப்சிதான் காரணம் என்ற எண்ணம் என்னுள் தோன்றியது."

"ஆனால், உண்மையில் அவள் உன்னை எச்சரிக்கத்தானே செய்தாள்?"

"அப்படியும் சொல்லலாம். சரி, நான் இப்போது அடுத்த விஷயத்திற்குத் தாவப் போகிறேன். லாஸ் குடும்பத்தினரை எங்கள் குடும்பத்தினருக்கு முன்பே தெரியும் என்பதால், நான் இங்கிலாந்திற்கு வந்தபோது அவர்களுடைய வீட்டுக்குச் சென்றேன். எஸ்தரையும் ரேச்சலையும் கடைசியாக என்னுடைய ஏழாவது வயதில்தான் நான் பார்த்திருந்தேன். அதன் பிறகு இப்போதுதான் நான் அவர்களை முதன்முதலாகப் பார்க்கவிருந்தேன். எஸ்தரின் சகோதரன் ஆர்தர் என்னுடைய நெருங்கிய நண்பர்களில் ஒருவனாக இருந்தான். அவன் இறந்த பிறகு, எஸ்தர் எனக்கு நிறைய கடிதங்கள் எழுதினாள். அக்கடிதங்களில் அவள் என்னை மிகவும் உற்சாகப்படுத்தினாள். அவளைப்போலத் திறமையாகக் கடிதம் எழுத என்னால் முடிந்தால் எவ்வளவு நன்றாக இருக்கும் என்று நான் நினைத்துக் கொள்வேன். நான் லாஸ் குடும்பத்தினரின் வீட்டுக்குச் சென்றபோது, எஸ்தர் அங்கு இருக்கவில்லை. அவள் வெளியே சென்றிருந்தாள். அன்றிரவு நாங்கள் எல்லோரும் சாப்பிட அமர்ந்தபோது, நான் ரேச்சலுக்கு அருகே உட்கார்ந்தேன். அப்போது என்னை யாரோ உற்றுப் பார்த்துக் கொண்டிருந்ததுபோல எனக்குத் தோன்றியது. அது என்னுள் ஓர் அசௌகரிய உணர்வைத் தோற்றுவித்தது. அப்போதுதான் நான் அவளைப் பார்த்தேன்."

"யாரை?"

"அலிஸ்டர் ஹாவொர்த்!"

"சரி. மேலே சொல்."

"அவள் மற்றவர்களிடமிருந்து முற்றிலும் வித்தியாசமாக இருந்தாள். அவள் எஸ்தரின் அப்பாவிற்கு அருகே அமர்ந்து கொண்டு, அவர் கூறிக் கொண்டிருந்தவற்றைத் தலைகுனிந்தவாறு கேட்டுக் கொண்டிருந்தாள். அவள் தன்னுடைய கழுத்தைச் சுற்றி ஒரு சிவப்புத் துணியைக்

கட்டியிருந்தாள். நான் ரேச்சலிடம், 'அங்கே கருப்பாக, கழுத்தில் ஒரு சிவப்புத் துணியுடன் இருப்பது யார்?' என்று கேட்டேன். அதற்கு அவள், 'அதுதான் அலிஸ்டர் ஹாவொர்த். மௌரிஸ் ஹாவொர்த்தின் மனைவி. ஆனால், அவள் கருப்பு நிறத்தவள் அல்லள், அவள் வெள்ளை நிறத்தவள்,' என்று பதிலளித்தாள்."

"உணவுக்குப் பிறகு, ரேச்சல் அவளை என்னிடம் அறிமுகப்படுத்தி வைத்தாள். நாங்கள் தோட்டத்தில் நடந்தவாறே பேசினோம். அப்போது நாங்கள் மறுபிறப்பு குறித்துப் பேசினோம்."

"நீங்கள் ஏன் திடீரென்று மறுபிறப்பைப் பற்றிப் பேசினீர்கள்?"

"அதற்கான காரணமெல்லாம் எனக்குத் தெரியாது. அலிஸ்டரை அதற்கு முன்பு நான் எங்கோ பார்த்திருந்ததுபோல எனக்குத் தோன்றியது. ஆனால் எங்கே என்பது எனக்குத் தெரியவில்லை. சிறிது நேரம் கழித்து மாடியிலிருந்து எங்களை அழைத்த எஸ்தரின் அப்பா, எஸ்தர் வீடு திரும்பிவிட்டதாகவும், அவள் என்னைப் பார்க்க விரும்பியதாகவும் கூறினார். அப்போது அலிஸ்டர் என் கையைப் பிடித்துக் கொண்டு, 'நீ போகப் போகிறாயா?' என்று கேட்டாள். நான் ஆமாமென்று பதிலளித்தபோது, அவள்–"

"அவள் என்ன சொன்னாள்?"

" 'உன் நிலையில் நான் இருந்தால், நான் உள்ளே போக மாட்டேன்,' என்று கூறினாள். அதைக் கேட்டு நான் வெலவெலத்துப் போய்விட்டேன். ஏனெனில், அவள் என் கனவில் வந்த ஜிப்சியைப்போலவே பேசினாள். அவளுக்குத் தெரிந்த ஏதோ ஒன்று எனக்குத் தெரியாமல் இருந்ததைப்போல இருந்தது அவளுடைய பேச்சு. ஓர் அழகான பெண் என்னை இன்னும் சிறிது நேரம் தோட்டத்தில் தன்னோடு இருத்தி வைத்துக் கொள்வதற்கான ஒரு செயலாக அது இருக்கவில்லை. அவளுடைய குரல் கனிவாகவும் வருத்தம் தோய்ந்தும் இருந்தது. ஆனால், நான் அவளை மதிக்காமல் வீட்டுக்குள் சென்றேன். கிட்டத்தட்ட ஓடினேன் என்று கூறலாம். வீட்டுக்குள் செல்வது பாதுகாப்பானது என்பதுபோல நான் உணர்ந்தேன். எஸ்தரைப் பார்த்தக் கணத்திலேயே, அவளுக்காக நான் ஒரு பெரும் விலையைக் கொடுக்க வேண்டியிருக்கும் என்பது எனக்குப் புரிந்தது."

மெக்ஃபார்லேனின் மனம் எஸ்தரைப் பற்றிய நினைவுகளுக்குத் தாவியது. 'ஆறடி ஓரங்குல உயர யூதக் கச்சிதம்' என்று அவள் ஒரு முறை வர்ணிக்கப்பட்டிருந்ததை

அவன் கேட்டிருந்தான். அவளுடைய அசாதாரணமான உயரம், மெல்லிய உடல், சலவைக்கல்லின் வெண்ணிறத்தை ஒத்த முகம், கருநிறக் கண்கள், கருநிறக் கூந்தல் ஆகியவை அவனுக்கு ஞாபகம் வந்தன. டிக்கி அவளிடம் சரணாகதி அடைந்ததில் வியப்பேதும் இல்லை. 'எஸ்தர் ஒருநாளும் என்னுடைய இதயத்துடிப்பின் வேகத்தைக் கூட்டியிருந்திருக்க மாட்டாள் என்றாலும், அவள் ஒரு பேரழகி என்பதில் சந்தேகமில்லை,' என்று அவன் நினைத்துக் கொண்டான்.

"அதற்குப் பிறகு எங்களுடைய திருமணம் நிச்சயம் செய்யப்பட்டது," என்றான் டிக்கி.

"உடனடியாகவா?"

"இல்லை, ஒரு வாரம் கழித்து. ஆனால், அதன் பிறகு, தனக்கு அதில் விருப்பமில்லை என்பதைக் கண்டுபிடிப்பதற்கு அவளுக்குப் பதினைந்து நாட்கள் ஆயின," என்று கூறிவிட்டு அவன் விரக்தியாகச் சிரித்தான்.

"நான் மீண்டும் என்னுடைய கப்பலுக்குத் திரும்புவதற்கு முந்தைய நாள் மாலை அது. நான் அந்த கிராமத்திலிருந்து காட்டு வழியாகத் திரும்பிக் கொண்டிருந்தேன். அப்போது நான் அலிஸ்டரைப் பார்த்தேன். அவள் என் கனவில் வந்த பெண்ணை எனக்கு நினைவுபடுத்தியதால் நான் திடுக்கிட்டேன். பின்னர் நாங்கள் இருவரும் பேசிக் கொண்டே நடந்தோம். நான் வீட்டுக்குச் செல்வதற்காகத் திரும்பியபோது, அவள் என்னை நிறுத்தி, 'உன் நிலையில் நான் இருந்தால், இவ்வளவு சீக்கிரமாக வீட்டுக்கு திரும்பிச் செல்ல மாட்டேன்,' என்று கூறினாள். வீட்டில் எனக்கு ஏதோ ஒரு பேரிடி காத்துக் கொண்டிருந்தது என்பது அக்கணமே எனக்குத் தெரிந்துவிட்டது. நான் எஸ்தரைப் பார்த்தவுடன், 'எனக்கு உங்கள்மீது விருப்பமில்லை,' என்று அவள் கூறிவிட்டாள்."

"அலிஸ்டரை அப்புறம் நீ எப்போது பார்த்தாய்?"

"இன்று இரவுதான்."

"இன்றா?"

"ஆமாம். டாக்டர் ஜானியின் மருத்துவமனையில் அலிஸ்டரை நான் சந்தித்தேன். முன்பு என் கப்பல் ஒரு வெடிகுண்டால் தாக்கப்பட்டபோது, என் காலில் காயம் ஏற்பட்டது. சமீப காலமாக நான் அது குறித்துக் கவலைப்பட்டுக் கொண்டிருந்தேன். டாக்டர் ஜானி அதற்கு ஓர் எளிய அறுவை சிகிச்சை தேவைப்படும் என்று குறிப்பிட்டார். பின் நான் அங்கிருந்து கிளம்பிக் கொண்டிருந்தபோது, கழுத்தில் ஒரு சிவப்புத் துணியைக் கட்டியிருந்த செவிலிப் பெண் ஒருத்தி என்னிடம், 'உன் நிலையில் நான் இருந்தால், இந்த

அறுவை சிகிச்சையைச் செய்து கொள்ள மாட்டேன்,' என்று கூறினாள். பின் நான் அவளை உற்றுப் பார்த்தபோதுதான், அது அலிஸ்டர் என்பது எனக்குத் தெரிந்தது. ஆனால், அவள் அங்கிருந்து வேகமாகச் சென்றுவிட்டதால், என்னால் அவளிடம் பேச முடியவில்லை. நான் வேறொரு செவிலிப் பெண்ணிடம் அவளைப் பற்றி விசாரித்தபோது, அலிஸ்டர் என்ற பெயரில் அந்த மருத்துவமனையில் எவரும் வேலை பார்க்கவில்லை என்று அவள் கூறிவிட்டாள். எனக்கு அது விநோதமாக இருந்தது!"

"அது அலிஸ்டர்தான் என்பது நிச்சயமாக உனக்குத் தெரியுமா?"

"கண்டிப்பாக அது அவள்தான். அவள் மிகவும் அழகானவள். அது எனக்கு உறுதியாகத் தெரியும். ஆனால், நான் அவளுடைய பேச்சை மீறி அறுவை சிகிச்சை செய்து கொண்டேன்."

சிறிது நேரத்திற்குப் பிறகு, டிக்கி, மெக்ஃபார்லேனிடமிருந்து விடைபெறுவதற்கு முன்பாக, "இந்த ஜிப்சி விவகாரம் பற்றி உன்னிடம் பேசியதில் எனக்கு மிக்க மகிழ்ச்சி. இன்னும் நிறைய இருக்கிறது. ஆனால், துரதிர்ஷ்டவசமாக, எல்லா விஷயங்களும் எனக்கு நினைவில்லை," என்று கூறிவிட்டுச் சென்றான்.

* * *

மெக்ஃபார்லேன், செங்குத்தாக இருந்த அந்தச் சாலையில் நடந்து சென்று, கிட்டத்தட்ட அதன் உச்சியிலிருந்த ஒரு வீட்டை அடைந்து அதன் அழைப்புமணியை அழுத்தினான்.

கதவைத் திறந்த வேலைக்காரியிடம், "அலிஸ்டர் ஹாவொர்த் இருக்கிறாரா?" என்று அவன் கேட்டான்.

"ஆமாம். அவர் உள்ளேதான் இருக்கிறார்," என்று கூறிய அந்த வேலைக்காரி, என்னை அந்த வீட்டுக்குள் அனுமதித்து ஓர் அறையில் அமர்த்தி வைத்துவிட்டு, "நீங்கள் இங்குக் காத்திருங்கள். நான் அவரிடம் சொல்கிறேன்," என்று கூறிச் சென்றாள். அந்த அறையின் சன்னல் வழியாக அந்தக் கரம்பை நிலப் பகுதி தெரிந்தது. 'என்னை நானே முட்டாளாக்கிக் கொள்வதற்காக நான் இங்கு வந்துள்ளேனா?' என்று மெக்ஃபார்லேன் தனக்குள் கேட்டுக் கொண்டான்.

அப்போது ஒரு பாட்டுக் குரல் கேட்டு அவன் திடுக்கிட்டுத் துள்ளினான்.

வசிக்கிறாள் ஒரு ஜிப்சிப் பெண்
கரம்பை நிலத்தில்–

பாட்டு பாதியில் நின்றது. மெக்ஃபார்லேனின் இதயத்துடிப்பு சற்று எகிறியது. அந்த அறையின் கதவு திறந்தது.

கிறங்கடிக்கின்ற அழகுடன் அலிஸ்டர் அங்கு நின்று கொண்டிருந்தாள். அவளுடைய வெள்ளை நிறம் அவனை அதிர்ச்சிக்கு உள்ளாக்கியது. அவளைப் பற்றி டிக்கி சிறப்பாக வர்ணித்திருந்தபோதிலும், மெக்ஃபார்லேன் அவளை ஒரு கருப்பு நிற ஜிப்சியாகவே கற்பனை செய்து வைத்திருந்தான். "அவள் மிகவும் அழகானவள்," என்ற டிக்கியின் வார்த்தைகள் அவனுடைய நினைவுக்கு வந்தன. விவாதத்திற்கு இடமே இல்லாத கச்சிதமான அழகு மிகவும் அபூர்வம். அப்படிப்பட்ட அழகுக்குச் சொந்தக்காரியாக அலிஸ்டர் இருந்தாள்.

அலைபாய்ந்து கொண்டிருந்த தன் மனத்தை இழுத்துப் பிடித்து வைத்துவிட்டு, மெக்ஃபார்லேன் அவளை நோக்கி நடந்தான். "என்னை உங்களுக்குத் தெரியுமா என்பது எனக்குத் தெரியாது. நான் டிக்கியின் நண்பன். உங்களுடைய முகவரியை லாஸ் குடும்பத்தாரிடமிருந்து நான் பெற்றேன்."

அவள் அவனை ஓரிரு நிமிடங்கள் உற்றுப் பார்த்தாள். பிறகு, "நான் வெளியே சிறிது நேரம் நடந்துவிட்டு வரப் போகிறேன். நீயும் என்னுடன் வருகிறாயா?" என்று அவள் கேட்டாள்.

அவர்கள் இருவரும் வெளியே வந்தபோது, அங்கு ஒரு பிரம்பு நாற்காலியில், புகைபிடித்துக் கொண்டு ஒருவர் உட்கார்ந்திருந்தார். ஒரு பெரிய உருவம் படைத்த அவர், ஒரு முட்டாளைப்போலத் தோன்றினார்.

அலிஸ்டர் அவரைச் சுட்டிக்காட்டி, "இவர் என் கணவர் மௌரிஸ்," என்று மெக்ஃபார்லேனிடம் கூறினாள். பிறகு அவள் தன் கணவனின் பக்கம் திரும்பி, "இது மெக்ஃபார்லேன். நாங்கள் இருவரும் சிறிது நேரம் நடந்துவிட்டு வரப் போகிறோம். மதிய உணவுக்கு முன் நாங்கள் திரும்பிவிடுவோம்," என்று தெரிவித்தாள்.

பிறகு அவள் மெக்ஃபார்லேனைப் பார்த்து, "மதியம் நீ எங்களோடு சேர்ந்து உணவருந்துகிறாயா?" என்று கேட்டாள்.

"சரி," என்று கூறிய மெக்ஃபார்லேன், அவளைப் பின்தொடர்ந்து சென்றான். அவனுடைய மனத்தில் ஓர் எண்ணம் தோன்றியது. 'இவள் ஏன் போயும் போயும் இந்த "ஜந்துவை" மணமுடித்தாள்?'

சிறு பாறைகள் நிறைந்திருந்த ஒரு பகுதிக்கு அவர்கள்

வந்தனர். அங்கிருந்த ஒரு பாறையைச் சுட்டிக்காட்டிய அலிஸ்டர், "நாம் அதில் உட்காரலாம்," என்றாள்.

அவர்கள் உட்கார்ந்ததும் அவள் அவனிடம், "நீ என்னிடம் என்ன கூற வந்தாயோ, அதைக் கூறு," என்றாள்.

"அது எப்படி உங்களுக்குத் தெரியும்?"

"ஏதேனும் மோசமான விஷயம் நடக்கவிருந்தால், அதை என்னால் முன்கூட்டியே அறிந்து கொள்ள முடியும். டிக்கி குறித்த ஒரு மோசமான விஷயத்தைப் பற்றித்தானே நீ பேச வந்திருக்கிறாய்?"

"டிக்கி அவனுடைய காலில் ஓர் அறுவை சிகிச்சை செய்து கொண்டான். அது வெற்றிகரமாக அமைந்தது. ஆனால், அவனுடைய இதயம் பலவீனமாக இருந்ததோ என்னவோ! அவன் மயக்கத்திலிருந்து மீளாமலேயே இறந்துவிட்டான்."

அதைக் கேள்விப்பட்டவுடன் அவளிடம் ஓர் அதீதக் களைப்பு தோன்றியது. "மீண்டும் – இவ்வளவு காலம் காத்திருந்து..." என்று அவள் முணுமுணுத்தாள்.

பின் அவள் நிமிர்ந்து பார்த்து, "நீ என்னிடம் என்ன கேட்க வந்தாய்?" என்று கேட்டாள்.

"டிக்கி இந்த அறுவை சிகிச்சையைச் செய்து கொள்ள வேண்டாம் என்று அந்த மருத்துவமனையில் இருந்த ஒரு செவிலிப் பெண் அவனை எச்சரித்திருந்தாள். அது நீங்கள்தான் என்று அவன் நினைத்திருந்தான். அது நீங்கள்தானா?"

இல்லையென்று அவள் தலையாட்டினாள். "அது நான் அல்லள். ஆனால், என்னுடைய சித்தியின் மகள் ஒருத்தி அந்த மருத்துவமனையில் வேலை பார்த்து வருகிறாள். குறைவான வெளிச்சத்தில் பார்த்தால் அவள் என்னைப்போலவே இருப்பாள். எல்லாம் நடந்து முடிந்துவிட்டப் பிறகு, இப்போது அது ஒரு முக்கியமான விஷயம் இல்லையே?" பிறகு திடீரென்று அவளுடைய கண்கள் அகல விரிந்தன. அவள் ஆழமாக சுவாசித்துவிட்டு, "இதிலுள்ள ஒரு விஷயத்தை நீ புரிந்து கொண்டிருக்கவில்லை," என்றாள்.

மெக்ஃபார்லேன் திகைப்பில் இருந்தான். அவள் அவனையே இன்னும் உற்று நோக்கிக் கொண்டிருந்தாள்.

"அதை நீ புரிந்து கொண்டிருந்திருப்பாய் என்று நான் நினைத்தேன். உன்னைப் பார்த்தால், புரிந்து கொள்ளக்கூடியவன்போலத்தான் தோன்றுகிறாய்."

"எதைப் புரிந்து கொள்ள வேண்டும்?"

"அந்தத் தனித்துவமான திறமையை. அல்லது அதை நீ சாபம் என்றும் அழைக்கலாம். அத்திறமை உன்னிடம் இருப்பதாக நான் நம்புகிறேன். இப்போது நான் சொல்வதைக்

கேள். அந்தப் பாறையில் இருக்கின்ற குழியை உற்றுப் பார். வெறுமனே உற்றுப் பார். எதையும் யோசிக்காதே," என்று கூறினாள்.

அவனிடம் சிறிது நடுக்கம் ஏற்பட்டதைக் கவனித்த அவள், "ஓ! அங்கு நீ ஏதோ ஒன்றைப் பார்த்தாய் இல்லையா, அது என்ன?" என்று கேட்டாள்.

"இது என்னுடைய கற்பனையாகக்கூட இருக்கலாம். சில கணங்களுக்கு அந்தக் குழி முழுவதும் இரத்தத்தால் நிரம்பியிருந்ததைப்போல எனக்குத் தெரிந்தது."

அதை ஏற்றுக் கொள்வதுபோல அவள் தலையசைத்தாள். "உனக்கு இத்திறமை இருக்கிறது என்பதை நான் அறிவேன். பழங்காலச் சூரிய வழிபாட்டாளர்கள் பலி கொடுத்துக் கொண்டிருந்த இடம் அது. இதைப் பற்றி எவரும் என்னிடம் சொல்வதற்கு முன்பாகவே நான் இதை அறிந்திருந்தேன். சில நேரங்களில், அப்போது அவர்கள் எப்படி உணர்ந்தார்கள் என்பதைக்கூட நான் உணர்ந்திருக்கிறேன். நான் இந்த இடத்திற்கு வந்து சேர்ந்தபோது, என் சொந்த வீட்டுக்கு வந்ததுபோல நான் உணர்ந்தேன். என்ன இருந்தாலும், நானும் ஒரு ஃபெர்கூசன்தானே. அந்தக் குடும்பத்தில் இருந்தவர்களுக்கு ஒருவிதமான ஞானக்கண் இருந்தது. திருமணத்திற்கு முன்புவரை என் அம்மா ஓர் ஆவி இடையூடகமாகச் செயல்பட்டு வந்தார். அவருடைய பெயர் கிறிஸ்டீன். அவர் எல்லோராலும் கொண்டாடப்பட்ட ஒருவராக விளங்கினார்."

"ஒரு விஷயம் நடப்பதற்கு முன்பாகவே அதைப் பார்ப்பதைத்தான் நீங்கள் 'தனித்துவமான திறமை' என்று கூறினீர்களா?"

"ஆமாம். முன்னோக்கிப் பார்ப்பது, பின்னோக்கிப் பார்ப்பது ஆகிய இரண்டையும் உள்ளடக்கியது அது. எடுத்துக்காட்டாக, நான் ஏன் மௌரிஸை மணமுடித்தேன் என்று நீ யோசித்ததை என்னால் பார்க்க முடிந்தது," என்று கூறிய அவள், மெக்ஃபார்லேனின் பிரமிப்பைக் கண்டுகொள்ளாமல் தொடர்ந்து பேசினாள். "மௌரிஸை எப்போதும் ஏதோ ஓர் ஆபத்து சூழ்ந்திருந்ததை நான் அறிந்திருந்த காரணத்தால்தான் நான் அவரைத் திருமணம் செய்து கொண்டேன். அவரை அந்த ஆபத்துகளிலிருந்து நான் காப்பாற்ற விரும்பினேன். பெண்கள் அப்படிப்பட்டவர்கள். என்னுடைய தனித்துவமான திறமையைப் பயன்படுத்தி அவரை என்னால் காப்பாற்ற முடியும் என்று நான் நம்பினேன். ஆனால், என்னால் டிக்கியைக் காப்பாற்ற முடியவில்லை. டிக்கிக்கு இதை என்னால் புரிய வைக்க முடியவில்லை. அவன் மிகவும் பயந்து போயிருந்தான்.

அவன் இளமையாக இருந்தான்."

"அவனுக்கு அப்போது இருபத்திரண்டு வயது."

"எனக்கு முப்பது வயது. நான் அதைச் சொல்லவில்லை. நீளம், அகலம், உயரம் என்று பிரிப்பதற்குப் பல வழிகள் இருக்கின்றன. ஆனால், காலத்தால் பிரிக்கப்படுவதுதான் இருப்பதிலேயே மோசமானது." இதைக் கூறி முடித்தப் பிறகு அவள் நீண்ட நேரம் மௌனமாக இருந்தாள்.

கீழேயிருந்த வீட்டிலிருந்து ஒலித்த ஒரு மணி அவர்களை உசுப்பியது.

உணவருந்திக் கொண்டிருந்தபோது அவன் மௌரிஸையே அவதானித்துக் கொண்டிருந்தான். அவர் தன் மனைவியின்மீது அளப்பரிய காதல் கொண்டிருந்தது வெளிப்படையாகத் தெரிந்தது. ஒரு செல்ல நாய்க்குத் தன் எஜமானியம்மாவின்மீது இருக்கின்ற பிரியம் அவருடைய பார்வையில் தென்பட்டது. அதோடு, அலிஸ்டர் அவரிடம் கனிவாக நடந்து கொண்டதையும் அவன் கவனித்தான். அதில் தாய்மையின் சாயல் தூக்கலாக இருந்தது. சாப்பிட்டு முடித்ததும் அவன் அவர்களிடமிருந்து விடைபெற்றுக் கொண்டான்.

கிளம்புவதற்கு முன், அவன் அலிஸ்டரிடம், "அருகேயுள்ள ஒரு சத்திரத்தில்தான் நான் தங்கியிருக்கிறேன். நான் மீண்டும் ஒரு முறை இங்கு வந்து உங்களைச் சந்திக்கலாமா? நான் நாளைக்கு வரலாமா?" என்று கேட்டான்.

"தாராளமாக வா. ஆனால்–"

"ஆனால், என்ன?"

அவள் தன் கைகளால் தன் கண்களைத் துடைத்துவிட்டு, "ஒன்றுமில்லை. நாம் மீண்டும் சந்திக்காமல் இருப்பது நல்லது என்று எனக்குத் தோன்றியது, அவ்வளவுதான்... சரி, நீ கிளம்பு," என்று கூறினாள்.

அவன் அந்தச் சாலையில் மெதுவாகக் கீழிறங்கிக் கொண்டிருந்தான். ஆனாலும் ஏதோ ஓர் இரும்புக் கரம் அவனுடைய இதயத்தைக் கசக்கிப் பிழிந்தது போன்ற ஓர் உணர்வு அவனுக்கு ஏற்பட்டது. அலிஸ்டரின் வார்த்தைகளினால் உண்டானது அல்ல அது. ஆனால்–

அப்போது திடீரென்று ஒரு கார் அந்தச் சாலையின் திருப்பத்திலிருந்து வேகமாகப் பாய்ந்து வந்தது. அவன் கடைசி நேரத்தில் புதருக்கு அருகே தன்னை ஒடுக்கிக் கொண்டான். அவனுடைய முகம் வெளுத்துப் போனது.

* * *

மறுநாள் காலையில் அவன் கண்விழித்தபோது, "அடக் கடவுளே! என் மனம் ஏன் இப்படிப் பரிதவிக்கிறது!" என்று அவன் புலம்பினான். முந்தைய நாளின் நிகழ்வுகளை அவன் தன் மனத்தில் மீண்டும் ஓடவிட்டு உணர்ச்சிவசப்படாமல் அவற்றைப் பார்த்தான். முதலில், விரைந்து வந்த அந்தக் காரிடமிருந்து அவன் தப்பினான். அடுத்து, சத்திரத்திற்குச் சீக்கிரம் போய்ச் சேர்ந்துவிடலாம் என்று நினைத்து அவன் ஒரு குறுக்குவழியில் சென்றான். ஆனால், திடீரென்று சூழ்ந்து கொண்ட பனிமூட்டத்தில் அவன் பாதை மாறிவிட்டான். அருகே எங்கோ புதைமணல் இருந்த செய்தி வேறு அவனுடைய மனத்தில் வட்டமிட்டுக் கொண்டிருந்தது. அவன் ஒருவழியாகத் தன்னுடைய சத்திரத்திற்கு வந்து சேர்ந்து தூங்க முற்பட்டபோது, அச்சத்திரத்தின் புகைபோக்கியின் மூடி கழன்று விழுந்துவிட்டது. அவனுடைய அறையிலிருந்த கணப்படுப்பின் அருகே விரிக்கப்பட்டிருந்த கம்பளத்தில் ஒரு நெருப்புத் துண்டு விழுந்து பொசுங்கியது. அலிஸ்டருக்குத் தன்னைப் பற்றி ஏதோ தெரிந்திருந்தது என்ற உண்மை அவனுக்கு உறைத்தது.

உடனே அவன் தன் படுக்கையிலிருந்து சடாரென்று எழுந்தான். தான் விரைந்து சென்று அலிஸ்டரைப் பார்க்க வேண்டும், தனக்கு வந்து கொண்டிருந்த ஆபத்தை அது நீக்கும் என்று அவன் நம்பினான் – அவன் அங்கே போய்ச் சேரும் பட்சத்தில்!

அவன் காலை உணவைச் சாப்பிட்டுவிட்டுப் பத்து மணிக்கு அங்கிருந்து கிளம்பினான். பத்தரை மணிக்கு அவன் அலிஸ்டர் வீட்டு அழைப்புமணியை அழுத்திக் கொண்டிருந்தான். அப்போதுதான் வெகு நேரத்திற்குப் பிறகு முதன்முறையாக அவன் ஆசுவாசமாக மூச்சுவிட்டான்.

அதே வேலைக்காரி வந்து கதவைத் திறந்தாள். "அலிஸ்டர் இருக்கிறார்களா?" என்று அவன் கேட்டான். ஆனால் அவளுடைய முகம் வேதனையை வெளிப்படுத்தியது.

"ஓ! அப்படியானால் உங்களுக்கு விஷயமே தெரியாதா?" என்று அவள் கேட்டாள்.

"எந்த விஷயம்?"

"என் எஜமானியம்மா தினமும் ஒரு மருந்தை உட்கொள்வார்கள். நேற்று அவருடைய கணவர் இருட்டில் தவறான மருந்தை அவருக்குக் கொடுத்துவிட்டார். உடனடியாக மருத்துவருக்குச் சொல்லி அனுப்பப்பட்டது. ஆனால், அந்த மருத்துவர் வருவதற்குள் எல்லாம் முடிந்துவிட்டது. என் எஜமானியம்மாவின் கணவரான கேப்டனைத்தான் தேற்ற

முடியவில்லை. அவர் பைத்தியம் பிடித்தவர்போல ஒரே இடத்தில் முடங்கிக் கிடக்கிறார்."

அப்போது திடீரென்று அலிஸ்டரின் வார்த்தைகள் அவனுடைய காதுகளில் ஒலித்தன: "மௌரிஸை எப்போதும் சூழ்ந்து கொண்டிருந்த ஆபத்துகளிலிருந்து நான் அவரைக் காப்பாற்ற விரும்பினேன்." ஆனால், விதியை ஒருவரால் எவ்வளவு காலம்தான் ஏமாற்ற முடியும்? தன் கணவனைக் காப்பாற்றுவதில் மும்முரமாக இருந்த அவளால் தன்னைக் காப்பாற்றிக் கொள்ள முடியாமல் போனது.

ஒரு கணம் தயங்கிய அந்த வேலைக்காரி, மெக்ஃபார்லேனிடம் இவ்வாறு கூறினாள்: "நீங்கள் மேலே சென்று எஜமானியம்மாவைப் பார்க்கிறீர்களா? அவர் கூறியதை வைத்துப் பார்க்கின்றபோது, அவர் உங்களை நெடுங்காலமாக அறிந்திருக்க வேண்டும் என்று தோன்றுகிறது. 'மிக மிக நீண்டகாலம்' என்று அவர் கூறினார்."

மெக்ஃபார்லேன் அந்த வேலைக்காரியைப் பின்தொடர்ந்து மாடிக்குச் சென்றான். அந்த அறையின் சன்னலுக்கு மேலே ஒரு சிவப்பு நிறக் கண்ணாடி பதிக்கப்பட்டிருந்தது. அதன் வழியாக வந்த சிவப்பு வெளிச்சம், படுக்கையில் கிடந்த உருவத்தின் தலையின்மீது பட்டுக் கொண்டிருந்தது. உடனே அவனுக்கு, 'தலையில் சிவப்புத் துணியைக் கட்டியிருந்த ஜிப்சி' என்ற வார்த்தைகள் நினைவுக்கு வந்தன. அவன் தன்னைத் தானே கடிந்து கொண்டான்: 'நான் ஒரு மடையன். நான் அதீதமாக மனக்கலக்கம் அடைந்திருக்கிறேன்.' அவன் கடைசியாக ஒரு முறை அலிஸ்டரை நீண்ட நேரம் பார்த்தான்.

* * *

"உங்களைப் பார்க்க ஒரு பெண்மணி வந்திருக்கிறார்."

"உம்," என்று கூறிய மெக்ஃபார்லேன், நிமிர்ந்து பார்த்தான். அது அந்தச் சத்திரத்தின் உரிமையாளரான திருமதி ராவ்ஸ்.

"ஓ, திருமதி ராவ்ஸ், நீங்களா? சமீபத்தில் நான் பேய்களாகப் பார்த்துக் கொண்டிருக்கிறேன். என்னை மன்னியுங்கள். என்ன சொன்னீர்கள்?"

"இரவு நேரத்தில் இந்தக் கரம்பை நிலத்தில் நடந்து சென்றால், அமானுஷ்யக் காட்சிகள் கண்களில் படத்தான் செய்யும். ஒரு வெள்ளை நிறப் பெண்ணும், சாத்தானின் கொல்லனும், ஒரு மாலுமியும் ஒரு ஜிப்சியும் அங்கு உலா வருவார்கள்."

"என்ன சொன்னீர்கள்? மாலுமியும் ஜிப்சியுமா?"

"என்னுடைய சிறு வயதில் இக்கதை பிரபலமாக இருந்தது.

அவர்கள் இருவரும் காதலர்கள். ஆனால், அவர்கள் இங்குள்ளவர்களின் கண்களில் பட்டு வெகு நாளாயிற்று.”

“ஒருவேளை இப்போது அவர்கள் மீண்டும் உலா வரத் துவங்கலாம்.”

“சார், ஏன் இப்படிப் பேசுகிறீர்கள்? அது இருக்கட்டும், நான் அந்த இளம்பெண்ணிடம் என்ன சொல்லட்டும்?”

“எந்த இளம்பெண்?”

“உங்களைப் பார்ப்பதற்காகக் காத்துக் கொண்டிருக்கும் பெண். அவள் வரவேற்பறையில் இருக்கிறாள். தான் லாஸின் மகள் என்று அவள் கூறினாள்.”

“ஓ!”

ரேச்சல்! அவன் மறுபடியும் இந்த பூமிக்குத் திரும்பி வந்தான். அவன் வேறு ஓர் உலகிற்குள் எட்டிப் பார்த்துக் கொண்டிருந்தான். ரேச்சலை அவன் முற்றிலுமாக மறந்து போயிருந்தான். ஏனெனில், அவள் இந்த உலகைச் சேர்ந்தவளாயிற்றே!

அவன் வரவேற்பறையின் கதவைத் திறந்தான். அங்கு ரேச்சல் அவளுடைய மினுமினுப்பான பழுப்பு நிறக் கண்களுடன் நின்று கொண்டிருந்தாள். திடீரென்று, ஒரு கனவிலிருந்து விழித்தெழுந்த ஒருவனைப்போல அவன் உணர்ந்தான். எதார்த்த உலகின் நிதர்சனம் அவனை வாரி அணைத்துக் கொண்டது. தான் ஜீவனுடனும் துடிப்புடனும் இருந்ததை அவன் உணர்ந்தான். “ஒருவர் உறுதியாக நம்பக்கூடிய ஒரே ஒரு வாழ்க்கைதான் இருக்கிறது. அது இதுதான்!” என்று அவன் நினைத்துக் கொண்டான்.

“ரேச்சல்!” என்று அவளைப் பார்த்துக் குதூகலமாகக் கூச்சலிட்ட அவன், அவளுடைய முகவாயை உயர்த்தி அவளை முத்தமிட்டான்.

பிலோமெல் காட்டேஜ்

“வருகிறேன், அலிக்ஸ்.”

“சரி. போய் வாருங்கள்.”

அலிக்ஸ் தன் வீட்டின் வெளிவாசல் கதவில் சாய்ந்தவாறு, தன் கணவன் ஜெரால்டு மார்ட்டின் அந்தச் சாலை வழியாக கிராமத்தை நோக்கிச் சென்று கொண்டிருந்ததைக் கண்கொட்டாமல் பார்த்துக் கொண்டிருந்தாள்.

அத்தெருமுனையில் அவனுடைய உருவம் மறைந்துவிட்டிருந்தபோதிலும், காற்றினால் தன் முகத்தில் வந்து விழுந்த தலைமுடியை ஒதுக்கித் தள்ளிவிட்டு ஏதோ யோசித்தபடி அவள் அங்கேயே நின்று கொண்டிருந்தாள்.

அலிக்ஸை அழகி என்று சொல்ல முடியாது. அவள் இளமையைக் கடந்துவிட்டிருந்தாள். அவளுடைய முகம், அவளுடைய பழைய அலுவலகத் தோழிகள் இப்போது பார்த்தால் அடையாளம் காண முடியாத அளவுக்கு முதிர்ச்சி அடைந்திருந்தது.

தன்னுடைய பதினெட்டாம் வயதிலிருந்து முப்பத்து மூன்றாம் வயதுவரை அவள் ஒரு சுருக்கெழுத்தாளராகப் பணியாற்றினாள். அதில் முதல் ஏழு ஆண்டுகள், நோய்வாய்ப்பட்டுப் படுக்கையில் கிடந்த தன் அம்மாவை அவள் கவனித்துக் கொண்டாள். அவளுடைய இந்த வாழ்க்கைப் போராட்டம் அவளுடைய முகத்தின் இளமையைப் பறித்துவிட்டிருந்தது.

அவளுடைய வாழ்க்கையில் ஒருவிதமான காதலும் இடம் பெற்றிருந்தது. அவன் பெயர் டிக் வின்டிஃபோர்டு. அவள் வேலை செய்த அதே அலுவலகத்தில் அவன் ஓர் எழுத்தராகப் பணியாற்றி வந்தான். அவனுக்கு அவள்மீது நேசம் இருந்ததை

அவள் அறிந்திருந்தாள். ஆனால், மேலோட்டமாக இருவரும் நண்பர்களாக இருந்தனர். டிக் தன் சொற்பச் சம்பளத்தில் தன் தம்பியையும் படிக்க வைத்துக் கொண்டிருந்தான். அதனால், திருமணம் பற்றி நினைத்துப் பார்க்கக்கூட முடியாத நிலையில் அவன் இருந்தான்.

பின் திடீரென்று அலிக்ஸின் பக்கம் அதிர்ஷ்டக் காற்று வீசியது. சமீபத்தில் காலமாகியிருந்த, அவளுடைய தூரத்து உறவினர் ஒருவர், அவளுடைய பெயரில் ஒரு சில ஆயிரம் பவுன்டுகளை எழுதி வைத்திருந்தார். ஆண்டுக்குப் பல நூறு பவுன்டுகள் வட்டி ஈட்டித் தருகின்ற அளவுக்கு அது ஒரு பெரிய தொகையாக இருந்தது. அது அவளுக்கு வாழ்க்கையையும் சுதந்திரத்தையும் மீட்டுக் கொடுத்தது. இனி டிக்கைத் திருமணம் செய்து கொள்வதற்குத் தனக்குத் தடையேதும் இருக்காது என்று அலிக்ஸ் நினைத்தாள்.

ஆனால், டிக் இதற்கு முற்றிலும் எதிர்பாராத விதமாக நடந்து கொண்டான். அவன் ஒருபோதும் நேரடியாகத் தன் காதலை அலிக்ஸிடம் வெளிப்படுத்தியிருக்கவில்லை. இப்போது, முன்னெப்போதைக் காட்டிலும் அதற்கான உத்வேகம் அவனிடம் குறைந்திருந்தது. தன்னால் முடிந்த அளவு அவன் அவளைத் தவிர்த்தான். அவன் எப்போதும் சிடுசிடுப்பாகவும் பொலிவிழந்தும் காணப்பட்டான். அலிக்ஸ் விரைவிலேயே அவனுடைய மனப்போக்கிற்கான காரணத்தைக் கண்டுபிடித்துவிட்டாள். இப்போது அவளிடம் பணம் சேர்ந்துவிட்டிருந்தது. அவளை வாழ்க்கைத் துணையாக ஆக்கிக் கொள்ள டிக்கின் செருக்கு குறுக்கே நின்றது.

அதற்காகவே அவள் அவனை இன்னும் அதிகமாக விரும்பினாள். தானே முதலடியை எடுத்து வைக்கலாமா என்று அவள் யோசித்துக் கொண்டிருந்தபோதுதான், இரண்டாவது முறையாக மற்றொரு எதிர்பாராத நிகழ்வு அவளுடைய வாழ்க்கையில் நிகழ்ந்தது.

ஜெரால்டுடனான சந்திப்புதான் அது. அவனை அவள் ஒரு நண்பரின் வீட்டில் சந்தித்தாள். அவன் அவளைத் தலைகால் புரியாமல் காதலித்தான். ஒரே வாரத்தில் அவர்களுடைய நிச்சயதார்த்தம் நடந்தேறியது. அப்படித் திடுதிப்பென்று காதலில் விழுகின்ற நபர் தான் அல்லள் என்ற இறுமாப்பில் இருந்த அலிக்ஸ், காதல் வானில் இறக்கைக் கட்டிப் பறந்து கொண்டிருந்தாள்.

அப்படிச் செய்ததன் மூலம், தன்னை அறியாமலேயே அவள் தன்னுடைய முன்னாள் காதலனை உசுப்பிவிட்டிருந்தாள். டிக் கோபத்தோடும் வெறுப்போடும் அவளிடம் வந்து வெடித்தான்.

“அலிக்ஸ், அவன் உனக்கு முற்றிலும் ஓர் அந்நியன். அவனைப் பற்றி உனக்கு எதுவும் தெரியாது.”

“நான் அவனைக் காதலிக்கிறேன்.”

“ஒரு வாரத்திற்குள் அது உனக்குத் தெரிந்துவிட்டதா?”

“தான் ஒரு பெண்ணைக் காதலித்துக் கொண்டிருக்கின்ற விஷயத்தைக் கண்டுபிடிப்பதற்கு எல்லோருக்கும் பதினொரு ஆண்டுகள் தேவைப்படுவதில்லை,” என்று அலிக்ஸும் பதிலுக்குக் கோபத்தில் கத்தினாள்.

அதைக் கேட்டதும் அவனுடைய முகம் அப்படியே வெளுத்துப் போயிற்று.

“நான் உன்னைப் பார்த்தக் கணத்திலிருந்தே உன்னை நேசித்து வந்துள்ளேன். உனக்கும் என் மேல் பிரியம் இருந்து வந்துள்ளது என்று நான் நம்பிக் கொண்டிருந்தேன்.”

அலிக்ஸ் உண்மையைச் சொன்னாள்.

“நானும் அப்படித்தான் நினைத்தேன்,” என்று அவள் ஒப்புக் கொண்டாள். “ஆனால், அதற்குக் காரணம், காதல் என்றால் என்ன என்பதை அப்போது நான் அறிந்திருக்காததுதான்.”

டிக் மீண்டும் வெடித்தான், கெஞ்சினான், மன்றாடினான், அவனுடைய போட்டியாளன் குறித்து அச்சுறுத்தல்களை அள்ளி வீசினான். தான் நன்றாக அறிந்து வைத்திருந்தவன், அமைதியானவன் என்று நினைத்திருந்தவனுக்குள் இவ்வளவு ஆத்திரமா என்று அலிக்ஸ் வியந்து போனாள்.

இன்று அவள் தன் வீட்டு வாசற்கதவருகே நின்று கொண்டிருந்தபோது, அவள் அந்த உரையாடலை நினைவுகூர்ந்தாள். அவளுக்குத் திருமணமாகி இப்போது ஒரு மாதம் ஆகியிருந்தது. அவள் நிஜமாகவே மகிழ்ச்சியாக இருந்தாள். இப்போது அவளுக்கு எல்லாமாக மாறிப் போயிருந்த அவளுடைய கணவன் அவளுடன் இல்லாதிருந்த இதுபோன்ற கணங்களில், அவளை இலேசான பதற்றம் தொற்றிக் கொண்டது. அதற்குக் காரணம் டிக்தான்.

திருமணத்திற்குப் பிறகு மூன்று முறை அவளுக்கு ஒரே கனவு மீண்டும் மீண்டும் வந்திருந்தது. அதன் சூழல்கள் வெவ்வேறாக இருந்தபோதிலும், அவற்றின் முக்கியத் தகவல்கள் எப்போதும் ஒரே மாதிரியாகவே இருந்தன. அக்கனவுகளில், அவளுடைய கணவன் இறந்து கிடந்தான். டிக் அவனுடைய உடலுக்கு அருகே நின்று கொண்டிருந்தான். டிக்தான் தன் கைகளால் தன் கணவனை அடித்துக் கொன்றிருந்தான் என்பதை அவள் தெளிவாகவும் துல்லியமாகவும் அறிந்திருந்தாள்.

அதைவிட மோசமான விஷயம் ஒன்றும் இருந்தது. அந்தக் கனவில் நிகழ்ந்த சம்பவம் இயல்பானதாகவும் தவிர்க்கப்பட

முடியாததாகவும் அவளுக்குத் தோன்றியது. அதோடு, தன் கணவன் கொல்லப்பட்டிருந்தது குறித்து அவள் மகிழ்ச்சி அடைந்தாள். அந்தக் கொலைகாரன் டிக்குடன் அவள் கைகுலுக்கினாள். ஒரு கனவில் அவள் அதற்கு டிக்குக்கு நன்றி வேறு கூறினாள். ஆனால், அந்த மூன்று கனவுகளும் ஒரே மாதிரியாகவே முடிந்தன. அவள் டிக்கின் அணைப்பிற்குள் தஞ்சம் புகுந்திருந்தாள்.

* * *

அவள் இக்கனவைப் பற்றித் தன் கணவனிடம் மூச்சுவிடவில்லை. அது அவளுக்குப் பெரும் கலக்கத்தை உண்டாக்கியிருந்தது. அது ஓர் எச்சரிக்கையா? டிக்கிற்கு எதிரான எச்சரிக்கையா?

வீட்டுக்குள்ளிருந்து ஒலித்தத் தொலைபேசியின் அழைப்பொலி அவளைப் பழைய நினைவுகளிலிருந்து மீட்டெடுத்தது. அவள் வீட்டுக்குள் சென்று தொலைபேசியை எடுத்தாள். திடீரென்று அவள் தள்ளாடினாள். கீழே விழுந்துவிடாமல் இருக்க, அவள் அருகிலிருந்த சுவரைப் பிடித்துக் கொண்டாள்.

"யார் பேசுவது?" என்று அவள் கேட்டாள்.

"அலிக்ஸ், உன் குரல் ஏன் இப்படி இருக்கிறது? என்னால் அடையாளம் கண்டுகொள்ளவே முடியவில்லை. நான் டிக் பேசுகிறேன்."

"ஓ! நீயா? நீ இப்போது எங்கே இருக்கிறாய்?"

"நான் உங்கள் ஊரில்தான் இருக்கிறேன். இங்குள்ள 'டிராவலர்ஸ் ஆர்ம்ஸ்' என்ற விடுதியில் நான் தங்கியிருக்கிறேன். நான் இங்குச் சுற்றுலாவுக்காக வந்திருக்கிறேன். இன்று, இரவு உணவுக்குப் பிறகு நான் உங்கள் இருவரையும் வந்து பார்க்கலாமா?"

"வேண்டாம். நீ இங்கு வர வேண்டாம்," என்று அலிக்ஸ் திட்டவட்டமாகத் தெரிவித்தாள்.

அதைத் தொடர்ந்து ஒரு சிறிய மௌனம் நிலவியது. அவன் மீண்டும் உரையாடலைத் தொடர்ந்தபோது, அவனுடைய குரலில் ஒரு நுண்ணிய மாற்றம் ஏற்பட்டிருந்தது.

"சரி, என்னை மன்னித்துவிடு. நான் உன்னைத் தொந்தரவு செய்ய விரும்பவில்லை."

அலிக்ஸ் அவனை இடைமறித்துப் பேசினாள். தன்னுடைய நடத்தை அசாதாரணமாக இருந்ததாக அவன் நினைத்துக் கொள்ளக்கூடும் என்று அவளுக்குத் தோன்றியது. அவள் நிஜமாகவே வெகுவாக மனக்கலக்கம் அடைந்திருந்தாள்.

"நீ வர வேண்டாம் என்று நான் கூறியதற்குக் காரணம், இன்று எங்களுக்கு வேறு வேலை இருக்கிறது என்பதுதான். உன்னால் முடியுமென்றால், நாளை இரவு உணவுக்கு இங்கே வா."

அவள் அதை மனப்பூர்வமாகச் சொல்லவில்லை என்பதை டிக்கால் எளிதாக உணர முடிந்தது.

"பரவாயில்லை, அலிக்ஸ். நான் ஒரு நண்பனுக்காகக் காத்துக் கொண்டிருக்கிறேன். அவன் வந்துவிட்டால் நான் இங்கிருந்து கிளம்பிவிடுவேன். நான் இங்கே இருப்பதும் இல்லாதிருப்பதும் அவனுடைய வருகையைப் பொறுத்தது. அதனால், நாளைய தினம் குறித்து என்னால் எதுவும் சொல்ல முடியாது. நான் உன்னிடம் விடைபெற்றுக் கொள்கிறேன்," என்று ஒரு மூன்றாம் நபரிடம் பேசும் தொனியில் பேசிய டிக், ஒரு சிறிய இடைவெளிக்குப் பிறகு, "உனக்கு என் மனமார்ந்த நல்வாழ்த்துகள்!" என்று வேறு ஒரு தொனியில் கூறி அந்தத் தொலைபேசித் தொடர்பைத் துண்டித்தான்.

அலிக்ஸ் ஒரு நிம்மதிப் பெருமூச்சுடன் தொலைபேசியைக் கீழே வைத்தாள்.

"அவன் இங்கு வரக்கூடாது," என்று அவள் மீண்டும் மீண்டும் தனக்குள் சொல்லிக் கொண்டாள். "எப்படியோ அவன் இங்கு வரவில்லை. எனக்கு அது போதும்."

அவள் ஒரு தொப்பியை எடுத்து அணிந்து கொண்டு தோட்டத்திற்குச் சென்றாள். வழியில், அந்த வீட்டின் பெயர் பொறிக்கப்பட்டிருந்த இடத்தை அவள் பார்த்தாள்: பிலோமெல்[1] காட்டேஜ்!

அவளுடைய திருமணத்திற்கு முன்பு, அவள் ஜெரால்டிடம், "இது ஒரு விநோதமான பெயராக இருக்கிறதே," என்று கேட்டபோது, அதைக் கேட்டு அவன் சிரித்தான்.

"என் அன்பே, நீ நைட்டிங்கேல் பறவையின் கீதத்தை ஒருபோதும் கேட்டதில்லை என்று நான் நினைக்கிறேன். நீ அப்படிக் கேட்காமல் இருந்ததும் நல்லதற்குத்தான். நைட்டிங்கேல் பறவைகள் காதலர்களுக்கு மட்டுமே பாட வேண்டும். கோடையில் நாம் நம்முடைய சொந்த வீட்டின் தோட்டத்தில் ஒன்றாக அமர்ந்தவாறு அவற்றின் குரலைக் கேட்டு மகிழலாம்," என்று அவன் நேசத்துடன் கூறினான்.

அவர்கள் உண்மையிலேயே நைட்டிங்கேல் பறவைகளின் கீதத்தை ஒன்றாகச் சேர்ந்து கேட்டது அவளுக்கு நினைவு வந்தபோது, அவளுடைய முகம் வெட்கத்தாலும்

---

1 கிரேக்கத் தொன்மவியலில், இசைக் கடவுளின் பெயர் பிலோமெல். அந்தக் கடவுள் பின்னர் ஒரு நைட்டிங்கேல் பறவையாக மாறிவிடுவார்.

மகிழ்ச்சியாலும் சிவந்தது.

அவர்கள் குடியேறுவதற்கு வாடகைக்கு வீடு பார்த்துக் கொண்டிருந்தபோது, பிலோமெல் காட்டேஜை ஜெரால்டுதான் கண்டுபிடித்தான். அதைக் கண்டுபிடித்தவுடன் அவன் படுஉற்சாகத்துடன் அவளிடம் ஓடி வந்தான். தங்களுக்கு மிகவும் பொருத்தமான வீடு ஒன்றைத் தான் கண்டுபிடித்திருந்ததாக அவளிடம் கூறி, அவன் அவளை இங்கு அழைத்து வந்தான். பார்த்த உடனேயே அவளுக்கும் அந்த வீடு பிடித்துப் போய்விட்டது. அதிலிருந்த ஒரே ஒரு குறை, அந்த வீடு, அருகேயிருந்த கிராமத்திலிருந்து இரண்டு மைல் தொலைவில் இருந்தது என்பதுதான். ஆனால், அதன் பண்டைய தோற்றம், வசதியான குளியலறைகள், வெந்நீர்க் குழாய் அமைப்புமுறை, மின்விளக்கு, தொலைபேசி ஆகியவை அலிக்ஸை உடனடியாகக் கவர்ந்தன. பின் திடீரென்று ஒரு சிக்கல் தோன்றியது. அந்த வீட்டைப் பிரியத்தோடு பார்த்துப் பார்த்துக் கட்டியிருந்த அதன் சொந்தக்காரர், அதை வாடகைக்கு விட மறுத்துவிட்டார். வேண்டுமானால் விலைக்கு வாங்கிக் கொள்ளுமாறு அவர் கூறினார்.

ஜெரால்டு கை நிறைய சம்பளம் வாங்கிக் கொண்டிருந்த ஒரு வேலையில் இருந்தான். அவன் நிறைய பணத்தைப் பலவற்றில் முதலீடு செய்திருந்தான். அவற்றை உடனடியாக வெளியே எடுக்க முடியாத நிலையில் அவன் இருந்தான். அதிகபட்சமாக ஆயிரம் பவுன்டுகள் மட்டுமே அவனால் புரட்ட முடிந்தது. அந்த வீட்டின் சொந்தக்காரர் மூவாயிரம் பவுன்டுகள் கேட்டார். அந்த வீடு அலிக்ஸுக்கு மிகவும் பிடித்துப் போய்விட்டதால், மொத்தப் பணத்தில் பாதிப் பணத்தைக் கொடுக்க அவள் முன்வந்தாள். அவளுடைய பணம் எளிதாகக் காசாக்கப்படக்கூடிய வகையில் முதலீடு செய்யப்பட்டிருந்ததால், அது உடனே கைகூடியது. இப்படியாக பிலோமெல் காட்டேஜ் அவர்களுடையதாயிற்று. அவள் தன்னுடைய இந்த முடிவுக்காக ஒரு கணம்கூடப் பின்வருத்தம் கொள்ளவில்லை. வீடு வெகு தொலைவில் இருந்ததால் அவர்களுக்கு இதுவரை வேலைக்கு ஆட்கள் கிடைக்கவில்லை. அலிக்ஸ் இதுபோன்ற ஒரு வாழ்க்கைக்கு ஏங்கிக் கொண்டிருந்ததால், சமைப்பது, வீட்டைப் பராமரிப்பது போன்றவற்றை அவள் உற்சாகத்தோடு செய்து வந்தாள்.

வீட்டுத் தோட்டத்தில் ஏகப்பட்ட மலர்ச்செடிகள் இருந்ததால், அவற்றைப் பராமரிப்பதற்கு, அருகேயிருந்த கிராமத்திலிருந்து ஒரு தோட்டக்காரன் வாரத்திற்கு இரு முறை வந்து கொண்டிருந்தான்.

அவள் தோட்டத்திற்குள் நுழைந்தபோது அங்கு அந்தத் தோட்டக்காரன் வேலை செய்து கொண்டிருந்ததைப் பார்த்து அவள் வியந்தாள். அவன் வழக்கமாகத் திங்கட்கிழமையும் வெள்ளிக்கிழமையும் மட்டுமே வந்தான். ஆனால் அன்று புதன்கிழமை.

அதனால், அவள் அவனருகே சென்று, “ஜார்ஜ், நீ இன்று எதற்காக வந்தாய்?” என்று கேட்டாள்.

“வெள்ளிக்கிழமையன்று எங்கள் கிராமத்தில் ஒரு நிகழ்ச்சி நடைபெற இருக்கிறது. அன்று என்னால் வர முடியாது என்பதால் நான் இன்று வந்துள்ளேன்.”

“சரி, அதனால் எந்தப் பிரச்சனையும் இல்லை. அன்று நன்றாக விருந்துண்டு மகிழ்ந்திரு!”

“நான் அப்படித்தான் திட்டம் போட்டிருக்கிறேன். இலவச விருந்தல்லவா? ஒரு பிடி பிடிக்கலாம் என்று இருக்கிறேன். அதோடு, நீங்கள் வெளியூர் சென்றுவிட்டு எப்போது திரும்பி வருவீர்கள் என்பது எனக்குத் தெரியாது என்பதால், அதற்கு முன்பு உங்களையும் பார்த்துவிடலாம் என்றுதான் நான் இன்றே வந்தேன்.”

“ஆனால், நான் எங்கும் போகப் போவதில்லையே.”

ஜார்ஜ் அவளைக் கண்கொட்டாமல் பார்த்தான்.

“அப்படியானால், நாளைக்கு நீங்கள் லண்டனுக்குப் போகப் போவதில்லையா?”

“இல்லை. நான் லண்டன் போகப் போவதாக உனக்கு யார் சொன்னார்கள்?”

“நேற்று ஐயாவைக் கிராமத்தில் பார்த்தேன். நீங்கள் இருவரும் லண்டனுக்குப் போகப் போவதாக அவர்தான் சொன்னார். நீங்கள் எப்போது திரும்பி வருவீர்கள் என்பது உறுதியாகத் தெரியாது என்றும் அவர் கூறினார்.”

“அபத்தம். அவர் வேறு எதையோ கூறியிருந்திருப்பார். நீ தவறாகப் புரிந்து கொண்டிருந்திருக்கக்கூடும்.”

ஆனாலும், இந்தத் தோட்டக்காரன் இப்படி நினைக்கின்ற விதத்தில் ஜெரால்டு அப்படி எதை இவனிடம் கூறியிருக்க முடியும் என்று அவள் யோசித்தாள். லண்டனுக்குப் போகிறேனா? அவள் மீண்டும் ஒருபோதும் லண்டனுக்குச் செல்ல விரும்பவேயில்லை.

“எனக்கு லண்டனை அறவே பிடிக்காது,” என்று அவள் வெடுக்கென்று கூறினாள்.

“ஓ! அப்படியானால், அவர் கூறியதை நான்தான் தவறாகப் புரிந்து கொண்டிருந்திருக்க வேண்டும். ஆனாலும், என்னைப் பொறுத்தவரை, அவர் இதை நேரடியாகத்தான் கூறினார்.

உல்லாசமாக ஊர் சுற்றுவதும் எனக்குப் பிடிக்காது. எனக்கு லண்டனுக்குப் போக வேண்டிய அவசியமும் கிடையாது. அதோடு, அங்கு ஏகப்பட்டக் கார்கள் இருக்கும். கார் வாங்கிய பிறகு, அவர்களால் ஓரிடத்தில் இருக்க முடியாது. இந்த வீட்டின் முன்னாள் சொந்தக்காரர் ஏம்ஸூம், ஒரு கார் வாங்குகின்றவரை இந்த வீட்டில் அமைதியாகத்தான் வசித்து வந்தார். அதை வாங்கியவுடன் ஒரே மாதத்தில் இந்த வீட்டை விற்க அவர் முடிவு செய்துவிட்டார். அவர் இந்த வீட்டுக்காக ஏகப்பட்டப் பணத்தைச் செலவழித்திருந்தார். 'நீங்கள் இதில் கொட்டியுள்ள பணம் முழுவதையும் உங்களால் இதன் விற்பனையிலிருந்து பெற முடியாது,' என்று நான் அவரிடம் கூறினேன். அவர் அதற்கு என்னிடம், 'இந்த வீட்டிற்கு நான் செலவழித்துள்ள இரண்டாயிரம் பவுன்டு பணம் முழுவதையும் நான் இதை வாங்குபவரிடம் வசூலித்துவிடுவேன்,' என்று உறுதியாகக் கூறினார். அவர் சொன்னபடியே செய்தும் காட்டிவிட்டார்."

"அவர் மூவாயிரம் பவுன்டுகளைப் பெற்றுவிட்டார்," என்று அலிக்ஸ் ஒரு புன்னகையுடன் கூறினாள்.

"இரண்டாயிரம் பவுன்டுகள்," என்று ஜார்ஜ் மீண்டும் கூறினான். "நாங்கள் அதைப் பற்றி எண்ணற்ற முறை விவாதித்தோம்."

"ஆனால், நாங்கள் அவரிடம் கொடுத்தது மூவாயிரம்."

ஜார்ஜ் நம்பிக்கையற்ற ஒரு குரலில், "பெண்களால் பண விவகாரங்களைப் புரிந்து கொள்ள முடியாது," என்று கூறினான். "இரண்டாயிரம் பெறுமானமுள்ள இந்த வீட்டுக்கு அவர் நாக்கின்மேல் பல்லைப் போட்டு உங்களிடம் மூவாயிரம் என்று சொல்லியிருக்க வாய்ப்பே இல்லை."

"அவர் என்னிடம் சொல்லவில்லை. என் கணவரிடம்தான் அப்படிச் சொல்லியிருந்தார்."

ஜார்ஜ் மீண்டும் மலர்ச்செடிகளின் பாத்திகளுக்குள் புகுந்தான்.

"இதன் விலை இரண்டாயிரம்தான்," என்று அவன் பிடிவாதமாகக் கூறினான்.

* * *

அலிக்ஸ் அதற்கு மேல் அதைப் பற்றி அவனிடம் விவாதித்துக் கொண்டிருக்கவில்லை. அவள் சற்றுத் தள்ளியிருந்த ஒரு மலர்ப்பாத்திக்குள் சென்று, கை நிறைய பூக்களைப் பறித்தாள்.

அவள் அந்தப் பூக்களுடன் வீட்டுக்குள் செல்வதற்காகத்

திரும்பிக் கொண்டிருக்கையில், அங்கிருந்த செடிகளுக்கு இடையே கரும்பச்சை நிறத்தில் ஏதோ ஒரு பொருள் தொங்கிக் கொண்டிருந்தது அவளுடைய பார்வையில் பட்டது. அவள் குனிந்து அதை எடுத்தாள். அதைக் கையில் எடுத்தவுடன், அது தன்னுடைய கணவரின் பாக்கெட் நாட்குறிப்பு என்பதை அவள் அடையாளம் கண்டுகொண்டாள்.

அவள் அதைத் திறந்து, அதிலிருந்த குறிப்புகளைப் படித்தாள். அவர்களுடைய திருமணத்தின் துவக்கத்திலிருந்தே ஜெரால்டிடம் ஒரு விஷயத்தை அவள் கவனித்திருந்தாள். பொதுவாக உணர்ச்சிவசப்படும் போக்கைக் கொண்டிருந்த ஜெரால்டு, எல்லாவற்றையும் ஒழுங்கமைவுடனும் திட்டமிட்ட முறையிலும் செய்கின்ற பாங்கைக் கொண்டிருந்தது பொருத்தமற்றதாக அவளுக்குத் தோன்றியது. ஒரு குறிப்பிட்ட நேரத்தில் சாப்பிடுவதில் அவன் குறியாக இருந்தான். மறுநாளைத் துல்லியமாகத் திட்டமிட்டு அதன்படி அவன் செயல்பட்டான்.

அவள் அந்த நாட்குறிப்பைப் புரட்டிக் கொண்டே வந்தபோது, மே 14 அன்று இடம் பெற்றிருந்த குறிப்பு அவளுக்கு மிகவும் வேடிக்கையாகப் பட்டது. "2.30 மணிக்கு செயின்ட் பீட்டர்ஸில் அலிக்ஸுடன் திருமணம்."

"இது நகைப்புக்கிடமாக இருக்கிறது," என்று அவள் தனக்குத் தானே முணுமுணுத்துக் கொண்டாள். அவள் மேலும் புரட்டியபோது, ஓரிடம் வந்ததும் திடீரென்று அவள் அப்படியே நின்றுவிட்டாள்.

"புதன்கிழமை, ஜூன் 18–" அது அன்றைய தினம்தான்.

அந்தப் பக்கத்தில் ஜெரால்டின் நேர்த்தியான கையெழுத்தில் இவ்வாறு எழுதப்பட்டிருந்தது: "இரவு 9 மணி." வேறு எதுவும் அதில் எழுதப்படவில்லை. "இன்று இரவு 9 மணிக்கு ஜெரால்டு என்ன செய்யத் திட்டமிட்டிருந்தான்?" என்று அலிக்ஸ் யோசித்தாள். அவள் படித்திருந்த பல கதைகளைப்போல இதுவும் ஒரு கதையாக இருக்கும்பட்சத்தில், இந்த நாட்குறிப்பு பல பரபரப்பான இரகசியங்களை வெளிப்படுத்தும் என்ற நினைப்பு அவளுக்குள் எழுந்தபோது, அவள் தனக்குள் புன்னகைத்துக் கொண்டாள். இதில் கண்டிப்பாக மற்றொரு பெண்ணின் பெயர் இடம் பெற்றிருக்கும் என்று அவள் நினைத்தாள். அவள் சுவாரசியமில்லாமல் அந்த நாட்குறிப்பின் முந்தைய பக்கங்களைப் புரட்டினாள். அதில் தேதிகள், தொழில் தொடர்பான விஷயங்கள், பிறரைச் சந்திப்பதற்கான நேரங்கள் என்று பல விஷயங்கள் இருந்தன. ஆனால், ஒரே ஒரு பெண்ணின் பெயர்தான் அதில் இருந்தது. அது அவளுடைய

பெயர்தான்.

அவள் அந்த நாட்குறிப்பைத் தன் பாக்கெட்டுக்குள் வைத்துவிட்டு, பூங்கொத்துகளோடு வீட்டுக்குள் நுழைந்தாள். ஆனாலும், இனம் புரியாத ஏதோ ஓர் அசௌகரிய உணர்வு அவளுக்குள் ஊடுருவியிருந்தது. “அந்த மனிதன் உனக்கு முற்றிலும் ஓர் அந்நியன். அவனைப் பற்றி உனக்கு எதுவும் தெரியாது,” என்ற டிக்கின் வார்த்தைகள் அவளுடைய நினைவுக்கு வந்தன. டிக் அவளுக்கு அருகேயிருந்து அதைச் சொல்லியதுபோல அவளுக்குத் தோன்றியது.

டிக் கூறியிருந்ததில் உண்மை இல்லாமலில்லை. அவளுக்கு உண்மையிலேயே அவனைப் பற்றி என்ன தெரியும்? ஜெரால்டுக்கு நாற்பது வயது ஆகியிருந்தது. அவனுடைய வாழ்க்கையில் பல பெண்கள் இடம் பெற்றிருந்திருக்க வேண்டும்.

அலிக்ஸ் தன் தலையை உலுக்கினாள். தான் இதுபோன்ற எண்ணங்களுக்கு மதிப்புக் கொடுக்கக்கூடாது என்று அவள் தீர்மானித்தாள். இப்போது இதைவிட முக்கியமான ஒரு விஷயம் அவளுடைய மண்டைக்குள் ஓடிக் கொண்டிருந்தது. டிக் தொலைபேசியில் அழைத்தச் செய்தியை ஜெரால்டிடம் கூற வேண்டுமா, வேண்டாமா என்பதுதான் அது.

ஜெரால்டு கிராமத்தில் டிக்கைச் சந்திக்கக்கூடிய வாய்ப்பு இருந்தது. அவன் ஒருவேளை அப்படிச் சந்தித்தால், வீட்டுக்கு வந்தவுடன் அவன் அவளிடம் அதைப் பற்றிக் கண்டிப்பாகக் குறிப்பிடுவான். அப்போது, டிக் தன்னைத் தொலைபேசியில் அழைத்தச் செய்தியை ஜெரால்டிடம் சொல்வது அவளுக்கு எளிதாகப் போய்விடும். இல்லையெனில் என்ன செய்வது என்று அவள் யோசித்தாள். இல்லையெனில், அதைப் பற்றி அவனிடம் சொல்லாமல் இருக்க வேண்டும் என்ற விருப்பம் தனக்குள் துளிர்விட்டுக் கொண்டிருந்ததை அவள் உணர்ந்தாள்.

டிக் தொலைபேசியில் அழைத்ததை அவள் ஜெரால்டிடம் சொன்னால், அவனை வீட்டிற்கு அழைக்குமாறு அவன் அவளிடம் கூறுவான். அப்போது, டிக் தன்னிடம் அவனுடைய காதலை வெளிப்படுத்தியிருந்தான் என்பதையும், அவன் இங்கு வராமல் இருப்பதற்குத் தான் ஒரு சாக்குப்போக்கைக் கூறியிருந்ததையும் அவள் ஜெரால்டிடம் கூற வேண்டி வரும். அதற்கான காரணத்தை அவன் கேட்டால், தன்னுடைய கனவைப் பற்றி அவனிடம் அவள் கூற வேண்டியிருக்கும். அதைக் கேட்டு அவன் என்ன செய்வான்? அவளை எள்ளி நகையாடுவான்.

இறுதியில், டிக்கின் தொலைபேசி அழைப்பைப் பற்றி

ஜெரால்டிடம் கூற வேண்டாம் என்று அவள் முடிவெடுத்தாள். அவள் தன் கணவனிடமிருந்து மறைக்கவிருந்த முதல் விஷயம் அதுதான் என்பதால், அது அவளுக்கு அசௌகரிய உணர்வைக் கொடுத்தது.

* * *

ஜெரால்டு வீட்டிற்குத் திரும்பி வந்த சத்தம் கேட்டவுடன், சமையல் செய்கின்ற சாக்கில் அவள் சமையலறைக்குள் புகுந்து கொண்டாள். அவன் டிக்கைப் பற்றி எதுவும் கூறாததால், அவன் டிக்கைச் சந்தித்திருக்கவில்லை என்பது உறுதியாயிற்று. ஒரே சமயத்தில் அது அவளுக்கு நிம்மதியையும் கொடுத்தது, அவமான உணர்வையும் கொடுத்தது. இப்போது அவள் கண்டிப்பாக அந்தத் தொலைபேசி உரையாடலை மறைத்தாக வேண்டிய கட்டாயத்திற்கு ஆளாகியிருக்கிறாள்.

அவர்கள் சாப்பிட்டுவிட்டு வரவேற்பறையில் ஆசுவாசமாக உட்கார்ந்தனர். தோட்டத்திலிருந்து நறுமணத்துடன் காற்று உள்ளே மிதந்து வந்தது. அப்போதுதான் அலிக்ஸுக்கு அந்த நாட்குறிப்பு நினைவுக்கு வந்தது.

"நீங்கள் இதைச் செடிகளுக்கு உரமாகப் போட்டிருந்தீர்கள்," என்று அலிக்ஸ் அவனிடம் கூறிவிட்டு, அந்த நாட்குறிப்பை அவனுடைய மடியில் தூக்கி வீசினாள்.

"ஓ!"

"இப்போது உங்களுடைய இரகசியங்கள் அனைத்தும் அம்பலமாகிவிட்டன."

"நான் ஒரு நிரபராதி."

"அப்படியானால், இன்று இரவு 9 மணிக்கு நீங்கள் போட்டிருந்த திட்டத்தை எப்படி விவரிப்பீர்கள்?"

"ஓ, அதுவா?" அவள் கூறியதைக் கேட்டு அவன் ஒரு கணம் ஆடிப் போய்விட்டான். பின் அது ஏதோ ஒரு வேடிக்கையான விஷயம் என்பதுபோல அவன் தன் உதடுகள்மீது ஒரு புன்னகையைப் படரவிட்டான். "அலிக்ஸ் என்ற பெயருள்ள ஒரு பெண்ணுடன் நான் மேற்கொள்ள வேண்டிய ஒரு நடவடிக்கை அது. அவளுடைய கண்கள் நீல நிறமாகவும், அவளுடைய கூந்தல் பழுப்பு நிறமாகவும் இருக்கும். அவள் உன்னைப்போலவே இருப்பாள்."

"எனக்குப் புரியவில்லை," என்று அலிக்ஸ் ஒரு போலிக் கண்டிப்புடன் கூறினாள். "நீங்கள் பிடி கொடுக்காமல் நழுவுகிறீர்கள்."

"இல்லை. இன்று இரவு நான் சில புகைப்படங்களைக் கழுவ

உத்தேசித்திருந்தேன். அதற்கான நினைவூட்டல் அது. அந்த வேலையில் உன் உதவியைப் பெறுவதற்காக உன் பெயரைக் குறித்திருந்தேன்."

ஜெரால்டுக்குப் புகைப்படம் எடுப்பதில் ஆர்வம் இருந்தது. அவன் ஒரு பழைய கேமரா வைத்திருந்தான். தான் எடுத்தப் புகைப்படங்களை வீட்டிலேயே கழுவிக் கொள்வதற்காக, அதற்காக ஓர் இருட்டறையை அவன் தயார் செய்து வைத்திருந்தான்.

"அது துல்லியமாக 9 மணிக்குத்தான் செய்யப்பட்டாக வேண்டுமா?" என்று அலிக்ஸ் அவனைச் சீண்டும் விதமாகக் கேட்டாள்.

அவளுடைய நச்சரிப்பு அவனை வெறுப்படையச் செய்திருந்ததைப்போல இருந்தது.

அவன் கூறிய பதிலில் எரிச்சலின் வாடை அடித்தது. "ஒருவர் எதையும் ஒரு குறிப்பிட்ட நேரத்தில் செய்வதற்குத் திட்டமிட வேண்டும். அப்போதுதான் அதை அவரால் செம்மையாகச் செய்ய முடியும்."

அலிக்ஸ் ஓரிரு நிமிடங்கள் மௌனமாகத் தன் கணவனை அவதானித்தாள். அவன் தன் நாற்காலியில் அமர்ந்து புகைபிடித்துக் கொண்டிருந்தான். அவனைப் பார்த்துக் கொண்டிருந்த அலிக்ஸிற்குள் திடீரென்று பீதி அலைகள் தோன்றி அவளை மூழ்கடித்தன. அவள் தன்னைக் கட்டுப்படுத்திக் கொள்வதற்கு முன்பே, "ஓ, ஜெரால்டு, உங்களைப் பற்றி இன்னும் அறிய முடிந்தால் நன்றாக இருக்கும்," என்ற வார்த்தைகள் அவளுடைய வாயிலிருந்து வெளியே வந்து விழுந்துவிட்டன.

ஜெரால்டு பெரும் வியப்புடன் அவளை நோக்கித் திரும்பினான்.

"உனக்குத்தான் என்னைப் பற்றி அனைத்தும் தெரியுமே! நான் நார்தம்பர்லேண்டில் என்னுடைய இளம்பருவத்தைக் கழித்திருந்ததையும், அதற்குப் பிறகு தென்னாப்பிரிக்காவில் வாழ்ந்திருந்ததையும், அதன் பிறகு கனடாவுக்குச் சென்று கடந்த பத்து ஆண்டுகளாக வெற்றியில் திளைத்திருந்ததையும் நான் ஏற்கனவே உன்னிடம் சொல்லியிருக்கிறேன்தானே?"

"ஆமாம். உங்களுடைய தொழில்வாழ்க்கையைப் பற்றி நீங்கள் கூறியிருந்தீர்கள் என்பது உண்மைதான்," என்று அலிக்ஸ் இகழ்ச்சியாகக் கூறினாள்.

ஜெரால்டு திடீரென்று சிரித்தான்.

"ஓ! நீ என்ன தெரிந்து கொள்ள விரும்புகிறாய் என்பது எனக்குப் புரிகிறது. என் காதல் விவகாரங்களைப்

பற்றித்தானே? பெண்களாகிய உங்களுக்கு, தனிப்பட்ட இந்த விவகாரங்களைத் தவிர வேறு எதிலும் ஈடுபாடு கிடையாது."

அலிக்ஸிற்குத் தொண்டை வறண்டு போனது. "ஆனால், உங்களுடைய வாழ்க்கையில் கண்டிப்பாகக் காதல் விவகாரங்கள் இடம் பெற்றிருக்கும்தானே? அதைப் பற்றி எனக்குத் தெரிந்தால்–"

மீண்டும் ஓரிரு நிமிடங்களுக்கு ஜெரால்டு அமைதியானான். அவனுடைய நெற்றி சுருங்கியது. என்ன கூறுவதென்று தீர்மானிக்க முடியாமல் அவன் தவித்தான். அவன் மீண்டும் பேசியபோது, அவனுடைய குரலில் முன்பிருந்த பகடி இருக்கவில்லை. ஒரு தீவிரமான தொனிதான் இருந்தது.

"நீ இப்படி என்னைச் சந்தேகப்பட்டுத் துருவித் துருவிக் கேட்பது நல்லது என்று நினைக்கிறாயா? 'புளூபேர்டு'[2] கதையில் வருகின்ற நபரைப் போன்றவன் நான் என்று நீ கருதிக் கொண்டிருக்கிறாயா? என் வாழ்க்கையில் பல பெண்கள் இடம் பெற்றிருந்தார்கள் என்பது உண்மைதான். அப்படி இல்லை என்று சொன்னாலும் நீ நம்பப் போவதில்லை. ஆனால், அவர்களில் ஒருத்தியின்மீதுகூட எனக்கு அக்கறை கிடையாது என்பதை என்னால் உண்மையுடன் உன்னிடம் கூற முடியும்."

அவனுடைய குரலில் தொனித்த உண்மையின் சாயல் அவளுக்கு ஆறுதலளித்தது.

"இப்போது திருப்தியா, அலிக்ஸ்?" என்று அவன் புன்னகைத்தபடி கேட்டான். பின் அவன் அவளை ஒருவிதமான ஆர்வக் குறுகுறுப்புடன் பார்த்தான்.

"இன்று திடீரென்று உன் மனத்தில் இதுபோன்ற இனிமையற்ற எண்ணங்கள் தோன்றக் காரணம் என்ன?"

அலிக்ஸ் தன் இருக்கையிலிருந்து எழுந்து அந்த அறையின் குறுக்கும் நெடுக்குமாகப் பதற்றத்துடன் நடக்கத் துவங்கினாள்.

"ஏனோ தெரியவில்லை, இன்று முழுவதும் நான் பதற்றமாகவே இருக்கிறேன்."

"இது விநோதமாக இருக்கிறது," என்று ஜெரால்டு தனக்குள் கூறிக் கொள்வதுபோல மெதுவாகக் கூறினான். "இது மிகவும் விநோதமாக இருக்கிறது."

"அது ஏன் விநோதமாக இருக்கிறது?"

"அன்பே, என்னை வாட்டி வதைக்காதே! நீ எப்போதும் இனிமையாகவும் அமைதியாகவும் இருப்பதால், உன்னுடைய

---

2 தன் முன்னாள் மனைவியரைக் கொன்று ஓர் அறையில் போட்டு வைத்திருந்த ஒரு கொலைகாரக் கணவனைப் பற்றிய ஒரு பிரெஞ்சு நாட்டுப்புறக் கதை.

இந்த மனப்போக்கு விநோதமாக இருப்பதாகக் கூறினேன், அவ்வளவுதான்."

அலிக்ஸ் வலுக்கட்டாயமாகத் தன் முகத்தில் ஒரு புன்னகையைப் படரவிட்டாள்.

"இன்று நடந்த எல்லா விஷயங்களும் எனக்கு எரிச்சல் ஏற்படுத்த வேண்டுமென்று கங்கணம் கட்டிக் கொண்டிருந்ததைப்போலத் தோன்றுகிறது. தோட்டக்காரன் ஜார்ஜ்கூட, நாம் நாளை லண்டனுக்குச் செல்லப் போகிறோம் என்று என்னிடம் உளறினான். நீங்கள்தான் அதை அவனிடம் கூறினீர்கள் என்றும் அவன் தெரிவித்தான்."

"அவனை நீ எங்கே பார்த்தாய்?" என்று ஜெரால்டு ஒரு தீவிரமான குரலில் கேட்டான்.

"அவன் வெள்ளிக்கிழமைக்குப் பதிலாக இன்று வேலைக்கு வந்திருந்தான்."

"முட்டாள்!" என்று ஜெரால்டு கோபத்துடன் கூறினான்.

அலிக்ஸ் அவனை வியப்புடன் பார்த்தாள். ஜெரால்டின் முகம் வெறித்தனமான கோபத்தில் அஷ்டகோணலாகியிருந்தது. அவன் இந்த அளவு கோபப்பட்டு அவள் பார்த்திருக்கவே இல்லை. அவளுடைய வியப்பைக் கவனித்துவிட்ட ஜெரால்டு தன்னைக் கட்டுப்படுத்திக் கொள்வதற்குப் பெரும் முயற்சி செய்தான்.

"அவன் ஒரு முட்டாள்," என்று அவன் மறுபடியும் கூறினான்.

"அவன் அப்படி நினைத்துக் கொள்ளும்படி நீங்கள் அவனிடம் என்ன கூறினீர்கள்?"

"நானா? நான் அப்படி எதையும் அவனிடம் கூறவில்லை. குறைந்தபட்சம் – ஓ! இப்போது நினைவுக்கு வருகிறது. நான் அவனிடம் விளையாட்டாக 'நாளை நாங்கள் லண்டனுக்குச் செல்லப் போகிறோம்' என்று கூறியிருந்தேன். அதை அவன் தீவிரமாக எடுத்துக் கொண்டான் போலிருக்கிறது. அல்லது அதை அவன் ஒழுங்காகக் கேட்காமல் இருந்திருக்கலாம். அது தவறான செய்தி என்று நீ அவனிடம் விளக்கியிருப்பாய் என்று நான் நினைக்கிறேன், சரிதானே?"

அவளுடைய பதிலுக்காக அவன் பதற்றத்துடன் காத்திருந்தான்.

"நாம் எங்கும் போகவில்லை என்று நான் அவனிடம் விளக்கிவிட்டேன். ஆனால், ஒரு விஷயம் அவனுடைய தலைக்குள் ஒரு முறை புகுந்துவிட்டால், அதை அவ்வளவு சீக்கிரமாக வெளியே தள்ளுகின்ற இரகமல்ல அவன்."

அடுத்து, அந்த வீட்டின் முன்னாள் சொந்தக்காரர் வெறும்

இரண்டாயிரம் பவுன்டுகள் மட்டும்தான் கேட்டார் என்று அந்தத் தோட்டக்காரன் உறுதியாகக் கூறியதைப் பற்றி அவள் ஜெரால்டிடம் சொன்னாள்.

அதைக் கேட்டு ஜெரால்டு ஓரிரு நிமிடங்கள் மௌனமாக இருந்தான்.

பின், ஒரு மெதுவான குரலில், "பணமாக இரண்டாயிரத்தையும் மீதி ஓராயிரத்தைத் தவணை முறையிலும் பெறுவதற்கு ஏம்ஸ் ஒத்துக் கொண்டிருந்தார். அதுதான் இந்தத் தவறான புரிதலுக்கு இட்டுச் சென்றிருக்க வேண்டும் என்று நான் நினைக்கிறேன்," என்று அவன் கூறினான்.

"அதற்கு நிறைய வாய்ப்பிருக்கிறது," என்று அலிக்ஸ் ஒத்துக் கொண்டாள்.

பின் சுவர்க்கடிகாரத்தை நிமிர்ந்து பார்த்த அவள், குறும்புத்தனமாக அதைச் சுட்டிக்காட்டினாள்.

"நாம் விரைவாகக் காரியத்தில் இறங்க வேண்டும். ஏற்கனவே ஐந்து நிமிடங்கள் தாமதமாகிவிட்டது."

ஜெரால்டின் முகத்தில் ஒரு விநோதமான புன்னகை அரும்பியது.

"நான் என் மனத்தை மாற்றிக் கொண்டேன். இன்று இரவு நான் புகைப்படம் கழுவுகின்ற வேலையில் ஈடுபடப் போவதில்லை," என்று அவன் அமைதியாகக் கூறினான்.

பெண்களின் மனம் விநோதமானது. அந்த புதன்கிழமையன்று, அலிக்ஸ் மனநிறைவுடனும் அமைதியுடனும் படுக்கச் சென்றாள். தாக்குதலுக்கு உள்ளாகியிருந்த அவளுடைய மனமகிழ்ச்சி மீண்டும் தலைதூக்கியது.

ஆனால், அதற்கு மறுநாள் மாலை அவளுடைய மகிழ்ச்சியை மீண்டும் குலைப்பதற்குச் சில சக்திகள் நுட்பமாக வேலை செய்து கொண்டிருந்ததுபோலத் தோன்றியது. டிக் மீண்டும் அவளைத் தொலைபேசியில் அழைக்கவில்லை. ஆனால், "அந்த மனிதன் உனக்கு முற்றிலும் ஓர் அந்நியன். அவனைப் பற்றி உனக்கு எதுவும் தெரியாது," என்ற அவனுடைய வார்த்தைகள் அவளைச் சுழற்றியடித்துக் கொண்டிருந்தன. அதோடு சேர்ந்து, "நீ இப்படி என்னைச் சந்தேகப்பட்டுத் துருவித் துருவிக் கேட்பது நல்லது என்று நீ நினைக்கிறாயா? 'புளூபேர்டு' கதையில் வருகின்ற நபரைப் போன்றவன் நான் என்று நீ கருதிக் கொண்டிருக்கிறாயா?" என்று ஜெரால்டு கேட்டபோது அவனுடைய முகம் மாறிய காட்சியும் அவளுடைய நினைவில் வந்தது. 'அவன் அதை

ஏன் சொன்னான்?' என்று அவள் யோசித்தாள்.

அந்த வார்த்தைகளில், அச்சுறுத்தல் தொனியுடன்கூடிய ஓர் எச்சரிக்கை இருந்தது. "அலிக்ஸ், நீ என் தனிப்பட்ட விவகாரங்களில் மூக்கை நுழைக்காதே. அப்படிச் செய்தால், நீ படுமோசமான அதிர்ச்சியை எதிர்கொள்ள நேரிடும்," என்று அவன் கூறியதைப்போல அது அவளுக்குப் பட்டது.

வெள்ளிக்கிழமை காலை வாக்கில், ஜெரால்டின் வாழ்க்கையில் கண்டிப்பாக ஒரு பெண் இருந்திருக்க வேண்டும் என்றும், அதை அவன் அவளிடமிருந்து மறைத்துக் கொண்டிருந்தான் என்றும் அலிக்ஸ் உறுதியாக நம்பினாள். அவளிடம் மெதுவாகத் தலைதூக்கியிருந்த பொறாமையுணர்வு இப்போது தலைவிரித்தாடிக் கொண்டிருந்தது.

அன்று இரவு 9 மணிக்கு அவன் ஒரு பெண்ணைப் பார்க்கத் திட்டமிட்டிருந்தானா? புகைப்படங்களைக் கழுவ வேண்டும் என்று அவன் கூறியது திடீரென்று அக்கணத்தில் அவன் அவிழ்த்துவிட்டிருந்த ஒரு பொய்யா?

மூன்று நாட்களுக்கு முன்பு அவளிடம் கேட்டிருந்தால், தான் தன் கணவனை முழுமையாக நம்பியதாக அவள் சொல்லியிருந்திருப்பாள். ஆனால், இப்போது, அவன் ஓர் அந்நியன் என்ற உணர்வும், அவனைப் பற்றித் தனக்கு எதுவும் தெரியாது என்ற எண்ணமும் அவளுக்கு ஏற்பட்டிருந்தது. ஜார்ஜ் குறித்து அவன் வெளிப்படுத்திய, நியாயப்படுத்தப்பட முடியாத பெருங்கோபம், அவனுடைய கனிவான இயல்புக்கு முரணானதாக இருந்தது. ஒருவேளை அது ஒரு சிறிய விஷயமாக இருக்கலாம். ஆனால், தன் கணவனைப் பற்றி அவளுக்குப் பெரிதாக எதுவும் தெரிந்திருக்கவில்லை என்பதையே அது சுட்டிக்காட்டியது.

வெள்ளிக்கிழமையன்று கிராமத்திலிருந்து சில பொருட்களை அவள் வாங்க வேண்டியிருந்தது. அன்று மாலை, ஜெரால்டு தோட்டத்தில் இருந்தபோது, தான் கிராமத்திற்குச் சென்று வரவிருந்ததாக அலிக்ஸ் அறிவித்தவுடன், அதை அவன் தீவிரமாக மறுத்து, தான் சென்று வருவதாகக் கூறியபோது அவள் மிகவும் வியப்படைந்தாள். அதை ஒத்துக் கொண்டாக வேண்டிய கட்டாயத்திற்கு அவள் ஆளானாலும், அவனுடைய வற்புறுத்தல் அவளுக்குள் ஓர் எச்சரிக்கை மணியை ஒலிக்கச் செய்தது. அவள் கிராமத்திற்குச் செல்வதைத் தடுப்பதில் அவன் ஏன் இவ்வளவு குறியாக இருந்தான்?

அவளுக்குத் திடீரென்று உதித்த ஒரு யோசனையின் காரணமாக அவளுக்குத் தெளிவு ஏற்பட்டது: 'ஒருவேளை, கிராமத்தில் ஜெரால்டு டிக்கைச் சந்தித்திருக்கக்கூடும்.

பொறாமையின் காரணமாக, நான் டிக்கைச் சந்திப்பதை அவர் விரும்பாதிருந்திருக்கலாம். அதனால், நான் கிராமத்திற்குச் செல்வதை அவர் தடுக்க முயன்றிருக்கலாம்.' குழப்பமடைந்திருந்த அவளுடைய மனத்திற்கு இந்த விளக்கம் ஆறுதலளித்ததால், அவள் இந்த யோசனையை ஆவலோடு சுவீகரித்துக் கொண்டாள்.

ஆனாலும், தேநீர் நேரம் வந்து போன பிறகு, அவளுடைய அசௌகரிய உணர்வு அதிகரித்தது. ஜெரால்டு வீட்டைவிட்டுச் சென்றதிலிருந்தே அவளுக்குள் எழுந்திருந்த ஒரு சபலத்தோடு அவள் போராடிக் கொண்டிருந்தாள். இறுதியில், ஒரு முடிவுக்கு வந்தவளாக, தன் கணவன் உடை மாற்றும் அறைக்கு அவள் சென்றாள். அந்த அறையைச் சுத்தம் செய்வதற்காக அங்கு வந்திருந்ததாகக் காட்டிக் கொள்வதற்காக, துடைப்பான் ஒன்றையும் அவள் உடன் எடுத்துச் சென்றாள்.

“எனக்கு மட்டும் ஏதேனும் சான்று கிடைத்தால்!” என்று அவள் தனக்குத் தானே முணுமுணுத்துக் கொண்டாள்.

அதே நேரத்தில், பல ஆண்டுகளுக்கு முன்பே தடயங்கள் அனைத்தும் அழிக்கப்பட்டிருக்கும் என்றும் அவள் தனக்குள் கூறிக் கொண்டாள். சில நேரங்களில், ஆண்கள், உணர்ச்சிரீதியான பிணைப்பிற்காக, முக்கியமான தடயங்களைத் தங்களோடு வைத்திருப்பர் என்று அதற்கு எதிரான ஒரு வாதத்தையும் அவளே முன்வைத்தாள்.

இறுதியில் அவள் சபலத்திற்கு அடிபணிந்தாள். அது குறித்த அவமான உணர்வு அவளைப் பிடுங்கித் தின்றது. அவள், அந்த அறையிலிருந்த அனைத்து ஆவணங்களையும் சோதித்தாள். அங்கிருந்த இழுப்பறைகளைச் சோதித்து முடித்தப் பிறகு, அவள் அவனுடைய உடைகளையும் சோதித்தாள். இரண்டு இழுப்பறைகள் பூட்டப்பட்டிருந்ததால் அவற்றை அவளால் சோதிக்க முடியவில்லை. ஆனால், இக்கட்டத்தில் ஜெரால்டின் பழைய காதலி குறித்தச் சான்று அந்த இரண்டில் ஒன்றில் இருக்கலாம் என்று அவள் தீர்மானமாக நம்பியதால், அவற்றையும் சோதிப்பதென்று அவள் தீர்மானித்தாள்.

பொதுவாக ஜெரால்டு தன் சாவிக்கொத்தைக் கவனக்குறைவாகக் கையாண்டதைக் கவனித்திருந்த அலிக்ஸ், கீழே இருந்த வரவேற்பறைக்குச் சென்று, அங்கிருந்த மேசையில் வைக்கப்பட்டிருந்த சாவிக்கொத்தை எடுத்துக் கொண்டு மேலே வந்தாள். பின் ஒவ்வொரு சாவியாக அவள் முயன்று பார்த்தாள். மூன்றாவது சாவி ஓர் இழுப்பறையில் பொருந்தியது. அதை அவள் ஆவலுடன் திறந்தாள். அதில் ஒரு வங்கிக் காசோலைப் புத்தகமும், பணத்தால் பிதுங்கி

வழிந்த ஒரு பர்ஸும் இருந்தன. அந்த இழுப்பறையின் ஓரத்தில் ஒரு கற்றைக் கடிதங்கள் இருந்தன. அவை ஒரு டேப்பால் கட்டப்பட்டிருந்தன.

அக்கடிதங்களை அவள் கையிலெடுத்து அந்த டேப்பை அவிழ்த்தாள். அவை என்னவென்று அறிந்ததும், அவற்றை அப்படியே அந்த இழுப்பறைக்குள் போட்டுவிட்டு, அவள் அந்த இழுப்பறையைப் பூட்டினாள். அக்கடிதங்கள் அனைத்தும் அவள் எழுதியிருந்தவை. திருமணத்திற்கு முன்பு அவள் டிக்கிற்கு எழுதியிருந்தவை அவை.

பிறகு, பூட்டப்பட்டிருந்த அந்த இரண்டாவது இழுப்பறையின்மீது அவள் கவனம் செலுத்தினாள். வந்த வேலையை முழுமையாக முடித்துவிட வேண்டும் என்ற நோக்கம் அவளிடம் மேலோங்கியிருந்தது. அந்த இழுப்பறையில் முக்கியமான எதையும் தான் கண்டுபிடிப்போம் என்று அவள் கருதவில்லை.

ஆனால், சாவிக்கொத்திலிருந்த எந்தச் சாவியும் அதற்குள் நுழையவில்லை. அது அவளுக்குக் கடும் எரிச்சல் ஏற்படுத்தியது. ஆனால், அவள் வேறு அறைகளில் தேடி மேலும் சில சாவிகளைக் கொண்டு வந்தாள். அவற்றில் ஒன்று அதில் பொருந்தியது. அவள் அந்த இழுப்பறையை வெளியே இழுத்தாள். பழைய நாளிதழ்களிலிருந்து வெட்டி எடுக்கப்பட்டிருந்த, பழுப்பேறிப் போயிருந்த பல செய்திக் குறிப்புகள் அதில் இருந்தன.

அதில் வேறு எதுவும் இல்லாதது அவளுக்கு ஒருவிதமான ஆசுவாசத்தைக் கொடுத்தது. எதற்காக ஜெரால்டு ஒரு பழைய நாளிதழை இப்படிப் பத்திரப்படுத்த வேண்டும் என்று தெரிந்து கொள்வதற்காக அவள் அவற்றைப் பிரித்தாள். அவை அனைத்தும் அமெரிக்கச் செய்தித்தாள்கள். ஏழு ஆண்டுகளுக்கு முந்தைய அவை, மிகப் பிரபலமான மோசடிக்காரனும் பல பெண்களை மணமுடித்து ஏமாற்றியிருந்தவனுமான சார்லஸ் லெமெட்ராவின் வழக்கு விசாரணையைப் பற்றியவையாக இருந்தன. அவன் தன்னிடம் மாட்டிய பெண்களைக் கொலை செய்திருந்ததாகச் சந்தேகிக்கப்பட்டிருந்தான். அவன் வாடகைக்கு எடுத்திருந்த ஒரு வீட்டின் ஓர் அறைக்குக் கீழே ஓர் எலும்புக்கூடு கண்டுபிடிக்கப்பட்டிருந்தது. அவனைத் 'திருமணம்' புரிந்திருந்த பல பெண்கள் சுவடே இல்லாமல் மாயமாக மறைந்து போயிருந்தனர்.

சார்லஸ் தன்மீது சுமத்தப்பட்டிருந்த குற்றச்சாட்டுகளுக்கு எதிராகத் திறமையான வாதங்களை முன்வைத்திருந்தான். அவனுக்காக அமெரிக்காவிலேயே தலைசிறந்த வழக்கறிஞர்கள்

வாதாடினர். அவன்மீதான கொலைக் குற்றம் எதுவும் நிரூபிக்கப்பட முடியாமல் போனதால், அவன் தூக்குத் தண்டனையிலிருந்து தப்பித்துக் கொண்டான். ஆனால், அவனுக்கு நீண்டகாலச் சிறைத் தண்டனை வழங்கப்பட்டது.

அக்காலத்தில் அந்த விவகாரம் பரபரப்பாகப் பேசப்பட்டதால், அது அவளுக்கு நினைவில் இருந்தது. அதோடு, மூன்று ஆண்டுகளுக்குப் பிறகு அவன் சிறையிலிருந்து தப்பிய செய்தியும் பரபரப்பைக் கிளப்பியிருந்தது. அவன் ஒருபோதும் பிடிபடவில்லை. அவனுடைய ஆளுமையும் பெண்களைக் கவர்கின்ற அவனுடைய வசீகரமும் அச்சமயத்தில் இங்கிலாந்துப் பத்திரிகைகளில் விரிவாக அலசப்பட்டன.

அந்தச் செய்திக் கத்தரிப்புகளில் ஒன்றில் சார்லஸின் படம் இடம் பெற்றிருந்தது. அதை அவள் உன்னிப்பாகப் பார்த்தாள். அவன் ஒரு நீளமான தாடி வைத்திருந்தான். ஓர் அறிவார்ந்த கல்விமானின் தோற்றம் அவனுக்கு இருந்தது.

அது யாரையோ அவளுக்கு நினைவுபடுத்தியதாக அவளுக்குத் தோன்றியது. அது ஜெரால்டை நினைவுபடுத்தியதைக் கண்டு அவள் கடும் அதிர்ச்சியடைந்தாள். சார்லஸின் கண்களும் புருவங்களும் அவனை வெகுவாக நினைவுபடுத்தின. அதையொட்டி இடம் பெற்றிருந்த பத்தியை அவள் படித்தாள். அவனிடமிருந்து கைப்பற்றப்பட்டிருந்த நாட்குறிப்பில் இடம் பெற்றிருந்த தேதிகள், அவனிடம் பலியானதாகக் கருதப்பட்டப் பெண்கள் மாயமாக மறைந்த தேதிகளோடு ஒத்துப் போயின. அந்தத் தேதிகளில்தான் அவன் தன்னிடம் மாட்டியிருந்த பெண்களைத் தீர்த்துக் கட்டியிருந்தான் என்ற வாதம் வழக்கின்போது முன்வைக்கப்பட்டிருந்தது. பின்னர் ஒரு பெண், சார்லஸின் இடது கை மணிக்கட்டில், உள்ளங்கைக்குச் சற்றுக் கீழேயிருந்த ஒரு மச்சத்தைக் கொண்டு, சந்தேகத்திற்கு இடமின்றி அவனை அடையாளம் காட்டினாள்.

அலிக்ஸின் கையிலிருந்த காகிதங்கள் நழுவிக் கீழே விழுந்தன. அவளுக்குத் தலை கிறுகிறுத்தது. “அவனுடைய இடது கை மணிக்கட்டில், உள்ளங்கைக்குச் சற்றுக் கீழே ஒரு மச்சம் இருந்தது. . .”

* * *

அந்த அறை தன்னைச் சுற்றிச் சுழன்று கொண்டிருந்ததுபோல அவள் உணர்ந்தாள். சார்லஸ்தான் ஜெரால்டு என்ற முடிவுக்குத் தான் விரைவிலேயே வந்திருந்திருக்க வேண்டும் என்று

அவள் பின்னர் நினைத்துக் கொண்டாள். ஒன்றுக்கொன்று தொடர்பில்லாதவைபோலத் தோன்றிய சில விஷயங்கள் அவளுடைய மனத்தின் முன் வட்டமடித்தன.

அந்த வீட்டுக்காக அவள் கொடுத்திருந்த பணம்; அவளுடைய கனவின் முக்கியத்துவமும் இப்போது அவளுக்குப் புரிந்தது. அவளுடைய ஆழ்மனத்தில் அவள் ஜெரால்டைக் கண்டு பயந்திருந்திருக்கிறாள், அவனிடமிருந்து தப்பித்துச் செல்ல விரும்பியிருந்திருக்கிறாள். அவளுடைய ஆழ்மனம் டிக்கிடம் அந்த உதவியை நாடியிருந்திருக்கிறது. கனவில் அவள் அந்த முடிவைத் தயக்கமின்றி ஏற்றுக் கொண்டிருந்ததற்கு அதுதான் காரணம். சார்லஸின் மற்றொரு பலிகடாவாக அவள் ஆகவிருந்தாள். ஒருவேளை அது விரைவில் நடந்தேறக்கூடும்.

அப்போது திடீரென்று அவளுக்கு ஒரு விஷயம் நினைவுக்கு வந்ததால், கிட்டத்தட்ட உரக்கக் கத்திவிட்டாள். புதன்கிழமை இரவு *9* மணி. அந்த வீட்டில் மதுவகைகளைப் பத்திரப்படுத்துவதற்குக் கட்டப்பட்டிருந்த பாதாள அறை அவளுடைய நினைவுக்கு வந்தது. சார்லஸ் ஏற்கனவே ஒருத்தியை அப்படிக் கொன்றிருந்தான். அப்படியானால், அவன் அவளைக் கொலை செய்வதற்குத்தான் கடந்த புதன்கிழமையைத் தேர்ந்தெடுத்திருந்தான். ஆனால் அவன் அதை முன்கூட்டியே தன் நாட்குறிப்பில் எழுதி வைப்பது என்பது மடத்தனமானதாக அவளுக்குத் தோன்றியது. பின்னர் யோசித்துப் பார்த்தபோது, அது அப்படியில்லை என்பது அவளுக்குப் புரிந்தது. அது சார்லஸின் இயல்பு. அவனுக்குக் கொலையும் மற்ற வணிகப் பரிவர்த்தனைகளைப் போன்ற ஒன்றுதான்.

ஆனால், எது அவளைக் காப்பாற்றியிருந்தது? கடைசி நிமிடத்தில் அவன் பின்வாங்கியிருந்தானா? இருக்காது. அதற்கான பதில் திடீரென்று அவளிடம் தோன்றியது. ஜார்ஜ்.

ஜார்ஜ் குறித்து ஜெரால்டு ஏன் அப்படி வெறித்தனமாகக் கோபம் கொண்டான் என்பது இப்போது அவளுக்குப் புரிந்தது. ஜெரால்டு, கிராமத்தில் தான் பார்த்த எல்லோரிடமும் தாங்கள் லண்டனுக்குச் செல்லவிருந்ததாகக் கூறியிருக்கிறான். எதிர்பாராத விதமாக ஜார்ஜ் இங்கு வேலைக்கு வந்து அவளிடம் அதைப் பற்றி உளறிவிட்டான். அவள் அதை மறுத்ததால், அன்று இரவு அவளைக் கொல்வது சிக்கலை ஏற்படுத்திவிடக்கூடும் என்று சார்லஸ் அதைத் தவிர்த்துவிட்டான். மயிரிழையில் அவள் தப்பித்திருந்தாள்! அந்த ஓர் அற்ப விஷயத்தை மட்டும் தான் ஜெரால்டிடம் சொல்லியிருக்காவிட்டால் என்ன நடந்திருக்கும் என்று

யோசித்துப் பார்த்தபோது, அலிக்ஸ் நடுங்கினாள்.

அப்போது அவளுடைய வீட்டின் வெளிவாசற்கதவு கிறீச்சிடும் ஒலி அவளுக்குக் கேட்டது. அவளுடைய கணவன் வீடு திரும்பியிருந்தான்.

ஒரு கணம் அலிக்ஸ் பயத்தால் உறைந்து போனாள். பின்னர் உடனே சுதாரித்துக் கொண்டு, சத்தம் போடாமல் நடந்து சென்று, சன்னல் திரைச்சீலைக்குப் பின்னால் ஒளிந்து கொண்டு பார்த்தாள்.

அது அவளுடைய கணவன்தான். அவன் தனக்குத் தானே புன்னகைத்துக் கொண்டிருந்தான், ஏதோ ஒரு பாடலை சீட்டியடித்துக் கொண்டிருந்தான். அவன் கையிலிருந்த பொருளைப் பார்த்ததும் அவளுக்கு மூச்சே நின்றுவிட்டது. அது ஒரு புத்தம் புதிய மண்வெட்டி.

உடனே ஒரு விஷயம் அவளுக்கு வெட்ட வெளிச்சமாயிற்று. இன்று இரவுதான் அது நடத்தப்படவிருந்தது.

ஆனால், இன்னமும் ஒரு நம்பிக்கைக் கீற்று இருந்தது. ஜெரால்டு சீட்டியடித்தபடியே வீட்டின் பின்பக்கம் சென்றான்.

அவள் ஒரு கணம்கூடத் தாமதிக்காமல் அந்த அறையிலிருந்து வெளியே ஓடி வீட்டைவிட்டுச் செல்வதற்காக வாசலை அடைந்தாள். சரியாக அக்கணத்தில் அவளுடைய கணவன் மறுபுறம் வழியாக அங்கு வந்தான்.

“ஹலோ! இவ்வளவு விரைவாக நீ எங்கே ஓடிக் கொண்டிருக்கிறாய்?” என்று அவன் கேட்டான்.

அலிக்ஸ் அமைதியாகவும் இயல்பாகவும் தோற்றமளிப்பதற்குப் பெரும் முயற்சி செய்தாள். அவள் தப்பிப்பதற்கான வாய்ப்பு அக்கணத்தில் பறந்தோடியிருந்தது. அவள் அவனிடம் எந்தவிதமான சந்தேகத்தையும் கிளறாமல் இருந்தால், மற்றொரு வாய்ப்பு அவளுக்குக் கிட்டும். அது இப்போதேகூடக் கிடைக்கலாம்.

“நான் இந்தத் தெருமுனைவரை நடந்து சென்று வரப் புறப்பட்டேன்.” அவளுடைய குரலின் தொனி நம்புகிறார்போல இல்லாமல் இருந்ததாக அவளுக்கே தோன்றியது.

“சரி. அப்படியானால், நானும் உன்னுடன் வருகிறேன்.”

“வேண்டாம், ஜெரால்டு. நான் மட்டும் போய்விட்டு வந்துவிடுகிறேன். எனக்குத் தலை வலிக்கிறது. நான் பதற்றமாக இருக்கிறேன்.”

அவன் அவளை உற்றுப் பார்த்தான். அவன் கண்களில் சந்தேகம் துளிர்த்திருந்ததாக அவள் கற்பனை செய்தாள்.

“உனக்கு என்னவாயிற்று? உன் முகம் வெளுத்துப் போயிருக்கிறது. நீ நடுங்கிக் கொண்டிருக்கிறாய்.”

“எனக்கு ஒன்றுமில்லை,” என்று அவள் வெடுக்கென்று கூறிவிட்டு அவனை நோக்கிப் புன்னகைத்தாள்.

“நான் உன்னுடன் வர வேண்டாம் என்று நீ கூறினாலும் அதை நான் கேட்கப் போவதில்லை. நீ விரும்பினாலும் விரும்பாவிட்டாலும் நானும் உன்னுடன் வரப் போகிறேன்,” என்று கூறி அவனுக்கே உரிய பாணியில் அவன் இயல்பாகச் சிரித்தான்.

அதற்கு மேல் மறுப்பு தெரிவிக்க அவள் துணியவில்லை. தன்னுடைய கடந்தகாலம் அவளுக்குத் தெரியும் என்று அவன் சந்தேகப்பட்டுவிட்டால் . . .

இயல்பாக நடந்து கொள்வதற்கு அவள் கடும் முயற்சி செய்தாள். ஆனாலும், அவன் அவ்வப்போது அவளை ஓரக்கண்ணால் பார்த்துக் கொண்டே வந்ததாக அவள் சந்தேகித்தாள். அவனுடைய சந்தேகம் முழுவதுமாகத் தீர்ந்திருக்கவில்லை.

அவர்கள் வீடு திரும்பியதும், படுத்துக் கொள்ளுமாறு அவன் அவளை வற்புறுத்தினான். பின்னர் அவன் அவளுடைய நெற்றியில் தலைவலித் தைலம் ஒன்றைத் தேய்த்துவிட்டான். எப்போதும்போல அர்ப்பணிப்புள்ள ஒரு கணவனாக அவன் தன்னைக் காட்டிக் கொண்டான். கை, கால்கள் கட்டப்பட்ட நிலையில் ஒரு பொறிக்குள் மாட்டிக் கொண்டிருந்ததுபோல அவள் உணர்ந்தாள்.

அவளை அவன் ஒரு நிமிடம்கூடத் தனியாக இருக்கவிடவில்லை. அவள் சமையலறைக்குச் சென்று ஏற்கனவே தயார் செய்து வைத்திருந்த உணவை எடுத்து வர முனைந்தபோதுகூட அவளுடன் அவனும் வந்தான். இரவு உணவை உண்ண அவளுக்கு விருப்பமில்லை என்றபோதிலும், வலுக்கட்டாயமாக அதை அவள் தன்னுடைய வயிற்றுக்குள் தள்ளினாள். தான் இயல்பாகவும் மகிழ்ச்சியாகவும் இருந்ததுபோலக் காட்டிக் கொள்ள அவள் முயன்றாள். இப்போது தான் தன் உயிருக்காகப் போராடிக் கொண்டிருந்ததை அவள் உணர்ந்திருந்தாள். அவள் இந்த மனிதனுடன் தனியாக இருந்தாள். அந்த வீடு ஆளரவமற்ற ஒரு பகுதியில் தனியாக இருந்தது. எப்படியாவது அவளால் ஒரு சில நிமிடங்கள் தனியாக இருக்க முடிந்தால், தொலைபேசி மூலம் அவளால் உதவியைப் பெற்றுவிட முடியும். அதுதான் இப்போது அவளுக்கு இருந்த ஒரே நம்பிக்கை.

திடீரென்று அவளுக்கு ஒரு யோசனை உதித்தது. முன்பு ஒரு முறை அவன் தன் திட்டத்தைக் கைவிட்டிருந்தது அவளுக்கு ஞாபகம் வந்தது. ‘இன்னும் சற்று நேரத்தில் டிக்

அங்கு வரவிருந்தான் என்று அறிவித்தால் என்ன?' என்று அவள் யோசித்தாள்.

அந்த வார்த்தைகள் அவளுடைய உதடுகளில் தவழ்ந்து கொண்டிருந்தபோது, அது சரிப்பட்டு வராது என்று அவள் அந்த யோசனையை ஒதுக்கித் தள்ளிவிட்டாள். இரண்டாவது முறையாக இவனைப் பின்வாங்க வைக்க முடியாது. அவனுடைய அமைதியான வெளித்தோற்றத்திற்கு அடியிலிருந்த உறுதியும் உற்சாகமும் அவளுக்கு நடுக்கத்தைக் கொடுத்தன. அவள் முட்டாள்தனமாக எதையாவது செய்தால், அவள் தன்னுடைய சொந்த வீழ்ச்சியைத் துரிதப்படுத்துவாள், அவ்வளவுதான். அவன் அவளை இங்கேயே கொன்று புதைத்துவிட்டு, டிக்கைத் தொலைபேசியில் அழைத்து வேலை தொடர்பாகத் தான் எங்கோ செல்லவிருந்ததாக ஒரு கதையை அளந்துவிடுவான். ஓ! டிக் மட்டும் இப்போது இங்கு வந்தால் எவ்வளவு நன்றாக இருக்கும் என்று அவள் நினைத்துக் கொண்டாள்.

அப்போது அவளுக்குத் திடீரென்று ஒரு யோசனை உதித்தது. ஜெரால்டு தன் மனத்தைப் படித்துவிடக்கூடும் என்று அஞ்சியதுபோல அவள் அவனை ஓரக்கண்ணால் பார்த்தாள். அவளுடைய மனத்தில் ஒரு திட்டம் படிப்படியாக வளர்ந்தபோது அவளுடைய துணிச்சலும் வலுப் பெற்றது. அவள் விரைவில் முழுமையான இயல்பு நிலைக்கு மாறினாள். அது அவளுக்கே வியப்பாக இருந்தது.

அவள் காபி தயாரித்து, வாசலையொட்டி இருந்த தாழ்வாரத்திற்கு அதைக் கொண்டு சென்றாள். அவர்கள் அடிக்கடி அங்கு உட்கார்ந்து காபி குடிப்பது வழக்கம்.

ஜெரால்டு திடீரென்று, "இன்று இரவு நாம் புகைப்படங்களைக் கழுவுகின்ற வேலையைச் செய்யலாம்," என்று கூறினான்.

அலிக்ஸுக்குள் ஒரு நடுக்கம் பரவியது. அதை வெளியே காட்டிக் கொள்ளாமல், விட்டேத்தியாக, "உங்களால் அதைத் தனியாகப் பார்த்துக் கொள்ள முடியாதா? இன்று நான் மிகவும் களைப்பாக இருக்கிறேன்," என்றாள் அவள்.

"அதற்கு வெகு நேரம் ஆகாது," என்று கூறிய அவன், தனக்குத் தானே புன்னகைத்துக் கொண்டான். "அதற்குப் பிறகு நீ சோர்வாக உணர மாட்டாய். அதற்கு நான் உத்தரவாதம்."

அந்த வார்த்தைகள் அவனுக்குக் குதூகலமளித்ததுபோல அவளுக்குத் தோன்றியது. அவளுக்கு மீண்டும் நடுக்கம் ஏற்பட்டது. ஒன்று, அவள் இப்போது தன் திட்டத்தை அமல்படுத்த வேண்டும். இல்லையெனில், அவளுக்கு அதற்கு

ஒருபோதும் வாய்ப்புக் கிடைக்காது.

அவள் திடீரென்று எழுந்தாள்.

“நான் கசாப்புக்கடைக்காரருக்குத் தொலைபேசி அழைப்பு விடுக்கப் போகிறேன்,” என்று அவள் ஓர் இயல்பான குரலில் அறிவித்தாள். “நீங்கள் இங்கேயே இருங்கள். நான் வந்துவிடுகிறேன்.”

“இந்த நேரத்திலா?”

“அவர் கடையை மூடியிருப்பார் என்பது எனக்குத் தெரியாதா என்ன? ஆனால் அவர் எப்போதும் வீட்டில்தான் இருப்பார். நாளை சனிக்கிழமை. காலையிலேயே எனக்குப் கன்றிறைச்சியைக் கொண்டு வரச் சொல்லப் போகிறேன். அவர் கடையைத் திறந்தவுடனேயே அது விற்றுத் தீர்ந்துவிடும். அந்தக் கசாப்புக்கடைக்காரத் தாத்தா எனக்காக என்ன வேண்டுமானாலும் செய்வார்.”

அவள் விறுவிறுவென்று வீட்டுக்குள் சென்று கதவை மூடினாள். “கதவைச் சாத்தாதே!” என்ற ஜெரால்டின் குரலுக்கு, “விட்டில்பூச்சிகள் உள்ளே வந்துவிடும். எனக்கு அவற்றைப் பிடிக்கவே பிடிக்காது. நான் அந்தக் கசாப்புக்கடைக்காரருடன் கொஞ்சிக் குலாவப் போகிறேன் என்று நீங்கள் பயப்படுகிறீர்களா?” என்று எதார்த்தமாகப் பதிலளிப்பதுபோல அவள் பதிலளித்தாள்.

உள்ளே நுழைந்ததும் அவள் தொலைபேசியை எடுத்து, ‘டிராவலர்ஸ் ஆர்ம்ஸ்’ விடுதியின் எண்ணைக் கூறி அவர்களுடன் தொடர்பு ஏற்படுத்திக் கொடுக்குமாறு கேட்டாள். உடனே தொடர்பு ஏற்படுத்திக் கொடுக்கப்பட்டது.

மறுமுனையில் அதை எடுத்தவரிடம், “டிக் வின்டிஃபோர்டு இன்னும் அங்கேதான் தங்கியிருக்கிறாரா? நான் அவருடன் பேச வேண்டும்,” என்று அவள் கேட்டுக் கொண்டாள்.

அப்போது கதவைத் திறந்து கொண்டு ஜெரால்டு உள்ளே நுழைந்தான். அவளுடைய இதயம் கிட்டத்தட்ட நொறுங்கிவிட்டது.

“ஜெரால்டு, இங்கிருந்து சென்றுவிடுங்கள். நான் தொலைபேசியில் பேசிக் கொண்டிருக்கும்போது, அதை வேறு யார் கேட்டாலும் எனக்குப் பிடிக்காது,” என்று அவள் ஒரு சிடுசிடுப்பான குரலில் கூறினாள்.

அதை அவன் கண்டுகொள்ளாமல் சிரித்துக் கொண்டே அந்த அறையிலிருந்த ஒரு நாற்காலியில் அமர்ந்து கொண்டான்.

“நீ உண்மையிலேயே கசாப்புக்கடைக்காரருடன்தான் பேசிக் கொண்டிருக்கிறாயா?” என்று அவன் அவளைக் கேட்டான்.

அலிக்ஸ் விரக்தியடைந்தாள். அவளுடைய திட்டம்

தோற்றுவிட்டது. இன்னும் சில நொடிகளில் டிக் தொலைபேசிக்கு வந்துவிடுவான். அவள் துணிந்து அழுது அவனிடம் உதவி கேட்க வேண்டுமா?

அவள் பதற்றத்துடன் தொலைபேசியின் 'ரீசீவரில்' இருந்த 'மியூட்' பட்டனை அழுத்துவதும் மீண்டும் விடுவிப்பதுமாக இருந்தாள். அப்போது மற்றொரு யோசனை அவளுக்கு உதித்தது.

"அது கடினம்தான்," என்று தனக்குத் தானே அவள் கூறிக் கொண்டாள். "இது வெற்றி பெற வேண்டுமென்றால், நான் தெளிவாகச் சிந்தித்து, தடுமாற்றமின்றி, சரியான வார்த்தைகளைப் பயன்படுத்த வேண்டும். ஆனால், என்னால் அது முடியும் என்று நான் நம்புகிறேன். இதை நான் செய்தே ஆக வேண்டும்."

சரியாக அக்கணத்தில் அவளுடைய காதில் டிக்கின் குரல் கேட்டது.

அலிக்ஸ் ஒரு முறை ஆழமாக சுவாசித்துத் தன்னை ஆசுவாசப்படுத்திக் கொண்டாள். பின் அவள் பேசத் துவங்கினாள். பேசும்போது, மறுமுனையில் இருந்த டிக்கின் காதில், தான் தேர்ந்தெடுத்தச் சில வார்த்தைகள் மட்டும் கேட்கும் விதத்தில் அவள் 'மியூட்' பட்டனை விட்டு விட்டு அழுத்திக் கொண்டிருந்தாள்.

"பிலோமெல் காட்டேஜிலிருந்து நான் திருமதி ஜெரால்டு மார்ட்டின் பேசுகிறேன் – (மியூட் பட்டனை அழுத்தினாள்) நாளை காலையில் ஆறு கன்றிறைச்சித் துண்டுகளை எடுத்துக் கொண்டு – (மியூட் பட்டனை விடுவித்தாள்) தயவு செய்து வாருங்கள். இது மிகவும் முக்கியம். (மீண்டும் மியூட் பட்டனை அழுத்தினாள்) மிக்க நன்றி, திரு ஹேக்ஸ்வொர்த்தி. இவ்வளவு தாமதமாக உங்களை அழைத்ததை நீங்கள் பொருட்படுத்த மாட்டீர்கள் என்று நான் நம்புகிறேன். என்னைப் பொறுத்தவரை அந்த இறைச்சித் துண்டுகள் (மீண்டும் மியூட் பட்டனை விடுவித்தாள்) ஒரு வாழ்வா-சாவா பிரச்சனை. (மீண்டும் மியூட் பட்டனை அழுத்தினாள்) – நல்லது. நாளை காலையில் (மீண்டும் மியூட் பட்டனை விடுவித்தாள்) உங்களால் எவ்வளவு விரைவாக முடியுமோ அவ்வளவு விரைவாக (மீண்டும் மியூட் பட்டனை அழுத்தினாள்) அவற்றைக் கொண்டு (மீண்டும் மியூட் பட்டனை விடுவித்தாள்) வாருங்கள்."

அவள் தொலைபேசியை வைத்துவிட்டுத் தன் கணவனை நோக்கித் திரும்பினாள்.

"ஓ! நீ இப்படித்தான் உன்னுடைய கசாப்புக்கடைக்காரருடன் பேசுவாயா?" என்று ஜெரால்டு கேட்டான்.

"ஆமாம். பெண்மையைக் குழைத்துப் பேசினால் இப்படித்தான் இருக்கும்!" என்று அவள் வேடிக்கையாகக் கூறினாள்.

அவளுக்குள் உற்சாகம் குமிழ்விடத் தொடங்கியிருந்தது. ஜெரால்டு எதையும் சந்தேகித்திருக்கவில்லை. தொலைபேசியில் தான் கூறியிருந்தது எதுவும் புரியாமல் இருந்தால்கூட டிக் கண்டிப்பாக விரைந்து வருவான் என்று அவள் நம்பினாள்.

அவள் படிப்பறைக்குச் சென்று அங்கிருந்த விளக்கைப் போட்டாள். ஜெரால்டு அவளைப் பின்தொடர்ந்து அந்த அறைக்குள் வந்தான்.

அவளை ஆர்வக் குறுகுறுப்புடன் பார்த்த ஜெரால்டு, "இப்போது நீ உற்சாகமாக இருப்பதுபோலத் தோன்றுகிறது," என்று கேட்டான்.

"ஆமாம். என் தலைவலி பறந்துவிட்டது."

அவள் வழக்கமாக அமரும் இருக்கையில் அமர்ந்து கொண்டு, தன் எதிரே அமர்ந்த தன் கணவனை நோக்கிப் புன்னகைத்தாள். தான் காப்பாற்றப்பட்டிருந்ததாக அவள் நம்பினாள். அப்போது 8.25 மணிதான் ஆகியிருந்தது. அதனால் டிக் எப்படியும் ஒன்பது மணிக்கு வெகு முன்னதாகவே வந்து சேர்ந்துவிடுவான்.

"சற்று முன் நீ கொடுத்தக் காபி எனக்குப் பிடிக்கவில்லை," என்று ஜெரால்டு குறை கூறினான். "அது மிகவும் கசப்பாக இருந்தது."

"ஓ! அதுவா? நான் புதிதாக ஒன்றை முயற்சி செய்தேன். உங்களுக்குப் பிடிக்கவில்லை என்றால், நான் அதை மீண்டும் உங்களுக்குக் கொடுக்காமல் இருக்கிறேன்."

அலிக்ஸ் ஒரு பின்னலாடையை எடுத்துக் கொண்டு அதைப் பின்னத் துவங்கினாள். ஜெரால்டு ஒரு புத்தகத்தின் சில பக்கங்களைப் படித்தான். பின் கடிகாரத்தை நிமிர்ந்து பார்த்த அவன், தன் கையிலிருந்த புத்தகத்தைத் தூக்கி எறிந்துவிட்டு, "எட்டரை மணியாகிவிட்டது. நாம் கீழே சென்று நம் வேலையைத் துவங்கலாம்," என்றான்.

ஊசி அலிக்ஸின் விரல்களிலிருந்து நழுவியது.

"ஓ! இப்போது வேண்டாம். ஒன்பது மணிக்குச் செல்லலாம்."

"இல்லை. நான் எட்டரை மணிக்குத்தான் திட்டமிட்டிருந்தேன். இதை முடித்துவிட்டால், நீயும் சீக்கிரமாகத் தூங்கச் சென்றுவிடலாம்."

"இல்லை. நான் ஒன்பது மணிவரை காத்திருக்க விரும்புகிறேன்."

"நான் ஒரு வேலைக்கு நேரம் குறித்துவிட்டால், அதில் நான்

உறுதியாக இருப்பேன் என்பது உனக்குத் தெரியும்தானே? அலிக்ஸ், இதற்கு மேல் நான் ஒரு நிமிடம்கூடத் தாமதிக்க விரும்பவில்லை.”

அலிக்ஸ் அவனை நிமிர்ந்து பார்த்தாள். அவளையும் மீறி அவளிடம் ஒரு பய அலை தோன்றி உடலெங்கும் பரவியது. ஜெரால்டு போட்டிருந்த முகமூடி கலைந்திருந்தது. அவனுடைய கைகள் முறுக்கேறிக் கொண்டிருந்தன. அவனுடைய கண்கள் பரவசத்தால் மின்னிக் கொண்டிருந்தன. காய்ந்து போயிருந்த உதடுகளை அவன் தொடர்ந்து தன் நாவால் வருடிக் கொண்டிருந்தான். அவன் இனியும் தன் பரவசத்தை மறைத்து வைக்க முயற்சிக்கவில்லை.

‘இனி அவனால் காத்திருக்க முடியாது. அவன் ஒரு பைத்தியக்காரனைப் போன்றவன்,’ என்று அவள் நினைத்துக் கொண்டாள்.

அவன் அவளருகே வந்து, தன் கையை அவளுடைய தோள்மீது வைத்து அவளை உசுப்பினான்.

“வா. நான் உன்னை அங்குத் தூக்கிச் செல்கிறேன்.”

அவனுடைய குரல் மகிழ்ச்சியாக இருந்தபோதிலும், அதற்குப் பின்னாலிருந்த கலப்படமற்ற மூர்க்கத்தனம் அவளுக்குக் கலக்கமளித்தது. பெரும் முயற்சி செய்து அவள் தன்னை அவனுடைய பிடியிலிருந்து விலக்கிக் கொண்டு சுவரருகே போய் ஒட்டிக் கொண்டாள். அவள் சக்தியற்று இருந்தாள், தப்பிக்க முடியாத நிலையில் அகப்பட்டிருந்தாள். அவன் அவளை நோக்கி முன்னேறிக் கொண்டிருந்தான்.

“இப்போது வா–”

“முடியாது – முடியாது!”

அவள் கத்தினாள். அவளுடைய கைகள் அவனைத் தள்ளிவிட நகைப்புக்கிடமான விதத்தில் முயற்சித்தன.

“ஜெரால்டு, நிறுத்துங்கள். நான் உங்களிடம் ஒன்று சொல்ல வேண்டும். நான் உங்களிடம் ஒரு வாக்குமூலம் கொடுக்க வேண்டும்.”

இப்போது அவன் நின்றான்.

“வாக்குமூலமா?”

“ஆமாம்.” அவள் வாக்குமூலம் என்ற வார்த்தையை எதேச்சையாகவே பயன்படுத்தினாள். இப்போது அவனுடைய கவனத்தைத் தக்கவைத்துக் கொள்ள அவள் தவிப்புடன் முயன்றாள்.

அவனுடைய முகத்தில் இகழ்ச்சி ததும்பி வழிந்தது.

“உன்னுடைய முன்னாள் காதலனைப் பற்றியா?”

“இல்லை. வேறு ஒன்றைப் பற்றி. அதை நீங்கள் – நீங்கள்

குற்றச் செயல் என்று கூறக்கூடும்."

அதைச் சொல்லி முடித்ததும், தான் சரியான நரம்பைத் தொட்டிருந்ததை அவள் உணர்ந்தாள். மீண்டும் அவனுடைய கவனம் சிதறியது. அவளிடம் மீண்டும் துணிச்சல் தலைதூக்கியது. அந்தச் சூழலில் தன் கை ஓங்கியிருந்ததாக அவள் உணர்ந்தாள்.

"நீங்கள் மீண்டும் உட்கார்ந்து கொள்வது நல்லது," என்று அவள் அமைதியாகக் கூறினாள். அவளும் போய் தன் நாற்காலியில் அமர்ந்தாள். அவள் கீழே குனிந்து தன் பின்னலாடையை எடுக்கக்கூடச் செய்தாள். வெளிப்படையாக அவளிடம் அமைதி தென்பட்டுக் கொண்டிருந்தாலும், உள்ளுக்குள் அவள் படுவேகமாகச் சிந்தித்துக் கொண்டிருந்தாள். தான் உருவாக்கியிருந்த கதை, தனக்கு உதவி வருகின்றவரை தாக்குப்பிடிக்கின்ற விதத்தில் சுவாரசியமாக இருக்க வேண்டும் என்று அவள் நினைத்துக் கொண்டாள்.

அவள் மெதுவாக ஆரம்பித்தாள். "நான் 15 ஆண்டுகள் ஒரு சுருக்கெழுத்தாளராகப் பணியாற்றி வந்தேன் என்று உங்களிடம் கூறியிருந்தேன், இல்லையா? அது முற்றிலும் உண்மை அல்ல. நடுவில் இரண்டு இடைவெளிகள் இருந்தன. முதலாவது இடைவெளி எனக்கு 22 வயதாக இருந்தபோது ஏற்பட்டது. அப்போது, கொஞ்சம் சொத்து வைத்திருந்த வயதான நபர் ஒருவரை நான் சந்தித்தேன். அவர் என்மீது காதலில் விழுந்தார். தன்னைத் திருமணம் செய்து கொள்ளும்படி அவர் என்னைக் கேட்டுக் கொண்டார். அதை நானும் ஏற்றுக் கொண்டேன். நாங்கள் திருமணம் செய்து கொண்டோம்." இந்த இடத்தில் அவள் சிறிது இடைவெளி விட்டாள். "ஒரு பெரும் தொகைக்கு அவரை ஆயுட்காப்பீடு செய்யவும், அவர் இறந்தால் அந்தப் பணம் அவருடைய மனைவி என்ற முறையில் எனக்கு வரும்படி ஏற்பாடு செய்யவும் நான் அவரைத் தூண்டினேன்."

திடீரென்று தன் கணவனின் முகத்தில் ஆர்வம் அதிகரித்திருந்ததை அலிக்ஸ் பார்த்தாள். அதனால், கூடுதல் உத்வேகத்துடன் அவள் தன் கதையைத் தொடர்ந்தாள்.

"முதலாம் உலகப் போரின்போது, சில காலம் நான் ஒரு மருந்தகத்தில் வேலை பார்த்தேன். அப்போது நான் பல விதமான மருந்துகளையும் விஷங்களையும் கையாண்டேன்."

அவள் வேண்டுமென்றே சிறிது இடைவெளி விட்டாள். சந்தேகத்திற்கு இடமில்லாமல், இப்போது அவனுடைய ஆர்வம் மேலும் அதிகரித்திருந்தது. ஒரு கொலைகாரனுக்கு ஒரு கொலையின்மீது கண்டிப்பாக ஆர்வம் இருந்தாக வேண்டும் என்ற யோசனையைப் பணயமாக வைத்துத்தான் அவள்

இந்த முயற்சியில் இறங்கியிருந்தாள். அது கைகூடி வந்து கொண்டிருந்தது. அவள் சுவர்க்கடிகாரத்தை ஓரக்கண்ணால் நோட்டமிட்டாள். அப்போது மணி 8.35.

"முக்கியமாக, ஒரு விஷப் பொருளைப் பற்றி நான் சொல்லியாக வேண்டும். வெள்ளை நிறத்தில் இருக்கும் ஒரு பொடி அது. அதை ஒரு சிட்டிகை உட்கொண்டாலே மரணம்தான். உங்களுக்கும் விஷங்களைப் பற்றி ஒருவேளை தெரிந்திருக்கலாம்."

அக்கேள்வியை அவள் சிறிது கவலையுடனேயே கேட்டாள். அவனுக்கு விஷங்களைப் பற்றித் தெரிந்திருந்தால், அவள் கூடுதல் கவனத்துடன் பேச வேண்டியிருக்கும்.

"இல்லை. எனக்கு விஷங்களைப் பற்றி அவ்வளவாகத் தெரியாது," என்று அவன் கூறினான்.

அவளுக்குச் சிறிது ஆசுவாசம் ஏற்பட்டது.

"நீங்கள் ஹயோசின் என்ற மருந்தைப் பற்றிக் கேள்விப்பட்டிருக்கிறீர்களா? நான் குறிப்பிட்டிருந்த விஷமும் அதைப்போலவே வேலை செய்யும். ஆனால் இது உடலில் எந்தத் தடயத்தையும் விட்டுச் செல்லாது. இறந்தவரைப் பரிசோதிக்கின்ற மருத்துவர், அந்நபர் மாரடைப்பால் இறந்து போனதாகச் சான்றிதழ் வழங்கிவிடுவார். நான் அந்த மருந்தகத்தில் வேலை பார்த்துக் கொண்டிருந்தபோது, அதில் சிறிதளவைத் திருடி வைத்துக் கொண்டேன்."

அவள் சிறிது இடைவெளி விட்டாள்.

"மேலே சொல்."

"இல்லை. இன்னொரு நாள் சொல்கிறேன்."

"இப்போதே சொல்," என்று அவன் பொறுமையிழந்து கூறினான். "நான் அதைக் கேட்க விரும்புகிறேன்."

"நான் அந்த வயதானவரைத் திருமணம் புரிந்து ஒரு மாதம் இருக்கும். நான் என் கணவரிடம் அன்பாகவும் அர்ப்பணிப்புடனும் நடந்து கொண்டேன். அவர் எங்களுடைய அண்டை வீட்டாரிடமெல்லாம் என்னைப் பற்றி உயர்வாகப் பேசினார். அதனால், அக்கம்பக்கத்தில் இருந்தவர்கள் அனைவரும் என்னை ஓர் அர்ப்பணிப்பான மனைவியாகக் கருதினர். அவருக்கு தினந்தோறும் மாலையில் நான்தான் காபி கலந்து கொடுப்பேன். அப்படி நாங்கள் இருவரும் தனியாக இருந்த ஒரு மாலை நேரத்தில், என்னிடமிருந்த விஷப் பொடியில் ஒரு சிட்டிகையை அவருடைய காபியில் நான் கலந்துவிட்டேன்."

இந்த இடத்தில் அவள் மீண்டும் இடைவெளி விட்டுவிட்டு, பிறகு தன் பின்னலைத் தொடர்ந்தாள். வாழ்க்கையில்

ஒருபோதும் நடித்திராத அவள், இக்கணத்தில் உலகின் தலைசிறந்த நடிகைகளுக்குச் சவால்விட்டுக் கொண்டிருந்தாள். இன்னும் சொல்லப் போனால், ஈவிரக்கமற்ற அந்தக் கொலைகாரியின் பாத்திரமாகவே அவள் ஆகியிருந்தாள்.

“எல்லாமே அமைதியாக நடந்து முடிந்தது. நான் அவரருகே அமர்ந்து பார்த்துக் கொண்டிருந்தேன். ஒரே ஒரு முறை அவர் சுவாசிக்க சிரமப்பட்டார். நான் எழுந்து சென்று சன்னலைத் திறந்தேன். தன் இருக்கையிலிருந்து தன்னால் எழுந்திருக்க முடியவில்லை என்று அவர் கூறினார். அடுத்தக் கணம் அவர் இறந்துவிட்டார்.”

அவள் நிறுத்திவிட்டுப் புன்னகைத்தாள். அப்போது மணி 8.45 ஆகியிருந்தது. எந்த நேரமும் உதவி வந்துவிடக்கூடும்.

“காப்பீட்டுத் தொகை எவ்வளவு?” என்று ஜெரால்டு கேட்டான்.

“கிட்டத்தட்ட இரண்டாயிரம் பவுன்டுகள். குறுகிய காலத்தில் அதிக இலாபம் ஈட்டுவதற்கு ஆசைப்பட்டு ஆபத்தான பங்குகளில் அந்தப் பணத்தை முதலீடு செய்து ஒட்டுமொத்தப் பணத்தையும் நான் இழந்தேன். அதனால், நான் மீண்டும் என்னுடைய பழைய வேலைக்கே சென்றேன். அந்த வேலையில் நீண்ட நாட்கள் இருக்கின்ற திட்டம் எனக்கு இருக்கவில்லை. சில காலம் கழித்து நான் வேறு ஒருவரைச் சந்தித்தேன். அலுவலகத்தில் நான் என்னுடைய பூர்விகப் பெயரையே தொடர்ந்து கொண்டிருந்ததால், எனக்கு ஏற்கனவே திருமணமாகியிருந்த விஷயம் அவருக்குத் தெரியாது. இவர் இளமையானவர். பார்ப்பதற்கு நன்றாக இருப்பார். ஓரளவு வசதியானவர். நாங்கள் ஒரு கிராமப் பகுதியில் வைத்து எளிமையாகத் திருமணம் செய்து கொண்டோம். அவர் ஆயுட்காப்பீடு எடுக்க மறுத்துவிட்டார். ஆனால், அவர் தன் உயிலை என் பெயரில் எழுதி வைத்தார். என்னுடைய முதல் கணவரைப்போலவே இவருக்கும் நான்தான் மாலை நேரக் காபியைக் கலந்து கொடுத்தேன்.”

சிறிது நிறுத்திய அலிக்ஸ் புன்னகை புரிந்தாள். “நான் நன்றாகவே காபி போடுவேன்,” என்று கூறிவிட்டு அவள் தொடர்ந்து பேசினாள்.

“நாங்கள் வசித்து வந்த கிராமத்தில் எனக்கு நிறைய நண்பர்கள் இருந்தனர். ஒரு நாள் மாலையில் திடீரென்று என் கணவர் தன் இளம் வயதில் மாரடைப்பால் இறந்ததைக் கேள்விப்பட்டு அவர்கள் எல்லோரும் எனக்காக மிகவும் வருந்தினர். எனக்கு அந்த டாக்டரைப் பிடிக்கவில்லை. அவர் என்னைச் சந்தேகிக்கவில்லை என்றாலும், என் கணவரின்

திடீர் இறப்பு குறித்து அவர் பெரும் வியப்படைந்தார். நான் ஏன் மீண்டும் என் பழைய அலுவலகத்தில் வேலைக்குச் சேர்ந்தேன் என்பது எனக்குத் தெரியாது. ஒருவேளை அது பழக்கம் காரணமாக இருக்கலாம். என்னுடைய இரண்டாவது கணவர் மூலமாக எனக்கு நான்காயிரம் பவுன்டுகள் பணம் கிடைத்தது. இம்முறை நான் உஷாராக, ஆபத்தான பங்குகளில் முதலீடு செய்வதைத் தவிர்த்துவிட்டேன். ஆனால்–"

அவளுடைய பேச்சுக்கு இடையூறு ஏற்பட்டது. ஜெரால்டின் முகத்தில் ஏகப்பட்ட இரத்தம் பாய்ந்திருந்தது. அவன் மூச்சுவிடத் திணறிக் கொண்டிருந்தான். நடுங்கிக் கொண்டிருந்த விரலை அவளை நோக்கி அவன் நீட்டினான்.

"காபி – அடக் கடவுளே! காபி!"

அவள் அவனை வெறித்துப் பார்த்தாள்.

"காபி ஏன் வழக்கத்தைவிடக் கசந்தது என்பது இப்போதுதான் புரிகிறது. சண்டாளி! நீ உன் கைவரிசையை என்னிடமே காட்டிவிட்டாயா?"

அவனுடைய கைகள் அவன் அமர்ந்திருந்த நாற்காலியை இறுகப் பற்றியிருந்தன. அவன் அவளை நோக்கிப் பாயத் தயாராக இருந்தான்.

"நீ எனக்கு விஷம் வைத்துவிட்டாய்!"

அலிக்ஸ் அவனிடமிருந்து தப்புவதற்காகக் கணப்படுப்புக்கு அருகே பின்வாங்கினாள். இப்போது கலவரமடைந்திருந்த அவள், அவன் கூறியதை மறுப்பதற்கு வாயைத் திறக்கவிருந்தாள். ஆனால் பிறகு அவள் தன் வாயை மூடிக் கொண்டாள். இன்னும் ஒரு நிமிடத்தில் அவன் அவள்மீது பாயப் போவது உறுதி. அவள் தன்னிடம் மீதமிருந்த ஆற்றல் முழுவதையும் ஒன்றுதிரட்டினாள். அவனுடைய கண்களை அவள் நேருக்கு நேராக வெறித்துப் பார்த்தாள்.

"ஆமாம். நான் உங்களுக்கு விஷம் கொடுத்துவிட்டேன். அந்த விஷம் ஏற்கனவே தன் வேலையைத் துவங்கிவிட்டது. இன்னும் ஒரு நிமிடத்தில் உங்களால் அந்த நாற்காலியிலிருந்து எழுந்திருக்க முடியாமல் போய்விடும்."

அவனை அந்த இருக்கையிலேயே இன்னும் ஒரு சில நிமிடங்கள் வைத்திருக்க முடிந்தால் . . .

ஓ! அது என்ன? தெருவில் ஏதோ காலடி ஓசை! அடுத்து, வெளிவாசல் கதவு திறக்கப்பட்ட, கிறீச்சென்ற சத்தம். அதற்குப் பிறகு அந்தக் காலடிச் சத்தம் அந்த வீட்டை நோக்கி நகர்ந்தது. வீட்டுக் கதவு திறந்தது.

"உங்களால் அசைய முடியாது!" என்று அவள் கத்தினாள். பின் அவள் ஜெரால்டைக் கடந்து வெளியே ஓடி, அங்கு

வந்து கொண்டிருந்த டிக்கின் கைகளில் போய் விழுந்து மயங்கினாள்.

"அடக் கடவுளே! அலிக்ஸ், உனக்கு என்னவாயிற்று?" என்று டிக் அலறினான்.

பிறகு அவன் தன்னருகே நின்று கொண்டிருந்த நபரை நோக்கித் திரும்பினான். அவர் ஒரு காவல்துறை அதிகாரி.

"உள்ளே சென்று அந்த அறையில் என்ன நடக்கிறது என்று பாருங்கள்," என்று டிக் அவரிடம் கூறினான்.

பின் அவன் அலிக்ஸை அங்கிருந்த சோபாவில் மெதுவாகப் படுக்க வைத்துவிட்டு, அவளை நோக்கிக் குனிந்து, 'அலிக்ஸ், உன்னை இந்த நிலைக்கு ஆளாக்கியது யார்?' என்று அவன் தனக்குள் முணுமுணுத்தான்.

அலிக்ஸின் இமைகள் படபடவென அடித்துக் கொண்டன. அவளுடைய உதடுகள் அவனுடைய பெயரை முணுமுணுத்தன.

அந்தக் காவல்துறை அதிகாரி அவனுடைய தோளைத் தொட்டபோதுதான் அவன் இந்த உலகிற்குத் திரும்பி வந்தான்.

"அந்த அறையில் ஒன்றுமில்லை. ஆனால், ஒருவர் ஒரு நாற்காலியில் அமர்ந்திருக்கிறார். அவர் எதையோ கண்டு அரண்டு போயிருப்பதுபோலத் தோன்றுகிறது. அப்புறம்–"

"சொல்லுங்கள்."

"அவர் இறந்துவிட்டார்."

அவர்கள் இருவரும் திடீரென்று கேட்ட அலிக்ஸின் குரலால் அதிர்ச்சியடைந்தனர். அவள் ஏதோ ஒரு கனவில் பேசுவதைப்போலப் பேசினாள். அவளுடைய கண்கள் இன்னும் மூடிய நிலையிலேயே இருந்தன.

"அக்கணத்தில் அவன் இறந்து போனான்." அவள் ஏதோ ஒன்றிலிருந்து மேற்கோள் காட்டிப் பேசியதுபோல இருந்தது அது.

விளக்கு

சந்தேகத்திற்கு இடமில்லாமல் அது ஒரு பழைய வீடுதான். அந்த ஊரின் சதுக்கத்திலிருந்த வீடுகள் அனைத்துமே பழமையானவைதாம். ஆனால், 19 ஆம் எண் வீடு மற்ற வீடுகளுக்கெல்லாம் அண்ணன்போல இருந்தது. நீண்டகாலமாக ஆட்கள் வசிக்காததால் அது பாழடைந்து இருந்தது.

இதுவே வேறோர் ஊராக இருந்திருந்தால், அந்த வீடு, ‘பேய் நடமாடும் வீடு’ என்ற பெயரை எப்போதோ பெற்றிருந்திருக்கும். ஆனால், வேமின்ஸ்டர் என்ற அந்த ஊர், பேய், அமானுஷ்யம் போன்ற வார்த்தைகளைப் பயன்படுத்த மறுத்தக் காரணத்தால், 19 ஆம் எண் வீடு அந்தக் கெட்டப் பெயரைச் சம்பாதிக்காமல் தப்பித்திருந்தது. ஆனாலும், பல ஆண்டுகளாக அது வாடகைக்கு விடப்படாமலும் விற்கப்படாமலும் பூட்டிக் கிடந்தது.

* * *

திருமதி லங்காஸ்டரை, வீடுமனை விற்பனை முகவர் ராடிஷ், தன் காரில் 19 ஆம் எண் வீட்டைக் காட்ட அழைத்துச் சென்றான். அந்த வீட்டைப் பார்க்க ஒருவர் வந்திருந்தார் என்ற விஷயமே அவனுடைய உற்சாகத்தைப் பல மடங்கு அதிகரித்திருந்தது. அந்த வீட்டின் கதவைத் திறந்து அவர்கள் இருவரும் உள்ளே சென்றனர்.

“இந்த வீடு எவ்வளவு காலமாகக் காலியாக இருந்து வந்துள்ளது?” என்று திருமதி லங்காஸ்டர் கேட்டார்.

அதற்கு என்ன பதிலளிப்பது என்று ராடிஷ் யோசித்தான்.

பின்னர் ஒருவழியாக, "உம்... கொஞ்ச காலமாக..." என்று அவன் இழுத்தான்.

"பார்த்தாலே தெரிகிறது."

அதிகமாக வெளிச்சமின்றி இருந்த வரவேற்பறை மிகவும் குளிராக இருந்தது. அது ஓர் அமானுஷ்யமான குளிர். திருமதி லங்காஸ்டரைவிட அதிகக் கற்பனை வளமிக்கப் பெண் யாரேனும் அந்த வீட்டைப் பார்க்க வந்திருந்தால், அவர் கொஞ்சம் நடுங்கித்தான் போயிருந்திருப்பார். ஆனால் இவர் ஒரு எதார்த்தவாதியாக இருந்தார். திருமதி லங்காஸ்டர் உயரமாக இருந்தார். அவருடைய கண்கள் நீல நிறத்தில் இருந்தன. அவருடைய பழுப்பு நிறத் தலைமுடி ஆங்காங்கே இலேசாக நரைத்திருந்தது.

அவர் அந்த வீட்டின் பாதாள மதுவறையிலிருந்து பரண் அறைவரை எல்லாவற்றையும் பார்த்தார், அவ்வப்போது பொருத்தமான கேள்விகளைக் கேட்டார். அவர் அந்த வீட்டைச் சுற்றிப் பார்த்து முடித்ததும், முன் அறைகளில் ஒன்றில் வந்து நின்று கொண்டு, அந்த முகவரைத் தீவிரமாகப் பார்த்தார்.

"இந்த வீட்டில் என்ன பிரச்சனை?"

அதைக் கேட்டு ராடிஷ் வியப்படைந்தான்.

"அறைகலன்கள் எதுவும் போடப்பட்டிராத வெறுமையான வீடு பொலிவின்றித்தான் காட்சியளிக்கும்," என்று ராடிஷ் சமாளிக்கும் விதமாகக் கூறினான்.

"உளறாதீர்கள். இந்த வீட்டுக்கு நீங்கள் கேட்கின்ற வாடகை அநியாயத்திற்குக் குறைவாக இருக்கிறது. அதற்கு ஏதாவது வலுவான காரணம் இருக்க வேண்டும். இந்த வீட்டில் பேய் ஏதேனும் நடமாடுகிறதா?"

அதைக் கேட்டு ராடிஷ் சிறிது நடுங்கினான், ஆனால் எதுவும் பேசவில்லை.

திருமதி லங்காஸ்டர் அவனையே சிறிது நேரம் உற்றுப் பார்த்தார். சில கணங்களுக்குப் பிறகு அவர் மீண்டும் பேசத் துவங்கினார்.

"இவை அபத்தம் என்பதில் சந்தேகமில்லை. பேய், பிசாசு போன்றவற்றில் எனக்கு நம்பிக்கையில்லை. தனிப்பட்ட முறையில் இந்த வீட்டை வாடகைக்கு எடுத்துக் கொள்வதில் எனக்கு எந்தப் பிரச்சனையும் இல்லை. ஆனால் பணியாட்கள்? இதுபோன்ற விஷயங்கள் அவர்களை உலுக்கிவிடும். அதனால், இந்த வீடு தொடர்பான உண்மையான தகவலை என்னிடம் சொல்லிவிடுவதுதான் உங்களுக்கு நல்லது."

"எனக்கு... ம்ம்... உண்மையிலேயே எதுவும் தெரியாது,"

என்று ராடிஷ் தடுமாறியபடி பேசினான்.

"உங்களுக்குத் தெரிந்திருக்கும் என்பதை நான் அறிவேன். அந்த விபரம் தெரியாமல் என்னால் இந்த வீட்டை வாடகைக்கு எடுக்க முடியாது. இங்கு என்ன நடந்தது? கொலையா?"

"ஓ! இல்லையில்லை," என்று ராடிஷ் சத்தமாகவே கூறினான். கொலை என்ற சொல் அந்தப் பகுதியின் மரியாதையைக் காற்றில் பறக்கவிடுவதுபோல இருந்தது. "இது ஒரு குழந்தை தொடர்பான விவகாரம்."

"குழந்தையா?"

"ஆமாம்."

பின் அவன் தயக்கத்துடன் தொடர்ந்தான். "துல்லியமாக என்ன நடந்தது என்பது எனக்குத் தெரியாது. நடந்த சம்பவம் குறித்துப் பல கதைகள் உலா வந்து கொண்டிருக்கின்றன. எனக்குத் தெரிந்த விஷயத்தை நான் உங்களுடன் பகிர்ந்து கொள்கிறேன். சுமார் முப்பது ஆண்டுகளுக்கு முன்பு, வில்லியம்ஸ் என்பவர் இந்த வீட்டை வாடகைக்கு எடுத்தார். அவரைப் பற்றிய விபரங்கள் யாருக்கும் தெரியாது. அவர் வேலைக்கு யாரையும் அமர்த்திக் கொள்ளவில்லை. அவருக்கு இந்த ஊரில் நண்பர்கள் எவரும் கிடையாது. அவர் பொதுவாகப் பகல் வேளைகளில் வீட்டைவிட்டு வெளியே வந்ததில்லை. அவருக்கு ஒரே ஒரு குழந்தை இருந்தது. அது ஒரு சிறுவன். வில்லியம்ஸ் இந்த வீட்டிற்குக் குடிவந்து இரண்டு மாதங்களுக்குப் பிறகு லண்டனுக்குச் சென்றார். அவர் அந்த நகரில் அடியெடுத்து வைத்ததும், அவர் தங்களால் தேடப்பட்டு வந்த ஒரு குற்றவாளி என்பதைக் காவல்துறை அறிந்து கொண்டது. எந்தக் குற்றத்திற்காக அவர் தேடப்பட்டு வந்தார் என்பது எனக்குத் தெரியாது. ஆனால், அது மிகவும் தீவிரமான ஒன்றாக இருந்திருக்க வேண்டும். ஏனெனில், காவல்துறையினரால் பிடிக்கப்படுவதற்கு முன்பு அவர் தன்னைத் தானே சுட்டுக் கொண்டு தற்கொலை செய்து கொண்டார். இதற்கிடையே, அவருடைய மகன் இந்த வீட்டில் தனியாக இருந்து வந்தான். சில நாட்களுக்கு மட்டுமே இங்கு உணவு இருந்தது. அச்சிறுவன் தன் அப்பா திரும்பி வருவதற்காகக் காத்திருந்தான். துரதிர்ஷ்டவசமாக, அவன் எந்தக் காரணத்திற்காகவும் வீட்டைவிட்டு வெளியே செல்லக்கூடாது என்றும், எவரிடமும் பேசக்கூடாது என்றும் அவனுக்கு அறிவுறுத்தப்பட்டிருந்தது. தனக்கு இடப்பட்டிருந்த கட்டளையை மீற அவன் துணியவில்லை. பல இரவுகளில், தனியாக இருந்த அச்சிறுவனின் அழுகுரல் அண்டைவீட்டாருக்குக் கேட்டிருந்தது. ஆனால், அச்சிறுவன்

தனியாக இருந்தான் என்பது அவர்களுக்குத் தெரியாததால் அவர்கள் அது குறித்து எந்த நடவடிக்கையும் எடுக்கவில்லை.”

ராடிஷ் சிறிது இடைவெளி விட்டான்.

“இறுதியில் அச்சிறுவன் பட்டினியால் இறந்துவிட்டான்,” என்று அவன் உணர்ச்சியற்ற ஒரு குரலில் அக்கதையைக் கூறி முடித்தான்.

பிறகு, திருமதி லங்காஸ்டருக்கு உறுதியளிக்கும் விதமாக, “இது ஒன்றும் கவலைக்குரிய விஷயமல்ல,” என்று அவன் அவசர அவசரமாகக் கூறினான். “இந்த வீட்டில் யாரும் எதையும் பார்த்ததில்லை. வெறுமனே ஒரு குழந்தையின் அழுகுரல் தங்களுக்குக் கேட்பதாக அவர்கள் கூறித் திரிகின்றனர், அவ்வளவுதான்.”

திருமதி லங்காஸ்டர் அந்த வீட்டின் வாசற்கதவை நோக்கிச் சென்றார்.

“எனக்கு இந்த வீடு மிகவும் பிடித்திருக்கிறது. இதன் வாடகையும் மலிவாக இருக்கிறது. நான் இதைப் பற்றி யோசித்துவிட்டு பதில் கூறுகிறேன்.”

* * *

“அப்பா, இந்த வீடு நன்றாக இருக்கிறதா?” என்று திருமதி லங்காஸ்டர் தன் அப்பா வின்பர்னிடம் கேட்டார்.

திருமதி லங்காஸ்டர் திருப்தியுடன் சுற்றுமுற்றும் பார்த்தார். அந்த வீட்டில் இப்போது அழகான தரைக்கம்பளங்கள் விரிக்கப்பட்டிருந்தன. நேர்த்தியான அறைகலன்கள் அந்த வீட்டின் அறைகளை அலங்கரித்திருந்தன. ஆங்காங்கே சிறு சிறு அலங்காரப் பொருட்களும் இடம் பெற்றிருந்தன. இவற்றின் காரணமாக, அந்த 19 ஆம் எண் வீட்டின் பொலிவு கூடியிருந்தது.

வின்பர்ன் ஒல்லியாக இருந்தார். அவருக்கு இலேசாகக் கூன் விழுந்திருந்தது. அவர் எந்தவிதத்திலும் தன் மகளை ஒத்திருக்கவில்லை. மகள் முழுக்க முழுக்க ஒரு எதார்த்தவாதியாக இருந்தார். அப்பா ஒரு முழுமையான கற்பனாவாதியாக இருந்தார்.

“ஆமாம். இந்த வீடு நன்றாக இருக்கிறது,” என்று வின்பர்ன் ஒரு புன்னகையுடன் கூறினார். “இது பேய் நடமாடிய வீடு என்று கூறினால் இப்போது யாரும் நம்ப மாட்டார்கள்.”

“அப்பா, நாம் இந்த வீட்டில் அடியெடுத்து வைத்திருக்கும் முதல் நாளும் அதுவுமாக இப்படியெல்லாம் அபசகுனமாகப் பேசாதீர்கள்!”

அதைக் கேட்டு வின்பர்ன் மீண்டும் புன்னகைத்தார்.

"சரி, பேய்கள் போன்ற விஷயங்கள் எதுவும் கிடையாது என்று நாம் நமக்குள் ஒப்புக் கொண்டுவிடலாம்."

"அப்பா, தயவு செய்து உங்களுடைய பேரன் ஜெஃப்ரி முன்னால் இப்படித் தத்துப்பித்தென்று உளறி வைத்துவிடாதீர்கள். அவனுக்கு உங்களைப்போலக் கற்பனை வளம் அதிகம்."

திருமதி லங்காஸ்டரின் சிறு வயது மகன்தான் ஜெஃப்ரி. அவர்கள் மூவரும்தாம் அக்குடும்பத்தின் உறுப்பினர்கள்.

மழை வெளுத்து வாங்கிக் கொண்டிருந்தது. சன்னலில் மழை நீர் வந்து 'தட்', 'தட்' என்ற சத்தத்துடன் மோதிக் கொண்டிருந்தது.

"கவனமாகக் கேள்," என்றார் வின்பர்ன். "இது ஒரு சிறு குழந்தையின் காலடிச் சத்தம்போல இல்லை?"

"அப்பா, அது மழையின் சத்தம்," என்றார் திருமதி லங்காஸ்டர் ஒரு புன்னகையுடன்.

"இல்லை. அது காலடிச் சத்தம்தான்," என்று கூறிய வின்பர்ன், அதை உற்றுக் கேட்பதற்காகச் சற்றுக் குனிந்தார்.

அதைக் கண்டு திருமதி லங்காஸ்டர் பெரிதாகச் சிரித்தார்.

"ஜெஃப்ரி மாடியிலிருந்து கீழே இறங்கி வந்து கொண்டிருக்கின்ற சத்தம் அது."

வின்பர்னும் ஒரு மரியாதைக்காகத் தன் மகளுடன் சேர்ந்து சிரித்தார். அவர்கள் கீழே இருந்த அறையில் அமர்ந்து தேநீர் குடித்துக் கொண்டிருந்தனர். வின்பர்ன் மாடிப்படிக்கு முதுகைக் காட்டியவாறு அமர்ந்திருந்தார். தன் மகள் கூறியதைக் கேட்டவுடன் அவர் தன் நாற்காலியை மாடிப்படியை நோக்கித் திருப்பினார்.

அங்கு ஜெஃப்ரி மெதுவாகத் தள்ளாடியபடி இறங்கி வந்து கொண்டிருந்தான். புதிய இடம் குறித்த ஒரு குழந்தையின் வியப்பு அவனுடைய முகத்தில் பரவியிருந்தது. மாடிப்படிகள், பளிச்சூட்டப்பட்டிருந்த மரத்தால் செய்யப்பட்டிருந்தன. இறங்கி வந்த அவன் தன் அம்மாவின் பக்கத்தில் நின்றான். திடீரென்று வின்பர்னுக்கு நடுக்கம் ஏற்பட்டது. ஜெஃப்ரி மாடிப்படியைவிட்டு இறங்கித் தரையில் நடந்து வந்து கொண்டிருந்தபோது, மாடிப்படியில் வேறொரு ஜோடி காலடிச் சத்தம் அவருக்குத் தெளிவாகக் கேட்டது. ஜெஃப்ரியை யாரோ பின்தொடர்ந்து வந்ததுபோல அது இருந்தது. அந்தக் கால்கள் இழுத்து இழுத்து நடந்து வந்ததைப்போலச் சத்தம் ஏற்படுத்தின. பின் வின்பர்ன் தன் தோள்களைக் குலுக்கிவிட்டுக் கொண்டு, 'இது மழையின் சத்தமாகத்தான் இருக்க வேண்டும்,' என்று

தனக்குத் தானே சமாதானம் கூறிக் கொண்டார்.

"ஆகா! கேக்!" என்று ஜெஃப்ரி தன் முன்னால் இருந்த கேக்கைப் பார்த்து உற்சாகமாகக் கத்தினான்.

திருமதி லங்காஸ்டர் ஒரு பெரிய கேக் துண்டை எடுத்து அவனிடம் கொடுத்துவிட்டு, "ஜெஃப்ரி, இந்த வீடு உனக்குப் பிடித்திருக்கிறதா?" என்று அவனிடம் கேட்டார்.

"மிகவும் பிடித்திருக்கிறது!" என்று கேக் நிரம்பியிருந்த வாயால் அவன் கூறினான். பிறகு அவன் அந்தக் கேக்கை முழுவதுமாகச் சாப்பிட்டு முடித்தான்.

பின்னர் அவன் தன் பேச்சைத் தொடர்ந்தான். "அம்மா, இங்கு ஒரு பரண் இருப்பதாக ஜேன் கூறினாள். நான் மேலே சென்று பார்க்கட்டுமா? அங்கு இரகசியக் கதவுகள் எதுவும் கிடையாது என்ற அவள் கூறினாள். ஆனால், ஒரு இரகசியக் கதவு இருக்கும் என்று நான் நினைக்கிறேன். அங்கு நிறைய குழாய்கள் கிடக்கும்தானே? நான் அவற்றை வைத்து விளையாடலாமா? 'பாய்லர்' அறைக்குச் சென்று பார்க்கலாமா?"

"பரணை நாளைக்குப் பார்க்கலாம். இப்போது உன்னுடைய பொம்மைச் செங்கல்களை வைத்து ஒரு வீடு கட்டு."

"நான் வீடு கட்டப் போவதில்லை."

"அப்படியானால், ஒரு பாய்லரை உருவாக்கு," என்றார் அவனுடைய தாத்தா.

ஜெஃப்ரி முகம் மலர்ந்தான்.

"குழாய்களுடன் சேர்த்தா?"

"ஆமாம்."

தன்னுடைய பொம்மைச் செங்கல்களை எடுத்து வருவதற்காக அவன் ஓடினான்.

மழை இன்னும் பெய்து கொண்டிருந்தது. வின்பர்ன் உற்றுக் கேட்டார். தான் கேட்டிருந்த சத்தம், காலடிச் சத்தம்போல இருந்தாலும், அது மழையின் சத்தமாகத்தான் இருக்க வேண்டும் என்று அவர் நினைத்தார்.

அன்று இரவு அவருக்கு விநோதமான ஒரு கனவு வந்தது.

கனவில் அவர் ஒரு நகரத்தின் ஊடாக நடந்து சென்று கொண்டிருந்தார். ஆனால், அது சிறார்களின் நகரம். அங்கு வளர்ந்தவர்கள் யாரும் இருக்கவில்லை. சிறார்கள் மட்டும் கூட்டங்கூட்டமாக அங்கு இருந்தனர். அவர்கள் அனைவரும், அந்நியரான அவரை நோக்கி வந்து, "அவனைக் கூட்டி வந்தீர்களா?" என்று கேட்டனர். அவர்கள் யாரைப் பற்றிக் கேட்டனர் என்பது அவருக்குப் புரிந்ததுபோல அவர் வருத்தமாகத் தலையாட்டினார். அதைப் பார்த்தவுடன் அந்தச்

சிறார்கள் ஏமாற்றத்துடன் தேம்பித் தேம்பி அழுது கொண்டே திரும்பிச் சென்றனர்.

அந்தச் சிறார்களும் அந்த நகரமும் மெதுவாக மங்கி மறைந்தன. அவர் கண்விழித்தபோது, தான் தன் படுக்கையில் இருந்ததை அவர் கண்டார். ஆனால், அக்குழந்தைகளின் தேம்பல் சத்தம் இன்னும் அவருடைய காதில் ஒலித்துக் கொண்டிருந்தது. இப்போது அவர் முற்றிலுமாக விழித்திருந்தார் என்றாலும், அவரால் அந்தத் தேம்பல் குரலைத் தெளிவாகக் கேட்க முடிந்தது. ஜெஃப்ரி தான் படுத்திருந்த அறைக்குக் கீழே இருந்த தளத்தில் தூங்கிக் கொண்டிருந்ததை அவர் அறிந்திருந்தார். ஆனால், அந்தக் குரல் அவருடைய அறைக்கு மேலேயிருந்து வந்தது. அவர் எழுந்து உட்கார்ந்து ஒரு தீக்குச்சியைப் பற்ற வைத்தார். அடுத்தக் கணம், தேம்பல் நின்றுவிட்டது.

* * *

வின்பர்ன் தன்னுடைய கனவைப் பற்றியோ, அதைத் தொடர்ந்து நடந்தவற்றையோ தன் மகளிடம் கூறவில்லை. அது தன்னுடைய கற்பனை அல்ல என்று அவர் உறுதியாக நம்பினார். பின்னர் அவர் அந்தச் சத்தத்தைப் பகலிலும் கேட்டார். அவர்களுடைய வீட்டின் புகைபோக்கியின் வழியாகக் காற்று ஊளையிட்டுக் கொண்டிருந்த சத்தம் அவருக்குக் கேட்டது. ஆனால், அவர் வீட்டுக்குள் கேட்டச் சத்தம் தனித்துவமாக இருந்தது. அது ஒரு சிறுவனின் பரிதாபகரமான அழுகைச் சத்தம்.

அந்தச் சத்தத்தைத் தான் மட்டும் கேட்டுக் கொண்டிருக்கவில்லை என்பதை அவர் விரைவில் தெரிந்து கொண்டார். அவர்கள் வீட்டில் பல வேலைக்காரர்கள் பணிபுரிந்து கொண்டிருந்தனர். அவர்களில் ஒருத்தி மற்றவளிடம், “ஜெஃப்ரியைப் பார்த்துக் கொள்கின்ற செவிலிப் பெண் அவனைச் சரியாக கவனித்துக் கொள்ளவில்லை என்று நினைக்கிறேன். இன்று காலையில் அவன் தேம்பி அழுது கொண்டிருந்த சத்தத்தை நான் கேட்டேன்,” என்று கூறிக் கொண்டிருந்ததை வின்பர்ன் கேட்க நேர்ந்தது. அன்று காலையிலும் மதியமும் உணவு உண்ண வந்தபோது, ஜெஃப்ரி மகிழ்ச்சியாகவும் துடிப்பாகவும் இருந்ததைக் கண்ட வின்பர்ன், அந்த வேலைக்காரி கேட்டக் குரல் ஜெஃப்ரியின் குரல் அல்ல என்பதை உணர்ந்து கொண்டார். அந்த வீட்டிற்கு அவர் வந்த முதல் நாள் அவர் கேட்டிருந்த காலடிச் சத்தத்திற்குச்

சொந்தக்காரச் சிறுவனின் தேம்பல் சத்தம்தான் அது என்ற முடிவுக்கு அவர் வந்தார்.

திருமதி லங்காஸ்டருக்கு மட்டும் எந்தச் சத்தமும் கேட்கவில்லை. வேற்றுலகத்திலிருந்து ஒலிக்கின்ற சத்தங்களைக் கேட்கின்ற விதத்தில் அவருடைய செவிப்புலன் கூர்தீட்டப்பட்டிருக்கவில்லை போலும்.

ஆனால், ஒரு நாள் அவரும் திடீர் அதிர்ச்சிக்கு உள்ளானார்.

ஜெஃப்ரி ஒரு நாள் திடீரென்று அவரிடம், “அம்மா, நீங்கள் அந்தச் சிறுவனுடன் என்னை விளையாட அனுமதித்தால் நன்றாக இருக்கும்,” என்று கூறினான்.

ஏதோ எழுதிக் கொண்டிருந்த திருமதி லங்காஸ்டர், நிமிர்ந்து பார்த்து அவனிடம், “எந்தச் சிறுவன்?” என்று புன்னகைத்தபடி கேட்டார்.

“அம்மா, அவன் பெயர் எனக்குத் தெரியாது. அவன் பரணில் தரையில் உட்கார்ந்து கொண்டு அழுது கொண்டிருந்தான். என்னைப் பார்த்தவுடன் அவன் ஓடிவிட்டான். அவன் ஒருவேளை கூச்ச சுபாவம் உடையவனாக இருக்க வேண்டும். அடுத்து, நான் என்னுடைய அறையில் உட்கார்ந்து விளையாடிக் கொண்டிருந்ததை, கதவருகே நின்று அவன் ஏக்கத்துடன் பார்த்துக் கொண்டிருந்தான். தனிமை அவனை வாட்டிக் கொண்டிருந்ததைப்போலவும், அவன் என்னுடன் சேர்ந்து விளையாட விரும்பியதைப்போலவும் தோன்றினான். நான் அவனிடம், ‘வா, வந்து என்னுடன் விளையாடு,’ என்று கூறி அவனை அழைத்தேன். ஆனால் அதற்கு அவன் பதிலேதும் சொல்லவில்லை. அவனுடைய அம்மா, ஒருவேளை, வேறு யாருடனும் சேர்ந்து விளையாடக்கூடாது என்று அவனுக்குக் கட்டளை இட்டிருந்திருக்கலாம்,” என்று கூறிய ஜெஃப்ரி இலேசாகப் பெருமூச்செறிந்தான். “அந்தப் பையன் யார் என்று நான் ஜேனிடம் கேட்டபோது, அதற்கு அவள், இந்த வீட்டில் வேறு பையன்கள் யாரும் கிடையாது என்றும், இல்லாததும் பொல்லாததுமான கதைகளைக் கூற வேண்டாம் என்றும் என்னைக் கண்டித்தாள். எனக்கு ஜேனைப் பிடிக்கவில்லை, அம்மா.”

திருமதி லங்காஸ்டர் தன் இருக்கையிலிருந்து எழுந்தார்.

“ஜேன் கூறியது சரிதான். இந்த வீட்டில் வேறு பையன்கள் யாரும் கிடையாது.”

“ஆனால், நான் அவனைப் பார்த்தேன், அம்மா. தயவு செய்து அவனுடன் விளையாட என்னை அனுமதியுங்கள். அவனைப் பார்த்தால் பாவமாக இருக்கிறது. அவனைக் குஷிப்படுத்த நான் ஏதேனும் செய்ய ஆசைப்படுகிறேன்,

அம்மா."

திருமதி லங்காஸ்டர் வேறு ஏதோ கூற வாயைத் திறந்தார். அப்போது அவருடைய அப்பா, எதுவும் கூற வேண்டாம் என்பதுபோலத் தலையசைத்தார்.

பின் வின்பர்ன் தன் பேரனிடம் மென்மையாக, "ஜெஃப்ரி, அந்தப் பையன் தனிமையாக இருப்பது உண்மைதான். அவனுக்கு ஆறுதலாக நீ ஏதாவது செய்ய வேண்டும் என்பதும் உண்மைதான். ஆனால், என்ன செய்வது என்பதை நீயேதான் கண்டுபிடிக்க வேண்டும். இது உனக்கான ஒரு புதிர் விளையாட்டு என்று வைத்துக் கொள்ளேன்," என்று கூறினார்.

"நான் பெரிய பையனாகிவிட்டதால் நானே இதைச் செய்து கொள்ள வேண்டும் என்று நீங்கள் கூறுகிறீர்களா?" என்று அச்சிறுவன் கேட்டான்.

"ஆமாம். இப்போது நீ ஒரு வளர்ந்த பையன்."

அதைத் தொடர்ந்து ஜெஃப்ரி அந்த அறையைவிட்டுச் சென்றுவிட்டான். திருமதி லங்காஸ்டர் தன் அப்பாவை நோக்கித் திரும்பி அவரிடம் வெடித்தார்.

"அப்பா, நீங்கள் செய்வது அபத்தமாக இருக்கிறது. நம் வீட்டுப் பணியாட்கள் அவனிடம் கூறியுள்ள கதைகளை நம்புவதற்கு அவனை ஊக்குவிப்பதுபோல இருக்கிறது உங்களுடைய நடத்தை."

"நம் வீட்டிலுள்ள எந்த பணியாளும் அவனிடம் எதையும் கூறியிருக்கவில்லை," என்று வின்பர்ன் மென்மையாகக் கூறினார். "என்னால் கேட்க முடிகின்ற விஷயங்களை அவனால் பார்க்க முடிகிறது. ஒருவேளை நான் அவனுடைய வயதில் இருந்தால், என்னாலும் பார்க்க முடியுமோ என்னவோ!"

"அப்பா, இது பைத்தியக்காரத்தனமாக இருக்கிறது. அப்படியானால், நான் ஏன் எதையும் பார்க்கவில்லை, எதையும் கேட்கவில்லை?"

வின்பர்ன் புன்னகைத்தார், ஆனால் பதிலேதும் கூறவில்லை.

"ஏன் என்னால் கேட்கவோ அல்லது பார்க்கவோ முடியவில்லை?" என்று திருமதி லங்காஸ்டர் மீண்டும் கேட்டார். "நீங்கள் ஏன் ஜெஃப்ரியிடம் 'அவனால் அதற்கு உதவ முடியும்' என்று கூறினீர்கள்? இது – இதெல்லாம் சாத்தியமில்லை."

வின்பர்ன் தன் மகளை யோசனையுடன் உற்றுப் பார்த்தார்.

"ஏன் சாத்தியமில்லை? உமர் கய்யாமின் இந்தக் கவிதை வரிகள் உனக்கு நினைவிருக்கின்றனவா?

"வாழ்க்கையின் ஊடாகத் தடுமாறிக் கொண்டிருக்கும்
உன் குழந்தைகளுக்கு
வழிகாட்ட ஒளிவிளக்கு ஏதாவது இருக்கிறதா? என்று
நான் கேட்டதற்கு,
'கண்மூடித்தனமான நம்பிக்கை' என்று பதிலளித்தது பிரபஞ்சம்.

"ஜெஃப்ரிக்கு அந்தக் 'கண்மூடித்தனமான நம்பிக்கை' இருக்கிறது. எல்லா குழந்தைகளிடமும் அது இருக்கிறது. நாம் வளர வளர அதை நாம் இழந்துவிடுகிறோம், அதை நாம் தூக்கி எறிந்துவிடுகிறோம். நாம் மூப்படைகின்றபோது, சில நேரங்களில், அதன் மெல்லிய கீற்று நமக்குத் திரும்பவும் கிடைக்கிறது. ஆனால், நம்முடைய குழந்தைப்பருவத்தில்தான் அந்த ஒளிவிளக்கு பிரகாசமாக ஒளிர்கிறது. அதனால்தான், ஜெஃப்ரியால் உதவ முடியுமென்று நான் நினைத்தேன்."

"என்னால் இதைப் புரிந்து கொள்ள முடியவில்லை," என்றார் திருமதி லங்காஸ்டர்.

"எனக்கு மட்டும் பெரிதாகப் புரிந்திருக்கிறதா என்ன? அந்தச் சிறுவன் பிரச்சனையில் இருக்கிறான். அவன் விடுதலை அடைய விரும்புகிறான். எப்படி? அது எனக்குத் தெரியாது. ஆனால், ஒரு குழந்தை, இதயத்தைக் கசக்கிப் பிழிவதைப்போல அழுவதை என்னால் சகித்துக் கொள்ள முடியவில்லை."

* * *

இந்த உரையாடல் நடந்து ஒரு மாதம் கழித்து ஜெஃப்ரி நோய்வாய்ப்பட்டான். கிழக்கிலிருந்து பலமான ஊதல் காற்று வீசியது. ஜெஃப்ரி பலவீனமாக இருந்தான். அவனை வந்து சோதித்த மருத்துவர் தன் உதடுகளைப் பிதுக்கிவிட்டு, நிலைமை மோசமாக இருந்ததாகக் கூறினார். வின்பர்னிடம் அவர் இன்னும் வெளிப்படையாகப் பேசினார். "இதிலிருந்து அவன் மீள்வது கடினம். அவனுக்கு நீண்ட நாட்களாகவே தீவிர நுரையீரல் பிரச்சனை இருந்து வந்துள்ளது."

ஜெஃப்ரிக்குப் பணிவிடைகள் செய்து கொண்டிருந்தபோதுதான், முதன்முதலாக அந்த மற்றொரு சிறுவனைப் பற்றிய பிரக்ஞை திருமதி லங்காஸ்டருக்கு ஏற்பட்டது. அச்சிறுவனின் தேம்பல் முதலில் மென்மையானதாகவும், பெரும் ஓசையுடன் வீசிக் கொண்டிருந்த காற்றின் ஒலியிலிருந்து தனியாகப் பிரித்து உணரப்பட முடியாததாகவும் இருந்தது. பின்னர் படிப்படியாக

அது தனித்துவமானதாக மாறியது. பின்னர் கனத்த அமைதி நிலவிய நேரங்களில், இதயத்தை நொறுக்கிய, பரிதாபகரமான அந்த விசும்பல்களை அவரால் கேட்க முடிந்தது.

ஜெஃப்ரியின் நிலை படிப்படியாக மோசமடைந்தது. அவன் ஜன்னியில் பிதற்றியபோது, அந்தச் சிறுவனைப் பற்றியே மீண்டும் மீண்டும் உளறிக் கொண்டிருந்தான். "நான் அவனுக்கு உதவ விரும்புகிறேன்..." என்று அவன் புலம்பினான்.

ஜன்னி நிலைக்குப் பிறகு அமைதி நிலை வந்தது. ஜெஃப்ரி அமைதியாகப் படுத்துக் கிடந்தான். அவன் மூச்சுவிட்டதுகூடத் தெரியவில்லை. வெறுமனே பார்த்துக் கொண்டும் காத்துக் கொண்டும் இருப்பதைத் தவிர வேறு வழி இருக்கவில்லை. பிறகு ஒரு நாள் ஓர் அமைதியான இரவு வந்தது. அன்று இம்மியளவுகூடக் காற்று வீசவில்லை.

திடீரென்று ஜெஃப்ரி உசும்பினான். அவனுடைய கண்கள் திறந்தன. அவனுடைய பார்வை அவனுடைய அம்மாவைத் தாண்டி அந்த அறையின் வாசல் பக்கமாகச் சென்றது. அவன் ஏதோ சொல்ல முயன்றான். அவன் என்ன சொல்ல வந்தான் என்பதைக் கேட்பதற்காகத் திருமதி லங்காஸ்டர் அவனுக்கு அருகே குனிந்தார்.

"சரி... நான் வருகிறேன்..." என்று அவன் பிதற்றினான். பின்னர் அவன் மீண்டும் தூங்கிவிட்டான்.

திருமதி லங்காஸ்டரைத் திடீரென்று பயம் தொற்றிக் கொண்டது. அந்த அறையின் மறுபுறம் இருந்த தன்னுடைய அப்பாவை நோக்கி அவர் விரைந்தார். அவர்களுக்கு அருகே அந்தச் சிறுவனின் சிரிப்புச் சத்தம் கேட்டது. மகிழ்ச்சியான, வெற்றிக் களிப்பான, திருப்தியான அச்சிரிப்பு அந்த அறை முழுவதும் எதிரொலித்தது.

"அப்பா... எனக்கு பயமாக இருக்கிறது... எனக்கு பயமாக இருக்கிறது..." என்று திருமதி லங்காஸ்டர் அரற்றினார்.

வின்பர்ன் தன் மகளின் தோள்களைச் சுற்றித் தன் கையைப் போட்டுக் கொண்டு அவரைப் பாதுகாப்பாக அணைத்துக் கொண்டார்.

திடீரென்று பலமாக வீசிய காற்று அவர்கள் இருவரையும் திடுக்கிட வைத்தது. ஆனால், அந்தக் காற்று, வந்த வேகத்திலேயே போய்விட்டது. மீண்டும் அமைதி திரும்பியது.

அந்தச் சிரிப்புச் சத்தமும் நின்றுவிட்டது. அதைத் தொடர்ந்து, மிக மிக மெல்லியதொரு சத்தம் கேட்டது. பின்னர் அந்தச் சத்தம் அவர்களுக்கு நன்றாகக் கேட்கும் அளவுக்கு படிப்படியாகப் பெரிதாகியது. அது காலடிச் சத்தம்.

'தட்', 'தட்' என்ற பரிச்சயமான அந்தச் சத்தத்துடன்,

இழுத்து இழுத்து நடந்த அந்தப் பாதங்கள், இப்போது ஓடத் தொடங்கின. ஆனால், அதைத் தொடர்ந்து திடீரென்று வேறொரு ஜோடி காலடிச் சத்தமும் அதோடு இணைந்து கொண்டது. இரண்டாவது காலடிச் சத்தம் சற்று வேகமாகவும் மென்மையாகவும் இருந்தது.

அந்த இரண்டு ஜோடிப் பாதங்களும் அந்த அறையின் வாசலை நோக்கி விரைந்தன. பின் அவை அங்கிருந்து வெளியேறின.

திருமதி லங்காஸ்டர் குழப்பத்துடன் பார்த்தார்.

"இப்போது இரண்டு தனித்தனிக் காலடிச் சத்தங்கள் கேட்கின்றன!"

அவர் பயத்துடனும் அதிர்ச்சியுடனும் தன் மகனின் படுக்கையை நோக்கித் திருப்பினார். அவருடைய அப்பா தன் மகளின் முகத்தை வாசலை நோக்கி மென்மையாகத் திருப்பினார்.

"அங்கே!" என்று மட்டும் அவர் கூறினார்.

'தட்', 'தட்' என்ற அந்தக் காலடிச் சத்தம், அந்த வீட்டைவிட்டு வெளியேறிக் கொண்டிருந்தது. அது மெதுவாக மங்கிக் கொண்டே போனது.

பிறகு, அங்கே மௌனம் சூழ்ந்தது.

கனவு

ஹெர்கியூல் புவாரோ நிதானமான பார்வையோடு அந்த வீட்டை எடைபோட்டுக் கொண்டிருந்தார். ஒரு நிமிடம் அவர் அந்த வீட்டைச் சுற்றிலும் தன் பார்வையை ஓடவிட்டார். அதற்கு அருகேயிருந்த கடைகள், அதற்கு வலப்புறமிருந்த ஒரு பெரிய தொழிற்சாலைக் கட்டடம், அதற்கு எதிரே இருந்த மலிவான அடுக்குமாடிக் குடியிருப்புகள் ஆகியவற்றை அவருடைய கண்கள் வலம் வந்தன.

பின் மீண்டும் அவருடைய பார்வை 'நார்த்வே ஹவுஸ்' என்ற அந்த வீட்டின் பக்கம் திரும்பியது. அது அதற்கு முந்தைய யுகத்தின் எச்சசொச்சமாக நின்று கொண்டிருந்தது. தாராளமாக இடம்விட்டுக் கட்டடங்களைக் கட்டுவதற்கும், ஓய்வெடுப்பதை மனத்தில் வைத்து அவற்றை உருவாக்குவதற்கும் பெயர்போன காலகட்டம் அது. அப்போது அதன் கர்வத்திற்கு ஈடு கொடுத்துத் திமிராய் நின்று கொண்டிருந்தன அதைச் சுற்றியிருந்த பசுமையான புல்வெளிகள். ஆனால் இன்று, நவீன லண்டனின் பரபரப்புக் கடலில் அமிழ்ந்திருந்த, கால முரண்பாட்டின் முக்கியச் சாட்சியாக மாறிப் போயிருந்த, முகவரி மறக்கப்பட்டுவிட்ட ஒரு மாளிகையாக அது வதங்கிக் கிடந்தது.

அது யாருக்குச் சொந்தம் என்பது இன்று ஒரு சிலருக்கு மட்டுமே தெரிந்திருக்கும். ஆனால், அதன் சொந்தக்காரரின் பெயர் மட்டும் எல்லோருக்கும் பரிச்சயம். ஏனெனில், அவர் உலகக் கோடீஸ்வரர்களில் ஒருவர். பணத்தால் படாடோபத்தை வெளிச்சம் போட்டுக் காட்டவும் முடியும், இருப்பதை மறைக்கவும் முடியும். அந்தப் பெரும் செல்வந்தரான பெனடிக்ட் ஃபார்லி, தான் வசித்து வந்த

இடத்தை வெளிச்சம் போட்டுக் காட்ட விரும்பவில்லை. விநோதமான நடத்தைகளைக் கொண்டிருந்த அவர், பொதுவெளியில் அரிதாகவே தோன்றினார். பல நிறுவனங்களின் நிர்வாகக் கூட்டங்களில், இயக்குநர் என்ற முறையில் அவர் அவ்வப்போது தோன்றுவார். ஒல்லியான உருவத்தையும், கிளிமூக்கையும், கரகரப்பான குரலையும் கொண்டிருந்த அவர் கலந்து கொண்ட கூட்டங்களில் அவர் வெகு எளிதாக ஆதிக்கம் செலுத்தினார். அவரைப் பற்றிய பல கதைகள் பொதுவெளியில் நடமாடிக் கொண்டிருந்தன. ஒரு புறம், அவருடைய விநோதமான அற்பத்தனங்கள் பெரிதாகப் பேசப்பட்டன. மறுபுறம், அவருடைய மலைக்க வைத்தப் பெருந்தன்மை போற்றப்பட்டது. இருபத்தெட்டு ஆண்டுகளாக அவர் தன்னுடைய இரவுநேர ஆடையை ஒட்டுப் போட்டுத் தைத்து அணிந்து வந்திருந்தார் என்றும், முட்டைக்கோஸ் சூப்பையும் சில குறிப்பிட்ட மீன் வகைகளின் முட்டைகளையும் அவர் விரும்பி உண்டு வந்தார் என்றும், அவர் பூனைகளை வெறுத்தார் என்றும் பரவலாக நம்பப்பட்டது.

புவாரோவுக்கும் இத்தகவல்கள் அனைத்தும் தெரியும். அவர் இப்போது சந்திக்கவிருந்த அந்த நபரைப் பற்றி அவருக்குத் தெரிந்த விஷயங்கள் இவை மட்டும்தான். அவருடைய கோட்டுப் பாக்கெட்டிலிருந்த கடிதம் பெனடிக்ட்டைப் பற்றிய கூடுதல் தகவல்கள் சிலவற்றைத் தெரிவித்தன.

புவாரோ அந்த வீட்டை மேலும் ஓரிரு நிமிடங்கள் உற்றுக் கவனித்துப் பார்த்துவிட்டு, அதன் படிகளில் ஏறி, அந்த வீட்டின் அழைப்புமணியை அழுத்தினார். அதே சமயம், அவர் தன் கைக்கடிகாரத்தைப் பார்த்தார். அப்போது மணி துல்லியமாக 9.30. அவர் எப்போதும்போலவே துல்லியமான நேரத்திற்கு வந்து சேர்ந்திருந்தார்.

அந்த வீட்டின் கதவை ஒரு பட்லர் திறந்தான்.

அவனிடம் புவாரோ, "பெனடிக்ட் ஃபார்லி இருக்கிறாரா?" என்று கேட்டார்.

அந்த பட்லர் அவருக்கு அசௌகரியம் ஏற்படுத்தாத விதத்தில் அவரைத் தலையிலிருந்து கால்வரை அளவெடுத்தான்.

அவனுடைய செய்கையைப் புவாரோ உள்ளூர மெச்சினார்.

"அவரைப் பார்க்க நீங்கள் முன்னனுமதி பெற்றிருக்கிறீர்களா?"

"ஆமாம்."

"உங்கள் பெயர்?"

"ஹெர்கியூல் புவாரோ."

அந்த பட்லர் பணிந்து அவருக்கு வணக்கம் செலுத்திவிட்டு

அவருக்கு வழிவிட்டான். புவாரோ அந்த வீட்டுக்குள் நுழைந்தார். அவன் அவருக்குப் பின்னால் கதவைச் சாத்தினான்.

பின் அவன் அவரிடம், “உங்களிடமிருக்கும் ஒரு கடிதத்தைக் கேட்டுப் பெறுமாறு எனக்கு உத்தரவிடப்பட்டுள்ளது,” என்று கூறினான். புவாரோ தன் பாக்கெட்டில் வைத்திருந்த கடிதத்தை நிதானமாக எடுத்து அவனிடம் கொடுத்தார். அதை அவன் மேலோட்டமாகப் பார்த்துவிட்டு, மீண்டும் ஒரு வணக்கத்தோடு அவரிடமே திருப்பிக் கொடுத்துவிட்டான். புவாரோ அதை மீண்டும் தன் பாக்கெட்டில் வைத்துக் கொண்டார்.

அக்கடிதத்தில் இவ்வாறு எழுதப்பட்டிருந்தது:

நார்த்வே ஹவுஸ், டபிள்யூ.8

திரு ஹெர்கியூல் புவாரோ

அன்புள்ள ஐயா,

திரு பெனடிக்ட் ஃபார்லி உங்களுடைய அறிவுரையைப் பெற விரும்புகிறார். உங்களுக்கு சௌகரியமாக இருந்து, உங்களால் நாளை (வியாழக்கிழமை) இரவு 9.30 மணிக்கு, மேலே குறிப்பிடப்பட்டுள்ள முகவரிக்கு வர முடிந்தால் அவர் மிகவும் மகிழ்வார்.

உங்கள் உண்மையுள்ள,

ஹியூகோ கார்ன்வொர்த்தி (செயலாளர்)

பின்குறிப்பு: நீங்கள் வரும்போது இக்கடிதத்தை உடன் எடுத்து வரவும்.

அடுத்து, அந்த பட்லர் புவாரோவின் கைத்தடியையும் தொப்பியையும் மேலங்கியையும் அவரிடம் கேட்டு வாங்கிக் கொண்டான்.

பின் அவரிடம், “என்னுடன் வாருங்கள். நான் திரு கார்ன்வொர்த்தியின் அறைக்கு உங்களை அழைத்துச் செல்கிறேன்,” என்று அவன் கூறினான்.

அகலமான படிக்கட்டுகளில் அவன் முன்னே ஏறிச் சென்றான். புவாரோ அவனைப் பின்தொடர்ந்தார். வழியில் இருந்த கலைப்பொருட்களைப் புவாரோ இரசித்தபடி நடந்தார். கலைப் பொருட்கள் விஷயத்தில் அவருக்கு ஒரு செல்வந்தரின் இரசனை இருந்தது.

அந்த பட்லர் முதல் மாடியில் ஓர் அறையின் கதவைத் தட்டினான்.

புவாரோவின் புருவங்கள் இலேசாக உயர்ந்தன. ஏனெனில், அதை அவர் முதல் பிசிறாகப் பார்த்தார். சிறந்த பட்லர்கள் தாங்கள் வேலை செய்யும் வீட்டில் எந்தக் கதவையும் ஒருக்காலும் தட்ட மாட்டார்கள். இவனும் ஓர் உயர்தரமான பட்லராகத்தான் தெரிந்தான்.

ஒரு கோடீஸ்வரரின் விநோதத்தனத்துடனான முதல் தொடர்பு அது.

அந்த அறைக்கு உள்ளேயிருந்து ஒரு குரல் கேட்டது. அந்த பட்லர் கதவைத் திறந்து இவ்வாறு அறிவித்தான் (இதுவும் வழிவழியாகக் கடைபிடிக்கப்பட்டு வந்த நடைமுறைக்கு முரணாக இருந்ததாகப் புவாரோ கருதினார்):

"சார், நீங்கள் எதிர்பார்த்துக் கொண்டிருக்கின்ற கனவான் வந்துள்ளார்."

புவாரோ அந்த அறைக்குள் நுழைந்தார். நடுத்தர அளவில் இருந்த அந்த அறை ஓர் அலுவலக அறையைப்போல அமைக்கப்பட்டிருந்தது. கோப்புகள் வைப்பதற்கான இழுப்பறைப் பெட்டிகள், இரண்டு நாற்காலிகள், குறிப்பு நூல்கள், ஒரு பெரிய மேசை, அதன் மேல் நேர்த்தியாக அடுக்கி வைக்கப்பட்டிருந்த ஆவணங்கள் போன்றவை அந்த அறையில் இருந்தன. அந்த அறையில் படிப்பதற்காக வைக்கப்பட்டிருந்த ஒரே ஒரு விளக்கிலிருந்து மட்டும் வெளிச்சம் வந்து கொண்டிருந்ததால், அதன் மூலைப் பகுதிகள் இருண்டு கிடந்தன. வெளியேயிருந்து அந்த அறைக்குள் நுழைகின்ற நபர்களின்மீது முழு வெளிச்சமும் படுவதுபோல அந்த விளக்கு வைக்கப்பட்டிருந்தது. அந்த வெளிச்சம் கண்களைக் கூசச் செய்ததால், புவாரோ தன் கண்களைச் சிமிட்டினார். அந்த விளக்கில் மாட்டப்பட்டிருந்த பல்ப் குறைந்தபட்சம் 150 வாட்ஸ்களாவது இருக்கும் என்று அவர் கணித்தார். அந்த மேசைக்கு அருகே இருந்த நாற்காலியில் ஓர் ஒல்லியான உருவம், ஒட்டுப்போட்டுத் தைக்கப்பட்டிருந்த ஆடையை அணிந்து உட்கார்ந்திருந்தது. பெனடிக்ட்தான் அது. அவருடைய வழக்கமான பாணியில் அவருடைய தலை முன்பக்கமாகச் சாய்ந்திருந்தது. ஒரு கற்றை நரைமுடி அவருடைய நெற்றியில் வந்து விழுந்திருந்தது. புவாரோவை அவர் தன்னுடைய தடிமனான மூக்குக்கண்ணாடியின் வழியாக சந்தேகத்துடன் பார்த்தார்.

இறுதியில், அவர், "ஹலோ!" என்றார். அவருடைய குரல் கரகரப்பாகவும் உச்சஸ்தாயியிலும் இருந்தது. "நீங்கள்தான் ஹெர்கியூல் புவாரோவா?"

"உங்களுக்குச் சேவை செய்வதற்காகக் காத்திருக்கிறேன்,"

என்று கூறி, புவாரோ இலேசாகக் குனிந்து அவருக்கு வணக்கம் செலுத்தினார்.

“உட்காருங்கள்,” என்று அந்த வயதான கோடீஸ்வரர் ஓர் எரிச்சலான குரலில் கூறினார்.

புவாரோ உட்கார்ந்தார். அந்த விளக்கின் வெளிச்சத்தில் அவர் குளித்துக் கொண்டிருந்தார். அந்த விளக்குக்குப் பின்னாலிருந்து பெனடிக்ட் அவரைத் தீவிரமாக எடைபோட்டுக் கொண்டிருந்தார்.

“நீங்கள்தான் ஹெர்கியூல் புவாரோ என்று நான் எப்படித் தெரிந்து கொள்வது?” என்று அவர் பதற்றத்துடன் கேட்டார்.

புவாரோ தன் பாக்கெட்டில் வைத்திருந்த கடிதத்தை மீண்டும் எடுத்து அவரிடம் நீட்டினார்.

“சரி. இதை அனுப்பும்படி நான்தான் கார்ன்வொர்த்தியிடம் கூறியிருந்தேன்,” என்று கூறிய அவர், மீண்டும் அக்கடிதத்தை மடித்துப் புவாரோவிடமே தூக்கி எறிந்தார். “அப்படியானால், நீங்கள்தான் புவாரோ, இல்லையா?”

புவாரோ தன் கையை இலேசாக ஆட்டியபடி, “இங்கு ஏமாற்று வேலை எதுவும் இல்லை என்று நான் உங்களுக்கு உத்தரவாதமளிக்கிறேன்,” என்றார்.

அதைக் கேட்டு பெனடிக்ட் மென்மையாகச் சிரித்தார்.

“ஒவ்வொரு மந்திரவாதியும் தன் தொப்பிக்குள்ளிருந்து ஒரு முயலை வெளியே எடுப்பதற்கு முன்பாக இப்படித்தானே கூறுவான்? அப்படிச் சொல்வது அவனுடைய தந்திரத்தின் ஓர் அம்சம்.”

புவாரோ அதற்கு பதிலளிக்கவில்லை.

“புவாரோ, என்னைப் பார்த்தால் ஒரு சந்தேகப் பிராணிபோல உங்களுக்குத் தெரிகிறதா? அது உண்மைதான். நான் அப்படிப்பட்ட நபர்தான். எவரையும் நம்பாதே. அதுதான் என்னுடைய குறிக்கோள் வாசகம். நீங்கள் ஒரு பெரும் பணக்காரராக இருக்கின்றபோது உங்களால் யாரையும் நம்ப முடியாது. அது சரிப்பட்டு வராது.”

“நீங்கள் என்னிடம் கலந்தாலோசிக்க விரும்பினீர்களாமே?”

பெனடிக்ட் ஆமாமென்று தலையாட்டினார்.

“அது சரிதான். எப்போதுமே தலைசிறந்தவற்றை வாங்க வேண்டும். அதுதான் என் பழக்கம். ஒரு வல்லுநரிடம் செல்ல வேண்டும். அதற்கு ஆகின்ற செலவைப் பற்றி அலட்டிக் கொள்ளக்கூடாது. உங்களுடைய ஆலோசனைக் கட்டணம் எவ்வளவு என்று நான் இன்னும் கேட்கவில்லை என்பதை நீங்கள் கவனித்திருக்கக்கூடும். நான் கேட்கப் போவதும் இல்லை. இது முடிந்ததும் உங்களுடைய பில்லை

அனுப்புங்கள். பேரம் பேசாமல் நான் அதை அப்படியே கொடுத்துவிடுகிறேன். எனக்கு முட்டை விற்கும் கடைக்காரன், ஒரு முட்டைக்கு, சந்தையைவிட இரண்டு பென்னி கூடுதலாக வசூலிக்கிறான். மோசடிக்காரர்கள்! நான் பிறரால் ஏமாற்றப்படுவதை அனுமதிப்பதில்லை. ஆனால், தன் துறையில் உச்சத்தில் இருப்பவர்களின் கதை வேறு. அவர்களுக்குக் கொடுக்கப்படுகின்ற பணம் அவர்களுக்குத் தகுதியானதுதான். நானும் உச்சத்தில் இருக்கின்ற ஒருவன்தான்."

புவாரோ அதற்கும் பதிலேதும் சொல்லவில்லை. ஒரு பக்கமாகத் தலையைச் சாய்த்துக் கொண்டு, பெனடிக்ட் கூறியதை அவர் வெறுமனே கவனமாகக் கேட்டுக் கொண்டிருந்தார்.

புவாரோ வெளியே காட்டிக் கொள்ளவில்லை என்றாலும், உள்ளுக்குள் ஏமாற்றமடைந்திருந்தார். ஏதோ சரியில்லை என்ற உணர்வு அவருக்குள் எழுந்தது. ஆனால், அது என்னவென்று அவரால் துல்லியமாகச் சொல்ல முடியவில்லை. பெனடிக்டைப் பற்றிப் பொதுமக்கள் என்ன நினைத்துக் கொண்டிருந்தனரோ, அவர் கச்சிதமாக அதன்படி நடந்து கொண்டிருந்தார். ஆனாலும், புவாரோ அதிருப்தி அடைந்திருந்தார்.

'இவர் ஒரு பித்தலாட்டக்காரனைப்போலத் தோன்றுகிறார்,' என்று புவாரோ தனக்குள் கூறிக் கொண்டார்.

புவாரோவுக்குப் பல கோடீஸ்வரர்களைத் தெரியும். அவர்களில் சிலர் விநோதமான பழக்கங்களைக் கொண்டவர்கள். ஆனால், அவர்கள் ஒவ்வொருவரிடமிருந்தும் ஓர் அக ஆற்றல் வெளிப்பட்டுக் கொண்டிருக்கும். அது எதிரே அமர்ந்திருப்பவர்களின் மரியாதையைத் தானாகவே சம்பாதித்துக் கொண்டுவிடும். எடுத்துக்காட்டாக, அவர்கள் ஒட்டுப்போட்ட ஆடையை அணிந்தனர் என்றால், அது அவர்களுக்குப் பிடித்திருந்ததால் அணிந்தனர். ஆனால், பெனடிக்ட் அணிந்திருந்த ஆடை, வாடகைக்கு எடுக்கப்பட்டிருந்ததுபோலப் புவாரோவுக்குத் தோன்றியது. பெனடிக்டும் நாடகத்தனமாக நடந்து கொண்டார். அவர் உச்சரித்த ஒவ்வொரு வார்த்தையும் ஒரு குறிப்பிட்ட விளைவை ஏற்படுத்துவதற்காகத் தேர்ந்தெடுக்கப்பட்டிருந்ததைப்போலப் புவாரோவுக்குத் தோன்றியது.

புவாரோ ஓர் உணர்ச்சியற்றக் குரலில், மீண்டும், "நீங்கள் என்னிடம் ஆலோசிக்க விரும்பினீர்களாமே?" என்று கேட்டார்.

திடீரென்று பெனடிக்டின் தோரணை மாறியது.

அவர் முன்னால் சாய்ந்து உட்கார்ந்தார்.

அவர் ஒரு தாழ்ந்த குரலில், "ஆமாம். நீங்கள் என்ன

சொல்கிறீர்கள் என்று நான் தெரிந்து கொள்ள விரும்பினேன். உச்சத்தில் இருக்கின்ற நபர்களை நாடுவதுதான் என் பாணி. தலைசிறந்த மருத்துவர். தலைசிறந்த துப்பறிவாளர்," என்று கூறினார்.

"ஆனால் எனக்கு ஒன்றும் புரியவில்லை."

"அது சரிதான். ஏனெனில், நான் இன்னும் உங்களிடம் எதையும் கூறியிருக்கவில்லையே?" என்று வெடுக்கென்று அவர் கூறினார்.

அவர் மீண்டும் முன்னால் சாய்ந்து கொண்டு, திடீரென்று புவாரோவை நோக்கி ஒரு கேள்வியை வீசினார்.

"கனவுகளைப் பற்றி உங்களுக்கு என்ன தெரியும்?"

அதைக் கேட்டுப் புவாரோவின் புருவங்கள் உயர்ந்தன. இது கண்டிப்பாக அவர் எதிர்பார்த்திருந்த ஒன்றல்ல.

"இதற்கு நீங்கள் நெப்போலியனின் 'புக் ஆஃப் டிரீம்ஸ்' நூலைப் படிக்க வேண்டும் அல்லது ஹார்லே தெருவில் இருக்கின்ற உளவியலாளர்களைப் பார்க்க வேண்டும் என்று நான் உங்களுக்குப் பரிந்துரைக்கிறேன்."

பெனடிக்ட் நிதானமாக, "நான் இரண்டையும் முயற்சி செய்து பார்த்துவிட்டேன்," என்று தெரிவித்தார்.

அங்கு ஒரு சிறிய மௌனம் நிலவியது. பின்னர் மீண்டும் பெனடிக்ட் பேசினார். முதலில் கிசுகிசுப்பாக இருந்த அவருடைய குரல், படிப்படியாக உயர்ந்து கொண்டே சென்றது.

"எனக்கு ஒரே கனவு தினமும் வந்து கொண்டிருக்கிறது. அது எனக்கு பயத்தைக் கொடுத்துள்ளது. அந்தக் கனவில், நான் இந்த அறையை ஒட்டியுள்ள என்னுடைய அறையில் என் மேசையின் முன்னால் உட்கார்ந்து எதையோ எழுதிக் கொண்டிருக்கிறேன். அங்கு ஒரு கடிகாரம் இருக்கிறது. அதை நான் பார்க்கிறேன். அது மணி 3.28 என்று காட்டுகிறது. அது எப்போதுமே அதே நேரத்தைத்தான் காட்டுகிறது.

"நான் மணி பார்க்கின்றபோது, 'அந்த விஷயத்தை' நான் செய்தாக வேண்டும் என்பதை நான் அறிகிறேன். ஆனால், அதை நான் செய்ய விரும்பவில்லை. அதை நான் வெறுத்தேன். ஆனால், அதை நான் செய்தே ஆக வேண்டும். . ."

அவருடைய குரல் இப்போது உச்சஸ்தாயியில் இருந்தது.

புவாரோ சலனமின்றி, "நீங்கள் செய்தே ஆக வேண்டிய அந்த விஷயம் எது?" என்று கேட்டார்.

"3.28 மணிக்கு, என்னுடைய மேசையின் வலது பக்கம் இருக்கின்ற இழுப்பறைகளில் மேலிருந்து இரண்டாவதாக இருக்கின்ற இழுப்பறையைத் திறந்து, அங்கு நான்

வைத்திருக்கின்ற கைத்துப்பாக்கியை எடுத்து அதில் குண்டுகளை நிரப்பி, அந்த அறையின் சன்னலருகே நான் செல்கிறேன். பின்னர் – பின்னர்–"

"பின்னர்?"

பெனடிக்ட் ஒரு கிசுகிசுப்பான குரலில் இவ்வாறு கூறினார்:

"என்னை நானே அந்தத் துப்பாக்கியால் சுட்டுக் கொள்கிறேன். . ."

அதைத் தொடர்ந்து அங்கு மௌனம் நிலவியது.

பின் புவாரோ அவரிடம், "இதுதான் உங்களுடைய கனவா?" என்று கேட்டார்.

"ஆமாம்."

"தினமும் இதே கனவுதான் வருகிறதா?"

"ஆமாம்."

"உங்களை நீங்களே சுட்டுக் கொண்ட பிறகு என்ன நிகழ்கிறது?"

"நான் விழித்துவிடுகிறேன்."

புவாரோ தன் தலையை யோசனையுடன் மெதுவாக ஆட்டினார். "உண்மையிலேயே நீங்கள் உங்களுடைய மேசையின் அந்த இழுப்பறையில் ஒரு கைத்துப்பாக்கியை வைத்திருக்கிறீர்களா?"

"ஆமாம்."

"ஏன்?"

"நான் எப்போதுமே அங்கேதான் வைத்திருக்கிறேன். அதோடு, தயாராக இருப்பது நல்லதல்லவா?"

"எதற்குத் தயாராக?"

பெனடிக்ட் எரிச்சலுடன், "என் நிலையில் இருப்பவர்கள் எப்போதும் எச்சரிக்கையாக இருக்க வேண்டியிருக்கிறது. அனைத்துச் செல்வந்தர்களுக்கும் எதிரிகள் இருக்கிறார்கள்," என்றார்.

புவாரோ அதற்கு மேல் அதைத் துருவவில்லை. ஓரிரு கணங்கள் அவர் மௌனமாக இருந்தார்.

பிறகு, "நீங்கள் என்னை எதற்காக வரவழைத்தீர்கள்?" என்று புவாரோ கேட்டார்.

"நான் அதைச் சொல்கிறேன். நான் மூன்று மருத்துவர்களைக் கலந்தாலோசித்தேன்."

"சரி, சொல்லுங்கள்."

"முதல் மருத்துவர், இது என்னுடைய உணவுப் பழக்கம் தொடர்பானது என்று கூறினார். அவர் வயதானவர். இரண்டாவது மருத்துவர், நவீனக் கருத்துகளைக் கொண்டிருந்த இளையவர். நான் ஒரு குழந்தையாக இருந்தபோது என்றோ

ஒரு நாள் 3.28 மணிக்கு நடைபெற்றிருந்த ஏதோ ஒரு சம்பவம் தொடர்பானது அது என்று அவர் கூறினார். அந்த நிகழ்வு எனக்கு ஒருபோதும் ஞாபகம் வந்துவிடக்கூடாது என்பதற்காகத்தான் கனவில் என்னை நானே சுட்டுக் கொள்வதாக அவர் என் கனவுக்கு விளக்கமளித்தார்."

"மூன்றாவது மருத்துவர்?"

பெனடிக்டின் குரல் உயர்ந்தது.

"அவரும் இளையவர்தான். அவர் இடக்குமடக்கான ஒரு யோசனையை முன்மொழிந்தார். வாழ்க்கை எனக்குக் கசந்துவிட்டது என்றும், தாங்கிக் கொள்ளப்பட முடியாததாக ஆகிவிட்டது என்றும், அதனால் அதை நான் வலுக்கட்டாயமாக முடிவுக்குக் கொண்டு வர விரும்பினேன் என்றும் அவர் விளக்கினார். ஆனால், அதை ஏற்றுக் கொள்வது என்பது நான் ஒரு தோல்வியாளன் என்று ஒப்புக் கொள்வதுபோல ஆகிவிடும் என்பதால், நான் விழித்திருக்கும் வேளைகளில் அந்த உண்மையை எதிர்கொள்ள நான் மறுக்கிறேன். ஆனால், நான் தூங்கும்போது என்னுடைய மனத்தடைகள் நீங்கிவிடுவதால், நான் உண்மையிலேயே செய்ய விரும்புகின்ற செயலான, என்னையே மாய்த்துக் கொள்வதை நான் செய்யத் துணிந்துவிடுகிறேனாம்."

"உங்களுக்கே தெரியாமல், ஆழ்மனரீதியாக நீங்கள் தற்கொலை செய்து கொள்ள விரும்புகிறீர்கள் என்று இக்கண்ணோட்டம் கூறுகிறது, அப்படித்தானே?"

அவருடைய குரலின் தொனி உயர்ந்தது.

"அது சாத்தியமேயில்லை. நான் மிகவும் மகிழ்ச்சியாக இருக்கிறேன். எனக்கு தேவையான அனைத்தும் - பணத்தால் வாங்க முடிந்த அனைத்தும் என்னிடம் இருக்கின்றன. என்னை நோக்கி இப்படி ஒரு யோசனையைத் தூக்கி வீசுவது என்பதே நம்ப முடியாததாக இருக்கிறது."

புவாரோ அவரை சுவாரசியத்துடன் பார்த்தார். அவருடைய கைகளின் நடுக்கம், அவருடைய குரலில் வெளிப்பட்டப் பிசிறு ஆகியவை, இந்த மறுப்பு அளவுக்கதிகமான தீவிரத்துடன் சொல்லப்பட்டதாகக் கருதிய புவாரோ, அது சந்தேகத்தைத் தோற்றுவித்ததாக நினைத்தார். ஆனாலும் வெறுமனே இப்படிக் கூறுவதோடு அவர் நிறுத்திக் கொண்டார்:

"இதில் நான் எங்கு வருகிறேன்?"

பெனடிக்ட் திடீரென்று அமைதியானார். அவருடைய விரல்கள் மேசையின்மீது அழுத்தமாகத் தாளம் போட்டன.

"இன்னொரு சாத்தியக்கூறும் இருக்கிறது. அது சரியாக இருக்கும் பட்சத்தில், அதை அறிந்துள்ள நபர் நீங்களாகத்தான்

இருக்க முடியும். நீங்கள் ஒரு பிரபலமான துப்பறிவாளர். நூற்றுக்கணக்கான கேஸ்களுக்குத் தீர்வு கண்டுள்ளீர்கள். அவற்றில் பல கிட்டத்தட்டத் தீர்வு காணப்படவே முடியாத கேஸ்கள். யாராவது ஒருவருக்குத் தெரிந்திருக்க முடியுமென்றால், அது நீங்களாகத்தான் இருக்க முடியும்."

"எதைத் தெரிந்திருக்க முடியும்?"

இப்போது பெனடிக்டின் குரல் ஒரு கிசுகிசுப்பு அளவுக்குத் தாழ்ந்தது.

"யாரோ என்னைத் தீர்த்தக் கட்ட விரும்புவதாக வைத்துக் கொள்வோம். இந்த வழியில் அதைச் செய்ய முடியுமா? என்னை இப்படித் தினந்தோறும் ஒரே கனவைக் காண வைக்க முடியுமா?"

"மனோவசியத்தின் மூலம் செய்ய முடியுமா என்று நீங்கள் கேட்கிறீர்களா?"

"ஆமாம்."

புவாரோ அந்தக் கேள்வி குறித்து யோசித்தார்.

பின்னர், "அது சாத்தியம்தான் என்று நான் நம்புகிறேன்," என்றார். "ஆனால், இந்தக் கேள்வி கேட்கப்பட வேண்டியது ஒரு மருத்துவரிடம்தானே அன்றி, என்னிடம் அல்ல."

"உங்களுடைய அனுபவத்தில் இப்படிப்பட்டக் கேஸ் எதையும் நீங்கள் எதிர்கொண்டதில்லையா?"

"இல்லை."

"நான் என்ன சொல்ல வருகிறேன் என்பது உங்களுக்குப் புரிகிறதா? நான் ஒரே கனவை மீண்டும் மீண்டும் காண வைக்கப்படுகிறேன். ஒரு கட்டத்தில் அதை என்னால் தாங்கிக் கொள்ள முடியாமல், அந்தக் கனவில் நிகழ்ந்தபடி என்னை நானே சுட்டுக் கொள்கிறேன்."

புவாரோ மெதுவாகத் தன் தலையை ஆட்டினார்.

"புவாரோ, அது சாத்தியமில்லை என்று நீங்கள் நினைக்கிறீர்களா?"

"சாத்தியமேயில்லை என்று கூறிவிட முடியாது. ஆனால் அப்படி நடப்பதற்கு வாய்ப்பில்லை என்று கூற முடியும்."

"மருத்துவரும் இப்படித்தான் சொன்னார்," என்று பெனடிக்ட் முணுமுணுத்தார். பின்னர் அவருடைய குரல் மறுபடியும் உயர்ந்தது. "ஆனால், எனக்கு ஏன் இந்தக் கனவு வருகிறது? ஏன்? ஏன்?"

தெரியாது என்பதுபோலப் புவாரோ தலையசைத்தார்.

பின் பெனடிக்ட் திடீரென்று, "நீங்கள் ஒருபோதும் இதுபோன்ற ஒரு கேஸை எதிர்கொண்டதில்லை என்று உங்களால் உறுதியாகக் கூற முடியுமா?" என்று கேட்டார்.

"ஒருபோதும் எதிர்கொண்டதில்லை."

"சரி. அதைக் கேட்கத்தான் நான் விரும்பினேன்."

புவாரோ மெதுவாகத் தன் தொண்டையைச் செருமினார்.

"நான் உங்களை ஒரு கேள்வி கேட்கலாமா?"

"என்ன கேள்வி? என்ன கேள்வி கேட்கப் போகிறீர்கள்? கேளுங்கள்."

"உங்களைக் கொல்லக்கூடும் என்று நீங்கள் யார்மீது சந்தேகப்படுகிறீர்கள்?"

அதற்கு பெனடிக்ட் உடனே, "யாரும் இல்லை," என்று கூறினார்.

"ஆனால், அப்படிப்பட்ட ஒரு யோசனை உங்கள் மனத்தில் தோன்றியிருப்பது உண்மைதானே?" என்று புவாரோ விடாப்பிடியாகக் கேட்டார்.

"அது சாத்தியமா என்று தெரிந்து கொள்ள நான் விரும்பினேன், அவ்வளவுதான்."

"என் அனுபவத்திலிருந்து கூற வேண்டுமென்றால், அப்படி நடப்பதற்கு வாய்ப்பில்லை. ஆமாம், நீங்கள் இதற்கு முன்பு எப்போதாவது மனோவசியத்திற்கு உட்படுத்தப்பட்டிருக்கிறீர்களா?" என்று புவாரோ கேட்டார்.

"கண்டிப்பாக இல்லை. இப்படிப்பட்ட மடத்தனத்திற்கெல்லாம் நான் ஒத்துக் கொள்வேன் என்று நீங்கள் நினைக்கிறீர்களா?"

"அப்படி இருக்கும் பட்சத்தில் உங்களுடைய யோசனை சாத்தியமற்றது என்று கூறிவிடலாம்."

"ஆனால், அந்தக் கனவு?"

"அந்தக் கனவு உண்மையிலேயே குறிப்பிடத்தக்கதுதான்," என்று கூறிய புவாரோ, சிறிது இடைவெளி விட்டுவிட்டுத் தொடர்ந்தார். "உங்களுடைய கனவில் வந்த காட்சியை நான் பார்க்க விரும்புகிறேன்: அந்த மேசை, அந்தக் கடிகாரம், அந்தக் கைத்துப்பாக்கி."

"வாருங்கள். தாராளமாக நான் உங்களை அடுத்த அறைக்கு அழைத்துச் செல்கிறேன்," என்று பெனடிக்ட் கூறினார்.

தன் உடையைச் சரி செய்து கொண்டே தன் நாற்காலியிலிருந்து பெனடிக்ட் எழுந்தார். பின்னர் ஏதோ ஒரு யோசனை அவருக்கு உதித்தாற்போல, அவர் மீண்டும் தன் நாற்காலியில் அமர்ந்தார்.

"நாம் அங்குப் போக வேண்டியதில்லை. நான் ஏற்கனவே எல்லாவற்றையும் உங்களிடம் தெளிவாகக் கூறிவிட்டேன்."

"ஆனால், அவற்றை நான் நேரில் பார்க்க விரும்புகிறேன்."

"அது தேவையில்லை," என்று பெனடிக்ட் வெடுக்கென்று

கூறினார். "நீங்கள் உங்களுடைய அபிப்பிராயத்தைக் கூறிவிட்டீர்கள். அத்துடன் இது முடிந்துவிட்டது."

புவாரோ தன் தோள்களைக் குலுக்கிவிட்டு, "உங்கள் விருப்பம்," என்று கூறியபடி எழுந்தார். "என்னை மன்னியுங்கள், பெனடிக்ட். என்னால் உங்களுக்கு உதவ முடியவில்லை."

பெனடிக்ட் தனக்கு முன்னால் வெறித்துப் பார்த்துக் கொண்டிருந்தார். "நான் உங்களிடம் தகவல்களைக் கொடுத்தேன். அது குறித்து உங்களால் எதுவும் செய்ய முடியவில்லை. விவகாரம் அத்துடன் முடிந்தது. இந்த ஆலோசனைக்கான பில்லை நீங்கள் எனக்கு அனுப்பி வைக்கலாம்."

"மறக்காமல் அனுப்பி வைக்கிறேன்," என்று கூறிவிட்டு, புவாரோ எழுந்து வாசலை நோக்கி நடந்தார்.

"ஒரு நிமிடம் பொறுங்கள்," என்று பெனடிக்ட் அவரைக் கூப்பிட்டார். "அந்தக் கடிதம். அது எனக்கு வேண்டும்."

"உங்களுடைய செயலாளர் எனக்கு எழுதியிருந்த கடிதமா?"

"ஆமாம்."

புவாரோவின் புருவங்கள் உயர்ந்தன. அவர் தன் கோட்டுப் பாக்கெட்டுக்குள் கையைவிட்டு, மடிக்கப்பட்டிருந்த ஒரு காகிதத்தை வெளியே எடுத்து அவரிடம் கொடுத்தார். பெனடிக்ட் அதைச் சரிபார்த்துவிட்டு, அதைத் தன் மேசையின்மீது வைத்தார்.

புவாரோ மீண்டும் கதவை நோக்கி நடந்தார். அவருக்குக் குழப்பமாக இருந்தது. அவரிடம் கூறப்பட்டிருந்த கதையை அவருடைய மனம் மீண்டும் மீண்டும் ஓடவிட்டுக் கொண்டிருந்தது. ஏதோ சரியில்லை என்ற எண்ணம் அவரை நச்சரித்துக் கொண்டிருந்தது. அது பெனடிக்ட் தொடர்பானது அல்ல, மாறாக, அது தன் தொடர்பானது என்று அவருக்குத் தோன்றியது.

அந்த அறையின் கதவின் பிடியில் அவர் கை வைத்தபோது, அவருடைய மனம் தெளிவடைந்திருந்தது. புவாரோ ஒரு தவறு செய்திருந்தார். அவர் மீண்டும் அந்த அறைக்குள் திரும்பினார்.

"நான் உங்களிடம் ஓராயிரம் முறை மன்னிப்புக் கேட்டுக் கொள்கிறேன். நான் ஒரு தவறு செய்துவிட்டேன். நான் உங்களிடம் தவறான கடிதத்தைக் கொடுத்துவிட்டேன். நான் என்னுடைய கோட்டின் இடது பாக்கெட்டில் கையை விடுவதற்குப் பதிலாக, வலது பாக்கெட்டில் கையை நுழைத்துவிட்டேன்–"

"நீங்கள் என்ன சொல்கிறீர்கள்? இது என்ன கூத்து?"

"நான் தற்போது உங்களிடம் கொடுத்தக் கடிதம், என்னுடைய

சலவைக்காரி என் உடையைப் பாழாக்கியதற்காக மன்னிப்புக் கேட்டு எழுதிய கடிதம்," என்று கூறிய புவாரோ, மன்னிப்புக் கேட்கின்ற விதத்தில் பெனடிக்டை நோக்கிப் புன்னகைத்தார். பின் அவர் தன் கோட்டின் இடது பாக்கெட்டில் கையை விட்டு ஒரு காகிதத்தை எடுத்து அவரிடம் நீட்டி, "இதுதான் உங்களுடைய கடிதம்," என்று கூறினார்.

பெனடிக்ட் அதைப் பிடுங்காத குறையாக வாங்கிக் கொண்டார். "செய்வதை ஒழுங்காகப் பார்த்துச் செய்யக்கூடாதா?"

பின் புவாரோ அவரிடமிருந்து தன்னுடைய சலவைக்காரியின் மன்னிப்புக் கடிதத்தை வாங்கிக் கொண்டு, மீண்டும் ஒரு முறை மன்னிப்புக் கேட்டுவிட்டு அந்த அறையைவிட்டு வெளியேறினார்.

வெளியே வந்தவுடன் அவர் ஒரு கணம் அங்கு நின்றார். அந்த இடம் விஸ்தாரமாக இருந்தது. அங்கு ஒரு பெஞ்சும், அதன் முன்னால் ஒரு நீண்ட மேசையும் இருந்தன. அந்த மேசையில் சில பத்திரிகைகள் கிடந்தன. இவை தவிர அங்கு இரண்டு நாற்காலிகளும், மலர்கள் வைக்கப்பட்டிருந்த ஒரு மேசையும் இருந்தன. அது ஒரு பல் மருத்துவரின் காத்திருப்பு அறையை அவருக்கு நினைவுபடுத்தியது.

பெனடிக்டின் பட்லர், புவாரோவை வெளியே அனுப்புவதற்காக, கீழேயிருந்த வரவேற்பறையில் காத்துக் கொண்டிருந்தான்.

"உங்களுக்கு ஒரு வாடகைக் கார் பிடித்துத் தரட்டுமா?" என்று அவன் கேட்டான்.

"தேவையில்லை. இரவு இதமாக இருக்கிறது. நான் நடந்து செல்லப் போகிறேன்."

அந்த வீட்டைவிட்டு வெளியே வந்த புவாரோ, போக்குவரத்து நெரிசல்மிக்க அச்சாலையைக் கடப்பதற்காக நடைபாதையில் ஒரு கணம் காத்திருந்தார்.

அவருடைய நெற்றி சுருங்கியது. அவர் தனக்குத் தானே இவ்வாறு கூறிக் கொண்டார்: 'எனக்கு ஒன்றுமே புரியவில்லை. இது எதுவும் அர்த்தப்படவில்லை. இதை ஒத்துக் கொள்வது எனக்குக் கடினமாகத்தான் இருக்கிறது. ஹெர்கியூல் புவாரோவாகிய நான் திகைத்துப் போய் நிற்கிறேன்.'

அது அந்த நாடகத்தின் முதல் காட்சி போலும். இரண்டாவது காட்சி அதற்கு அடுத்த வாரம் அரங்கேறியது. அது ஒரு தொலைபேசி அழைப்போடு தொடங்கியது. அழைத்தவர் ஜான் ஸ்டில்லிங்ஃபிளீட் என்ற மருத்துவர்.

அந்த மருத்துவர் எந்த இங்கிதமுமின்றி, எடுத்த எடுப்பிலேயே

இப்படிப் பேச்சைத் தொடங்கினார்:

"நீங்கள் புவாரோதானே? நான் ஜான் ஸ்டில்லிங்ஃபிளீட் பேசுகிறேன்."

"சொல்லுங்கள், நண்பரே. என்ன விஷயம்?"

"நான் பெனடிக்டின் நார்த்வே ஹவுஸிலிருந்து பேசுகிறேன்."

"என்ன விஷயம்?" என்று கேட்டப் புவாரோவின் குரலில் ஆவல் அதிகரித்திருந்தது. "இது பெனடிக்ட் பற்றியதா?"

"ஆமாம். அவர் இறந்துவிட்டார். இன்று மதியம் அவர் தன்னைத் தானே சுட்டுவிட்டுத் தற்கொலை செய்து கொண்டார்."

சிறிது இடைவெளிக்குப் பிறகு, புவாரோ, "ம்ம்... சொல்லுங்கள் . . ." என்றார்.

"இச்செய்தி உங்களை ஆச்சரியப்படுத்தவில்லை என்பதை என்னால் கவனிக்க முடிகிறது. இதைப் பற்றி உங்களுக்கு ஏதாவது தெரியுமா?"

"எதனால் நீங்கள் அப்படி நினைக்கிறீர்கள்?"

"இதில் பெரிய துப்பறியும் வேலையோ அல்லது தொலையுணர்வு ஆற்றலோ இல்லை. ஒரு வாரத்திற்கு முன்பு பெனடிக்ட் உங்களைச் சந்திக்க விடுத்திருந்த அழைப்புக் கடிதம் எங்களுக்குக் கிடைத்திருக்கிறது."

"ஓ, அப்படியா?"

"இங்கு ஒரு காவல்துறை அதிகாரி வந்திருக்கிறார். ஒரு பெரிய கோடீஸ்வரர் தன்னைத் தானே சுட்டுக் கொண்டு இறக்கின்றபோது, விஷயங்கள் ஜாக்கிரதையாகக் கையாளப்பட வேண்டியிருக்கிறதல்லவா? இது குறித்து உங்களால் ஏதாவது தகவல் தெரிவிக்க முடியுமா என்று நாங்கள் யோசித்தோம். உங்களால் இங்கு நேரில் வர முடியுமா?"

"நான் உடனே புறப்பட்டு வருகிறேன்."

"நல்லது. ஏதாவது இடக்குமடக்காக நடந்திருக்கிறதா?"

புவாரோ அதற்கு பதிலளிக்காமல், தான் உடனே புறப்பட்டு அங்கு வருவதாக மீண்டும் கூறினார்.

பதினைந்து நிமிடங்கள் கழித்து, புவாரோ, நார்த்வே ஹவுஸின் பின்புறம் தரைத்தளத்தில் இருந்த படிப்பறையில் உட்கார்ந்திருந்தார். அந்த அறையில் அப்போது அவரைத் தவிர மேலும் ஐந்து பேர் இருந்தனர். காவல்துறை ஆய்வாளர் பார்னெட், டாக்டர் ஜான் ஸ்டில்லிங்ஃபிளீட், பெனடிக்டின் மனைவி லூயிஸ், அவருடைய ஒரே மகள் ஜோஹானா, அவருடைய செயலாளர் கார்ன்வொர்த்தி ஆகியோரே அந்த ஐவர்.

பார்னெட் ஒரு முன்னாள் இராணுவ வீரனைப்போலக்

காட்சியளித்தார். உயரமாக இருந்த டாக்டர் ஜானுக்கு சுமார் முப்பது வயது இருக்கும். பெனடிக்டின் மனைவி அவரைவிட மிகவும் இளையவளாக இருந்தாள். அவள் வசீகரமான தோற்றத்தைக் கொண்டிருந்தாள். அவளுடைய கருவிழிகள் எந்த உணர்ச்சியையும் வெளிப்படுத்திக் கொண்டிருக்கவில்லை. பொன்னிறத் தலைமுடியைக் கொண்டிருந்த இளம்பெண்ணான ஜோஹானா, கிளிமூக்கைத் தன்னுடைய அப்பாவிடமிருந்து சுவீகரித்திருந்தாள். அவளுடைய புத்திசாலித்தனத்தையும் கூர்மதியையும் அவளுடைய கண்கள் வெளிப்படுத்தின. கார்ன்வொர்த்தி ஒரு வசீகரமான இளைஞனாக இருந்தான், நேர்த்தியாக உடையணிந்திருந்தான். அவன் புத்திசாலியாகவும் திறமைசாலியாகவும் தோற்றமளித்தான்.

பரஸ்பர அறிமுகங்கள் முடிந்த பிறகு, புவாரோ, முந்தைய வாரம் தான் அந்த வீட்டுக்கு மேற்கொண்டிருந்த விஜயத்தைப் பற்றியும், அப்போது பெனடிக்ட் தன்னிடம் கூறிய கதையைப் பற்றியும் அவர்களிடம் சுருக்கமாகவும் தெளிவாகவும் எடுத்துரைத்தார். அவர் கூறிய விஷயங்களில் அவர்கள் தேவையான அளவு அக்கறை காட்டினர்.

"நான் இதுவரை கேட்டுள்ளதிலேயே மிகவும் அசாதாரணமான கதை இது," என்று பார்னெட் கூறினார். "அந்தக் கனவு...?" என்று இழுத்த அவர், பெனடிக்டின் மனைவியிடம், "இது பற்றி உங்களுக்கு ஏதாவது தெரியுமா?" என்று கேட்டார்.

லூயிஸ் தலையைக் கவிழ்த்தாள்.

"என் கணவர் இதைப் பற்றி என்னிடம் குறிப்பிட்டிருந்தார். அக்கனவு அவரைப் பெரிதும் தொல்லைக்கு உள்ளாக்கியிருந்தது. அது செரிமானப் பிரச்சனையால் ஏற்பட்டிருக்கும் என்று கூறி, டாக்டர் ஜானைத் தொடர்பு கொள்ளுமாறு நான் அவரிடம் கூறினேன். என் கணவர் விசித்திரமான உணவுப் பழக்கங்களைக் கொண்டவர் என்பது பலருக்கும் தெரியும்."

"அவர் என்னைத் தொடர்பு கொள்ளவில்லை. புவாரோ இப்போது கூறியதை வைத்துப் பார்க்கும்போது, அவர் ஹார்லி தெருவுக்குச் சென்றிருந்தார் என்பதை என்னால் அறிந்து கொள்ள முடிகிறது," என்று டாக்டர் ஜான் கூறினார்.

"டாக்டர் ஜான், ஹார்லி தெருவில் மூன்று மருத்துவர்களை பெனடிக்ட் சந்தித்திருந்தார் என்ற விபரத்தை இப்போது நான் கூறினேனல்லவா? பெனடிக்டின் கனவு குறித்து அவர்கள் முன்வைத்திருந்த யோசனைகளைப் பற்றிய உங்களுடைய அபிப்பிராயத்தை நான் தெரிந்து கொள்ள விரும்புகிறேன்," என்று புவாரோ கூறினார்.

ஜான் தன் நெற்றியைச் சுருக்கினார்.

“இதை விளக்குவது கடினம். ஹார்லி தெரு மருத்துவர்கள் அவரிடம் கூறியிருந்தவற்றை அவர் துல்லியமாக உங்களிடம் கூறியிருப்பார் என்று நான் நம்பவில்லை. அது மருத்துவர் அல்லாத ஒரு சாதாரண மனிதரின் விளக்கம்.”

“தனக்குக் கொடுக்கப்பட்டிருந்த மருத்துவ விளக்கங்களை அவர் தவறாகப் புரிந்து கொண்டிருக்கக்கூடும் என்று நீங்கள் நினைக்கிறீர்களா?” என்று புவாரோ கேட்டார்.

“இல்லை. அந்த மருத்துவர்கள் தொழில்முறைரீதியான வார்த்தைகளைப் பயன்படுத்தி இருந்திருப்பர். அவற்றின் அர்த்தத்தை பெனடிக்ட் சிறிது திரிபுடன் புரிந்து கொண்டிருந்திருப்பார். பின் அவற்றை அவர் தன் சொந்த வார்த்தைகளைப் பயன்படுத்தி உங்களிடம் விவரித்திருந்திருப்பார்.”

“அதாவது, அவர் என்னிடம் கூறியது, மருத்துவர்கள் அவரிடம் உண்மையிலேயே கூறியிருந்தது அல்ல என்று நீங்கள் கூறுகிறீர்களா?”

“அவர் அதைத் தவறாகப் புரிந்து கொண்டிருந்தார் என்று நான் நம்புகிறேன்.”

புவாரோ யோசனையுடன் தலையை ஆட்டினார். “ஹார்லி தெருவில் அவர் யாரிடம் ஆலோசனை பெற்றார் என்பது யாருக்காவது தெரியுமா?”

தனக்குத்தெரியாது என்பதுபோல லூயிஸ் தலையாட்டினார்.

“அவர் மருத்துவர்களைத் தொடர்பு கொண்டிருந்தார் என்பதே எங்களில் யாருக்கும் தெரியாது,” என்று ஜோஹானா கூறினாள்.

“உன்னுடைய அப்பா தன் கனவுகளைப் பற்றி உன்னிடம் கூறியிருந்தாரா?” என்று புவாரோ ஜோஹானாவிடம் கேட்டார்.

இல்லையென்று அவள் தலையாட்டினாள்.

“கார்ன்வொர்த்தி, உங்களுக்கு அது பற்றித் தெரியுமா?”

“இல்லை. அதைப் பற்றி அவர் எதுவும் கூறவில்லை. அவரின் உத்தரவுப்படி நான் அக்கடிதத்தைத் தயாரித்துக் கொடுத்தேன். ஆனால், எதற்காக அவர் உங்களுடன் ஆலோசனை நடத்த விரும்பினார் என்பது எனக்குத் தெரியாது. அது அவருடைய தொழில் தொடர்பான முறைகேடுகள் எவற்றைப் பற்றியாவது இருக்கும் என்று நான் நினைத்துக் கொண்டேன்.”

“இப்போது பெனடிக்டின் இறப்பு பற்றிய விபரங்களைப் பார்க்கலாமா?”

பார்னெட் முதலில் லூயிஸையும் பின்னர் ஜானையும்

நோக்கித் தன் பார்வையை வீசினார். பின் அவர்கள் சார்பாகத் தானே பேசுவது என்று தீர்மானித்தவர்போல அவர் பேசத் துவங்கினார்.

“பெனடிக்ட் தினமும் மதியம், மாடியிலுள்ள தன்னுடைய அறையில் தனியாக வேலை செய்கின்ற வழக்கத்தைக் கொண்டிருந்தார். இன்று, இரண்டு பெரிய தொழில்களின் இணைப்பு தொடர்பாக, ஆடம், ஸ்டோடார்ட் ஆகிய இரண்டு பத்திரிகையாளர்களுக்கு ஒரு பிரத்யேகமான பேட்டியளிக்க பெனடிக்ட் ஒத்துக் கொண்டிருந்தார். அவர் அப்படிப் பேட்டியளிப்பது அபூர்வம். அந்த இரண்டு பத்திரிகையாளர்களும் மதியம் 3.15 மணிக்கு முதல் மாடிக்கு வந்து, விருந்தினர்களுக்கான காத்திருப்பு அறையில் அவருக்காகக் காத்திருந்தனர். 3.20 மணிக்கு, தொழில் தொடர்பான சில முக்கியமான ஆவணங்கள் அவசரமாக அவருக்கு அனுப்பப்பட்டிருந்தன. அவற்றைக் கொண்டு வந்தவன், அவருடைய முதல் மாடி அறைக்குச் சென்று அவற்றைக் கொடுத்தான். பெனடிக்ட் அவற்றைப் பெற்றுக் கொண்டு அவனை அனுப்பி வைத்துவிட்டு, தன் அறைக்கு வெளியே வந்து அந்த இரண்டு பத்திரிகையாளர்களிடமும் இவ்வாறு கூறினார்:

“ ‘உங்களை மேலும் காக்க வைப்பதற்கு என்னை மன்னியுங்கள். நான் முக்கியமான ஒரு வேலையைச் செய்து முடிக்க வேண்டியிருக்கிறது. அதை முடித்துவிட்டு விரைவாக வந்துவிடுகிறேன்.’

“பின்னர் உள்ளே சென்ற பெனடிக்டை அதற்குப் பிறகு எவரும் உயிரோடு பார்க்கவில்லை.”

“மேலே சொல்லுங்கள்,” என்றார் புவாரோ.

“நான்கு மணி கடந்து ஒரு சில நிமிடங்களுக்குப் பிறகு, பெனடிக்டின் அறைக்கு அடுத்து இருந்த தன்னுடைய அறையிலிருந்து வெளியே வந்த கார்ன்வொர்த்தி, அந்த இரண்டு பத்திரிகையாளர்களும் வெளியே காத்துக் கொண்டிருந்ததைக் கண்டு வியந்தார். பெனடிக்டிடம் அவர் ஒரு கையெழுத்து வாங்க வேண்டியிருந்ததால், அதோடு சேர்த்து, அந்தப் பத்திரிகையாளர்கள் காத்துக் கொண்டிருந்த விஷயத்தையும் அவருக்கு நினைவுபடுத்திவிடலாம் என்ற நினைப்போடு பெனடிக்டின் அறைக்குள் அவர் நுழைந்தார். முதலில் அவரால் பெனடிக்டை அங்குப் பார்க்க முடியவில்லை. பின்னர்தான், அவர் கீழே விழுந்து கிடந்ததையும், அவருக்குப் பக்கத்தில் ஒரு துப்பாக்கி கிடந்ததையும் அவர் கண்டார்.

“அவர் உடனே வெளியே ஓடி வந்து, டாக்டர் ஜானைத்

தொலைபேசியில் தொடர்பு கொண்டார். ஜானின் ஆலோசனையின்படி அவர் காவல்துறைக்கும் தகவல் கொடுத்தார்."

"துப்பாக்கி வெடித்தச் சத்தம் வெளியே கேட்டதா?"

"இல்லை. இந்த இடத்தில் போக்குவரத்துச் சத்தம் அதிகமாக இருக்கும். லாரிகளின் சத்தம் மற்றும் பிற மோட்டார் வாகனங்களின் ஹாரன் ஒலிகளின் சத்தத்தில், துப்பாக்கி வெடித்தச் சத்தம் வெளியே கேட்டிருக்க வாய்ப்பில்லை."

புவாரோ யோசனையுடன் தலையாட்டினார். "அவர் எந்த நேரத்தில் இறந்தார்?"

"நான் இங்கு வந்து சேர்ந்தபோது மணி 4.32. நான் உடனே அவருடைய உடலைப் பரிசோதித்தேன். அவர் இறந்து குறைந்தபட்சம் ஒரு மணி நேரமாவது ஆகியிருக்கும் என்று நான் கணித்தேன்," என்று ஜான் கூறினார்.

புவாரோவின் முகம் இறுக்கமாக இருந்தது.

"அப்படியானால், அவர் என்னிடம் கூறியிருந்த அதே 3.28 மணிக்கு அவர் இறந்திருக்க வாய்ப்பு இருக்கிறது, சரிதானே?" என்று புவாரோ கேட்டார்.

"ஆமாம்," என்றார் ஜான்.

"துப்பாக்கியில் பதிந்துள்ள கைவிரல் ரேகைகள்?"

"அவருடைய சொந்த ரேகைகள்தாம்."

"துப்பாக்கி?"

இப்போது பார்னெட் பேசினார்.

"அவர் உங்களிடம் கூறியிருந்தபடி, அவருடைய மேசையின் வலது பக்கம் இருக்கின்ற இழுப்பறைகளில், மேலிருந்து இரண்டாவதாக இருக்கின்ற இழுப்பறையில்தான் அந்தத் துப்பாக்கியை அவர் வைத்திருந்திருக்கிறார். அது அவருடைய துப்பாக்கிதான் என்பதை லூயிஸ் அடையாளம் காட்டியுள்ளார். அது மட்டுமல்ல. அந்த அறைக்குள் நுழைவதற்கு ஒரே ஒரு வழிதான் உண்டு. அதன் கதவுக்கு வெளியே இரண்டு பத்திரிகையாளர்கள் காத்துக் கொண்டிருந்தனர். பெனடிக்ட் தங்களிடம் பேசிவிட்டு உள்ளே சென்ற பிறகு, கார்ன்வொர்த்தி அதற்குள் நுழையும்வரை, வேறு எவரும் அந்த அறைக்குள் செல்லவில்லை என்று அவர்கள் இருவரும் சத்தியம் செய்துள்ளனர்."

"அப்படியானால், பெனடிக்ட் தற்கொலைதான் செய்திருக்க வேண்டும் என்று அனுமானிப்பதற்குத்தான் வலுவான காரணங்கள் இருக்கின்றன."

பார்னெட் இலேசாகப் புன்னகைத்தார்.

"ஒரே ஒரு விஷயம் மட்டும் இடிக்கிறது."

“அது என்ன?” என்று புவாரோ கேட்டார்.

“உங்களுக்கு அவர் எழுதியிருந்த கடிதம்.”

புவாரோவும் இலேசாகப் புன்னகைத்தார்.

“புவாரோ உள்ளே நுழைந்துவிட்டால், அங்குக் கொலை நடந்திருப்பதற்கான சந்தேகமும் புகுந்துவிடுகிறது, அப்படித்தானே?” என்றார் புவாரோ.

“அது உண்மைதான். நீங்கள் விஷயங்களை விளக்கிய பிறகு–”

புவாரோ அவரை இடைமறித்தார். “ஒரு நிமிடம்,” என்று அவர் பார்னெட்டிடம் கூறிவிட்டு, லூயிஸின் பக்கம் திரும்பி, “உங்கள் கணவர் எப்போதாவது மனோவசியம் செய்யப்பட்டாரா?” என்று கேட்டார்.

“ஒருபோதும் இல்லை.”

“அவர் மனோவசியம் குறித்துப் படித்திருந்தாரா? அதில் ஆர்வம் கொண்டிருந்தாரா?”

“இல்லை.”

திடீரென்று லூயிஸின் சுயகட்டுப்பாடு நொறுங்கியதுபோலத் தோன்றியது. “அந்த பயங்கரமான கனவு! அது விசித்திரமானதுதான். அந்தக் கனவை அவர் தினமும் கண்டார். அதுவே அவரை வேட்டையாடி அவரைக் கொன்றுவிட்டது.”

பெனடிக்ட் புவாரோவிடம் கூறியிருந்த ஒரு விஷயம் புவாரோவின் நினைவுக்கு வந்தது: ‘என்னுடைய கனவில், என்னுடைய மனத்தடைகள் நீங்கிவிடுவதால், நான் உண்மையிலேயே செய்ய விரும்புகின்ற செயலான, என்னையே மாய்த்துக் கொள்வதைச் செய்ய நான் துணிந்துவிடுவதாக அந்த இளம் மருத்துவர் என்னிடம் கூறினார்.’

புவாரோ லூயிஸிடம், “இக்கனவின் காரணமாக, என்றேனும் ஒரு நாள் உங்கள் கணவர் அக்கனவில் வந்தபடியே தற்கொலை செய்து கொள்ளக்கூடும் என்று உங்களுக்கு எப்போதாவது தோன்றியிருக்கிறதா?” என்று கேட்டார்.

“இல்லை. ஆனால், சில நேரங்களில் அவர் சிறிது விநோதமாக–”

ஜோஹானா குறுக்கிட்டுப் பேசினாள். “அப்பா ஒருபோதும் தன்னை மாய்த்துக் கொண்டிருந்திருக்க மாட்டார். அவர் தன்னைக் குறித்து மிகவும் கவனமாக நடந்து கொண்டார்.”

டாக்டர் ஜான், ஜோஹானாவைப் பார்த்து, “பொதுவாக, தற்கொலை செய்து கொள்வோம் என்று பயமுறுத்துகின்ற நபர்கள் மட்டும் தற்கொலை செய்து கொள்வதில்லை. அதனால்தான், தற்கொலைகள் சில நேரங்களில் விளக்கப்பட

முடியாதவையாக ஆகிவிடுகின்றன," என்று கூறினார்.

புவாரோ எழுந்து கொண்டு, "மரணம் சம்பவித்த இடத்தைப் பார்வையிட எனக்கு அனுமதி உண்டா?" என்று கேட்டார்.

"கண்டிப்பாக. டாக்டர் ஜான்–"

டாக்டர் ஜான் புவாரோவுடன் முதல் மாடிக்குச் சென்றார்.

பெனடிக்டின் அறை அவருடைய செயலாளரின் அறையைவிடப் பெரிதாக இருந்தது. ஒரு தடிமனான தரைக் கம்பளம், தோலால் ஆன இருக்கைகளுடன்கூடிய நாற்காலிகள், பிரம்மாண்டமான எழுத்து மேசை என்று ஆடம்பரமான அறைகலன்களால் அந்த அறை நேர்த்தியாக அலங்கரிக்கப்பட்டிருந்தது.

புவாரோ அந்த மேசைக்குப் பின்னால் சென்றார். சன்னலுக்கு அருகே தரைக்கம்பளத்தில் இரத்தக்கறை படிந்திருந்தது. அதைப் பார்த்துக் கொண்டிருந்தபோது, பெனடிக்ட் கூறியது அவருடைய நினைவுக்கு வந்தது: "3.28 மணிக்கு, என்னுடைய மேசையின் வலது பக்கம் இருக்கின்ற இழுப்பறைகளில், மேலிருந்து இரண்டாவதாக இருக்கின்ற இழுப்பறையைத் திறந்து, அங்கு நான் வைத்திருக்கின்ற கைத்துப்பாக்கியை எடுத்து அதில் குண்டுகளை நிரப்பி, அந்த அறையின் சன்னல் அருகே நான் செல்கிறேன். பின்னர் – பின்னர், என்னை நானே சுட்டுக் கொள்கிறேன். . ."

புவாரோ ஏதோ யோசித்தபடி தலையாட்டினார்.

பின் அவர் ஜானிடம், "இந்தச் சன்னல் இப்போது இருப்பதுபோல அன்றும் திறந்துதான் இருந்ததா?" என்று கேட்டார்.

"ஆமாம். ஆனால், எவரும் அந்த வழியாக வந்திருக்க முடியாது."

புவாரோ அந்தச் சன்னலின் வழியாக வெளியே எட்டிப் பார்த்தார். அதற்கு வெளியே கைப்பிடிச் சுவர், மாடம், குழாய்கள் போன்ற எதுவும் இருக்கவில்லை. ஒரு பூனையால்கூட அந்த வழியாக உள்ளே வந்திருக்க முடியாது. அதற்கு நேர் எதிரே, சற்றுத் தள்ளி, ஒரு தொழிற்சாலையின் வெற்றுச் சுவர் மட்டுமே இருந்தது. அந்தச் சுவரில் சன்னல்கள் எதுவும் இருக்கவில்லை.

"இவ்வளவு பெரிய பணக்காரர் இதுபோன்ற ஓர் அறையைத் தேர்ந்தெடுத்திருந்தது எனக்கு விநோதமாக இருக்கிறது. இங்கிருந்து பார்க்கின்றபோது ஒரு சிறையின் சுவரைப் பார்ப்பதுபோலத் தோன்றுகிறது," என்று ஜான் கூறினார்.

புவாரோ அதை ஆமோதித்துவிட்டு, சன்னலுக்கு வெளியே நீட்டிக் கொண்டிருந்த தன் தலையை உள்ளே இழுத்துக்

கொண்டு அந்த வெற்றுச் சுவரைப் பார்த்தார்.

அவர் ஜானிடம், "அந்தச் சுவர் முக்கியமானது என்று நான் நினைக்கிறேன்," என்று கூறினார்.

ஜான் அவரை ஆர்வக் குறுகுறுப்புடன் பார்த்தார். "உளவியல்ரீதியாகக் கூறுகிறீர்களா?"

புவாரோ அந்த மேசைக்கு நகர்ந்தார். அந்த மேசையில் இருந்த ஒரு ஜோடி 'லேசி-டாங்கை'[1] அவர் கையிலெடுத்து அதன் பொத்தானை அழுத்தினார். அது முழு நீளத்திற்கு நீண்டதும், அதை நீட்டி, தரையில் சில அடி தூரத்தில் கிடந்த, எரிந்து போன தீக்குச்சி ஒன்றை அதைக் கொண்டு பற்றினார். அதைக் கவனமாக ஆராய்ந்துவிட்டு, அதை அங்கிருந்த குப்பைத்தொட்டியில் போட்டார்.

"நீங்கள் அந்த பொம்மையை வைத்து விளையாடி முடித்ததும் சொல்லுங்கள்," என்று ஜான் எரிச்சலுடன் கூறினார்.

"இது ஒரு நல்ல கண்டுபிடிப்பு," என்று முணுமுணுத்துவிட்டு, புவாரோ அந்த லேசி-டாங்கை அந்த மேசையின்மீது வைத்தார்.

பின் அவர் ஜானின் பக்கம் திரும்பி, "மரணம் நிகழ்ந்த அந்த நேரத்தில் அவருடைய மனைவியும் மகளும் எங்கே இருந்தனர்?" என்று கேட்டார்.

"அவருடைய மனைவி, மேல் தளத்திலுள்ள தன்னுடைய அறையில் ஓய்வெடுத்துக் கொண்டிருந்தார். அவருடைய மகள் இந்தக் கட்டடத்தின் மேல் மாடியில் இருக்கின்ற தன்னுடைய கலைக்கூடத்தில் ஓவியம் தீட்டிக் கொண்டிருந்தாள்."

புவாரோ ஓரிரு நிமிடங்களுக்கு அந்த மேசைமீது தன் கைகளால் தாளம் போட்டார். பின்னர், "நான் ஜோஹானாவிடம் பேச விரும்புகிறேன். அவளை இந்த அறைக்கு ஓரிரு நிமிடங்களுக்கு வரும்படி உங்களால் கூற முடியுமா?" என்று அவர் ஜானிடம் கேட்டார்.

"அது ஒன்றும் பிரச்சனை இல்லை."

ஜான் அவரை விநோதமாகப் பார்த்துவிட்டு அந்த அறையைவிட்டு வெளியேறினார். ஓரிரு நிமிடங்கள் கழித்து அந்த அறையின் கதவு திறந்தது. ஜோஹானா உள்ளே நுழைந்தாள்.

புவாரோ அவளிடம், "நான் உன்னிடம் சில கேள்விகள் கேட்கலாமா?" என்று வினவினார்.

---

1 கத்தரிக்கோல் போன்ற, இணைக்கப்பட்டப் பல ஜோடி 'லீவர்களுடன்'கூடிய, தொலைவில் உள்ள பொருட்களைப் பற்றிக் கொள்வதற்கான இடுக்கிகளின் ஒரு தொகுப்பு. ஒரு பொத்தானை அழுத்தினால் அவை நீண்டு கொள்ளும்.

அவள் அவரைத் தீவிரமாக உற்றுப் பார்த்துவிட்டு, "எந்தக் கேள்வி வேண்டுமானாலும் கேளுங்கள்," என்றாள்.

"உன்னுடைய அப்பா இந்த அறையில் ஒரு கைத்துப்பாக்கியை வைத்திருந்தார் என்ற விபரம் உனக்குத் தெரியுமா?"

"தெரியாது."

"நீயும் உன்னுடைய அம்மாவும் – அதாவது, உன்னுடைய சின்னம்மாவும் – எங்கே இருந்தீர்கள்?"

"லூயிஸ் என் அப்பாவின் இரண்டாவது மனைவி. அவருக்கு என்னைவிட எட்டு வயதுதான் அதிகம். நீங்கள் என்னிடம் என்ன கேட்டீர்கள்?"

"கடந்த வாரம் வியாழக்கிழமை இரவு நீ எங்கே இருந்தாய்? லூயிஸ் எங்கே இருந்தார்?"

அவள் ஒரு நிமிடம் யோசித்தாள். பின்னர், "ஓ! நாங்கள் இருவரும் சேர்ந்து ஒரு திரைப்படத்திற்குச் சென்றிருந்தோம்," என்று அவள் பதிலளித்தாள்.

"உன்னுடைய அப்பா உங்களோடு வரவில்லையா?"

"இல்லை. அவர் திரைப்பட அரங்குகளுக்குச் செல்வதில்லை."

"பொதுவாக மாலை நேரங்களில் அவர் என்ன செய்வார்?"

"இங்கே உட்கார்ந்து புத்தகங்களைப் படித்துக் கொண்டிருப்பார்."

"அவர் பிறருடன் கலந்துறவாடுகின்ற நபர் கிடையாதா?"

ஜோஹானா புவாரோவை நேருக்கு நேர் பார்த்தாள். "என் அப்பா ஓர் இனிமையற்ற ஆளுமைக்காரரர். அவருடன் நெருக்கமாக வாழ்கின்ற எவரும் அவரை நேசிக்க மாட்டார்கள்."

"உங்களுடைய பதில் மிகவும் வெளிப்படையாக இருக்கிறது."

"நான் உங்களுடைய நேரத்தை மிச்சப்படுத்துகிறேன். நீங்கள் எப்படி யோசிக்கிறீர்கள் என்பதை என்னால் கணிக்க முடிகிறது. என் அப்பாவின் பணத்திற்காகத்தான் என் சின்னம்மா அவரைத் திருமணம் செய்து கொண்டார். என்னிடம் பணம் இல்லாததால்தான் நான் இங்கே வசித்து வருகிறேன். நான் ஒருவனைத் திருமணம் செய்து கொள்ள விரும்பினேன். அவன் ஓர் ஏழை. என் அப்பாவின் தலையீட்டால் அவன் தன் வேலையை இழக்க நேரிட்டது. நான் அவருடைய வாரிசாக இருப்பதால், ஒரு பரதேசியை நான் மணந்து கொள்வதை அவர் விரும்பவில்லை."

"உங்களுடைய அப்பாவின் சொத்து முழுவதும் உங்களுக்குத்தான் வருமா?"

"ஆமாம். அவர் லூயிஸின் பெயரில் இரண்டரை இலட்சம் பவுன்டுகள் போட்டு வைத்திருக்கிறார். மற்றவை அனைத்தும்

எனக்குத்தான் வந்து சேரும்," என்று கூறிவிட்டு அவள் திடீரென்று புன்னகைத்தாள். "என் அப்பாவைச் சாகடிப்பதற்கு எனக்கு வலுவான காரணங்கள் இருக்கின்றன."

"நீ உன்னுடைய அப்பாவின் அறிவாற்றலையும் சேர்த்துத்தான் பெற்றிருக்கிறாய் என்பதை என்னால் புரிந்து கொள்ள முடிகிறது."

அவள் சிந்தனையுடன் இவ்வாறு கூறினாள்: "அப்பா மிகவும் புத்திசாலி. அவருடைய அறிவாற்றல் அவருக்குப் பெரும் சக்தியைப் பெற்றுக் கொடுத்தது. ஆனால் இறுதியில் அவரிடம் மனிதாபிமானம் முற்றிலுமாக இல்லாமல் போயிற்று."

"நான் ஒரு முட்டாள்," என்று புவாரோ தனக்குள் முணுமுணுத்துக் கொண்டார்.

ஜோஹானா அந்த அறையின் கதவை நோக்கித் திரும்பியவாறு, "வேறு ஏதாவது கேட்க வேண்டியிருக்கிறதா?" என்று கேட்டாள்.

"இரண்டு சின்னக் கேள்விகள் பாக்கியிருக்கின்றன," என்று கூறிய புவாரோ, மேசைமீது கிடந்த 'லேசி-டாங்கை' எடுத்து அவளிடம் காட்டி, "உன்னுடைய அப்பா இதை எப்போதும் தன் மேசையின்மீது வைத்திருப்பாரா?" என்று கேட்டார்.

"ஆமாம். அவருக்குக் குனியப் பிடிக்காது. கீழே கிடக்கின்ற பொருட்களைப் பொறுக்குவதற்கு அவர் இதைப் பயன்படுத்துவார்."

"மற்றொரு கேள்வி: உன்னுடைய அப்பாவின் கண்பார்வை நன்றாக இருந்ததா?"

அதைக் கேட்டு அவள் திடுக்கிட்டாள்.

"அவருடைய கண்பார்வை படுமோசம். மூக்குக்கண்ணாடி இல்லாவிட்டால் அவருக்கு எதுவுமே தெரியாது. அவர் சிறுவனாக இருந்தபோதிலிருந்தே அவருடைய பார்வை மோசமாகத்தான் இருந்து வந்திருந்தது."

"மூக்குக்கண்ணாடி அணிந்திருந்தால்?"

"மூக்குக்கண்ணாடி அணிந்திருந்தால் அவரால் நன்றாகப் பார்க்க முடியும்."

"பத்திரிகைகள் போன்றவற்றில் இடம் பெறுகின்ற சிறிய எழுத்துகளை அவரால் படிக்க முடியுமா?"

"ஆமாம், முடியும்."

"அவ்வளவுதான். நன்றி."

அவள் அந்த அறையைவிட்டுச் சென்றுவிட்டாள்.

புவாரோ தனக்குத் தானே முணுமுணுத்துக் கொண்டார்: "நான் ஒரு முட்டாள். எல்லா நேரமும் அது என் கண்முன்னாலேயே இருந்திருக்கிறது. அது மிகவும்

அருகிலேயே இருந்திருந்ததால் அதைப் பார்க்க நான் தவறிவிட்டிருந்தேன்போலும்."

அவர் மீண்டும் சன்னலின் வழியாக வெளியே எட்டிப் பார்த்தார். அவருடைய வீட்டுக்கும் அருகேயிருந்த தொழிற்சாலைக்கும் இடையே இருந்த சிறிய குறுகலான வழியில் கருப்பாக ஏதோ ஒரு பொருள் கிடந்ததை அவர் பார்த்தார்.

புவாரோ திருப்தியுடன் தலையாட்டியபடி கீழே இறங்கிச் சென்றார்.

மற்றவர்கள் அனைவரும் படிப்பறையில் இருந்தனர்.

புவாரோ கார்ன்வொர்த்தியிடம், "எப்போது, எந்தச் சூழலில் பெனடிக்ட் என்னைக் கூப்பிட்டு அனுப்பினார்? அதைப் பற்றிய அனைத்து விபரங்களையும் நீங்கள் எனக்குக் கூறுங்கள். எடுத்துக்காட்டாக, அவர் சொல்லி நீங்கள் எனக்கு எழுதிய கடிதத்தை நீங்கள் எப்போது எழுதினீர்கள்?" என்று கேட்டார்.

"கடந்த வாரம் புதன்கிழமை மாலை 5.30 மணிக்கு என்று நினைக்கிறேன்."

"அதை எனக்கு எப்படி அனுப்ப வேண்டும் என்று அவர் ஏதாவது தனித்துவமான அறிவுறுத்தல்களைக் கொடுத்தாரா?"

"அதை நான் என் கைப்பட அஞ்சலில் சேர்க்க வேண்டும் என்று அவர் கூறினார்."

"நீங்கள் அப்படிச் செய்தீர்களா?"

"ஆமாம்."

"நான் இங்கு வந்தபோது, என்னை உள்ளே அனுமதிப்பதற்கு அவர் தன் பட்லருக்குப் பிரத்யேகமான அறிவுறுத்தல் ஏதேனும் கொடுத்தாரா?"

"பெனடிக்ட் என்னிடம் இவ்வாறு கூறியிருந்தார்: 'இரவு ஒன்பதரை மணிக்கு என்னைப் பார்க்க வரும் நபரிடம் அவருடைய பெயரைக் கேட்க வேண்டும் என்றும், அவர் கொண்டு வருகின்ற கடிதத்தைச் சரிபார்க்க வேண்டும் என்றும் ஹோம்ஸிடம் (அதுதான் அந்த பட்லரின் பெயர்) கூறு.' "

"இது ஒரு விநோதமான முன்னெச்சரிக்கை நடவடிக்கையாக எனக்குத் தோன்றுகிறது. நீங்கள் என்ன நினைக்கிறீர்கள்?"

கார்ன்வொர்த்தி தன் தோள்களைக் குலுக்கிக் கொண்டான்.

பின் எச்சரிக்கையுடன், "பெனடிக்ட் ஒரு விநோதப் பிறவி," என்று அவன் கூறினான்.

"வேறு ஏதாவது அறிவுறுத்தல்கள் கொடுக்கப்பட்டிருந்தனவா?"

"அன்று மாலையில் விடுப்பு எடுத்துக் கொள்ளும்படி அவர்

எனக்கு உத்தரவிட்டார்.”

“நீங்கள் விடுப்பு எடுத்தீர்களா?”

“ஆமாம். இரவு உணவு உண்டதும் நான் ஒரு திரைப்படத்திற்குச் சென்றுவிட்டேன்.”

“நீங்கள் எப்போது திரும்பி வந்தீர்கள்?”

“இரவு 11.15 மணிக்கு.”

“அதற்குப் பிறகு பெனடிக்டை நீங்கள் பார்த்தீர்களா?”

“இல்லை.”

“அதைப் பற்றி அவர் மறுநாள் காலையில் பேசினாரா?”

“இல்லை.”

புவாரோ சில கணங்கள் இடைவெளி விட்டார். பின்னர் அவனிடம், “நான் இங்கு வந்தபோது, நான் அவருடைய அறைக்குக் கூட்டிச் செல்லப்படவில்லையே?” என்றார்.

“உங்களை என்னுடைய அறைக்கு அழைத்துச் செல்லும்படி ஹோம்ஸுக்கு அறிவுறுத்துமாறு அவர் என்னிடம் கேட்டுக் கொண்டார்.”

“அதற்கான காரணம் உங்களுக்குத் தெரியுமா?”

தனக்குத் தெரியாது என்பதுபோல கார்ன்வொர்த்தி தலையாட்டினான். “நான் ஒருபோதும் பெனடிக்டின் உத்தரவுகள் குறித்துக் கேள்வி கேட்டதில்லை. அது அவருக்குப் பிடிக்காது.”

“பொதுவாக, தன்னைப் பார்க்க வரும் நபர்களை அவர் தன் அறையில் வைத்துத்தான் பார்ப்பாரா?”

“பொதுவாக அப்படித்தான் செய்வார். ஆனால், எப்போதும் அப்படிச் செய்யவில்லை. சில நேரங்களில் அவர் என்னுடைய அறையைப் பயன்படுத்திக் கொள்வார்.”

“அதற்கு ஏதாவது காரணம் உண்டா?”

அவன் ஒரு கணம் யோசித்தான்.

“எனக்குத் தெரியவில்லை. அது குறித்து நான் யோசித்ததில்லை.”

பிறகு புவாரோ லூயிஸ் பக்கம் திரும்பி, “நான் உங்களுடைய பட்லரை அழைத்துப் பேசுவதற்கு அனுமதிப்பீர்களா?” என்று கேட்டார்.

“தாராளமாக.”

நகர்ப்புற நாகரிகத்தின் நேர்த்தி அவளுடைய பதிலில் பிரதிபலித்தது.

புவாரோ அந்த பட்லருக்கான அழைப்புமணியை அழுத்தினார்.

மறுகணம் அந்த பட்லர் அங்கு வந்து நின்றான்.

அவன் லூயிஸிடம், “என்னைக் கூப்பிட்டீர்களா, மேடம்?”

என்று கேட்டான்.

லூயிஸ் பதிலேதும் பேசாமல் புவாரோவைச் சுட்டிக்காட்டினாள். ஹோம்ஸ் அவர் பக்கம் மெதுவாகத் திரும்பி, "என்ன வேண்டும், சார்?" என்று கேட்டான்.

"கடந்த வியாழக்கிழமை இரவு நான் இங்கு வந்தபோது, உனக்குக் கொடுக்கப்பட்டிருந்த அறிவுறுத்தல் என்ன?"

ஹோம்ஸ் தொண்டையை இலேசாகச் செருமிவிட்டுப் பதிலளித்தான்:

"இரவு உணவுக்குப் பிறகு கார்ன்வொர்த்தி என்னிடம் இவ்வாறு கூறினார்: '9.30 மணிக்கு, ஹெர்கியூல் புவாரோ என்ற ஒருவரை பெனடிக்ட் எதிர்பார்த்துக் கொண்டிருக்கிறார். அவர் வந்தவுடன் அவருடைய பெயரைக் கேட்டு உறுதி செய்து கொள். அவர் ஒரு கடிதம் கொண்டு வருவார். அதை வாங்கிப் பார்த்து, அதில் அவருடைய பெயர் இருக்கிறதா என்பதையும் சரிபார்த்துக் கொள். பின் அவரை என்னுடைய அறைக்கு அழைத்துச் செல்.' "

"அறையின் கதவைத் தட்டுமாறும் உனக்கு அறிவுறுத்தப்பட்டிருந்ததா?"

அந்தக் கேள்வியை அவன் இரசிக்கவில்லை. அவனுடைய முகபாவத்தில் இலேசாக வெறுப்பு தலை காட்டியது.

"அது பெனடிக்டின் உத்தரவுகளில் ஒன்று. தொழில் நிமித்தமாக வந்த பார்வையாளர்களை அவர் தன்னுடைய அறையில் அனுமதிப்பதற்கு முன்பாக, நான் அந்த அறையின் கதவைத் தட்ட வேண்டும் என்பது எனக்கு இடப்பட்டிருந்த உத்தரவு."

"அது எனக்கு விநோதமாக இருக்கிறது. உனக்கு வேறு ஏதாவது அறிவுறுத்தல்கள் வழங்கப்பட்டிருந்தனவா?"

"இல்லை. நீங்கள் வரும்போது நான் எப்படி நடந்து கொள்ள வேண்டும் என்ற அறிவுறுத்தல்களைக் கொடுத்தப் பிறகு கார்ன்வொர்த்தி வெளியே சென்றுவிட்டார்."

"அப்போது மணி என்ன?"

"8.50 இருக்கும்."

"அதற்குப் பிறகு நீ பெனடிக்டைப் பார்த்தாயா?"

"ஆமாம். 9 மணிக்கு நான் வழக்கம்போல அவருக்கு ஒரு டம்ளர் வெந்நீர் எடுத்துச் சென்றேன்."

"அப்போது அவர் எந்த அறையில் இருந்தார்?"

"அவர் தன்னுடைய அறையில்தான் இருந்தார்."

"அப்போது அந்த அறையில் அசாதாரணமான எதையும் நீ பார்த்தாயா?"

"அசாதாரணமானதா? இல்லையே."

"அப்போது லூயிஸும் ஜோஹானாவும் எங்கிருந்தனர்?"

"அவர்கள் ஒரு திரைப்படத்திற்குச் சென்றிருந்தனர்."

"சரி, ஹோம்ஸ். நீ போகலாம்."

ஹோம்ஸ் பணிந்து வணங்கிவிட்டு அங்கிருந்து சென்றுவிட்டான்.

புவாரோ லூயிஸின் பக்கம் திரும்பினார்.

"ஒரே ஒரு கேள்வி. உங்களுடைய கணவரின் கண்பார்வை எப்படி?"

"அவருக்குக் கண்பார்வை சரி கிடையாது. மூக்குக்கண்ணாடி இல்லாமல் அவரால் சரியாகப் பார்க்க முடியாது."

"அப்படியானால், அவருக்குத் தீவிரமான கிட்டப்பார்வைக் கோளாறு இருந்ததா?"

"மூக்குக்கண்ணாடி இல்லையென்றால் அவர் தவித்துப் போய்விடுவார்."

"அவரிடம் பல மூக்குக்கண்ணாடிகள் இருந்தனவா?"

"ஆமாம்."

"ஓ!" என்று கூறிய புவாரோ, பின்னால் சாய்ந்து கொண்டார். "இத்துடன் இந்தக் கேஸ் நிறைவுக்கு வருகிறது. . ."

அதையடுத்து அந்த அறையில் ஓர் ஆழமான அமைதி சூழ்ந்தது. மனநிறைவுடன் தன் மீசையைத் தடவிக் கொடுத்துக் கொண்டிருந்த புவாரோவையே எல்லோரும் பார்த்துக் கொண்டிருந்தனர். பார்னெட்டின் முகத்தில் திகைப்பு தென்பட்டது. ஜான் ஆச்சரியத்தில் தன் புருவங்களை மேலே உயர்த்தினார். கார்ன்வொர்த்தி எதுவும் புரியாமல் திருதிருவென்று முழித்துக் கொண்டிருந்தான். லூயிஸ் வியப்புடன் புவாரோவை வெறித்துக் கொண்டிருந்தாள். ஜோஹானா ஆவலுடன் அவரை நோக்கினாள்.

லூயிஸ்தான் அந்த மௌனத்தைக் கலைத்தாள்.

"என்னால் புரிந்து கொள்ள முடியவில்லை," என்று அவள் பதற்றத்துடன் கூறினாள். "அந்தக் கனவு–"

"ஆமாம். அது முக்கியத்துவம் வாய்ந்ததுதான்."

லூயிஸின் உடல் நடுங்கியது.

"இதற்கு முன்புவரை நான் அமானுஷ்யத்தை நம்பியதில்லை. ஆனால், நடக்கப் போகின்ற ஒரு விஷயம் குறித்து ஒரு கனவு வருகிறது என்றால்–"

"அது அசாதாரணமானதுதான்," என்றார் ஜான். "இதை பெனடிக்டே நேரில் உங்களிடம் சொல்லியிருந்திருக்காவிட்டால்–"

"ஆமாம்," என்றார் புவாரோ. பாதி மூடியிருந்த அவருடைய கண்கள் இப்போது முழுமையாகத்

திறந்து கொண்டன. “பெனடிக்டே என்னிடம் இதைச் சொல்லியிருந்திருக்காவிட்டால்–”

அவர் ஒரு நிமிடம் இடைவெளி விட்டுவிட்டு, தன்னை வெறித்துக் கொண்டிருந்த முகங்களை நோட்டம் விட்டார்.

“அன்று மாலையில் நடந்த சில விஷயங்களை என்னால் புரிந்து கொள்ள முடியவில்லை. முதலில், நான் அந்தக் கடிதத்தை என்னுடன் கொண்டு வந்தே ஆக வேண்டும் என்று எதற்காக எனக்கு வலியுறுத்தப்பட்டது?”

“உங்களுடைய அடையாளத்தை உறுதிப்படுத்திக் கொள்வதற்காக,” என்றான் கார்ன்வொர்த்தி.

“இல்லை. அது ஒரு சரியான காரணம் அல்ல. அதைவிட வலுவான ஏதோ ஒரு காரணம் இருக்க வேண்டும். நான் அக்கடிதத்தை என்னோடு எடுத்து வர வேண்டும் என்று கூறியதோடு மட்டுமல்லாமல், நான் விடைபெற்றுக் கொண்டபோது, அதை அவர் கேட்டு வாங்கிக் கொண்டார். ஆனாலும், அதை அவர் அழித்திருக்கவில்லை. அந்தக் கடிதம் அவருடைய கோப்புகளில் கண்டுபிடிக்கப்பட்டுள்ளது. அதை அவர் எதற்காகப் பாதுகாத்து வைத்திருந்தார்?”

இப்போது ஜோஹானா அதற்கு பதிலளித்தாள். “தனக்கு ஏதாவது நேர்ந்துவிட்டால், தனக்கு இதுபோன்ற ஒரு விநோதமான கனவு வந்து கொண்டிருந்தது என்பது வெளிப்படுத்தப்பட வேண்டும் என்று அவர் விரும்பியிருந்திருக்கலாம்.”

புவாரோ அதை ஆமோதிக்கும் விதமாகத் தலையாட்டினார்.

“ஜோஹானா, நீ புத்திசாலி. அக்கடிதம் பத்திரப்படுத்தப்பட்டிருந்ததற்கு அதுதான் ஒரே காரணமாக இருக்க முடியும். அவர் இறக்கும் பட்சத்தில், அவருடைய விநோதமான கனவுக் கதை வெளியுலகிற்குச் சொல்லப்பட வேண்டும். அந்தக் கனவு மிகவும் முக்கியமானது.”

புவாரோ தொடர்ந்து பேசினார்.

“இப்போது நான் இரண்டாவது அம்சத்திற்கு வருகிறேன். பெனடிக்ட் என்னிடம் அக்கதையைக் கூறி முடித்தப் பிறகு, அவருடைய மேசையையும் அந்தக் கைத்துப்பாக்கியையும் எனக்குக் காட்டுமாறு நான் அவரிடம் கேட்டேன். தன் இருக்கையிலிருந்து எழுந்த அவர், பின்னர் திடீரென்று தன் மனத்தை மாற்றிக் கொண்டு, அவற்றை எனக்குக் காட்ட மறுத்துவிட்டார். அவர் எதற்காக மறுக்க வேண்டும்?”

இம்முறை அதற்கு பதிலளிக்க எவரும் முன்வரவில்லை.

“சரி. நான் அந்தக் கேள்வியை இப்படி மாற்றிக் கேட்கிறேன். அடுத்த அறையிலிருந்த எந்த ஒரு பொருளை

நான் பார்த்துவிடக்கூடாது என்று பெனடிக்ட் நினைத்தார்?"

அப்போதும் மௌனம்தான் பதிலாக வந்தது.

"அது ஒரு கடினமான கேள்விதான். பெனடிக்ட் என்னை அவருடைய செயலாளரின் அறையில் வைத்துச் சந்தித்ததற்கும், நான் அவருடைய அறையைப் பார்க்கக்கூடாது என்று அவர் நினைத்ததற்கும் ஏதாவது ஒரு வலுவான காரணம் இருந்தாக வேண்டும். அவருடைய சொந்த அறையிலிருந்த ஏதோ ஒன்றை நான் பார்த்துவிடக்கூடாது என்பதில் அவர் குறியாக இருந்தார்.

"இப்போது நான் மூன்றாவது கேள்விக்கு வருகிறேன். நான் அங்கிருந்து கிளம்பிய சமயத்தில், நான் கொண்டு வந்திருந்த கடிதத்தைத் தன்னிடம் தந்துவிடும்படி அவர் என்னிடம் கேட்டார். முதலில் நான் தவறுதலாக, என்னுடைய சலவைக்காரியிடமிருந்து எனக்கு வந்திருந்த கடிதத்தை எடுத்து அவரிடம் கொடுத்துவிட்டேன். அதை அவர் மேலோட்டமாகப் பார்த்துவிட்டு மேசையின்மீது வைத்தார். பின்னர், அந்த அறையைவிட்டு வெளியே செல்வதற்குச் சற்று முன்பாக நான் என் தவறை உணர்ந்தேன். உடனே, சரியான கடிதத்தை அவரிடம் கொடுத்துவிட்டு, என் கடிதத்தைப் பெற்றுக் கொண்டு நான் அங்கிருந்து வெளியேறினேன். ஆனால், இந்தக் கடைசி சம்பவத்திற்கு என்ன அர்த்தம்?"

புவாரோ அந்த அறையிலிருந்தவர்களை ஒவ்வொருவராகப் பார்த்தார்.

"உங்களுக்குப் புரியவில்லையா?"

"இந்தக் கதைக்குள் உங்கள் சலவைக்காரி ஏன் வருகிறாள் என்பது எனக்குப் புரியவில்லை," என்றார் ஜான்.

"என்னுடைய சலவைக்காரி இக்கதைக்கு முக்கியமானவள். பொதுவாக என்னுடைய உடைகளை நாசம் செய்கின்ற அவள், வாழ்க்கையில் முதன்முறையாக ஒருவருக்கு ஓர் உதவி செய்திருக்கிறாள். என் சலவைக்காரியின் கடிதத்தை முதலில் நான் தவறுதலாக பெனடிக்டிடம் கொடுத்தபோது, அதை அவர் மேலோட்டமாகப் பார்த்துவிட்டு வைத்துவிட்டார். இலேசாக ஒரு நோட்டம் விட்டாலே அது தவறான கடிதம் என்பதை எவரொருவராலும் எளிதாகக் கண்டுபிடித்துவிட முடியும். ஆனாலும் அதை பெனடிக்ட் கண்டுபிடிக்கவில்லை. அதற்கு ஒரே ஒரு காரணம்தான் இருக்க முடியும். அவரால் அதைச் சரியாகப் பார்க்க முடியவில்லை என்பதுதான் அது."

"அப்போது அவர் தன்னுடைய மூக்குக்கண்ணாடியை அணிந்திருந்தாரா?" என்று பார்னெட் கேட்டார்.

அதைக் கேட்டுப் புவாரோ புன்னகைத்தார். "ஆமாம்,

அணிந்திருந்தார். அதுதான் இதன் சுவாரசியத்தை அதிகரிக்கிறது."

அவர் சிறிது முன்னால் சாய்ந்தார்.

"பெனடிக்டின் கனவு முக்கியமானது. தான் தற்கொலை செய்து கொள்வதாக அவர் கனவு கண்டார். பின்னர் அவர் உண்மையிலேயே தற்கொலையும் செய்து கொண்டார். அதாவது, அவர் தனியாக ஓர் அறையில் இருந்திருக்கிறார், அவருக்கு அருகே ஒரு கைத்துப்பாக்கி கண்டுபிடிக்கப்பட்டுள்ளது. அவர் சுடப்பட்டதற்கு முன்பும் பின்பும் வேறு எவரும் அவருடைய அறைக்குள் போயிருக்கவும் இல்லை, அங்கிருந்து வெளியேறியிருக்கவும் இல்லை. இதற்கு என்ன அர்த்தம்? கண்டிப்பாக அது ஒரு தற்கொலையாகத்தான் இருக்க வேண்டும் என்றுதானே அர்த்தம்?"

"ஆமாம்," என்றார் ஜான்.

இல்லை என்பதுபோலப் புவாரோ தலையாட்டினார்.

"மாறாக, இது ஒரு கொலை. இது ஓர் அசாதாரணமான, மிகவும் சாதுரியமாகத் திட்டமிட்டு நடத்தப்பட்டுள்ள ஒரு கொலை."

அவர் இன்னும் சிறிது முன்னால் சாய்ந்து, தன் முன்னால் இருந்த மேசையின்மீது தாளம் போட்டார்.

"அன்றிரவு பெனடிக்ட் ஏன் என்னைத் தன்னுடைய அறைக்குள் அனுமதிக்கவில்லை? நான் அங்கு எதைப் பார்க்கக்கூடாது என்று அவர் நினைத்தார்? ஏனென்றால், அங்கு பெனடிக்டே இருந்தார்."

தன்னை வெறித்துப் பார்த்துக் கொண்டிருந்த வெற்று முகங்களைப் பார்த்துப் புவாரோ புன்னகைத்தார்.

"நான் சொல்வது உங்களுக்கு அபத்தமாகத் தோன்றலாம். நான் முதலில் கொடுத்திருந்த தவறான கடிதத்தில் எழுதப்பட்டிருந்ததை, பெனடிக்ட் என்று நான் நினைத்திருந்த அந்த நபரால் ஏன் பார்க்க முடியவில்லை? ஏனென்றால், அவருக்குப் பார்வைக் கோளாறு எதுவும் இருக்கவில்லை. ஆனால், கிட்டப்பார்வைக்கு அணிகின்ற மூக்குக்கண்ணாடியை அவர் அணிந்திருந்தார். அதனால்தான், அதில் எழுதப்பட்டிருந்தவை அவருக்குச் சரியாகத் தெரியவில்லை. நல்ல பார்வையுடைய ஒரு நபர் அப்படிப்பட்டக் கண்ணாடியை அணிந்தால் அவரால் எதையும் படிக்க முடியாது. நான் சொல்வது சரிதானே, டாக்டர் ஜான்?"

"ஆமாம் – அது உண்மைதான்," என்று ஜான் முணுமுணுத்தார்.

"நான் பெனடிக்டுடன் பேசிக் கொண்டிருந்தபோது,

நான் ஒரு பித்தலாட்டக்காரனுடன், ஒரு வேடதாரியுடன் பேசிக் கொண்டிருந்தேன் என்ற உணர்வு எனக்கு ஏன் ஏற்பட்டது? அந்த அறை அன்று அமைக்கப்பட்டிருந்த விதத்தைக் கவனத்தில் எடுத்துக் கொள்ளலாம். அந்த அறையில் போதுமான வெளிச்சம் இருக்கவில்லை. அங்கு வைக்கப்பட்டிருந்த அந்த ஒற்றை விளக்கின் ஒளிகூட, அங்கு நாற்காலியில் அமர்ந்திருந்தவர்மீது படாமல் இருக்கும் விதத்தில் அந்த விளக்கு வைக்கப்பட்டிருந்தது. என்னால் அங்கு எதைப் பார்க்க முடிந்தது? ஒட்டுப்போட்டுத் தைக்கப்பட்டிருந்த இரவுநேர ஆடை, கிளிமூக்கு (எளிதாக வாங்கி ஒட்டிக் கொள்ளப்படக்கூடிய ஒரு பொருள்), நெற்றியில் வந்து விழுந்திருந்த ஒரு கற்றை நரைத்தத் தலைமுடி, கண்களை மறைத்துக் கொண்டிருந்த தடிமனான மூக்குக்கண்ணாடி ஆகியவற்றை மட்டுமே அந்த வெளிச்சத்தில் நான் பார்த்தேன். பெனடிக்ட் உண்மையிலேயே அப்படி ஒரு கனவைக் கண்டார் என்பதற்கான ஆதாரம் என்ன? என்னிடம் கூறப்பட்டிருந்த கதையும், தன் கணவர் தன்னிடம் கூறியிருந்ததாகச் சொல்லிய லூயிஸின் வாக்குமூலமும் மட்டும்தான். பெனடிக்ட் தன் மேசை இழுப்பறையில் ஒரு கைத்துப்பாக்கியை வைத்திருந்தார் என்பதற்கு என்ன ஆதாரம் இருக்கிறது? மீண்டும், என்னிடம் கூறப்பட்டிருந்த கதையும், லூயிஸின் வாக்குமூலமும் மட்டும்தான். இந்த மோசடியை நடத்தியவர்கள் லூயிஸூம் கார்ன்வொர்த்தியும்தான். கார்ன்வொர்த்திதான் எனக்கு அக்கடிதத்தை எழுதியிருந்தார், பட்லருக்கு அறிவுறுத்தல்களைக் கொடுத்திருந்தார். பட்லரின் கண்முன்னால் திரைப்படத்திற்குச் செல்வதாகக் கூறிச் சென்ற அவர், சற்று நேரத்திலேயே திரும்பி வந்து, தன்னிடமிருந்த சாவியைக் கொண்டு கதவைத் திறந்து உள்ளே வந்து தன் அறைக்குள் சென்றுவிட்டார். அந்த அறையில் என்னிடம் பெனடிக்டைப்போல நடித்ததும் அவர்தான்.

“இப்போது நாம் இன்றைய தினத்திற்கு வருவோம். கார்ன்வொர்த்தி எதிர்பார்த்திருந்த வாய்ப்பு மதியம் இரண்டு பத்திரிகையாளர்களின் ரூபத்தில் வருகிறது. பெனடிக்டின் அறைக்கு முன்னால் காத்துக் கொண்டிருந்த அவர்கள் இருவரும், அந்த அறைக்குள் எவரும் போகவும் இல்லை, அங்கிருந்து எவரும் வெளியே வரவும் இல்லை என்று சத்தியம் செய்யத் தயாராக இருக்கின்றனர். தன் அறையில் காத்துக் கொண்டிருக்கும் கார்ன்வொர்த்தி, அந்தச் சாலையில் போக்குவரத்துச் சத்தம் அதிகரிப்பதற்காகக் காத்துக் கொண்டிருக்கிறார். அப்படிப்பட்ட ஒரு சூழல்

அமைந்ததும் தன் அறையின் சன்னலுக்கு வெளியே தலையை நீட்டி, பெனடிக்டின் அறையிலிருந்து தான் எடுத்து வந்துள்ள 'லேசி-டாங்கின்' முனையில் ஒரு பொருளை வைத்து, அதை பெனடிக்டின் அறையின் சன்னலை நோக்கி நீட்டுகிறார். பெனடிக்ட் அதைக் கண்டதும், அது என்ன என்று பார்ப்பதற்காகச் சன்னலுக்கு அருகே வந்தவுடன், கார்ன்வொர்த்தி தன் கையில் வைத்திருக்கும் லேசி-டாங்கைத் தன் அறைக்கு உள்ளே இழுத்துக் கொள்கிறார். பெனடிக்ட் தன் சன்னல் வழியாக எட்டிப் பார்க்கிறார். தயாராகத் துப்பாக்கியுடன் காத்திருக்கும் கார்ன்வொர்த்தி, அவரைத் தன் அறைச் சன்னலிலிருந்து சுட்டுவிடுகிறார். அந்த அறைக்கு நேர் எதிரே, அருகிலுள்ள தொழிற்சாலையின் வெற்றுச் சுவர் மட்டுமே இருப்பதால், அந்தக் கொலையை வேறு யாரும் பார்க்கவில்லை. கார்ன்வொர்த்தி ஓர் அரை மணிநேரம் காத்திருந்துவிட்டு, சில ஆவணங்களுக்கு இடையே அந்த லேசி-டாங்கையும் துப்பாக்கியையும் மறைத்து எடுத்துக் கொண்டு தன் அறையைவிட்டு வெளியேறி பெனடிக்டின் அறைக்குள் நுழைகிறார். அங்குச் சென்றவுடன் அவர் லேசி-டாங்கை பெனடிக்டின் மேசைமீது வைக்கிறார். துப்பாக்கியில், இறந்து போன மனிதரின் கைரேகையைப் பதிவு செய்துவிட்டு, அந்தத் துப்பாக்கியை அவருக்கு அருகே போட்டுவிடுகிறார். அடுத்து, பெனடிக்டின் 'தற்கொலைச்' செய்தியுடன் அவர் அந்த அறையிலிருந்து வெளியே ஓடி வருகிறார்.

"எனக்கு எழுதப்பட்டிருந்த கடிதம் எளிதாகக் கிடைக்கும்படி அவர் அதை பெனடிக்டின் கோப்பில் போட்டு வைக்கிறார். பெனடிக்டிடமிருந்து நேரில் கேட்டறிந்த 'அசாதாரணமான' கனவுக் கதையோடும், கனவில் வந்தபடி தன் வாழ்க்கையைத் தானே முடித்துக் கொள்ள அவர் தூண்டப்பட்டிருந்தது தொடர்பான விளக்கத்தோடும் நான் அங்கு வருகிறேன். ஒரு சிலர் இதை மனோவசியக் கண்ணோட்டத்தோடு ஆராயக்கூடும். எது எப்படியோ, துப்பாக்கியின் இழுப்பானை இழுத்தது பெனடிக்டின் சொந்த விரல்களே என்ற முடிவுக்குத்தான் எல்லோரும் வருவார்கள்."

புவாரோவின் பார்வை லூயிஸின் முகத்திற்குச் சென்றது. வெளுத்துப் போயிருந்த அவளுடைய முகமும், அதில் அப்பட்டமாகத் தெறித்துக் கொண்டிருந்த பயமும் அவருக்குப் பெரும் திருப்தியளித்தன.

புவாரோ தொடர்ந்தார்: "விரைவில் இக்கதையில் மகிழ்ச்சியான முடிவு எட்டப்பட்டிருந்திருக்கும். இரண்டரை இலட்சம் பவுன்டுகளை, காதல் கொண்ட இரண்டு இதயங்கள்

மகிழ்ச்சியாகப் பங்கு போட்டுக் கொண்டிருந்திருக்கும். . .”

* * *

புவாரோவும் டாக்டர் ஜானும் நார்த்வே ஹவுஸுக்கு வெளியே வந்து, அந்த வீட்டிற்கும், அருகேயிருந்த தொழிற்சாலைக்கும் இடையேயிருந்த சிறிய பாதையின் வழியாக நடந்து கொண்டிருந்தனர். அவர்களுக்கு வலப்புறம் அத்தொழிற்சாலையின் நெடிதுயர்ந்த சுவர் இருந்தது. இடப்புறம், மேலே பெனடிக்ட் மற்றும் கார்ன்வொர்த்தியின் அறைகளின் சன்னல்கள் தெரிந்தன. புவாரோ குனிந்து, கீழே கிடந்த ஒரு பொருளை எடுத்தார். பஞ்சடைக்கப்பட்டிருந்த ஒரு பூனைப் பொம்மை அது.

“ஆகா!” என்று கூக்குரலிட்டார் புவாரோ. “இதைத்தான் கார்ன்வொர்த்தி தன் கையில் வைத்திருந்த லேசி-டாங்கின் முனையில் பிடித்து பெனடிக்டின் சன்னலுக்கு முன்னால் ஆட்டியிருந்திருக்கிறார். பெனடிக்டுக்குப் பூனைகளைக் கண்டாலே பிடிக்காது என்பதை நாம் அறிவோம். அவர் அலறியடித்துக் கொண்டு சன்னலுக்கு வந்ததில் வியப்பில்லை.”

“கார்ன்வொர்த்தி இறங்கி வந்து இதை ஏன் எடுக்கவில்லை?” என்று ஜான் கேட்டார்.

“அதை எப்படி அவரால் செய்திருக்க முடியும்? அது கண்டிப்பாக சந்தேகத்தைத் தோற்றுவித்திருக்கும். தப்பித்தவறி இதை யாராவது கண்டுபிடித்திருந்தால்கூட, இங்கு விளையாடிக் கொண்டிருந்த ஏதோ ஒரு குழந்தை இதைத் தவறவிட்டிருக்கலாம் என்றுதான் அவர்கள் நினைத்துக் கொள்வார்கள்.”

“ஆமாம். நீங்கள் சொல்வது உண்மைதான்,” என்று ஜான் ஒப்புக் கொண்டார். “சாமானியர்கள் வேண்டுமானால் அப்படி நினைத்துக் கொள்ளக்கூடும். ஆனால், ஹெர்கியூல் புவாரோ? நீங்கள் ஏதாவது விநோதமான ‘உளவியல் கோட்பாடு’ ஒன்றை முன்மொழிவீர்கள் என்றுதான் கடைசிவரை நான் நினைத்துக் கொண்டிருந்தேன். ஆனாலும், அந்த இராட்சசி லூயிஸ்! அவள் மட்டும் உடைந்து போய் உங்கள்மீது பாயாமல் இருந்திருந்தால், ஒருவேளை கார்ன்வொர்த்தி தப்பித்திருந்திருக்கக்கூடும். நல்லவேளையாக, நான் லூயிஸைப் பிடித்து இழுத்துவிட்டேன். இல்லையெனில், அவள் தன் நகங்களால் உங்களை நார்நாராகக் கிழித்திருந்திருப்பாள்!”

ஜான் ஒரு நிமிடம் நிறுத்திவிட்டுப் பிறகு தொடர்ந்தார்.

“எனக்கு ஜோஹானாவைப் பிடித்திருக்கிறது. அவளிடம்

அறிவும் இருக்கிறது, மனஉறுதியும் இருக்கிறது. அவளிடம் நான் என் விருப்பத்தை முன்மொழிந்தால், நான் அவளுடைய சொத்துக்கு ஆசைப்படுவதாக மக்கள் நினைத்துக் கொள்வார்களோ?"

"நண்பரே, அவள் உங்களுக்குக் கிடைக்க மாட்டாள். அவளுடைய வாழ்க்கையில் ஏற்கனவே ஒருவன் இருக்கிறான். அவர்களுடைய காதலுக்குக் குறுக்கே நின்று கொண்டிருந்த அவளுடைய அப்பாவும் இப்போது உயிரோடு இல்லை என்பதால், அவனைத் திருமணம் செய்து கொள்வதில் அவளுக்கு இனி எந்தப் பிரச்சனையும் இருக்காது."

"தன்னிடம் எப்போதும் இனிமையற்ற விதத்தில் நடந்து கொண்டிருந்த தன் அப்பாவைத் தீர்த்துக் கட்டுவதற்கு அவளுக்கு வலுவான உள்நோக்கம் இருந்ததே?" என்று கேட்டார் ஜான்.

"உள்நோக்கமும் வாய்ப்பும் மட்டும் போதாது. குற்றம் புரிவதற்கான மனப்போக்கும் வேண்டும்," என்று விளக்கினார் புவாரோ.

"புவாரோ, நீங்கள் எப்போதாவது ஏதாவது ஒரு குற்றம் புரிந்தால், நீங்கள் கண்டிப்பாக மாட்டிக் கொள்ள மாட்டீர்கள் என்று என்னால் பந்தயம் கட்ட முடியும். அது உங்களுக்குப் போதுமான அளவு சவாலாக இருக்காது என்பதால்தான் நீங்கள் அதில் ஈடுபட மாட்டீர்கள் என்று நான் நினைக்கிறேன்."

"இது முழுக்க முழுக்க ஆங்கிலேயத்தனமான ஒரு யோசனை!" என்றார் புவாரோ.

வானொலி

"எல்லாவற்றுக்கும் மேலாக, கவலைப்படுவதையும் பதற்றப்படுவதையும் தவிருங்கள்," என்றார் டாக்டர் மேனெல்.

இது போன்ற அர்த்தமற்ற அறிவுரைகளைக் கேட்கின்ற மக்கள் வழக்கமாக எதிர்வினையாற்றுவதைப்போலவே மேரி ஹார்ட்டரும் அதனால் ஆறுதலடையாமல் சந்தேகமே அடைந்தார்.

"உங்களுடைய இதயம் பலவீனமாக இருக்கிறது என்பது உண்மைதான்," என்று டாக்டர் சரளமாகத் தன் பேச்சைத் தொடர்ந்தார். "ஆனால், பயப்பட வேண்டிய அளவுக்கு எதுவுமில்லை. அதை என்னால் உத்தரவாதமாகக் கூற முடியும்."

டாக்டர் தொடர்ந்து பேசினார்: "ஆனால், நீங்கள் மாடிப்படி ஏறாமல் இருப்பது நல்லது என்பதால், உங்கள் வீட்டில் ஒரு மின்தூக்கியை நிறுவுவது உங்களுக்கு உதவிகரமாக இருக்கும்."

மேரி கவலையடைந்தார்.

ஆனால், டாக்டர் மிகவும் மகிழ்ச்சியடைந்தார். பணக்கார நோயாளிகளைக் கையாள்வதில் அவருக்குப் பிடித்தமான அம்சம் என்னவென்றால், அவர் தன் கற்பனைத்திறனைத் தன் இஷ்டம்போலப் பயன்படுத்துவதற்கு அங்கு அவருக்கு வாய்ப்பு இருந்தது.

"நீங்கள் உங்கள் வீட்டில் மின்தூக்கியை நிறுவினால், நீங்கள் வீணாக உடலை வருத்திக் கொள்ள வேண்டியிருக்காது. வானிலை சரியாக இருக்கின்ற நாட்களில் சமதளத்தில் நடப்பதில் பிரச்சனை எதுவும் இல்லை. ஆனால், மலையேறுவதை நீங்கள் தவிர்க்க வேண்டும். எல்லாவற்றுக்கும் மேலாக, நீங்கள் எப்போதும் உங்களுடைய ஆரோக்கியத்தைப்

பற்றியே நினைத்துக் கொண்டிருக்கக்கூடாது. உங்களுடைய மனத்தைத் திசைதிருப்ப வேண்டும்."

பின்னர் அவர் தனியாக மேரியின் கணவரின் தங்கை மகனான சார்லஸ் ரிட்ஜ்வேயிடம் பேசியபோது, இன்னும் வெளிப்படையாகப் பேசினார்.

"என்னைத் தவறாக நினைத்துக் கொள்ளாதே. உன் அத்தையின் இதயம் பலவீனமாக இருந்தாலும் அவரால் இன்னும் பல ஆண்டுகள் உயிர்வாழ முடியும். ஆனால், பெரும் அதிர்ச்சி அல்லது அதீத உடல்வருத்தம் ஏற்பட்டால் அவர் டக்கென்று பறந்துவிடக்கூடும்," என்று கூறி அவர் ஒரு சொடுக்குப் போட்டார். "அவர் ஓர் அமைதியான வாழ்க்கையை வாழ வேண்டும். அவர் அதீதமாகக் களைப்படையக்கூடாது. அவர் கவலைப்படக்கூடாது. அவர் எப்போதும் மகிழ்ச்சியாக இருக்குமாறு நீ பார்த்துக் கொள்ள வேண்டும். அவருடைய மனம் வேறு விஷயங்களில் திசை திருப்பப்பட வேண்டும்."

"மனத்தைத் திசை திருப்ப வேண்டும்," என்று சார்லஸ் தனக்குள் சொல்லிக் கொண்டான்.

இளைஞனான சார்லஸ், முடிந்தபோதெல்லாம் தன்னுடைய சொந்த நலனை விரிவாக்கிக் கொள்வதில் குறியாக இருந்தான்.

அன்று மாலை அவன் தன் அத்தையிடம் பேசிக் கொண்டிருந்தபோது, ஒரு வானொலியை வாங்கிக் கொள்ளுமாறு அவரை நச்சரித்தான்.

ஏற்கனவே மின்தூக்கி குறித்து மனக்கவலை அடைந்திருந்த மேரி, சார்லஸின் பரிந்துரைக்குச் செவி சாய்க்க மறுத்தார்.

"எனக்கு இந்த நவீனக் கருமாந்திரம் எதுவும் வேண்டாம். அதில் இருக்கக்கூடிய மின் அலைகள் என் இதயத்திற்கு ஆபத்து விளைவிக்கக்கூடும்."

அவருடைய கூற்று தவறு என்று சார்லஸ் வாதிட்டான்.

இதுபோன்ற விஷயங்களில் மேரிக்கு மேலோட்டமான புரிதல் மட்டுமே இருந்தது என்றாலும், அவர் தன் சொந்த அபிப்பிராயத்தைப் பிடித்துத் தொங்கிக் கொண்டிருந்தார்.

"சார்லஸ், நீ என்ன வேண்டுமானாலும் சொல்லிக் கொள். ஆனால், சிலர் மின் அலைகளால் பாதிக்கப்படுகின்றனர் என்ற உண்மையை எவராலும் மறுக்க முடியாது. இடி இடிப்பதற்கு முன் எனக்கு எப்போதும் கடுமையான தலைவலி ஏற்படும்."

சார்லஸ் ஒரு பொறுமையான இளைஞன். அதே நேரத்தில், அவன் விடாப்பிடியானவன்.

"அத்தை, விஷயங்களை எளிய முறையில் நான் உங்களுக்கு எடுத்துரைக்கிறேன்," என்று அவன் கூறினான்.

சார்லஸ் இது தொடர்பான விஷயங்களில் ஒரு நிபுணன்.

அதனால், அது குறித்து அவன் தன் அத்தையிடம் ஒரு விரிவுரையே நிகழ்த்திவிட்டான். உயர் அதிர்வெண் அலைகள், குறை அதிர்வெண் அலைகள், ஒலிப்பெருக்கம், மின்தேக்கி போன்ற வார்த்தைகளை அவன் தன் பேச்சின் நடுவில் சரளமாக எடுத்துவிட்டான்.

இந்த வார்த்தைக் கடலில் மூழ்கடிக்கப்பட்ட மேரிக்கு இவை எதுவும் புரியவில்லை என்றாலும், இறுதியில் அவனுடைய நச்சரிப்புக்குப் பயந்து ஒரு வானொலியை வாங்க அவர் ஒப்புக் கொண்டார்.

"சரி, அது எனக்கு உண்மையிலேயே பயனளிக்கும் என்று நீ நினைத்தால், அதை வாங்கிக் கொள்ளலாம்."

"அத்தை, அது உங்களுடைய கவலைகளுக்கு ஒரு மாமருந்தாக இருக்கும்," என்று சார்லஸ் உற்சாகமாகக் கூறினான்.

டாக்டர் பரிந்துரைத்திருந்த மின்தூக்கி மேரியின் வீட்டில் நிறுவப்பட்டது. அதை நிறுவுவதற்காக அந்த வீட்டுக்குள் பலர் வந்து போனது மேரிக்குப் பிடிக்கவில்லை. பிற பணக்கார விதவைகளைப்போலவே, அவரும், இப்படிப்பட்டவர்கள் தன்னுடைய வீட்டிலிருந்த பொருட்களைத் திருடிவிடக்கூடும் என்று அஞ்சினார்.

மின்தூக்கியைத் தொடர்ந்து வானொலியும் வந்தது. பலவிதமான குமிழ்களையும் திருகிகளையும் கொண்டிருந்த, ஒரு பெட்டியைப்போலப் பெரிதாக இருந்த அந்தக் கருவி, அவரைக் கலவரப்படுத்தியது.

அவரைச் சமாதானப்படுத்த சார்லஸ் தன் திறமைகள் அனைத்தையும் பயன்படுத்த வேண்டியதாயிற்று.

ஒரு பெரிய நாற்காலியில் அந்த வானொலிக்கு முன்பாக அமர்ந்திருந்த மேரி, அதை ஒரு தேவையற்றத் தொந்தரவாகவே கருதினார்.

அதன் குமிழ்களைத் திருகிக் கொண்டிருந்த சார்லஸ், "இப்போது நாம் பெர்லின் நகரிலிருந்து வருகின்ற சமிக்கைகளைப் பெற்றுள்ளோம். இது பிரமாதமாக இருக்கிறதல்லவா?" என்று அவரிடம் கேட்டான்.

"எனக்கு வெறும் இரைச்சல் மட்டுமே கேட்கிறது," என்றார் மேரி.

சார்லஸ் தொடர்ந்து அதை நோண்டிக் கொண்டிருந்தான். "இது பிரஸ்ஸல்ஸ் நகரம்," என்று அவன் உற்சாகமாக அறிவித்தான்.

"உண்மையிலேயா?" என்று கேட்ட மேரியின் குரலில் எந்த உற்சாகமும் இருக்கவில்லை.

சார்லஸ் தொடர்ந்து அதன் குமிழ்களைத் திருகியபோது, திடீரென்று பயங்கரமான ஊளை ஒலிகள் கேட்டன.

“இப்போது நாம் ‘நாய்கள் குடியிருப்பை’ அடைந்துள்ளதுபோல இருக்கிறது,” என்றார் மேரி. வயதில் அவர் மிகவும் முதியவராக இருந்தாலும், நகைச்சுவைக்கு அவரிடம் பஞ்சமிருக்கவில்லை.

“ஹா! ஹா! நன்றாகவே ஜோக் அடிக்கிறீர்கள், அத்தை!”

மேரியால் அவனைப் பார்த்துப் புன்னகைக்காமல் இருக்க முடியவில்லை. சார்லஸை அவருக்கு மிகவும் பிடிக்கும். அவருடைய கணவரின் தம்பி மகளான மிரியம் ஹார்ட்டர், சில ஆண்டுகள் அவரோடு வசித்து வந்தாள். முதலில் மிரியமையே தன்னுடைய சொத்துகளுக்கு வாரிசாக நியமிக்க மேரி உத்தேசித்திருந்தார். ஆனால், மிரியம் ஒரு வெற்றிகரமான பெண்ணாக உருவாகவில்லை. அவள் பொறுமையற்றவளாக இருந்தாள். மேலும், அவளுக்கு மேரியின் சமூக வட்டம் சலிப்பு ஏற்படுத்தியது. மிரியம் ‘மலருக்கு மலர் தாவும் வண்டாக’ இருந்ததாக மேரி நினைத்தார். இறுதியில், மிரியிம் காதலித்த இளைஞனை மேரிக்குக் கொஞ்சமும் பிடிக்கவில்லை. தான் வாங்கியிருந்த பொருள் தனக்குப் பிடிக்கவில்லை என்பதுபோல, மேரி ஒரு குறிப்புச் சீட்டுடன் மிரியமை அவளுடைய அம்மாவிடம் திருப்பி அனுப்பி வைத்துவிட்டார். மிரியம் தான் காதலித்தவனையே மணமுடித்தாள். அதற்குப் பிறகு, மேரி ஆண்டுதோறும் கிறிஸ்துமஸுக்கு ஒரு டஜன் கைக்குட்டைகள் அடங்கிய ஒரு டப்பாவை அல்லது அதையொத்த ஏதேனும் ஒரு பொருளை மிரியத்திற்குப் பரிசாக அனுப்பி வைத்துக் கொண்டிருந்தார்.

நெருங்கிய சொந்தக்காரப் பெண்கள் மேரிக்கு ஏமாற்றமளித்ததால், தன் சொத்துகளுக்கு வாரிசாக நியமிப்பதற்கு அவர் தன்னுடைய சொந்தக்காரப் பையன்களைத் தேடத் தொடங்கினார். துவக்கத்திலிருந்தே சார்லஸ் ஒரு வெற்றியாளனாக விளங்கி வந்தான். அவன் எப்போதுமே தன் அத்தைக்குரிய மதிப்பையும் மரியாதையையும் அவருக்குக் கொடுத்தான். அவர் தன் பழங்கதைகளைக் கூறிக் கொண்டிருந்தபோதும், அவற்றை அவன் இரசித்துக் கேட்டான். இந்த விதத்தில் அவன் மிரியத்திற்கு நேரெதிராக இருந்தான். சார்லஸ் ஒருபோதும் சலிப்பை வெளிப்படுத்தவில்லை. அவன் எப்போதுமே நல்லவிதமாக நடந்து கொண்டான், உற்சாகமாக இருந்தான். மேரி ஒரு கச்சிதமான பெண்மணி என்று தினந்தோறும் பல முறை அவன் அவரிடம் கூறினான்.

தன்னுடைய புதிய வானொலியால் பெரிதும்

திருப்தியடைந்திருந்த மேரி, ஒரு புதிய உயிலைத் தயாரிக்கும்படி தன்னுடைய வழக்கறிஞர் ஹாப்கின்சனிடம் கேட்டுக் கொண்டார். ஹாப்கின்சனும் அவ்வாறே தயாரித்து அனுப்பினார். மேரி அதை அங்கீகரித்து அதில் கையெழுத்தும் இட்டார்.

இப்போது இந்தப் புதிய வானொலியின் விஷயத்திலும் சார்லஸ் தன் அத்தையிடம் நல்ல பெயர் எடுத்திருந்தான்.

முதலில் இந்த வானொலி குறித்து எதிர்மறையான கருத்துகளைக் கொண்டிருந்த மேரி, பின்னர் அதைச் சகித்துக் கொள்ளத் துவங்கினார். இறுதியில் அவர் அதனால் கவரப்பட்டார். குறிப்பாக, சார்லஸ் அங்கு இல்லாத நேரங்களில் அதை அவர் வெகுவாக இரசித்தார். சார்லஸ் அவருடன் இருந்தால், தன்னுடைய கை, கால்களை வைத்துக் கொண்டு அவனால் சும்மா இருக்க முடியாது. மேரி தன்னுடைய சௌகரியமான நாற்காலியில் அமர்ந்து கொண்டு ஒரு நல்ல நிகழ்ச்சியைக் கேட்டுக் கொண்டிருப்பார். சார்லஸ் அந்த வானொலியை நோண்டிக் கொண்டே இருப்பான். வேறு வெளிநாட்டு நிலையங்களைப் பெற அவன் முயற்சி செய்து கொண்டே இருப்பான். சார்லஸ் தன் நண்பர்களுடன் இரவு வேளைகளில் உணவருந்த வெளியே சென்ற சமயங்களில், மேரி ஏதாவது ஒரு நிலையத்தைக் கொண்டு வந்துவிட்டு அதைக் கேட்டுக் கொண்டிருப்பார்.

அது நிறுவப்பட்டு மூன்று மாதங்கள் கழித்துத்தான் முதன்முதலாக ஓர் அமானுஷ்ய நிகழ்வு நிகழ்ந்தது. அப்போது, சார்லஸ் தன் நண்பர்களுடன் சேர்ந்து சீட்டு விளையாடச் சென்றிருந்தான்.

அன்று மாலை, வானொலியில் ஒரு பாலே நிகழ்ச்சி ஒலிபரப்பாகிக் கொண்டிருந்தது. அதில் ஒரு பிரபலமான பாடகி பாடிக் கொண்டிருந்தபோது, ஒரு விநோதமான விஷயம் நிகழ்ந்தது. திடீரென்று அந்த இசை நிகழ்ச்சி தடைபட்டது. பின்னர் வெறும் ரீங்கார ஓசையும், 'கிளிக்' 'கிளிக்' என்ற சத்தமும் கேட்டன. பின்னர் அவையும் நின்றுவிட்டன. மயான அமைதி நிலவியது. பின் ஒரு மெதுவான ரீங்கார ஓசை கேட்டது.

மேரிக்குத் திடீரென்று, அந்த வானொலி தொலைதூரத்திலிருந்த ஓர் இடத்தோடு தொடர்பு ஏற்படுத்திக் கொண்டதுபோலத் தோன்றியது. ஏன் தனக்கு அப்படிப்பட்ட உணர்வு ஏற்பட்டது என்பது அவருக்குத் தெரியவில்லை. பின்னர் அதில் ஒரு குரல் பேசியது. அது ஓர் ஆணின் குரல். அதில் இலேசாக ஐரிஷ் வாடை வீசியது.

“மேரி – உனக்குக் கேட்கிறதா, மேரி? நான் பேட்ரிக் பேசுகிறேன். நான் உன்னைச் சந்திக்க வெகு விரைவில் வருகிறேன். நீ எனக்காகத் தயாராகக் காத்துக் கொண்டிருப்பாயா, மேரி?”

அதையடுத்து, உடனே, தடைபட்டிருந்த அந்த பாலே இசை நிகழ்ச்சி தொடர்ந்து ஒலிக்கத் துவங்கியது.

மேரி அப்படியே உறைந்து போய் தன் நாற்காலியில் அமர்ந்திருந்தார். அவருடைய இரண்டு கைகளும் அந்த நாற்காலியின் கைப்பிடிகளை இறுகப் பற்றியிருந்தன. ‘நான் கனவு கண்டு கொண்டிருக்கிறேனா? பேட்ரிக்! இது நிச்சயமாகப் பேட்ரிக்கின் குரல்தான். பேட்ரிக்கின் குரல் இந்த அறையில் ஒலிக்கிறது, அது என்னுடன் பேசுகிறது! இல்லை, இது கனவாகத்தான் இருக்க வேண்டும். ஒருவேளை நான் ஒரு சில நிமிடங்கள் தூங்கிவிட்டேன்போலும். இறந்துவிட்ட என் கணவர், ஈதரின் வழியாக என்னோடு பேசுவது போன்ற ஒரு கனவு எனக்கு வருகிறது என்றால், அது விநோதம்தான்,’ என்று மேரி தனக்குள் பேசிக் கொண்டார். அது அவரைக் கொஞ்சம் பயமுறுத்தியது. அதில் பேட்ரிக் என்ன சொன்னார்?

“நான் உன்னைச் சந்திக்க வெகு விரைவில் வருகிறேன். நீ எனக்காகத் தயாராகக் காத்துக் கொண்டிருப்பாயா, மேரி?”

இது மேரிக்குக் கிடைத்திருந்த முன்னறிவிப்பா? அவருடைய இதயம் பலவீனமாக இருந்தது. என்ன இருந்தாலும், நாளுக்கு நாள் அவர் மேலும் முதுமையடைந்து கொண்டிருந்தாரல்லவா?

‘இது எனக்குக் கிடைத்துள்ள ஓர் எச்சரிக்கையாகத்தான் இருக்க வேண்டும்,’ என்று மேரி நினைத்துக் கொண்டார். பின் அவர் மெதுவாகவும் சிரமப்பட்டும் அந்த நாற்காலியிலிருந்து எழுந்து, தனக்கே உரிய பாணியில் தனக்குள் முணுமுணுத்தார்:

“வீணாக ஏராளமான பணத்தைப் மின்தூக்கியில் கொட்டிவிட்டேனே!”

அவர் தன்னுடைய இந்த அனுபவத்தைப் பற்றி எவரிடமும் மூச்சுவிடவில்லை. ஆனால், அதற்கு அடுத்த இரண்டு நாட்கள் அவர் அமைதியாகவும் கனத்த யோசனையுடனும் இருந்தார்.

பின் இரண்டாவது அமானுஷ்ய நிகழ்வு நிகழ்ந்தது. இம்முறையும் அவர் தன் அறையில் தனியாகத்தான் உட்கார்ந்திருந்தார். ஒலிபரப்பாகிக் கொண்டிருந்த ஓர் இசை நிகழ்ச்சி முன்புபோலவே திடீரென்று தடைபட்டது. மீண்டும் மயான அமைதி, அதைத் தொடர்ந்து எங்கோ தொலைதூரத்தில் இருந்த ஒரு நிலையத்தைத் தொடர்பு கொள்வதைப் போன்ற ஒரு பிரமை, அதைத் தொடர்ந்து பேட்ரிக்கின் குரல்! அக்குரல் நேரில் கேட்கின்றபோது

ஒலிப்பதுபோல இருக்கவில்லை. அது தொலைதூரத்திலிருந்து ஒலித்தது போன்ற ஓர் உணர்வை உருவாக்கியது. இனம் புரியாத ஒரு தொனி அதில் தொக்கியிருந்தது.

"மேரி – நான் பேட்ரிக் பேசுகிறேன். நான் உன்னைச் சந்திக்க வெகு விரைவில் வருகிறேன். . ."

அதைத் தொடர்ந்து ஒரு 'கிளிக்' சத்தமும், ஒரு ரீங்கார ஓசையும் கேட்டன. உடனே இசை நிகழ்ச்சி மீண்டும் தொடங்கிவிட்டது.

மேரி கடிகாரத்தைப் பார்த்தார். இம்முறை தான் தூங்கியிருக்கவில்லை என்பதை அவர் உணர்ந்தார். அவர் முழு உணர்வுடன்தான் இருந்தார். அவர் பேட்ரிக்கின் குரலைக் கேட்டிருந்தார். அது தன்னுடைய மனப்பிரமை அல்ல என்பது அவருக்கு உறுதியாகத் தெரிந்தது. ஈதர் அலைகளைப் பற்றி சார்லஸ் கூறியிருந்ததை நினைவுபடுத்திக் கொள்ள அவர் முனைந்தார்.

அவருடைய சிந்தனை இவ்வாறு சென்றது: 'பேட்ரிக்கால் உண்மையிலேயே என்னுடன் பேசியிருக்க முடியுமா? அவருடைய நிஜக் குரல் வான்வெளியின் ஊடாக இப்படி மிதந்து வருவது சாத்தியமா? இது முற்றிலும் சாத்தியமற்றது என்று இதை ஒதுக்கித் தள்ளிவிட முடியாது என்றுதான் தோன்றுகிறது. பேட்ரிக்தான் என்னிடம் பேசியிருக்கிறார். எனக்கு விரைவில் நிகழவிருக்கின்ற ஒன்றை எதிர்கொள்வதற்கு என்னை நான் தயார்படுத்திக் கொள்ள அவர் நவீன அறிவியலைப் பயன்படுத்திக் கொண்டிருக்கிறார்.'

மேரி தன்னுடைய பணிப்பெண் எலிசபெத்தை வரவழைப்பதற்கான அழைப்புமணியை அழுத்தினார். எலிசபெத்துக்கு அறுபது வயது இருக்கும். அவள் ஒல்லியாகவும் உயரமாகவும் இருந்தாள். வெளிப்பார்வைக்கு முரட்டுத்தனமாக இருந்தாலும் அவள் தன் எஜமானியம்மாவின்மீது மிகுந்த அக்கறையும் பாசமும் கொண்டிருந்தாள்.

அங்கு வந்து நின்ற எலிசபெத்திடம், "நான் உன்னிடம் கூறியிருந்த விஷயங்கள் எல்லாம் உனக்கு நினைவிருக்கிறதுதானே? என் அலமாரியின் மேல்தட்டில் இடப்பக்கத்தில் உள்ள இழுப்பறை. அது பூட்டப்பட்டுள்ளது. அதற்கான சாவி நீளமாக இருக்கும். அதில் வெள்ளை நிற லேபிள் ஒட்டப்பட்டிருக்கும். அதில் எல்லாம் தயாராக இருக்கிறது," என்று மேரி கூறினார்.

"தயாராக இருக்கிறது என்றால் என்ன அர்த்தம், அம்மா?"

"நான் இறந்த பின் என்னைப் புதைப்பது தொடர்பான விஷயங்கள் அதில் உள்ளன. நான் என்ன சொல்கிறேன் என்பது

துல்லியமாக உனக்குத் தெரியும்தானே? அந்த இழுப்பறையில் அவற்றை வைப்பதற்கு நீதானே எனக்கு உதவினாய்?"

"இப்படியெல்லாம் பேசாதீர்கள், அம்மா. இது போன்ற விஷயங்களில் கவனம் செலுத்தாதீர்கள். நீங்கள் முன்பைவிட இப்போது அதிகத் தெம்பாக இருக்கிறீர்கள். இப்போது எதற்காக உங்கள் மரணத்தைப் பற்றிப் பேச வேண்டும்?" என்று எலிசபெத் ஓலமிட்டாள்.

"நாம் எல்லோருமே ஒரு நாள் மேலே போகத்தானே வேண்டும்? எலிசபெத், நான் எழுபது வயதைக் கடந்துவிட்டேன். நீ அழுதே ஆக வேண்டுமென்றால், என் முன் நின்று கொண்டு அழாதே! வேறு எங்காவது போய் அழு."

எலிசபெத் மூக்கை உறிஞ்சிக் கொண்டே அங்கிருந்து நகர்ந்தாள்.

மேரி அவளைப் பாசத்துடன் பார்த்துக் கொண்டிருந்தாள்.

'பைத்தியக்காரி, ஆனால், விசுவாசமானவள். அவளுக்கு நான் எவ்வளவு பணத்தை எழுதி வைத்துள்ளேன்? ஐம்பது பவுன்டுகளா அல்லது நூறு பவுன்டுகளா? நூறாகத்தான் இருக்க வேண்டும். அவள் என்னுடன் நீண்டகாலமாக இருந்து வந்திருக்கிறாள்,' என்று மேரி தனக்குத் தானே சொல்லிக் கொண்டார்.

அது குறித்து அவர் தெளிவுபடுத்திக் கொள்ள விரும்பியதால், மறுநாளே, தன் உயிலைத் தன்னிடம் அனுப்பி வைக்கும்படி ஹாப்கின்சனுக்கு அவர் ஒரு கடிதம் எழுதினார். தான் ஒரு ஷரத்தைப் பார்வையிட விரும்பியதாக அவர் அக்கடிதத்தில் தெரிவித்திருந்தார். அதே நாளின் மதியம், அவரும் சார்லஸூம் சாப்பிட்டுக் கொண்டிருந்தபோது, சார்லஸ் எதார்த்தமாகக் கேட்ட ஒரு கேள்வி அவரை நிலைதடுமாறச் செய்தது.

"அத்தை, அடுத்த அறையிலுள்ள புகைப்படத்தில் இருக்கின்ற அந்த ஆசாமி யார்? பழுப்புத் தாடியும் பெரிய கிருதாவுமாக அவர் வேடிக்கையாகக் காட்சியளிக்கிறார்."

மேரி அவனை எரித்துவிடுவதுபோலப் பார்த்தார்.

"அது உன்னுடைய மாமா பேட்ரிக். அவர் இளமையாக இருந்தபோது எடுத்தப் புகைப்படம் அது."

"ஓ! அத்தை! என்னை மன்னித்துவிடுங்கள். நான் வேண்டுமென்றே மரியாதைக் குறைவாகப் பேசவில்லை."

மேரி அவனுடைய மன்னிப்புக் கோரலை இலேசாகத் தலையசைத்து ஏற்றுக் கொண்டார்.

சார்லஸ் தயக்கத்துடன், "எனக்கு ஒரு சந்தேகம்," என்று இழுத்தான்.

பிறகு அவன் பாதியில் அப்படியே நிறுத்திக் கொண்டான்.

மேரி அவனிடம், “நீ என்ன கேட்கவிருந்தாய்?” என்று கண்டிப்புடன் கேட்டார்.

“எனக்கு ஒரு விஷயம் சரியாகப் புரியவில்லை,” என்று அவன் அவசரமாகக் கூறினான்.

மேரி அப்போது அந்தப் பேச்சைத் தொடரவில்லை. அன்று மாலையில் அவர்கள் மீண்டும் தனியாக இருந்தபோது, அவர் அவனிடம் கேட்டார்:

“உன் மாமாவின் படத்தைப் பற்றி என்னிடம் நீ என்ன கேட்க விரும்பினாய்?”

சார்லஸ் சிறிது அசௌகரியமாக உணர்ந்தான்.

“அது ஒன்றும் பெரிய விஷயமல்ல. எனக்கு ஏதோ ஒரு மடத்தனமான யோசனை தோன்றியிருந்தது. அதை விட்டுத்தள்ளுங்கள்.”

மேரி கண்டிப்புடன், “இப்போது அதை நீ என்னிடம் கூறப் போகிறாயா, இல்லையா?” என்று அதிகாரமாகக் கேட்டார்.

“நேற்று இரவு நான் வீடு திரும்பியபோது, அந்தப் புகைப்படத்தில் இருக்கும் நபர் நம் வீட்டின் கடைசிச் சன்னல் வழியாக எட்டிப் பார்த்துக் கொண்டிருந்ததுபோல எனக்குத் தோன்றியது. அது விளக்கொளியின் விளைவாக இருக்கும் என்று இப்போது தோன்றுகிறது. பின் நான் எலிசபெத்திடம் கேட்டேன். வீட்டில் விருந்தினர்களோ அல்லது அந்நியர்களோ யாரும் இல்லை என்று அவள் கூறினாள். இன்று நான் எதேச்சையாக அந்த அறைக்குச் சென்றபோது, நான் பார்த்திருந்த அதே நபரின் புகைப்படம் அங்கு இருந்ததால் உங்களிடம் அப்படிக் கேட்டேன். இது என்னுடைய ஆழ்மனத்தின் சித்து விளையாட்டாக இருக்கும் என்று எனக்குத் தோன்றுகிறது. முன்பு எப்போதோ நான் அந்தப் புகைப்படத்தைப் பார்த்திருந்திருக்க வேண்டும். அது என் மனத்தில் பதிந்திருந்திருக்க வேண்டும் என்று நான் நினைக்கிறேன். அதனால் எனக்கு அந்த முகம் கடைசிச் சன்னலிலிருந்து எட்டிப் பார்த்ததாகத் தோன்றியிருந்திருக்க வேண்டும்.”

“என்ன சொன்னாய்? கடைசிச் சன்னலா?” என்று மேரி கேட்டார்.

“ஆமாம். அதற்கென்ன?”

“ஒன்றுமில்லை.”

ஆனால், அது மேரியை நடுங்க வைத்துவிட்டது. அதுதான் அவருடைய கணவரின் உடை மாற்றும் அறையாக இருந்தது.

அன்று இரவு சார்லஸ் மீண்டும் வெளியே சென்றிருந்தான். மேரி பொறுமையின்றி ஒரு வானொலி நிகழ்ச்சியைக் கேட்டுக்

கொண்டிருந்தார். தான் மூன்றாவது முறையாக அந்த மர்மக் குரலைக் கேட்க நேர்ந்தால், தான் வேற்று உலகத்துடன் தொடர்பில் இருந்ததை அது சந்தேகத்திற்கு இடமின்றி நிரூபித்துவிடும் என்று அவர் நினைத்தார்.

அவருடைய இதயம் வேகமாகத் துடித்துக் கொண்டிருந்தபோதிலும், அவர் கேட்டுக் கொண்டிருந்த நிகழ்ச்சி மீண்டும் ஒரு முறை தடைபட்டபோது அவருக்கு வியப்பேதும் ஏற்படவில்லை. வழக்கம்போல, சிறிது அமைதிக்குப் பிறகு, ஐரிஷ் மொழியின் வாசனையோடு அந்தக் குரல் ஒலிக்கத் துவங்கியது.

"மேரி – இப்போது நீ தயாராக இருக்கிறாய் . . . வருகின்ற வெள்ளிக்கிழமையன்று நான் உனக்காக வருகிறேன் . . . வெள்ளிக்கிழமை இரவு ஒன்பதரை மணிக்கு . . . பயப்படாதே – எந்த வலியும் இருக்காது . . . தயாராக இரு!"

அந்தக் கடைசி வார்த்தையைக் கிழித்துக் கொண்டு வந்ததுபோல, அவள் கேட்டுக் கொண்டிருந்த வானொலி நிகழ்ச்சி மீண்டும் தொடர்ந்தது.

மேரி ஓரிரு நிமிடங்கள் அசையாமல் அப்படியே அமர்ந்திருந்தார். அவருடைய முகம் வெளுத்துப் போயிருந்தது. அவருடைய உடல் நீல நிறத்திற்கு மாறியிருந்தது.

பிறகு அவர் தன் நாற்காலியிலிருந்து எழுந்து, தன் எழுத்து மேசைக்கு அருகே சென்று அமர்ந்தார். நடுங்கிக் கொண்டிருந்த கையால் அவர் இவ்வாறு எழுதினார்:

இன்று இரவு 9.15 மணிக்கு, இறந்து போன என் கணவரின் குரலை நான் தெளிவாகக் கேட்டேன். வெள்ளிக்கிழமை இரவு 9.30 மணிக்கு அவர் எனக்காக வரவிருப்பதாக என்னிடம் கூறியுள்ளார். அன்று அந்த நேரத்தில் நான் இறந்து போகும் பட்சத்தில், இந்தத் தகவல் வெளியுலகிற்குத் தெரியப்படுத்தப்பட வேண்டும். ஏனெனில், ஆவி உலகோடு தொடர்பு கொள்வதற்கான சாத்தியக்கூறு நமக்கு இருப்பதை இது சந்தேகத்திற்கு இடமின்றி நிரூபிக்கும்.

– மேரி ஹார்ட்டர்

தான் எழுதியிருந்ததை மேரி மீண்டும் ஒரு முறை படித்துப் பார்த்துவிட்டு, அதை ஓர் உறையில் போட்டு, அந்த உறையின்மீது ஒரு முகவரியையும் எழுதினார். பிறகு அழைப்புமணியை அழுத்தி அவர் எலிசபெத்தை வரவழைத்தார். அவள் வந்தவுடன், மேரி அந்தக் கடிதத்தை அவளிடம் கொடுத்துவிட்டு இவ்வாறு கூறினார்:

"நான் இந்த வெள்ளிக்கிழமையன்று இறந்து போகும்

பட்சத்தில், நீ இந்தக் கடிதத்தை டாக்டர் மேனெல்லிடம் கொடுக்க வேண்டு.” அதற்கு எலிசபெத் ஆட்சேபனை தெரிவிக்க முனைந்தபோது, அவர் அவளைத் தடுத்துவிட்டுத் தன் பேச்சைத் தொடர்ந்தார். “என்னுடன் வாக்குவாதம் செய்யாதே. உனக்கு முன்னறிவிப்புகளில் நம்பிக்கை உண்டு என்று நீ பல முறை என்னிடம் கூறியிருக்கிறாய். அப்படிப்பட்ட ஒரு முன்னறிவிப்பு எனக்குக் கிடைத்துள்ளது. இன்னொரு விஷயம். என் உயிலில் நான் உனக்கு ஐம்பது பவுன்டுகளை எழுதி வைத்துள்ளேன். ஆனால் நான் உனக்கு நூறு பவுன்டுகள் கொடுக்க விரும்புகிறேன். நான் இறப்பதற்கு முன்பு வங்கிக்குச் செல்ல எனக்கு நேரமில்லை என்றால், சார்லஸ் அதை உனக்குக் கொடுத்துவிடுவான்.”

மேரி இவ்வாறு கூறி முடித்தபோது அழத் துவங்கிய எலிசபெத்தை மேரி கண்டிப்புடன் தடுத்து அங்கிருந்து அனுப்பி வைத்தார்.

மறுநாள் காலையில் அவர் சார்லஸிடம், “எனக்குத் திடீரென்று ஏதாவது நிகழ்ந்துவிட்டால், எலிசபெத்திற்குக் கூடுதலாக ஐம்பது பவுன்டுகள் பணம் கிடைப்பதற்கு நீ ஏற்பாடு செய்ய வேண்டும்,” என்று கேட்டுக் கொண்டார்.

“அத்தை, இப்போதெல்லாம் நீங்கள் சோகமாகவே இருக்கிறீர்கள். உங்களுக்கு என்ன நேர்ந்துவிடப் போகிறது? டாக்டர் மேனெல்லின் கூற்றுப்படி, நாம் உங்களுடைய நூறாவது வயது நிறைவைக் கொண்டாடுவோம்.”

மேரி அவனை நோக்கிப் பாசத்துடன் புன்னகைத்தார். ஆனால், அவர் அவனுக்கு பதிலேதும் சொல்லவில்லை.

ஓரிரு நிமிடங்களுக்குப் பிறகு, “இந்த வெள்ளிக்கிழமை இரவு நீ என்ன செய்யப் போகிறாய்?” என்று அவர் அவனிடம் கேட்டார்.

அதைக் கேட்டு சார்லஸ் இலேசாக வியந்தான்.

“தங்களுடன் சீட்டாட வரும்படி ஈவிங் குடும்பத்தினர் என்னை அழைத்துள்ளனர். அன்று நான் வீட்டில் இருக்க வேண்டும் என்று நீங்கள் விரும்பினால், நான் போகவில்லை.”

“நீ போய்க் கொள். இன்னும் சொல்லப் போனால், அன்று நீ வெளியே சென்றாக வேண்டும் என்று நான் உன்னை வலியுறுத்துவேன். அன்று இரவு நான் தனியாக இருக்க விரும்புகிறேன்.”

சார்லஸ் அவரை ஆர்வக் குறுகுறுப்புடன் பார்த்தான். ஆனால், அவர் அதற்கு மேல் எந்த விளக்கமும் அளிக்கவில்லை. மேரி ஒரு முதிய பெண்மணியாக இருந்தாலும், அவர் துணிச்சலானவர், மனஉறுதி மிக்கவர். அதனால், தன்னுடைய

விநோத அனுபவத்தைத் தான் தனியாகவே எதிர்கொள்ள வேண்டும் என்று அவர் தீர்மானித்திருந்தார்.

வெள்ளிக்கிழமை மாலையில் அந்த வீடு அமைதியில் மூழ்கியிருந்தது. மேரி தன்னுடைய நாற்காலியைக் கணப்படுப்புக்கு அருகே இழுத்துப் போட்டுக் கொண்டு உட்கார்ந்தார். அனைத்து விஷயங்களையும் அவர் ஏற்கனவே தயார் செய்து முடித்திருந்தார். அன்று காலையில் அவர் தன் வங்கிக்குச் சென்று ஐம்பது பவுன்டுளை எடுத்து எலிசபெத்திடம் கொடுத்திருந்தார். அவள் கண்ணீரும் கம்பலையுமாக அதை ஏற்றுக் கொள்ள மறுத்தபோதிலும், மேரி அதை வலுக்கட்டாயமாக அவளுடைய கைகளில் திணித்தார். அவர் தன்னுடைய தனிப்பட்ட உடைமைகளைப் பிரித்து, அவை ஒவ்வொன்றுக்கும் ஏற்பாடு செய்திருந்தார். ஒரு சில நகைகளைத் தன் தோழிகளுக்கும் உறவினர்களுக்கும் கொடுப்பதற்காக, அவர் அவற்றின்மீது லேபிள்களை ஒட்டி வைத்திருந்தார். அதோடு, அவர் சார்லஸுக்குப் பல அறிவுறுத்தல்களை எழுதி வைத்திருந்தார். சில குறிப்பிட்டப் பொருட்களை யார் யாரிடம் ஒப்படைக்க வேண்டும் என்று அவர் அதில் குறிப்பிட்டிருந்தார்.

அவர் தன் கையில் வைத்திருந்த ஆவணத்தை அதன் உறையிலிருந்து வெளியே எடுத்தார். அது அவருடைய உயில். அவர் அதை ஏற்கனவே படித்திருந்தாலும், மீண்டும் ஒரு முறை படித்தார். அது சுருக்கமாக இருந்தது. ஐம்பது பவுன்டுகள் எலிசபெத்துக்கு; ஐந்நூறு பவுன்டுகள் அவருடைய சகோதரிகளில் ஒருவருக்கு; மீதியுள்ள அனைத்தும் சார்லஸுக்கு.

அதை அங்கீகரிப்பதுபோல மேரி தன்னுடைய தலையைப் பல முறை ஆட்டினார். அவர் இறந்த பிறகு சார்லஸ் ஒரு பெரும் பணக்காரனாக ஆகியிருப்பான். அவன் அவரிடம் நல்ல முறையில் நடந்து கொண்டிருந்தான், எப்போதும் அவரிடம் பாசமாக இருந்தான், அவரைத் திருப்திப்படுத்தும் விதத்திலேயே எப்போதும் பேசி வந்திருந்தான்.

மேரி கடிகாரத்தைப் பார்த்தார். ஒன்பதரைக்கு இன்னும் மூன்று நிமிடங்கள் இருந்தன. அவர் இப்போது தயாராக இருந்தார். அவர் அமைதியாக இருந்தார். ‘அமைதி’ என்ற வார்த்தையை அவர் பல முறை மீண்டும் மீண்டும் தனக்குள் கூறிக் கொண்டபோதிலும், அவருடைய இதயம் விநோதமாகவும் தாறுமாறாகவும் துடிக்கத் துவங்கியது. அவருடைய நரம்புகள் பேயாட்டம் போட்டுக் கொண்டிருந்தன.

மணி ஒன்பதரை. வானொலி ‘ஆன்’ செய்யப்பட்டிருந்தது.

இப்போது அவர் எதைக் கேட்கவிருந்தார்? வானிலையை அறிவித்த வழக்கமான குரலையா? அல்லது, இருபத்தைந்து ஆண்டுகளுக்கு முன்பு இறந்து போன ஒருவரின், தொலைதூரத்திலிருந்து ஒலித்தது போன்ற குரலையா?

அன்று அவர் அந்த இரண்டையும் கேட்கவில்லை. மாறாக, அவர் வேறொரு சத்தத்தைக் கேட்டார். அந்தச் சத்தம் அவருக்கு மிகவும் பரிச்சயமானதுதான். ஆனால், இன்று அந்தச் சத்தம் அவருடைய இதயத்தின்மீது கடுங்குளிரான ஒரு கை ஊடுருவிய உணர்வை அவருக்குக் கொடுத்தது. கதவு இலேசாகத் திறக்கப்பட்டச் சத்தம் அது.

அந்தச் சத்தம் மீண்டும் கேட்டது. அதையடுத்து, ஒரு குளிர்காற்று அந்த அறையில் வேகமாக வீசியதைப்போல இருந்தது. அக்கணத்தில் தன்னுடைய உணர்வு எப்படி இருந்தது என்பது குறித்து அவருக்கு எந்த சந்தேகமும் இருக்கவில்லை. அவர் பயந்து போயிருந்தார், பயங்கரமாக அரண்டு போயிருந்தார்.

திடீரென்று அவருக்குள் இப்படி ஓர் எண்ணம் தோன்றியது: ‘இருபத்தைந்து ஆண்டுகள் என்பது மிக நீண்டகாலம். என்னைப் பொறுத்தவரை, பேட்ரிக் இப்போது ஓர் அந்நியர்.’

பயம்! அதுதான் இப்போது அவருக்குள் ஊடுருவியிருந்தது.

அவருடைய அறையின் கதவுக்கு வெளியே மெல்லியதாக, யாரோ தயங்கித் தயங்கி வந்து கொண்டிருந்தது போன்ற காலடி ஓசை கேட்டது. பின் அக்கதவு மெதுவாகத் திறந்தது...

மேரி பீதியில் தன் இருக்கையிலிருந்து தட்டுத்தடுமாறி எழுந்தார். நிற்க முடியாமல் அவர் தடுமாறினார். அவருடைய பார்வை அந்த அறையின் கதவில் நிலைத்தது. அவருடைய கைகளிலிருந்து ஏதோ ஒன்று நழுவிக் கணப்படுப்பில் விழுந்தது.

அவர் அலறினார், ஆனால் அந்த அலறல் அவருடைய தொண்டைக்குள்ளேயே சிக்கிக் கொண்டது. ஒரு மங்கலான வெளிச்சத்தில் கதவருகே அவருக்குப் பரிச்சயமான ஓர் உருவம் நின்று கொண்டிருந்தது. அதன் முகத்தை ஒரு பழுப்பு நிறத் தாடியும் ஒரு பெரிய கிருதாவும் அலங்கரித்திருந்தன. அந்த உருவம் ஒரு பழங்காலக் கோட்டை அணிந்திருந்தது.

பேட்ரிக் அவருக்காக வந்திருந்தார்!

மேரியின் இதயம் கடைசியாக ஒரு முறை துள்ளி அடங்கியது. அவர் துவண்டு தரையில் சரிந்தார்.

* * *

அரை மணி நேரத்திற்குப் பிறகு, மேரி அங்கு விழுந்து கிடந்ததை எலிசபெத் கண்டுபிடித்தாள்.

உடனே டாக்டர் மேனெல் வரவழைக்கப்பட்டார். சார்லஸூம் அவனுடைய சீட்டாட்டத்திலிருந்து அவசர அவசரமாக வரவழைக்கப்பட்டான். ஆனால், யாராலும் எதுவும் செய்ய முடியவில்லை. அவர் எப்போதோ மேலே போய்விட்டிருந்தார்.

இரண்டு நாட்களுக்குப் பிறகுதான், மேரி தன்னிடம் கொடுத்து வைத்திருந்த கடிதம் எலிசபெத்தின் நினைவுக்கு வந்தது. அவள் உடனே அதை டாக்டர் மேனெல்லிடம் கொடுத்தாள். அவர் அதை சுவாரசியத்துடன் படித்துவிட்டுச் சார்லஸிடம் காட்டினார்.

"இது ஒரு விநோதமான தற்செயல் நிகழ்வாக இருக்கிறது. தன்னுடைய இறந்து போன கணவரின் குரல் தனக்குக் கேட்டது போன்ற மனப்பிரமை உன் அத்தைக்கு ஏற்பட்டிருந்ததாகத் தெரிகிறது. அது அவரை வெகுவாகத் தூண்டியிருந்திருக்க வேண்டும். அதனால், அந்த நேரம் உண்மையில் வந்தபோது, அவர் அதிர்ச்சியால் இறந்துவிட்டிருக்கிறார்," என்று டாக்டர் மேனெல் சார்லஸிடம் கூறினார்.

"சுயபிரகடனமா?" என்று சார்லஸ் கேட்டான்.

"அதுபோன்ற ஒன்று. பிரேதப் பரிசோதனையின் முடிவை என்னால் முடிந்த அளவு விரைவாக உன்னிடம் தெரிவிக்கிறேன். இச்சூழலில் பிரேதப் பரிசோதனை செய்வதுதான் நல்லது என்று எனக்குத் தோன்றுகிறது. ஆனால், அது வெறும் சம்பிரதாயமாக மட்டுமே இருக்கப் போகிறது."

சார்லஸ் அதைப் புரிந்து கொண்டதுபோலத் தலையாட்டினான்.

அதற்கு முந்தைய நாள் இரவு, சார்லஸ், அந்த வானொலியின் பின்புறத்திலிருந்து முதல் மாடியிலிருந்த அவனுடைய படுக்கையறைக்குச் சென்ற ஒரு ஒயரைத் துண்டித்து அப்புறப்படுத்தியிருந்தான். அன்று இரவு மிகவும் குளிராக இருந்ததால், தன் அறையில் இருந்த கணப்படுப்பை மூட்டுமாறு எலிசபெத்திடம் அவன் கூறியிருந்தான். அந்த நெருப்பில், அவன் தன்னுடைய பழுப்பு நிற ஒட்டுத் தாடியையும் கிருதாவையும் போட்டு எரித்துவிட்டான். அந்த வீட்டின் பரண்மீது இருந்து அவன் எடுத்திருந்த அவனுடைய மாமாவின் கோட்டை, அவன் மீண்டும் அதே இடத்தில் வைத்துவிட்டான்.

அவனைப் பொறுத்தவரை, அவன்மீது பழி வருவதற்கு வாய்ப்பே இல்லை. அவன் மிகவும் பாதுகாப்பாக இருந்தான்.

சரியான முறையில் கவனிக்கப்பட்டு வந்தால் அவனுடைய அத்தை இன்னும் பல ஆண்டுகள் உயிர்வாழக்கூடும் என்று டாக்டர் மேனெல் கூறிய நாளன்றே, அவனுடைய மனத்தில் ஒரு திட்டம் உருவாகத் தொடங்கியிருந்தது. அது இப்போது வெற்றிகரமாக நிறைவேறியிருந்தது. அதே நேரத்தில், ஒரு திடீர் அதிர்ச்சி அவருடைய உயிரைக் குடித்துவிடக்கூடும் என்பதையும் அவர் அவனிடம் குறிப்பிட்டிருந்தார். வயதான பெண்மணிகள் மிகவும் நேசித்த, பாசமிக்கச் சார்லஸ் தனக்குள் புன்னகைத்துக் கொண்டான்.

டாக்டர் மேனெல் அங்கிருந்து சென்ற பிறகு, அவன் தன்னுடைய அன்றாட நடவடிக்கைகளை இயந்திரத்தனமாகச் செய்தான். இறுதிச் சடங்கு எப்படிச் செய்யப்பட வேண்டும் என்பது ஒருவழியாக முடிவு செய்யப்பட்டது. வெளியூர்களிலிருந்து வரவிருந்த உறவினர்களுக்கு இரயில் பயணச்சீட்டுகள் வாங்கப்பட வேண்டியிருந்தன. ஒரு சிலர் இரவில் அங்கேயே தங்குவதற்கான ஏற்பாடுகள் செய்யப்பட்டன. அந்த ஏற்பாடுகள் அனைத்தையும் சார்லஸ் திறமையாகவும் திட்டமிட்ட முறையிலும் செய்து முடித்தான். ஆனாலும், அவனுக்குள் ஒரு தீவிரமாக யோசனை ஓடிக் கொண்டிருந்தது.

அவன் எவ்வளவு பெரிய கடனுக்குள் மூழ்கியிருந்தான் என்பது அவனுடைய அத்தை உட்பட எவருக்கும் தெரியாது. ஒரு சில மாதங்களுக்குள் பெரும் பணத்தை அவனால் புரட்ட முடியாவிட்டால், கம்பி எண்ண வேண்டிய ஆபத்தான நிலையில் அவன் இருந்தான். இப்போது எல்லாம் சரியாகிவிட்டது. சார்லஸ் தனக்குத் தானே புன்னகைத்துக் கொண்டான். அவன் செய்த காரியத்தால் அவன் காப்பாற்றப்பட்டிருந்தான். அதைக் குற்றம் என்று சொல்லிவிட முடியாது. அதை ஒரு குறும்புத்தனமான சேட்டை என்று வேண்டுமானால் வர்ணிக்கலாம். எது எப்படியோ, இப்போது அவன் ஒரு பெரிய பணக்காரனாக ஆகியிருந்தான்.

அவன் தன்னுடைய இந்த எண்ணங்களுக்குள் மூழ்கிக் கிடந்தபோது, எலிசபெத், அவன் இருந்த அறைக்குள் வந்து, ஹாப்கின்சன் வந்திருந்ததாகவும், அவர் அவனைச் சந்திக்க விரும்பியதாகவும் தெரிவித்தாள்.

தன்னுடைய வேளை வந்துவிட்டிருந்ததாக சார்லஸ் நினைத்துக் கொண்டான். சீட்டியடிக்க முனைந்த அவன், தன் ஆவலைக் கட்டுப்படுத்திக் கொண்டு, தன் முகத்தில் துக்கத்தை அணிந்து கொண்டு, படிப்பறையை நோக்கிச் சென்றான். அங்கு, இருபத்தைந்து ஆண்டுகளுக்கும்

மேலாக மேரியின் வழக்கறிஞராகச் செயல்பட்டு வந்திருந்த ஹாப்கின்சன் அமர்ந்திருந்தார். சார்லஸ் அவருக்கு வணக்கம் தெரிவித்துவிட்டு உட்கார்ந்தான்.

சார்லஸ் கூறியவுடன் அவரும் ஒரு நாற்காலியில் அமர்ந்தார். அவர் தன் தொண்டையை இலேசாகச் செருமிவிட்டு நேராக விஷயத்திற்கு வந்தார்.

"நீங்கள் எனக்கு எழுதியிருந்த கடிதத்தை என்னால் புரிந்து கொள்ள முடியவில்லை. மேரியின் உயில் எங்கள் வசம் இருப்பதாக நீங்கள் நினைத்துக் கொண்டிருப்பதாக எனக்குத் தோன்றுகிறது."

சார்லஸ் அவரை வெறித்துப் பார்த்தான்.

"அப்படித்தான் என் அத்தை என்னிடம் கூறியிருந்தார்."

"அது சரிதான். அது எங்களிடம்தான் இருந்தது."

"இருந்தது என்றால்?"

"உங்களுடைய அத்தை எனக்கு ஒரு கடிதம் எழுதி, கடந்த செவ்வாய்க்கிழமையன்று தன்னுடைய உயிலைத் திரும்பப் பெற்றுக் கொண்டார்."

சார்லஸுக்குள் ஓர் அசௌகரிய உணர்வு தலைதூக்கியது. நடக்கக்கூடாத ஏதோ ஒன்று நடக்கவிருந்ததாக அவனுடைய உள்ளுணர்வு கூறியது.

"அவருடைய பிற ஆவணங்களை ஒழுங்குபடுத்துகின்றபோது அந்த உயில் கண்டிப்பாகக் கிடைக்கும் என்று நான் நம்புகிறேன்," என்று ஹாப்கின்சன் கூறினார்.

சார்லஸ் எதுவும் பேசவில்லை. அவனுக்குத் தன்மீதே நம்பிக்கை இருக்கவில்லை. தான் எதையாவது உளறிவிடக்கூடும் என்று அவன் பயந்தான். அவன் ஏற்கனவே மேரியின் அனைத்து ஆவணங்களையும் தலைகீழாகப் புரட்டிப் பார்த்துவிட்டிருந்தான். மேரியின் உயில் அவற்றில் இருக்கவில்லை. ஓரிரு நிமிடங்களுக்குப் பிறகு தன்னைத் தன் கட்டுப்பாட்டுக்குள் கொண்டு வந்த சார்லஸ், அவ்விஷயத்தை அவரிடம் தெரிவித்தான். அவனுடைய குரல் விநோதமாக இருந்ததாக அவனுக்கே தோன்றியது.

"மேரியின் பொருட்களை வேறு யாராவது தொட்டார்களா?" என்று ஹாப்கின்சன் கேட்டார்.

"எலிசபெத் அவற்றை ஒழுங்குபடுத்தினாள்," என்று சார்லஸ் தெரிவித்தான்.

எலிசபெத் அங்கு வரவழைக்கப்பட்டாள். சோகமாகக் காணப்பட்ட அவள், தன்னிடம் கேட்கப்பட்ட அனைத்துக் கேள்விகளுக்கும் பதிலளித்தாள்.

தான் மேரியின் ஆடைகள் மற்றும் பிற பொருட்களை

ஒழுங்குபடுத்தியதாகவும், உயில் போன்ற சட்டபூர்வமான ஆவணங்கள் எதுவும் அவற்றில் இருக்கவில்லை என்றும் எலிசபெத் தெரிவித்தாள். உயில் என்பது எப்படி இருக்கும் என்பது தனக்குத் தெரியும் என்றும் அவள் கூறினாள். ஏனெனில், மேரி இறந்து போன அன்று காலையில் அவருடைய கையில் அந்த உயில் இருந்ததைத் தான் பார்த்திருந்ததாக அவள் கூறினாள்.

ஹாப்கின்சன் எலிசபெத்திடம், "உனக்கு உறுதியாகத் தெரியுமா?" என்று கேட்டார்.

"ஆமாம், சார். அந்த உயிலில் அவர் எனக்கு ஐம்பது பவுன்டுகள் விட்டுச் செல்வதாக அவர் கூறினார். அது ஒரு நீளமான, நீல நிற உறையில் இருந்தது."

"அது சரிதான்," என்று ஹாப்கின்சன் ஒத்துக் கொண்டார்.

"இப்போது யோசித்துப் பார்க்கின்றபோது, ஒரு விஷயம் என் ஞாபகத்திற்கு வருகிறது. மறுநாள் காலையில் அந்த உறை இந்த மேசைமீது இருந்தது. ஆனால், அது காலியாக இருந்தது. அதை நான் எடுத்து அம்மாவின் மேசைமீது வைத்துவிட்டேன்."

"அதைப் பார்த்த ஞாபகம் எனக்கும் இருக்கிறது," என்று கூறிய சார்லஸ், மேரியின் மேசைக்கு அருகே சென்றான். ஓரிரு நிமிடங்களில் அவன் அந்த நீல நிற உறையுடன் திரும்பி வந்தான். அதை அவன் ஹாப்கின்சனிடம் கொடுத்தான். அதைச் சோதித்த அவர் தலையை ஆட்டினார்.

"கடந்த செவ்வாய்க்கிழமையன்று, உன் அத்தையின் உயிலை இந்த உறையில் போட்டுத்தான் நான் அவருக்கு அனுப்பி வைத்தேன்."

அவர்கள் இருவரும் எலிசபெத்தை வெறித்துப் பார்த்தனர்.

"வேறு ஏதாவது வேண்டுமா, சார்?" என்று அவள் கேட்டாள்.

"இப்போதைக்கு எதுவும் வேண்டாம். நீ போகலாம்."

எலிசபெத் அந்த அறையின் வாசலை நெருங்கிக் கொண்டிருந்தபோது, ஹாப்கின்சன் அவளைக் கூப்பிட்டார்.

"ஒரு நிமிடம். அன்றிரவு மேரியின் அறையிலிருந்த கணப்படுப்பு எரிந்து கொண்டிருந்ததா?" என்று அவர் கேட்டார்.

"ஆமாம். எப்போதும் அதில் நெருப்பு கனன்று கொண்டே இருக்கும்."

"சரி. அவ்வளவுதான்."

எலிசபெத் அந்த அறையைவிட்டு அகன்றாள். சார்லஸ், நடுங்கிக் கொண்டிருந்த தன் கையைத் தன் முன்னால் இருந்த மேசைமீது வைத்தான்.

“நீங்கள் என்ன நினைக்கிறீர்கள்?” என்று அவன் ஹாப்கின்சனிடம் கேட்டான்.

“அந்த உயில் நமக்கு எப்படியும் கிடைத்துவிடும் என்று நாம் நம்பலாம். ஒருவேளை அது கிடைக்கவில்லை என்றால்–”

“கிடைக்கவில்லை என்றால்?”

“கிடைக்கவில்லை என்றால், நாம் ஒரே ஒரு முடிவுக்குத்தான் வந்தாக வேண்டும். உங்களுடைய அத்தை அதை அழிப்பதற்காகத்தான் அதை என்னிடமிருந்து கேட்டுப் பெற்றிருந்தார் என்ற முடிவுதான் அது. அந்த உயிலில் எலிசபெத்திற்கு அவர் விட்டுச் செல்லவிருந்த ஐம்பது பவுன்டுகளுக்குப் பதிலாக, அதைப் பணமாகவே அவர் அவளுக்குக் கொடுத்துவிட்டுள்ளார்.”

“எதற்காக?” என்று சார்லஸ் கேட்டான்.

“சார்லஸ், சமீபத்தில் உங்களுக்கும் உங்களுடைய அத்தைக்கும் இடையே ஏதாவது கருத்து முரண்பாடு ஏற்பட்டிருந்ததா?”

“அப்படி எதுவும் இல்லை. இறுதிவரை எங்களுடைய உறவு மிகவும் சுமூகமாகவே இருந்தது. அவர் என்மீது பாசத்தைக் கொட்டிக் கொண்டிருந்தார்.”

“ஓ!” என்று கூறிய ஹாப்கின்சன், தன் பார்வையை அவனிடமிருந்து திருப்பிக் கொண்டார்.

தான் கூறியதை அந்த வழக்கறிஞர் நம்பவில்லை என்பது சார்லஸுக்கு உறைத்தது. தன்னுடைய மலையளவு கடனைப் பற்றிய தகவல் அவருடைய காதுகளை எட்டியிருந்திருக்க வேண்டும். அது மேரியின் காதுகளையும் அடைந்து, அத்தைக்கும் மருமகனுக்கும் இடையே ஒரு பெரிய வாக்குவாதம் நடைபெற்றிருந்திருக்கக்கூடும் என்றும், அதன் காரணமாக மேரி தன் மனத்தை மாற்றிக் கொண்டிருந்திருக்க வேண்டும் என்றும் ஹாப்கின்சன் நினைத்திருக்கக்கூடும்.

சார்லஸ் தனக்குத் தானே இவ்வாறு நினைத்துக் கொண்டான்: ‘நான் பொய் சொல்லியபோதெல்லாம் அவை உடனடியாக நம்பப்பட்டன. ஆனால், இப்போது நான் உண்மையைக் கூறிக் கொண்டிருக்கின்றபோது, அது நம்ப மறுக்கப்படுகிறது. என்னவொரு நகைமுரண் இது!’

தன் அத்தை கண்டிப்பாக அந்த உயிலை அழித்திருக்க மாட்டார் என்று சார்லஸ் நம்பினான்.

திடீரென்று அவனுக்கு ஒரு விஷயம் நினைவுக்கு வந்து அவனுக்குப் பெரும் அதிர்ச்சியளித்தது. அவன் கண்களுக்கு முன்னால் ஒரு காட்சி தோன்றியது. அதில் ஒரு முதிய பெண்மணி ஒரு கையால் தன் இதயத்தைப் பிடித்துக்

கொண்டிருந்தார். அவருடைய இன்னொரு கையில் இருந்த ஏதோ ஒன்று – ஏதோ ஒரு காகிதம் – நழுவி அந்தக் கணப்படுப்புக்குள் விழுந்தது. . .

சார்லஸுக்குத் தன்மீதே ஏற்பட்டிருந்த கோபத்தால் முகம் சிவந்தது. அவனை அறியாமலேயே அவனுடைய வாயிலிருந்து வார்த்தைகள் வெளிவந்தன.

“அந்த உயில் ஒருபோதும் கண்டுபிடிக்கப்படாவிட்டால்?”

“இதற்கு முன்பு மேரி எழுதியிருந்த ஓர் உயில் இன்னும் என்னிடம்தான் இருக்கிறது. அது அமலுக்கு வந்துவிடும். அதில் மேரி தன் சொத்து முழுவதையும் மிரியம் ஹார்ட்டரின் பெயரில் எழுதி வைத்திருக்கிறார்.”

சார்லஸின் மண்டைக்குள் எண்ணங்கள் இப்படி ஓடின: ‘இந்த மடையன் என்ன சொல்லிக் கொண்டிருக்கிறான்? நான் புத்திசாலித்தனமாகத் திட்டம் போட்டு நிறைவேற்றியிருந்தது, இந்தச் சொத்துகள் அனைத்தும் மிரியத்திற்குப் போய்ச் சேர்வதற்காகவா?’

அப்போது தொலைபேசி ஒலித்தது. மறுமுனையில் டாக்டர் மேனெல் பேசினார்.

“ஓ, சார்லஸா? இதைத் தெரிந்து கொள்ள நீ விரும்புவாய் என்று நான் நினைக்கிறேன். பிரேதப் பரிசோதனை முடிந்துவிட்டது. மேரியின் இறப்பிற்கான காரணம் நான் ஏற்கனவே ஊகித்திருந்ததுதான். மாரடைப்பு! ஆனால், அவருடைய இதயப் பிரச்சனை நான் நினைத்திருந்ததைவிட மிகவும் மோசமாக இருந்திருக்கிறது. அவர் மிகுந்த அக்கறையுடன் கவனித்துக் கொள்ளப்பட்டிருந்தால்கூட, அதிகபட்சமாக இன்னும் இரண்டு மாதங்கள் வேண்டுமானால் அவர் உயிர் வாழ்ந்திருக்கக்கூடும். இதை நீ தெரிந்து கொள்ள வேண்டும் என்று நான் நினைத்தேன். உன் மனத்திற்கு ஆறுதலாக இருக்கும், இல்லையா?”

“நீங்கள் கடைசியாகச் சொன்னது எனக்குச் சரியாகக் கேட்கவில்லை.”

“மேரி அதிகபட்சமாக இன்னும் இரண்டு மாதங்கள் வேண்டுமானால் உயிர் வாழ்ந்திருக்கக்கூடும் என்று நான் சொன்னேன்,” என்று டாக்டர் தன் குரலை உயர்த்திப் பேசினார். “இறுதியில் எல்லாமே சிறப்பாகத்தான் முடிவடை–”

சார்லஸ் அவர் பேசி முடிப்பதற்கு முன்பாகவே தொலைபேசியின் ஒலிவாங்கியைப் பெரும் சத்தத்துடன் கீழே வைத்தான்.

வழக்கறிஞர் ஹாப்கின்சனின் குரல் எங்கோ கிணற்றுக்குள்ளிருந்து ஒலித்ததுபோல அவனுக்குக் கேட்டது.

ஹாப்கின்சன் அவனிடம், “சார்லஸ், உங்களுக்கு உடல்நிலை சரியில்லையா?” என்று கேட்டுக் கொண்டிருந்தார்.

அவன் தன்னுடைய மனத்திற்குள் குமுறிக் கொண்டிருந்தான். ‘எல்லோரும் நாசமாகப் போகட்டும்! இந்த அதிகப்பிரசங்கி வழக்கறிஞர்! அந்த நாகப்பாம்பு டாக்டர் மேனெல்!’ இப்போது அவன் முன்னால் எந்த நம்பிக்கையும் இருக்கவில்லை. சிறைச்சுவர்கள்தாம் அவனுடைய மனத்தில் இப்போது நிழலாடின.

‘யாரோ’ தன்னிடம் விளையாடிக் கொண்டிருந்ததுபோல அவன் உணர்ந்தான். எலியைப் பூனை துரத்தி விளையாடுவதைப்போல! அந்த நபர் அவனுடைய நிலை குறித்து இப்போது பயங்கரமாகச் சிரித்துக் கொண்டிருக்க வேண்டும் . . .

பழிக்குப் பழி

ஷேஃபர் தன் தொப்பியைக் கழற்றிவிட்டு, வியர்வை வழிந்த தன் புருவங்களைத் துடைத்தான். பசியும் தாகமும் அவனை வாட்டி வதைத்தன. எல்லாவற்றுக்கும் மேலாக, அவன் பதற்றமாக இருந்தான். அவனுக்கு முன்னால் கண்ணுக்கு எட்டிய தூரம்வரை மஞ்சள் நிறப் புல்வெளி படர்ந்து கிடந்தது. அவனுக்குப் பின்னால், தொடுவானத்தை உடைத்துக் கொண்டு பாறை முகடுகள் நீட்டிக் கொண்டிருந்தன. தொலைதூரத்தில் ஜொகானஸ்பர்க்[1] இருந்த திசையிலிருந்து இடிமுழக்கம்போல ஒரு சத்தம் கேட்டது. அது இடியல்ல என்பது ஷேஃபருக்கு நன்றாகத் தெரியும். புரட்சிப் படைகளை ஒடுக்கிக் கொண்டிருந்த அரசாங்கப் படைகளின் சத்தம் அது.

மற்ற அனைத்தையும்விட அந்தச் சத்தம்தான் அவனை உடல்ரீதியாகவும் உளரீதியாகவும் அதிகமாகக் களைப்படையச் செய்து கொண்டிருந்தது. இப்போது அவன் இருந்த நிலை விரும்பத்தகாத ஒன்றாக இருந்தது. தென்னாப்பிரிக்காவில், ஆங்கிலேயே ஆதரவாளரான ஜான் ஸ்மட்ஸ் பதவிக்கு வந்த பிறகு, கிளர்ச்சியாளர்களை ஒடுக்க இராணுவச் சட்டம் பிரகடனப்படுத்தப்பட்டது. ஷேஃபரும் அவனுடைய நண்பர்களும் தப்பி ஓட முயன்றபோது, அவர்களுடைய காரின் டயர்கள் சுடப்பட்டன. ஷேஃபர் மயிரிழையில் தப்பித்திருந்தான்.

ஷேஃபர் தன் தாய்மொழியான ஜெர்மன் மொழியில், தென்னாப்பிரிக்க நாட்டை, அதன் தட்பவெப்பநிலையை, ரேன்ட் சுரங்கத்தை, அதில் வேலை பார்த்தச் சுரங்கத் தொழிலாளர்களை, மற்றும் தன்னை வேலைக்கு அமர்த்தியிருந்த

---

1 தென்னாப்பிரிக்காவின் தலைநகரம்

கம்யூனிஸ்டுகளை வாய்க்கு வந்தபடி திட்டினான். பணம் வாங்கிக் கொண்டு கிளர்ச்சியில் ஈடுபட்ட ஒருவன் என்ற முறையில், அவன் ஜெர்மானிய செயல்திறனுடன் செயல்பட்டு வந்தான். ஆனால், முன்பு அவன் பல ஆண்டுகளாக பெல்ஜியத்தில் ஜெர்மானிய இராணுவத்தில் பணியாற்றி வந்திருந்ததால், கிளர்ச்சியாளர்களைவிட, ஸ்மட்ஸின் கட்டுப்பாடுகளுடன்கூடிய அணுகுமுறை அவனை அதிகமாகக் கவர்ந்தது.

சூரியன் தொடுவானத்திற்கு அருகே இருந்தது. விரைவில் குளிரான இரவு தொடங்கிவிடும். அவனால் எப்படியாவது தோழமையான பண்ணை எதையாவது கண்டுபிடிக்க முடிந்தால், இரவை அங்குக் கழிக்க முடியும். அதோடு, தன்னுடைய இலக்கான ஜொகானஸ்பர்கிற்கு எளிதாகச் செல்வதற்கான வழியையும் அவர்களிடமிருந்து அவனால் கேட்டு அறிந்து கொள்ள முடியும்.

அவனுக்கு இடப்புறம் திடீரென்று சோளப் பயிர்கள் தென்பட்டன.

“ஆகா! சோளம் தென்பட்டால், கண்டிப்பாக அருகில் ஒரு பண்ணைவீடு இருந்தாக வேண்டும்,” என்று அவன் தனக்குத் தானே கூறிக் கொண்டான்.

அவனுடைய கணிப்பு சரியாக இருந்தது. ஒரு கரடுமுரடான பாதை அந்தச் சாகுபடி நிலங்களுக்கு ஊடாகச் சென்றது. முதலில் அவனுடைய கண்களில் கால்நடைக் கொட்டில்கள்தாம் பட்டன. அவற்றை அவன் தவிர்த்தான். பின்னர், சற்று மேடான ஒரு பகுதியில் ஏறி அதன் உச்சிக்குச் சென்றபோது, ஒரு பண்ணைவீடு அவனுடைய பார்வையில் பட்டது. வழக்கமான பண்ணைவீடுகளைப்போலவே, அது ஒரு தாழ்வான கூரையைக் கொண்டிருந்தது. அதன் இருபுறமும் தாழ்வாரங்கள் இருந்தன.

அப்போது செஞ்சூரியன் தொடுவானில் வேகமாகக் கீழே இறங்கிக் கொண்டிருந்தான். அந்த வீட்டின் திறந்திருந்த வாசலில் ஒரு பெண் நின்று கொண்டிருந்தாள். அவன் தன் தொப்பியைத் தன் கண்களுக்கு அருகே இழுத்துவிட்டுக் கொண்டு, படியேறி வந்து அவளை அணுகினான்.

“இது ஹென்ஷெலின் பண்ணையா?” என்று அவன் கேட்டான்.

அந்தப் பெண் எதுவும் பேசாமல் வெறுமனே ஆமாம் என்பதுபோலத் தலையை ஆட்டினாள். அதைக் கேட்டு நிம்மதியடைந்த ஷேஃபர், அவளை உற்றுப் பார்த்தான். அவளுடைய நீலநிறக் கண்கள் அகலமாக விரிந்திருந்தன.

அவள் ஒரு டச்சுப் பெண்ணைப்போல இருந்தாள். அவனுக்கு அவளைப் போன்ற வடிவைக் கொண்ட டச்சுப் பெண்களை மிகவும் பிடிக்கும். பார்த்தால், அவள் நாற்பதை நெருங்கிக் கொண்டிருந்ததைப்போலத் தோன்றினாள். இலேசான நரையுடன் இருந்த அவளுடைய பொன்னிறத் தலைமுடி, நடுவில் பிரித்து வாரப்பட்டிருந்தது. அவளிடம் ஒரு கம்பீரமும் பெருமையும் பொங்கி வழிந்து கொண்டிருந்தன. ஒரு பெரும் பணக்காரரின் மனைவியின் தோற்றம் அவளுக்கு வாய்த்திருந்தது.

'இவளைப் பார்த்தால், பல குழந்தைகளுக்கு அம்மாபோலத் தோன்றுகிறாள். நன்றாகச் சமைப்பவளாகவும் இருந்தால் நன்றாக இருக்கும்,' என்று ஷேஃபர் நினைத்துக் கொண்டான்.

பெண்களிடம் அவன் எதிர்பார்த்த விஷயங்கள் பிற்போக்குத்தனமானவையாக இருந்தன.

"நான் வருவேன் என்பது ஹென்ஷெலுக்குத் தெரியும்," என்று கூறிய ஷேஃபர், தன் குரலைத் தாழ்த்திக் கொண்டு, "எனக்கு உருளைக்கிழங்கு பிடிக்கும்," என்று கூறினான். அது ஒரு சங்கேத வாசகம்.

அவன் எதிர்பார்த்த சங்கேத பதிலை அவள் கூறினாள்.

"நாங்களும் காய்கறி பயிரிடுபவர்கள்தாம்!" அவளுடைய வார்த்தைகள் சரியாக இருந்தன. ஆனால், அவளுடைய ஆங்கில உச்சரிப்பில் டச்சு மணம் வீசியது.

வேலையால் கறை படிந்து போயிருந்த தன்னுடைய பெரிய கையால் அவள் அவனுக்குப் பின்னால் சுட்டிக்காட்டி, "நீங்கள் ஜொகானஸ்பர்க்கிலிருந்து வருகிறீர்களா?" என்று கேட்டாள்.

அவன் அதை ஆமோதித்துத் தலையாட்டினான்.

"அங்கு வேலை முடிந்துவிட்டது. நான் மயிரிழையில் உயிர் தப்பினேன். பின்னர் இந்தப் புல்வெளியில் நான் என் வழியைத் தொலைத்தேன். எப்படியோ எதேச்சையாக நான் இங்கு வந்து சேர்ந்துள்ளேன்."

அந்த டச்சுப் பெண் அதை மறுத்துத் தலையசைத்தாள். அவளுடைய முகத்தில் ஒரு விநோதமான புன்னகை மலர்ந்தது.

"நீங்கள் எதேச்சையாக இங்கு வந்திருக்கவில்லை. கடவுள்தான் உங்களை இங்கு அனுப்பி வைத்துள்ளார். உள்ளே வாருங்கள்."

அது ஷேஃபருக்குப் பிடித்திருந்தது. ஏனெனில், சமய நம்பிக்கை கொண்ட பெண்களை அவனுக்குப் பிடிக்கும். அவள் சிறிது பின்னுக்கு விலகிக் கொண்டு அவன் உள்ளே செல்ல வழிவிட்டாள். அப்போதும் அவளுடைய முகத்தில் அந்த விநோதப் புன்னகை மறையவில்லை. ஒரு கணத்திற்கு,

இங்கு ஏதோ சரியில்லை என்ற எண்ணம் அவனுடைய மனத்தில் மின்னல் வேகத்தில் தோன்றி மறைந்தது. அதற்கு முக்கியத்துவம் கொடுக்காமல் அவன் அதை ஒதுக்கித் தள்ளினான்.

அந்த வீட்டின் வரவேற்பறையைச் சுற்றிலும் பல அறைகள் இருக்கும்படி அந்த வீடு கட்டப்பட்டிருந்தது. அந்த வரவேற்பறை இதமான குளிருடன் இருந்தது. அங்கிருந்த ஒரு மேசை, உணவு பரிமாறுவதற்காகத் தயார் நிலையில் இருந்தது. அவள் அவனுக்கு ஓர் அறையைக் காட்டினாள். அவன் அதற்குள் சென்று தன்னைச் சுத்தம் செய்து கொண்டு மீண்டும் அந்த வரவேற்பறைக்குத் திரும்பினான். அவன் நாள் முழுவதும் நடந்திருந்ததால், தன்னுடைய களைத்துப் போயிருந்த கால்களுக்கு ஓய்வளிப்பதற்காக அவன் தன்னுடைய காலணிகளைக் கழற்றியிருந்தான். அங்கு ஹென்ஷெல் உட்கார்ந்திருந்தார். அவர் ஓர் ஆங்கிலேயர். அவரைப் போன்ற நபர்களை அவன் நன்கு அறிவான். அவர் சளசளவென்று பேசிக் கொண்டிருந்தார். முதலாளித்துவவாதிகளின் சுரண்டல், ஏழைகளை வறுத்தெடுத்தப் பணக்காரரர்கள், சுரங்கங்களில் நிலவிய ஏற்றத்தாழ்வுகள், சுரங்கத் தொழிலாளர்களின் நம்புதற்கரிய தாங்குதிறன் போன்றவற்றைப் பற்றி அவர் பேசினார். ஷேஃபர் தன் உணவிலும் பானத்திலும் மட்டுமே குறியாக இருந்தாலும், அவர் கூறியவற்றுக்குத் தலையாட்டிக் கொண்டிருந்தான்.

இறுதியில் அவள் தலைகாட்டினாள். ஆவி பறந்து கொண்டிருந்த சூப் பாத்திரம் ஒன்றை அவள் கொண்டு வந்தாள். அந்த சூப்பை அவள் அவனுக்குப் பரிமாறினாள். அது மிகவும் சுவையாக இருந்தது. ஹென்ஷெல் தொடர்ந்து பேசிக் கொண்டிருந்தார். அவருடைய மனைவி அமைதியாக இருந்தாள். ஷேஃபர் கனைப்புகள் மற்றும் ஒற்றை வார்த்தைகளின் மூலம் பதிலளித்துக் கொண்டிருந்தான். ஹென்ஷெலின் மனைவி அடுத்தப் பதார்த்தத்தை எடுப்பதற்காக அங்கிருந்து அகன்றபோது, ஷேஃபர் ஹென்ஷலிடம், "உங்களுடைய மனைவி பிரமாதமாகச் சமைக்கிறார். நீங்கள் உண்மையிலேயே அதிர்ஷ்டசாலி. எல்லா டச்சுப் பெண்களுக்கும் சமைக்கத் தெரியாது," என்றான்.

ஹென்ஷெல் அவனை முறைத்துப் பார்த்தார்.

"என் மனைவி டச்சுக்காரி அல்லள்."

அதைக் கேட்டு ஷேஃபர் பெரும் வியப்படைந்தான். அவருடைய குரலின் தொனி, அவனிடம் ஏற்பட்டிருந்த அசௌகரிய உணர்வு ஆகியவை காரணமாக அவன்

அதற்கு மேல் அது குறித்து எதுவும் பேசவில்லை. ஆனாலும் அது அவனுக்கு விநோதமாக இருந்தது. ஏனெனில், அவள் கண்டிப்பாக ஒரு டச்சுப் பெண்மணிதான் என்று அவன் ஆணித்தரமாக நம்பினான்.

சாப்பாட்டிற்குப் பிறகு, அவன் தாழ்வாரத்தில் அமர்ந்து புகைபிடித்துக் கொண்டிருந்தான். அவனுக்குப் பின்னால் வீட்டுக்குள் இருந்த ஓர் அறையின் கதவு தட்டப்பட்டச் சத்தம் அவனுக்குக் கேட்டது. அதைத் தொடர்ந்து குதிரையின் குளம்பொலி அவனுக்குக் கேட்டது. அது அவனுக்கு இலேசான அசௌகரிய உணர்வைக் கொடுத்தது. பின் அந்தக் குளம்பொலி மெதுவாகத் தேய்ந்து மங்கியது. அப்போது அவன் திரும்பியபோது, ஹென்ஷெலின் மனைவி அவனுக்கு மிகவும் அருகே ஒரு காபி கோப்பையுடன் நின்று கொண்டிருந்ததைக் கண்டு அவன் திடுக்கிட்டான். அவனுக்கு அருகேயிருந்த ஒரு மேசையின்மீது அவள் அந்தக் கோப்பையை வைத்தாள்.

“நாளை காலை உங்களுடைய பயணத்திற்கு ஏற்பாடு செய்வதற்காக, என்னுடைய கணவர், குதிரையில் குளோயெட்டைப் பார்க்கச் சென்றிருக்கிறார்,” என்று அவள் விளக்கினாள்.

“ஓ, அப்படியா!”

ஆனாலும் அவனிடமிருந்த அசௌகரிய உணர்வு அவனைவிட்டு விலகாமல் இருந்தது.

“அவர் எப்போது திரும்பி வருவார்?”

“நள்ளிரவு தாண்டி.”

அவனுடைய அசௌகரிய உணர்வு இன்னும் வடிந்திருக்கவில்லை. ஆனால், தான் எதைக் கண்டு பயந்தோம் என்று அவன் தன்னைத் தானே கேட்டுக் கொண்டான். கண்டிப்பாக ஹென்ஷெல் தன்னைக் காவல்துறையினரிடம் ஒப்படைக்க மாட்டார் என்ற நம்பிக்கை அவனுக்கு இருந்தது. அவர் உண்மையிலேயே ஒரு புரட்சிவாதியாக இருந்தார். தான்தான் வீணாகப் பதற்றமாக இருந்து கொண்டிருந்தோம் என்பது அவனுக்குப் புரிந்தது. ஒரு ஜெர்மானியப் படைவீரனுக்கு இப்படிப்பட்டப் பதற்றங்கள் இருக்கக்கூடாது (ஆழ்மனரீதியாக அவன் எப்போதும் தன்னை ஒரு படைவீரனாகத்தான் நினைத்து வந்திருந்தான்). அவன் தன்னருகே வைக்கப்பட்டிருந்த காபியை எடுத்துப் பருகிவிட்டு முகம் சுளித்தான். இந்தத் தென்னாப்பிரிக்க வேளாண்குடியினரின் காபி ஏன் இவ்வளவு மோசமாக இருக்கிறது? அது காபி கொட்டைகளிலிருந்து தயாரிக்கப்படாமல், ஓக் மரக் கொட்டைகளிலிருந்து

தயாரிக்கப்படுகிறதுபோலும் என்று அவன் நினைத்துக் கொண்டான்.

அவன் காலிக் கோப்பையைக் கீழே வைத்தான். அப்போது, அவனுக்கு அருகே நின்று கொண்டிருந்த ஹென்ஷெலின் மனைவி ஆழமாகப் பெருமூச்செறிந்தாள். அவள் அங்கு இருந்ததையே அவன் கிட்டத்தட்ட மறந்துவிட்டிருந்தான்.

“உட்காரலாமே!” என்று அவன் அவளிடம் கூறினான்.

“இல்லை. நான் பாத்திரங்களை ஒழித்துப் போட வேண்டும், அவற்றைக் கழுவ வேண்டும், வீட்டை ஒழுங்குபடுத்த வேண்டும்.”

ஷேஃபர் அதை ஆமோதித்ததுபோலத் தலையசைத்தான்.

“குழந்தைகள் எல்லோரும் அதற்குள் படுக்கச் சென்றுவிட்டார்களா?” என்று அவன் கேட்டான்.

அவள் பதிலளிப்பதற்கு முன்பு சிறிது இடைவெளி விட்டாள்.

“எனக்குக் குழந்தைகள் இல்லை.”

அதைக் கேட்டு ஷேஃபர் வியந்தான். அவளைப் பார்த்தக் கணத்திலிருந்தே அவளைத் தாய்மையோடுதான் அவன் பிணைத்திருந்தான்.

அவள் அந்தக் காலிக் கோப்பையை எடுத்துக் கொண்டு உள்ளே சென்றாள். கதவருகே சென்றதும் தோள் பக்கமாகத் திரும்பி, “எனக்கு ஒரு குழந்தை இருந்தது. அது இறந்துவிட்டது,” என்று அவள் கூறினாள்.

“ஓ! கேட்பதற்கு வருத்தமாக இருக்கிறது,” என்று அவன் கனிவுடன் கூறினான்.

அதற்கு அவள் பதிலேதும் சொல்லவில்லை. அவள் அங்கு அசையாமல் நின்றாள். திடீரென்று அவனுடைய அசௌகரியம் நூறு மடங்காகப் பெருகி அவனிடம் திரும்பி வந்தது. அந்த அசௌகரிய உணர்வுக்கான காரணம் இப்போது அவனுக்குப் புரிந்தது. அதற்குக் காரணம் அந்த வீடோ, ஹென்ஷெலோ அல்ல. மெதுவாக நகர்ந்து கொண்டிருந்த, கம்பீரமாகக் காட்சியளித்த இந்தப் பெண்தான் காரணம் என்பது அவனுக்குப் புரிந்தது. இவள் ஆங்கிலேயப் பெண்மணியும் அல்லள், டச்சுக்காரியும் அல்லள். அப்படியானால், இவள் எந்த நாட்டைச் சேர்ந்தவள்? அவனுடைய ஆவல் பெருமளவுக்கு அதிகரித்திருந்ததால், அதை அவன் அவளிடமே நேரடியாகக் கேட்டுவிட்டான்.

“ஃபிளெமிஷ்.”[2]

அவள் அந்த வார்த்தையைக் கூறிவிட்டு விருட்டென்று அங்கிருந்து போய்விட்டாள். அதைக் கேட்டு ஏனோ ஷேஃபர் பதற்றமும் கலக்கமும் அடைந்தான்.

ஃபிளெமிஷ்! அவனுடைய மனம் தென்னாப்பிரிக்காவின் வெயில் கொளுத்திக் கொண்டிருந்த பீடபூமிகளிலிருந்து பெல்ஜியத்தின் சகதி நிலங்களுக்கும், பின் அங்கிருந்து இங்குமாக மாறி மாறி அலைபாய்ந்து கொண்டிருந்தது. டச்சு மொழி பேசிய ஃபிளெமிஷ் மக்களைப் பிரெஞ்சு மொழி பேசிய மக்களுக்குப் பிடிக்காது என்பதை ஷேஃபர் அறிவான்.

அவன் குழம்பிப் போயிருந்தான். அவன் இரண்டு மூன்று முறை கொட்டாவி விட்டான். அவன் படுக்கைக்குச் சென்று தூங்க விரும்பினான். ஆனால், அந்தக் காபியின் கசப்பு அவனுடைய நாக்கில் இன்னும் அப்படியே இருந்தது.

வீட்டுக்குள் ஒரு விளக்கு ஏற்றப்பட்டது. அவன் எழுந்து வாசலை நோக்கி நடந்தான். விநோதமாக அவனுடைய கால்கள் தள்ளாடின. வரவேற்பறையில் அந்தப் பெண் ஓர் எண்ணெய் விளக்குக்கு அருகே உட்கார்ந்து படித்துக் கொண்டிருந்தாள். அவளுடைய முழங்காலுக்கு அருகே இருந்த ஒரு தடிமனான புத்தகம் அவனுக்கு ஆறுதலளித்தது. அது பைபிள். பைபிளைப் படித்தப் பெண்களை அவனுக்குப் பிடிக்கும். அவனுக்கு சமய நம்பிக்கை உண்டு. அவனுடைய கடவுள் ஜெர்மானியக் கடவுள்; பைபிளின் பழைய ஏற்பாட்டுக் கடவுள்; இரத்தம் மற்றும் போர்க்களங்களுக்கான கடவுள்; மின்னல் மற்றும் இடிகளுக்கான கடவுள்; கோபத்திற்கும் பழிவாங்குதலுக்குமான கடவுள்.

அவன் தடுமாறியபடி ஒரு நாற்காலியில் தொப்பென்று விழுந்தான். தன்னுடைய கால்களுக்கு என்னவாயிற்று என்று அவன் யோசித்துக் கொண்டிருந்தான். தனக்குள் அலையலையாக வந்து கொண்டிருந்த கொட்டாவிகளை அடக்கிக் கொண்டு, ஒரு விநோதமான குரலில், “நீங்கள் பைபிளில் எந்த அதிகாரத்தைப் படித்துக் கொண்டிருக்கிறீர்கள்?” என்று அவளிடம் கேட்டான்.

அவள் நிமிர்ந்தாள். அவளுடைய நீல நிறக் கண்கள் அவனை ஊடுருவின. அவற்றின் ஆழத்தில், இனம் கண்டறிய முடியாத ஏதோ ஒன்று பொதிந்திருந்தது. அந்தப் பார்வையில் இருந்த வீரியத்தைக் கண்டபோது, தான் ஒரு பெண் தீர்க்கதரிசியைத்

---

2 மத்திய காலத்தில் ஃபிளான்டர்ஸ் என்ற பகுதியில் வாழ்ந்த இனக்குழுவினர். இப்போது, பிரான்ஸ், நெதர்லாந்து, பெல்ஜியம் ஆகிய நாடுகளில் இவர்கள் வசித்து வருகின்றனர்.

தரிசித்துக் கொண்டிருந்தோமோ என்று அவன் யோசித்தான்.

“நியாயாதிபதிகள், நான்காவது அதிகாரம்.[3]”

அவன் மீண்டும் கொட்டாவி விட்டுக் கொண்டே தலையாட்டினான். அவன் படுக்கச் செல்ல விரும்பினான். ஆனால் அவனால் எழுந்திருக்கவே முடியவில்லை. அவனுடைய இமைகள் மூடிக் கொண்டன.

அந்த அதிகாரம் எதைப் பற்றியது? அசௌகரிய உணர்வு மீண்டும் அவனுக்குள் முளைத்தது. அது பெருகி பயமாக உருவெடுத்தது. ஏதோ சரியில்லை. . . தூக்கம் அவனை வாரிச் சுருட்டிக் கொண்டது. அவன் அதன் அடியாழத்திற்குள் போனான்.

* * *

அவனுக்கு விழிப்பு வந்தது. அவன் சிரமப்பட்டுத் தனக்குள் பிரக்ஞையை வளர்த்துக் கொண்டான். நேரம் கடந்திருந்தது. ஏராளமான நேரம் கடந்திருக்க வேண்டும் என்று அவன் உறுதியாக நம்பினான். இப்போது அவன் எங்கிருந்தான்? அவன் அந்த விளக்கின் வெளிச்சத்தைக் கண்டு கண்களைச் சுருக்கினான். அவனுடைய கால்களும் கைகளும் பயங்கரமாக வலித்தன. அவனுக்கு என்னவோ செய்தது. அந்தக் காபியின் கசப்பு இன்னும் வாயிலேயே இருந்தது. ஆனால் இப்போது அவன் தரையில் கிடந்தான். அவனுடைய கைகளும் கால்களும் துண்டுகளால் கட்டப்பட்டிருந்தன. அவனுக்கு நேரே ஒரு பெண் நின்று கொண்டிருந்தாள். அவள் பார்க்க பயங்கரமாக இருந்தாள். அவள் ஒரு டச்சுக்காரி அல்லள். அவனைத் தாக்கியிருந்த பயத்தின் ஊடாக அவனுடைய பிரக்ஞை முழுமையாகத் திரும்பியிருந்தது. அவன் ஆபத்தில் இருந்தான். பெரும் ஆபத்தில் இருந்தான்.

அவன் விழித்துக் கொண்டதை அறிந்த அந்தப் பெண், அவனுடைய எண்ணத்தைப் படித்ததைப்போல அவனிடம் பேசினாள்.

“இப்போது நான் சொல்கிறேன். நீ பெல்ஜியத்தில் இருந்தபோது, ஊக்பிளாட் என்ற ஊரைக் கடந்து சென்றது உனக்கு நினைவிருக்கிறதா?”

அவனுக்கு அந்த ஊர் நினைவில் இருந்தது. அவன் தன் படையுடன் சென்றபோது கடந்து சென்ற ஒரு சிற்றூர் அது.

“நீ வேறு சில படைவீரர்களுடன் என்னுடைய வீட்டுக்கு

---

3 பைபிளின் இந்த அதிகாரம், தெபோரா என்ற தீர்க்கதரிசிப் பெண்ணின் வழிகாட்டுதலால் இஸ்ரேல் எப்படி விடுவிக்கப்பட்டது என்பதை எடுத்துரைக்கிறது.

வந்தாய். என்னுடைய முதல் கணவர் – நான் ஹென்ஷெலை மணந்து இரண்டு ஆண்டுகள்தான் ஆகின்றன – பெல்ஜிய இராணுவத்தில் சேர்ந்திருந்ததால் வீட்டில் இருக்கவில்லை. என் மகனுக்கு அப்போது நான்கு வயது. அவன் பயந்து அழுது கொண்டிருந்தான். வாயை மூடும்படி நீ அவனை அதட்டினாய். அவனால் அழுகையை நிறுத்த முடியவில்லை. நீ உடனே ஒரு பட்டாக்கத்தியை எடுத்து அவனுடைய கையை வெட்டி வீசியெறிந்தாய். 'இந்தக் கையால் இனி ஜெர்மனிக்கு எதிராக ஒருக்காலும் ஆயுதம் ஏந்த முடியாது!' என்று நீ கொக்கரித்தாய்."

"அது உண்மையல்ல!" என்று ஷேஃபர் உச்சக்குரலில் கத்தினான்."அப்படியே அது உண்மை என்றாலும், அது போர்!"

அதை அவள் பொருட்படுத்தவில்லை. அவள் தொடர்ந்து பேசினாள்.

"நான் உன் முகத்தில் அறைந்தேன். எந்தவோர் அம்மாவாக இருந்தாலும் அதைத்தான் செய்திருப்பாள். அடுத்து நீ என் குழந்தையை எட்டிப் பிடித்து அவனைத் தூக்கிச் சுவரில் மோதினாய்."

அவள் நிறுத்தினாள். அவளுடைய குரல் உடைந்தது. அவளுக்கு மூச்சிறைத்தது.

ஷேஃபர் பலவீனமாக முனகினான். தான் அதைச் செய்யவில்லை என்று மறுக்கின்ற முயற்சியில் இனியும் அவன் இறங்கவில்லை.

"அது போர் . . . அது போர் . . ."

அவனுடைய புருவங்களில் வியர்வை அரும்பியது. இப்போது அவன் இந்தப் பெண்ணுடன் தனியாக மாட்டிக் கொண்டிருந்தான். அவனுடைய உதவிக்கு வர, பல மைல் தூரத்திற்கு யாரும் இருக்கவில்லை.

"நீ இப்போது தாடி வளர்த்துள்ளபோதிலும், உன்னைப் பார்த்த உடனேயே நான் உன்னை அடையாளம் கண்டுகொண்டேன். ஆனால் நீ என்னை அடையாளம் தெரிந்து கொள்ளவில்லை. நீ இங்கு எதேச்சையாக வரவில்லை. கடவுள்தான் உன்னை என்னிடம் அனுப்பி வைத்திருக்கிறார் என்பதை நான் அறிவேன்."

அவளுடைய நெஞ்சு விம்மியது. அவளுடைய கண்களில் ஒரு வெறி தாண்டவமாடியது.

ஷேஃபரின் கடவுள்தான் அவளுடைய கடவுளும் – பழிவாங்குதலுக்கான கடவுள். பைபிளின் பழைய ஏற்பாட்டில் கூறப்பட்டுள்ள தீர்க்கதரிசி தெபோராவால் அவள் உத்வேகம்

பெற்றிருந்தாள்.

"கடவுள் உன்னை என் கைகளில் ஒப்படைத்திருக்கிறார்."

அவன் அவளுடன் வாதிட்டான், அவளிடம் மன்றாடினான், மன்னிப்புக் கேட்டுக் கெஞ்சினான், அவளை அச்சுறுத்தக்கூடச் செய்தான். ஆனால் அவள் மசியவில்லை.

"கடவுள் எனக்கு மற்றொரு சமிக்கையையும் அனுப்பி வைத்திருக்கிறார். இன்று இரவு நான் பைபிளை விரித்தபோது, நான் என்ன செய்ய வேண்டும் என்று கடவுள் விரும்பியிருந்தாரோ அந்த வரிகள் என் கண்களில் பட்டன: 'பெண்களிலேயே மிகவும் ஆசிர்வதிக்கப்பட்டவள் ஏபரின் மனைவியான யாகேல்' . . ."

பின் அவள் குனிந்து, தரையில் இருந்த ஒரு சுத்தியலையும், சில நீண்ட ஆணிகளையும் எடுத்தாள். . . ஷேஃபரின் வாயிலிருந்து ஒரு பெரும் கூக்குரல் எழுந்தது. இப்போது அவனுக்கு 'நியாயாதிபதிகள், நான்காவது அதிகாரம்' முழுமையாக நினைவுக்கு வந்தது: "யாகேல் ஒரு கூடார ஆணியை எடுத்து, சிசெரா என்ற படைத்தளபதியின் நெற்றியில் அதை வைத்து ஒரு சுத்தியலால் அடித்தாள். அது அவனுடைய தலையைத் துளைத்துச் சென்று தரையில் பதிந்தது. . ."

அந்தப் பெண், ஃபிளெமிஷ் மொழி உச்சரிப்புடன், ஆரவாரமாக, கண்கள் பளபளக்க, வெற்றிக் களிப்புடன் இவ்வாறு கூறினாள்:

"இன்று கடவுள் என் எதிரியை என் கரங்களில் ஒப்படைத்துள்ளார். . ."

நீல வண்ண ஜாடி மர்மம்

ஜாக் ஹார்ட்டிங்டன் கோல்ஃப் மைதானத்தில் தன் பந்துக்குப் பின்னால் நின்று கொண்டிருந்தான். தூரத்தைக் கணித்துவிட்டு, அவன் தன் மட்டையால் ஓங்கி இரண்டு முறை புல்லில் அடித்தான். புல்லோடு சேர்ந்து, தரையை ஒட்டி வளர்ந்திருந்த ஒரு பூவும் உடன் பறந்தது. அதையடுத்து, பந்தை அவன் குறி வைத்தான்.

ஜாக்கிற்கு இருபத்து நான்கு வயதுதான் ஆகியிருந்தது. அவனுடைய வாழ்நாள் இலட்சியம் கோல்ஃப் விளையாட்டில் ஒரு பெரிய ஆளாக வர வேண்டும் என்பதுதான். ஆனால், வாரத்தில் ஐந்தரை நாட்களைத் தன்னுடைய வேலையில் தொலைத்துக் கொண்டிருந்த அவனால், வாரத்திற்கு வெறும் ஒன்றரை நாட்களை மட்டுமே கோல்ஃப் விளையாட்டுக்காக அர்ப்பணிக்க முடிந்தது. அதனால், 'ஸ்டோர்டன் ஹெல்த் லிங்க்ஸ்' என்ற அந்த கோல்ஃப் மைதானத்திற்கு அருகேயிருந்த ஒரு சிறிய ஓட்டலில் அவன் ஓர் அறையெடுத்துத் தங்கினான். வாரத்தில் ஆறு நாட்கள், தினமும் காலையில் சரியாக ஆறு மணிக்கு அவன் அந்த கோல்ஃப் மைதானத்திற்கு வந்து ஒரு மணி நேரம் பயிற்சி செய்துவிட்டு, பிறகு தன்னுடைய அலுவலகத்திற்குப் போவதற்கான இரயிலைப் பிடிக்க ஓடினான்.

இதிலிருந்த ஒரே பிரச்சனை, அந்த அதிகாலை நேரத்தில் அவனுடைய உடல் அந்த விளையாட்டில் அவனுக்குப் பெரிதாக ஒத்துழைக்கவில்லை என்பதுதான். அவன் அடித்த முதல் அடியே சொதப்பலாக இருந்தது.

அவன் தனக்குத் தானே, "இடது கையை வலப்புறம் கொண்டு செல்ல வேண்டும், மேலே பார்க்கக்கூடாது," என்ற

வாசகத்தை ஒரு மந்திரம்போலத் திரும்பத் திரும்பக் கூறிக் கொண்டான்.

ஒரு நாள், அவன் தன் மட்டையைப் பின்னோக்கி உயர்த்தி அதைக் கீழே இறக்கவிருந்த நேரத்தில், காற்றைக் கிழித்துக் கொண்டு வந்த ஒரு கூக்குரல் கேட்டு அவன் கதிகலங்கிப் போய், பந்தை அடிப்பதை நிறுத்திவிட்டான்.

“கொலை! உதவுங்கள்! கொலை!” என்று அக்குரல் அலறியது.

அது ஒரு பெண்ணின் குரல்.

ஜாக் தன் மட்டையைத் தூக்கி எறிந்துவிட்டு, அந்தக் குரல் வந்த திசை நோக்கி ஓடினான். அது அருகே இருந்துதான் வந்தது. அந்தப் பகுதியில் ஒரு சில வீடுகளே இருந்தன. அவற்றில் அருகே இருந்தது ஒரே ஒரு வீடுதான். அது ஓர் அழகான வீடு. அது ஒரு பழங்கால வீட்டைப்போலத் தோற்றம் கொண்டிருந்ததால், ஜாக் அதைக் கவனித்திருந்தான். அந்த வீட்டை நோக்கித்தான் இப்போது அவன் ஓடிக் கொண்டிருந்தான். அது ஒரு மேட்டின் மறுபுறம் இருந்தது. அந்த இடத்திற்கு அவன் ஒரு நிமிடத்திற்குள் வந்து சேர்ந்திருந்தான். அதன் வெளிவாசல் கதவு சாத்தப்பட்டிருந்தது.

அந்த வீட்டின் தோட்டத்தில் ஒரு பெண் நின்று கொண்டிருந்தாள். அவள்தான் கத்தியிருந்திருக்க வேண்டும் என்ற இயல்பான முடிவுக்கு அவன் வந்தான். ஆனால், விரைவாக அவன் தன் மனத்தை மாற்றிக் கொண்டான்.

அவளுடைய கையில் ஒரு கூடை இருந்தது. அதில் பாதியளவு களைகள் நிரம்பியிருந்தன. அப்போதுதான் அவள் நீல நிற ‘பான்சி’ மலர்ப்பாத்தியில் களையெடுப்பை முடித்துவிட்டு நிமிர்ந்திருக்க வேண்டும் என்று அவனுக்குத் தோன்றியது. அவளுடைய கண்கள் அந்த மலர்களைப்போலவே இருந்தன, ஆனால் அவை நீல நிறத்தில் இல்லாமல் ஊதா நிறத்தில் இருந்தன. அவள் அணிந்திருந்த செவ்வூதா நிற கவுனோடு சேர்த்து அவளைப் பார்த்தபோது, அவளே ஒரு பான்சி மலரைப்போலக் காட்சியளித்தாள்.

அவள் திடீரென்று ஜாக் இருந்த திசையைப் பார்த்தபோது, வியப்புக்கும் எரிச்சலுக்கும் நடுவே ஓர் உணர்ச்சி அவளுடைய முகத்தில் தோன்றியது.

“மன்னித்துக் கொள்ளுங்கள். நீங்கள் ஏதாவது ஒரு கூக்குரலைக் கேட்டீர்களா?” என்று ஜாக் அவளிடம் கேட்டான்.

“நானா? இல்லையே,” என்று அவள் பதிலளித்தாள்.

அவளுடைய வியப்பு நிஜமாக இருந்ததால் ஜாக்குக்குக்

குழப்பம் ஏற்பட்டது. அவளுடைய குரல் மிருதுவாகவும் அழகாகவும் இருந்தது. அதில் வேற்று நாட்டு உச்சரிப்புச் சாயல் இழையோடியது.

“கண்டிப்பாக அது உங்களுடைய காதில் விழுந்திருக்க வேண்டும். அது இந்தத் திசையிலிருந்துதான் வந்தது,” என்று ஜாக் கூச்சலிட்டான்.

அவள் அவனை வெறித்துப் பார்த்தாள்.

“எனக்கு எந்தச் சத்தமும் கேட்கவில்லை.”

இப்போது ஜாக் அவளை வெறித்துப் பார்த்தான். உதவி கேட்டு எழுந்த கூச்சலை அவளால் கேட்டிருக்க முடியாது என்பது நம்பக்கூடியதாக இருக்கவில்லை. ஆனால், அதே நேரத்தில், அவள் பதற்றமின்றி இருந்தது அவள் அவனிடம் பொய் சொல்லிக் கொண்டிருக்கவில்லை என்பதை எடுத்துரைத்தது.

“அந்தச் சத்தம் இந்த இடத்திற்கு அருகே இருந்துதான் வந்தது,” என்று அவன் விடாப்பிடியாகக் கூறினான்.

இப்போது அவள் அவனைச் சந்தேகக் கண்களுடன் பார்த்தாள்.

“அந்தக் குரல் என்ன சொல்லியது?”

“ ‘கொலை! உதவுங்கள்! கொலை!’ என்றது அந்தக் குரல்.”

“கொலை! உதவுங்கள்! கொலை!” என்று அவன் சொன்னதைத் திருப்பிச் சொல்லிப் பார்த்த அந்தப் பெண், “யாரோ உங்களிடம் வேடிக்கைக்காக அப்படிச் செய்திருக்க வேண்டும். இங்கு யார் கொலை செய்யப்படக்கூடும்?” என்ற கேள்வியை எழுப்பினாள்.

அது தன்னுடைய கற்பனையல்ல, தான் கேட்டக் குரல் நிஜமானதுதான் என்பதில் அவன் உறுதியாக இருந்தான். அவன் அந்த வீட்டின் சன்னல்களைப் பார்த்தான். அங்கு அமைதி நிலவியது.

“நீங்கள் எங்களுடைய வீட்டுக்குள் நுழைந்து சோதனையிடப் போகிறீர்களா?” என்று அவள் கேட்டாள்.

“என்னை மன்னியுங்கள். அந்தச் சத்தம் ஒருவேளை உங்கள் வீட்டுக்குப் பின்னாலுள்ள வனப் பகுதியிலிருந்து வந்திருக்கலாம்,” என்று கூறிவிட்டு அவன் திரும்பினான்.

அவன் தன் தோளுக்குப் பின்னால் நோக்கியபோது, அந்தப் பெண், தன் களையெடுப்பு வேலைகளைத் தொடர்ந்து கொண்டிருந்ததைக் கண்டான்.

சிறிது நேரம் அவன் அந்த வனப் பகுதியில் தேடினான். அங்கு அசம்பாவிதம் நடந்திருப்பதற்கான அறிகுறிகள் எதையும் அவனால் கண்டுபிடிக்க முடியவில்லை. அதனால், அவன்

தன் முயற்சியைக் கைவிட்டுவிட்டு, தன் இரயிலைப் பிடிக்க அவசரமாக ஓடினான். ஆனால், அவன் அந்த இரயிலில் ஏறி அமர்ந்த பிறகு அவனைக் குற்றவுணர்வு பிடுங்கித் தின்றது. தான் உடனே காவல்துறையினரிடம் சென்றிருக்க வேண்டுமோ என்று அவன் யோசித்தான். அதற்கு அந்தப் பான்சி மலர்த் தேவதைதான் காரணம். அவன் காவல்நிலையத்திற்குச் சென்றிருந்தால், அவள் அவனைச் சந்தேகித்திருந்ததுபோலவே காவல்துறையும் அவனைச் சந்தேகித்திருக்கக்கூடும். தனக்கு உண்மையிலேயே அந்தச் சத்தம் கேட்டிருந்ததா என்ற சந்தேகம் இப்போது அவனுக்கே வரத் துவங்கியிருந்தது.

ஒருவேளை தான் ஒரு பறவையின் குரலை அப்படி நினைத்திருக்கக்கூடுமோ என்ற கோணத்தில் அவன் யோசித்தான். பிறகு உடனே அவன் அந்த யோசனையைக் கைவிட்டான். அது கண்டிப்பாக ஒரு பெண்ணின் குரல்தான் என்பதில் அவன் உறுதியாக இருந்தான். அந்தச் சத்தம் கேட்பதற்கு முன்பு அவன் தன் கைக்கடிகாரத்தைப் பார்த்திருந்தான். அப்போது மணி 7.25. ஏதாவது கண்டுபிடிக்கப்பட்டால், இந்தத் தகவல் காவல்துறையினருக்கு உதவும் என்று அவன் நினைத்துக் கொண்டான்.

அன்று இரவு அவன் வீடு திரும்பிய பிறகு, அப்பகுதியில் குற்றம் ஏதும் நிகழ்ந்திருந்ததா என்பதை அறிந்து கொள்ள அன்றைய மாலைப் பத்திரிகைச் செய்திகளை அவன் அலசினான். அது போன்ற செய்தி எதுவும் அப்பத்திரிகைகளில் இடம் பெறவில்லை. தான் அது குறித்து ஆசுவாசம் கொள்ள வேண்டுமா அல்லது ஏமாற்றம் கொள்ள வேண்டுமா என்பது புரியாமல் அவன் குழம்பினான்.

மறுநாள் காலையில் மழை பெய்து தரை ஈரமாக இருந்ததால், அவன் கோல்ஃப் மைதானத்திற்குச் செல்லவில்லை. தீவிரமான கோல்ஃப் ஆட்டக்காரர்களைக்கூட உற்சாகமிழக்க வைக்கக்கூடிய வானிலை அது. அன்று காலையில் அவன் அதிக நேரம் தூங்கிவிட்டு, கடைசி நேரத்தில் எழுந்து எதையோ கொறித்துவிட்டு, ஓடிச் சென்று இரயிலைப் பிடித்தான். இரயிலில் ஏறியதும் காலைநேர தினசரியை அவன் புரட்டினான். எந்தச் செய்தியும் வந்திருக்கவில்லை. மாலையில் வீடு திரும்பியதும் மாலைப் பத்திரிகைகளைத் தேடினான். அவற்றிலும் எதுவும் இடம் பெறவில்லை.

அதற்கு அடுத்த நாள் அவன் சீக்கிரமாகவே கோல்ஃப் மைதானத்திற்குக் கிளம்பினான். வழியில் அவன் அந்த வீட்டைக் கடந்து சென்றான். அப்போது அவன் ஓரக்கண்ணால் பார்த்தபோது, அந்தப் பெண் தோட்டத்தில் இருந்ததைக்

கண்டான். அது அவளுக்கு ஒரு பழக்கமாக ஆகிவிட்டிருக்க வேண்டும் என்று அவன் நினைத்துக் கொண்டான்.

ஆட்டத்தின் நடுவில் அவன் தன் கைக்கடிகாரத்தைப் பார்த்தான்.

'மணி இப்போது சரியாக 7.25,' என்று அவன் தனக்குள் முணுமுணுத்துக் கொண்டான். அதே நேரம்–

அவனுடைய வார்த்தைகள் அவனுடைய வாய்க்குள்ளேயே உறைந்து நின்றன. அவனுக்குப் பின்னாலிருந்து அதே குரல் ஒலித்தது. கடந்த முறையைப்போலவே இப்போதும் அக்குரல் அவனைத் திடுக்கிட வைத்தது. வேதனையில் இருந்த ஒரு பெண்ணின் குரல் அது.

"கொலை! உதவுங்கள்! கொலை!"

ஜாக் பாய்ந்து ஓடினான். அந்தப் பான்சி மலர்ப் பெண் தன்னுடைய வீட்டின் வெளிவாசல் கதவருகே நின்று கொண்டிருந்தாள். அவளிடமும் ஒரு திகைப்பு காணப்பட்டது. அதைக் கண்ட ஜாக், அவளிடம் ஓடிச் சென்று, "இம்முறை உங்களுக்குக் கேட்டது, இல்லையா?" என்று கேட்டான்.

அவளுடைய கண்களில் சில உணர்ச்சிகள் தோன்றின. அவை என்னவென்று அவனால் புரிந்து கொள்ள முடியவில்லை. ஆனால், அவன் அவளை நெருங்கியதும் அவள் தன்னை உள்ளே இழுத்துக் கொண்டாள். வீட்டுக்குள் ஓடிவிடலாமா என்று யோசித்ததுபோல அவள் தன் வீட்டையும் ஓரக்கண்ணால் பார்த்தாள்.

அவன் கேட்டக் கேள்விக்கு 'இல்லை' என்பதுபோலத் தலையை ஆட்டிவிட்டு அவள் அவன்ன வெறித்துப் பார்த்தாள்.

"எனக்கு எதுவும் கேட்கவில்லை."

அவனுடைய இரண்டு கண்களுக்கும் இடையே ஒரு குத்துவிட்டதுபோல இருந்தது அது. அவளுடைய குரலில் தொனித்த நேர்மையின் காரணமாக அவளை அவனால் நம்பாதிருக்கவும் முடியவில்லை. ஆனாலும் தன்னால் அந்தக் குரலைக் கற்பனை செய்திருக்க முடியாது என்று அவன் நினைத்தான்.

அப்போது அவள் அவனிடம், "நீங்கள் குண்டுவெடிப்பு அதிர்ச்சியால் பாதிக்கப்பட்டிருந்தீர்களா?" என்று மென்மையாகக் கேட்டாள். அதில் அனுதாபம் இழையோடியது.

தன் முகத்தில் குளிர்ந்த நீரை வீசியெறிந்ததைப்போல, ஒருவேளை அவள் கூறியது சரியாக இருக்குமோ என்ற எண்ணம் அவனிடம் திடீரென்று தோன்றியது. அவன் மனப்பிரமையால் அவதிப்பட்டுக் கொண்டிருந்தானா? அந்த யோசனையின் தீவிரத்தை அலசிக் கொண்டிருந்த அவன்,

அதற்கு மேல் ஒரு வார்த்தைகூடப் பேசாமல் அங்கிருந்து கிளம்பினான். அவனைப் பார்த்துக் கொண்டிருந்த அந்தப் பெண், பெருமூச்சு விட்டுவிட்டு மீண்டும் தோட்ட வேலையில் இறங்கினாள்.

'நான் மீண்டும் 7.25 மணிக்கு அதே குரலைக் கேட்டால், ஏதோ ஒரு மனப்பிரமையால் நான் ஆட்கொள்ளப்பட்டிருக்கிறேன் என்பது உறுதியாகிவிடும்," என்று ஜாக் தனக்குள் கூறிக் கொண்டான். 'ஆனால், அப்படி நடக்கப் போவதில்லை,' என்று அவன் தனக்குத் தானே ஆறுதலும் சொல்லிக் கொண்டான்.

அன்று முழுவதும் அவன் பதற்றத்துடனேயே இருந்தான். இரவு படுக்கச் செல்வதற்கு முன்பாக, நாளை இதற்கு ஒரு முடிவு கட்டிவிட வேண்டும் என்று அவன் உறுதியெடுத்துக் கொண்டான்.

அதன் காரணமாக அவனால் வெகுநேரம் தூங்க முடியவில்லை. காலையில் தாமதமாகத்தான் அவன் எழுந்திருந்தான். அவன் கோல்ஃப் மைதானத்திற்குச் சென்றபோது மணி 7.20. அந்தக் குரல் வழக்கமாகக் கேட்ட இடத்திற்கு 7.25 மணிக்குள் தன்னால் செல்ல முடியாது என்பது அவனுக்குப் புரிந்தது. ஆனால், அது தன்னுடைய மனப்பிரமையாக இருக்கும் பட்சத்தில் தன்னால் அக்குரலை எங்கிருந்து வேண்டுமானாலும் கேட்க முடியுமே என்று அவன் தன்னைச் சமாதானப்படுத்திக் கொண்டான். தன் கைக்கடிகாரத்தைப் பார்த்துக் கொண்டே அவன் ஓடத் துவங்கினான்.

7.25. அப்போது தொலைதூரத்திலிருந்து அவனுக்கு அந்தப் பெண்ணின் குரல் கேட்டது. அது தெளிவாக இல்லை. அது அவன் முன்பு கேட்டிருந்த அதே குரல்தான் என்பதிலும், அது அந்த வீட்டுக்கு அருகே இருந்த ஓரிடத்திலிருந்துதான் ஒலித்துக் கொண்டிருந்தது என்பதிலும் அவனுக்கு எந்தவிதமான சந்தேகமும் இருக்கவில்லை.

விநோதமாக, இந்த உண்மை அவனுக்கு ஆறுதலளித்தது. அது ஒரு புரட்டாக இருக்கக்கூடும். ஒருவேளை அந்தப் பெண்ணே அப்படிப்பட்ட ஒரு காரியத்தைச் செய்து கொண்டிருக்கலாம். அவன் தன் கோல்ஃப் மட்டையை எடுத்து அந்த வீட்டை நோக்கித் தன் பந்தை அடிக்கத் துவங்கினான்.

அவன் அந்த வீட்டை அடைந்தபோது, அந்தப் பெண் வழக்கம்போலத் தோட்டத்தில் இருந்தாள். அவன் அருகே சென்றபோது, அவள் அவனை நிமிர்ந்து பார்த்தாள். அவன் மரியாதை நிமித்தமாகத் தன் தொப்பியை இலேசாகத் தூக்கி

விட்டுவிட்டு, சிறிது கூச்சத்துடன் அவளுக்குக் காலை வணக்கம் சொன்னான். இன்று அவள் முந்தைய நாட்களைவிட மிகவும் அழகாக இருந்ததாக அவனுக்குத் தோன்றியது.

"இன்று வானம் தெளிவாக இருக்கிறது, இல்லையா?" என்றான் அவன்.

"ஆமாம். அது உண்மைதான்."

"தோட்டத்திற்கு உகந்த நாள் என்று நினைக்கிறேன், சரிதானே?"

அந்தப் பெண் அவனை நோக்கிப் புன்னகைத்தாள். அப்போது அவளுடைய கன்னத்தில் ஓர் அழகான குழி விழுந்தது.

"இல்லை. என் பூச்செடிகளுக்கு மழைதான் தேவை. அவை எவ்வளவு வாடிப் போய் இருக்கின்றன என்று நீங்களே பாருங்கள்."

அவளுடைய அழைப்பை அவன் ஏற்றுக் கொண்டான். கோல்ஃப் மைதானத்திலிருந்து அவளுடைய வீட்டுத் தோட்டத்தைப் பிரித்திருந்த இடுப்புயரப் புதர் வேலிகளைத் தாண்டி அவன் எட்டிப் பார்த்தான்.

"பார்ப்பதற்கு அவை நன்றாக இருப்பதுபோலத்தான் எனக்குத் தெரிகின்றன," என்றான் அவன்.

"செடிகளுக்கு எப்போதுமே மழை தேவை. ஆனால், மனிதர்களின் ஆரோக்கியத்திற்கு வெயில் தேவை. இன்று நீங்கள் முன்பைவிட நன்றாக இருப்பதுபோல எனக்குத் தோன்றுகிறது."

அவளுடைய ஊக்குவிக்கும் தொனி அவனுக்கு எரிச்சலூட்டியது.

'அவள் என்னை வார்த்தைகளின் மூலம் தேற்றப் பார்க்கிறாள்,' என்று அவன் நினைத்துக் கொண்டான்.

"ஆமாம், நான் நல்ல ஆரோக்கியத்துடன் இருக்கிறேன்," என்று அவன் எரிச்சலுடன் கூறினான்.

"அது நல்லதுதானே?"

அவள் தன்னை நம்பவில்லை என்ற எரிச்சலூட்டுகின்ற உணர்வு அவனுக்கு ஏற்பட்டது.

அவன் மேலும் சிறிது நேரம் விளையாடிவிட்டு, காலை உணவு உண்ணச் சென்றான். அப்போது, அருகிலிருந்த ஒரு மேசையில் அமர்ந்திருந்த ஒருவர் தன்னையே கவனித்துக் கொண்டிருந்ததை அவன் அவதானித்தான். அவருக்கு நடுத்தர வயது இருக்கும். அவருடைய முகம் கம்பீரத்தை வெளிப்படுத்தியது. அவர் ஒரு சிறிய கருந்தாடி வைத்திருந்தார். அவருடைய சாம்பல் நிறக் கண்கள் அவனைத்

துளைத்துவிடுவதுபோலப் பார்த்தன. அவருடைய தோரணை, சமூகத்தில் அவர் ஓர் உயர்ந்த அந்தஸ்தில் இருந்ததைப் பறைசாற்றியது. அவனுக்கு அவருடைய பெயர்கூடத் தெரியும். அவர் பெயர் லேவிங்டன். அவர் ஒரு சிறப்பு மருத்துவர் என்பதை அவன் அறிவான். அவன் அடிக்கடி ஹார்லி தெருவுக்குப் போகாதவன் என்பதால், அதற்கு மேல் அவரைப் பற்றி அவனுக்கு எதுவும் தெரிந்திருக்கவில்லை.

ஆனால், இன்று அவர் தன்னை அளவெடுத்துக் கொண்டிருந்ததுபோலப் பார்த்துக் கொண்டிருந்தது அவனுக்குச் சிறிது பயத்தைக் கொடுத்தது. தன்னுடைய இரகசியம் தன்னுடைய முகத்தின்மீது எழுதி ஒட்டப்பட்டிருந்ததோ என்று அவன் யோசித்தான். ஒரு மருத்துவ வல்லுநரான அவரால் தன் மூளைக்குள் ஊடுருவிப் பார்த்து அதில் ஏதோ சரியில்லை என்பதை உணர்ந்து கொள்ள முடியுமா என்று அவன் யோசித்தான்.

அந்த எண்ணம் ஜாக்கிற்கு நடுக்கத்தைக் கொடுத்தது. அவன் உண்மையிலேயே பைத்தியமாகிக் கொண்டிருந்தானா? இந்த மொத்த விஷயமும் ஓர் ஏமாற்று வேலையா அல்லது ஒரு பெரும் புரட்டா?

இதைத் தெளிவுபடுத்திக் கொள்வதற்குத் தன் முன்னால் ஓர் எளிய வழி இருந்ததை அவன் உணர்ந்தான். இதுவரை அவனுக்கு அந்தக் குரல் கேட்ட நேரத்தில் அவன் தனியாகத்தான் இருந்திருந்தான். அவனுடன் இன்னொரு நபரும் இருந்தால்? அப்போது மூன்று விஷயங்களில் ஒன்று நிகழக்கூடும். ஒன்று, அந்தக் குரல் மௌனமாகிவிடக்கூடும். அல்லது, அவர்கள் இருவராலும் அதைக் கேட்க முடியும். அல்லது, அக்குரல் அவனுக்கு மட்டும் கேட்கக்கூடும்.

அன்று மாலை, அவன் தன் திட்டத்தை நிறைவேற்றுவதில் இறங்கினான். அவன் லேவிங்டனைத் தன்னுடன் அழைத்துச் செல்ல விரும்பினான். அவன் அவரை அணுகியபோது, அவர்களுக்கிடையே ஓர் இயல்பான உரையாடல் முளைவிட்டது. அவரும் அப்படிப்பட்ட உரையாடலுக்காகக் காத்துக் கொண்டிருந்திருக்கக்கூடும். ஏதோ காரணத்திற்காக ஜாக் அவருக்கு சுவாரசியம் ஏற்படுத்தியிருந்தான். அதனால், காலை உணவுக்கு முன்பாகத் தன்னுடன் சிறிது நேரம் கோல்ஃப் விளையாட வருமாறு அவன் அவரை அழைத்தபோது, அவர் உடனடியாக அதற்கு ஒத்துக் கொண்டார். அதற்கடுத்த நாள் காலையில் இருவரும் சேர்ந்து விளையாட அவர்கள் ஒப்புக் கொண்டனர்.

மறுநாள் காலையில் அவர்கள் ஏழு மணிக்குச் சற்று

முன்பாகத் தங்களுடைய ஆட்டத்தைத் தொடங்கினர். கோல்ஃப் விளையாடுவதற்கு ஏற்ற வானிலை நிலவியது. வானம் மேகங்களற்றுத் தெளிவாக இருந்தது. காற்று வீசவில்லை. அதிகச் சூடாகவும் இருக்கவில்லை. டாக்டர் நன்றாக விளையாடினார். ஜாக் வழக்கத்தைவிட மோசமாக விளையாடினான். அவனுடைய மனம் அடுத்து வரவிருந்த நெருக்கடியின்மீதே குவிந்திருந்தது. அவன் திருட்டுத்தனமாக அவ்வப்போது தன் கைக்கடிகாரத்தைப் பார்த்துக் கொண்டான். அவர்கள் 7.20 மணியளவில் விளையாட்டின் ஊடாக அந்த வீட்டைத் தாண்டிச் சென்றனர்.

அந்தப் பெண் வழக்கம்போலத் தன் வீட்டுத் தோட்டத்தில் இருந்தாள். ஆனால், இம்முறை அவள் நிமிர்ந்து பார்க்கவில்லை.

கோல்ஃப் குழிக்கு அருகே ஜாக்கின் பந்து கிடந்தது. சற்றுத் தள்ளி டாக்டரின் பந்து கிடந்தது.

"நான் இந்தக் குழிக்குள் என் பந்தை வெற்றிகரமாகத் தள்ளப் போகிறேன்," என்று கூறிய டாக்டர், குனிந்து அந்தப் பந்தை அடிக்க வேண்டிய நேர்க்கோட்டைக் கணித்துக் கொண்டிருந்தார்.

ஜாக் அசையாமல் நின்றபடி தன் கைக்கடிகாரத்தையே பார்த்துக் கொண்டிருந்தான். அப்போது மணி துல்லியமாக 7.25.

டாக்டர் அடித்தப் பந்து அந்தக் குழியை நோக்கி நகர்ந்து, அதன் முனையில் ஒரு கணம் தயங்கி நின்று, பின் மெதுவாக அதற்குள் விழுந்தது.

"நல்ல அடி," என்றான் ஜாக். அவனுடைய குரல், அவனுடைய குரலைப்போலவே இருக்கவில்லை. அது கரடுமுரடாக இருந்தது. அவன் மிகுந்த ஆசுவாசத்துடன் தன் கைக்கடிகாரத்தைத் தன் மணிக்கட்டில் சிறிது பின்னுக்குத் தள்ளிவிட்டான். எதுவுமே நிகழவில்லை. அவனைப் பிடித்திருந்த மாயக்கட்டு விலக்கிக் கொள்ளப்பட்டிருந்தது.

"உங்களால் சில நிமிடங்கள் காத்திருக்க முடியுமா? நான் என் பைப்பில் புகைபிடித்துக் கொள்கிறேன்," என்றான் ஜாக்.

அவர்கள் சிறிது நேரம் ஓய்வெடுத்தனர். ஜாக் தன் பைப்பைப் பற்ற வைத்தான். அப்போது அவனுடைய கை சிறிது நடுங்கியது. அவனுடைய மனத்திலிருந்து ஒரு பெரும் பாரம் விலகியிருந்ததுபோல இருந்தது.

அவர்கள் அடுத்தக் குழிக்குச் சென்றனர். ஜாக் அவரிடம், "டாக்டர், இப்போது உங்களுடைய முறை," என்றான்.

அக்கணத்தில்தான் அது வந்தது. டாக்டர் அடித்துக் கொண்டிருந்த துல்லியமான அக்கணத்தில் அது வந்தது. ஒரு

பெண்ணின் குரல்! உச்சஸ்தாயியில் ஒலித்தக் குரல்.

“கொலை! உதவுங்கள்! கொலை!”

ஜாக்கின் கையிலிருந்த பைப் நழுவியது. அக்குரல் வந்த திசையை நோக்கி அவன் சுழன்று திரும்பினான். பின் நினைவு வந்தவனாக, தன்னுடன் வந்திருந்த டாக்டரை நோக்கி அவன் தன் பார்வையைச் செலுத்தினான்.

தான் அடித்தப் பந்து எங்குச் சென்று கொண்டிருந்தது என்று பார்த்துக் கொண்டிருந்த டாக்டர், “நான் இன்னும் கொஞ்சம் வேகமாக அடித்திருக்க வேண்டும்,” என்றார்.

அப்படியானால், அவருக்கு எதுவும் கேட்டிருக்கவில்லை.

ஜாக்கிற்குத் தலை சுற்றியது. தள்ளாடியபடி அவன் ஓரிரு அடிகள் எடுத்து வைத்தான். அவனுக்கு சுயநினைவு வந்தபோது, தான் தரையில் படுத்திருந்ததை அவன் கண்டான். டாக்டர் அவனைக் குனிந்து பார்த்துக் கொண்டிருந்தார்.

“உங்களை ஆசுவாசப்படுத்திக் கொள்ளுங்கள்,” என்று அவர் அவனிடம் கூறினார்.

“எனக்கு என்ன ஆயிற்று?”

“நீங்கள் மயங்கிவிட்டீர்கள்.”

“அடக் கடவுளே!” என்று கூறிவிட்டு ஜாக் முனகினான்.

“உங்களுடைய மனத்தை ஏதாவது அரித்துக் கொண்டிருக்கிறதா?”

“அதைப் பற்றி நான் உங்களிடம் சொல்கிறேன். ஆனால், அதற்கு முன்பு நான் உங்களிடம் ஒன்றைக் கேட்க விரும்புகிறேன்.”

டாக்டர் தன்னுடைய பைப்பைப் பற்ற வைத்துக் கொண்டு, அங்கிருந்த கரையில் உட்கார்ந்தார்.

“என்ன வேண்டுமானாலும் கேளுங்கள்.”

“கடந்த இரண்டு நாட்களாக நீங்கள் என்னை அவதானித்து வந்துள்ளதை நான் அறிவேன். என்னை எதற்காக உற்றுப் பார்த்துக் கொண்டிருந்தீர்கள்?”

டாக்டரின் கண்களில் ஒரு மினுமினுப்பு தோன்றியது.

“இது ஓர் அசௌகரியமான கேள்வி. ஒரு பூனையால் ஒரு இராஜாவைப் பார்க்க முடியும்.”

“பேச்சை மாற்றாதீர்கள். அதை நான் தெரிந்து கொள்ள மிகவும் ஆவலாக இருக்கிறேன். உங்களிடம் நான் அதைக் கேட்பதற்கு என்னிடம் ஒரு நியாயமான காரணம் இருக்கிறது.”

டாக்டரின் முகம் தீவிரமாயிற்று.

“உங்களுடைய கேள்விக்கு நான் நேர்மையாகவே பதிலளிக்கிறேன். கடந்த இரண்டு நாட்களாக, நீங்கள் கடும் மன அழுத்தத்திற்கு ஆளாகியுள்ள ஒரு நபரைப்போல

நடந்து கொண்டீர்கள். உங்கள் மன அழுத்தத்திற்கான காரணம் என்னவாக இருக்கும் என்று நான் யோசித்துக் கொண்டிருந்தேன்.”

“அதை என்னால் எளிதாக விளக்கிவிட முடியும். எனக்குப் பைத்தியம் பிடித்துக் கொண்டிருக்கிறது,” என்று ஜாக் விரக்தியாகக் கூறினான்.

பின்னர் அவன் சிறிது இடைவெளி விட்டான். ஆனால், அது அவன் எதிர்பார்த்திருந்த விளைவை டாக்டர்மீது ஏற்படுத்தாமல் இருந்ததால், அவன் முதலில் சொன்னதையே மீண்டும் சொன்னான்.

“எனக்குப் பைத்தியம் பிடித்துக் கொண்டிருக்கிறது.”

“இது விநோதமாக இருக்கிறது.”

அது ஜாக்கிற்குக் கோபத்தை வரவழைத்தது.

“உங்களுக்கு அப்படி மட்டும்தான் தோன்றுகிறதா? டாக்டர்கள் கல்நெஞ்சக்காரர்கள்.”

“ஹலோ! நீங்கள் பொத்தம்பொதுவாகப் பேசுகிறீர்கள். நான் மருத்துவத்தில் பட்டம் பெற்றுள்ளபோதிலும், நான் யாருக்கும் மருத்துவம் பார்த்துக் கொண்டிருக்கவில்லை. சரியாகச் சொல்ல வேண்டுமென்றால், நான் உடல் நோய்களைக் குணப்படுத்துகின்ற ஒரு மருத்துவன் அல்லன்.”

ஜாக் அவரை உற்றுப் பார்த்தான்.

“அப்படியானால், மன நோய்களைக் குணப்படுத்துகின்ற நபரா நீங்கள்?”

“ஒருவிதத்தில் பார்த்தால் அது சரிதான். ஆனால் என்னை நான் ஆன்மாவிற்கான மருத்துவன் என்று கூறிக் கொள்வதையே விரும்புகிறேன்.”

“ஓ!”

“உங்களுடைய தொனியில் ஓர் ஏளனம் இழையோடுவதை என்னால் உணர முடிகிறது. ஆனாலும், உடலிலிருந்து தனித்து இயங்கக்கூடிய ஓர் அம்சத்தை நாம் ஏதாவது ஒரு பெயரில் அழைத்துத்தானே ஆக வேண்டும்? அதற்கு இடப்பட்டுள்ள ஒரு பெயர்தான் ஆன்மா. அது ஆன்மிகவாதிகளின் கண்டுபிடிப்பு அல்ல. ஆன்மா என்ற வார்த்தை உங்களுக்குப் பிடிக்காவிட்டால், ஆழ்மனம் என்ற வார்த்தையைப் பயன்படுத்திக் கொள்ளுங்கள். அல்லது உங்களுக்குப் பிடித்த வேறொரு வார்த்தையைப் பயன்படுத்திக் கொள்ளுங்கள். உங்களுடைய கூற்று விநோதமானதாக இருப்பதாக நான் கூறியதற்கு என்ன காரணம் தெரியுமா? சமநிலையுடனும் இயல்பாகவும் இருக்கின்ற உங்களைப் போன்ற ஓர் இளைஞர் தனக்குப் பைத்தியம் பிடித்துக் கொண்டிருக்கிறது என்று

கூறுவது எனக்கு உண்மையிலேயே விநோதமாகப் பட்டது.”

“எனக்கு மனப்பிறழ்ச்சி ஏற்பட்டுள்ளது.”

“நான் இப்படிச் சொல்வதற்கு நீங்கள் மன்னிக்க வேண்டும். நீங்கள் சொல்வதை நான் நம்பவில்லை.”

“நான் மனப்பிரமையால் அவதிப்பட்டுக் கொண்டிருக்கிறேன்.”

“இரவு உணவுக்குப் பிறகா?”

“இல்லை. காலையில்.”

டாக்டர் அணைந்து போயிருந்த தன் பைப்பை மீண்டும் பற்ற வைத்தவாறு, “நடக்காத காரியம்,” என்றார்.

“பிறருக்குக் கேட்காத விஷயங்கள் எனக்குக் கேட்கின்றன.”

“ஆயிரத்தில் ஒருவனால் வெறுங்கண்களால் வியாழன் கிரகத்தின் நிலவுகளைப் பார்க்க முடியும். மீதியுள்ள தொள்ளாயிரத்துத் தொண்ணூற்றொன்பது பேரால் அவற்றைப் பார்க்க முடிவதில்லை என்ற காரணத்தால், வியாழன் கிரகத்திற்கு நிலவுகளே கிடையாது என்று சொல்லிவிட முடியுமா? அல்லது, அந்த ஆயிரத்தில் ஒருவனைப் பைத்தியம் என்று கூறிவிட முடியுமா?”

“வியாழன் கிரகத்தின் நிலவுகள் அறிவியல்ரீதியாக நிரூபிக்கப்பட்டவை.”

“இன்றைய மனப்பிரமைகள்கூட நாளை அறிவியல் உண்மைகளாக நிரூபிக்கப்படலாம்.”

டாக்டர் அந்த வார்த்தைகளை வெறும் தகவல்கள்போலச் சொல்லியிருந்தபோதிலும், அவை அவனுக்குப் பெரும் ஆறுதலளித்தன.

“இது பரவாயில்லை,” என்று கூறிய டாக்டர், “உங்களுடைய யோசனைகளுக்கு வெளியே வேறு எதுவும் இருக்க முடியாது என்ற அதிமேதாவித்தனம்தான் உங்களைப் போன்ற இன்றைய இளைஞர்களிடமுள்ள பிரச்சனையே. அப்படி ஏதாவது புதிதாக வந்து உங்களை உசுப்பிவிடுகின்றபோது, நீங்கள் அரண்டு போகிறீர்கள். எதை வைத்து உங்களுக்குப் பைத்தியம் பிடித்துக் கொண்டிருக்கிறது என்ற முடிவுக்கு நீங்கள் வந்தீர்கள் என்பதை முதலில் சொல்லுங்கள். உங்களை ஒரு மனநோய்க் காப்பகத்தில் அடைக்க வேண்டுமா, வேண்டாமா என்பதை நாம் பின்னர் முடிவு செய்யலாம்.”

ஜாக் தன்னால் முடிந்த அளவு உண்மையாக அந்த நிகழ்வுகளை அவரிடம் எடுத்துரைத்தான்.

எல்லாவற்றையும் சொல்லி முடித்துவிட்டு, முத்தாய்ப்பாக, “எனக்கு ஒரு விஷயம் மட்டும் புரியவில்லை. இன்று மட்டும் அந்தக் குரல் ஏன் ஐந்து நிமிடங்கள் தாமதமாக 7.30 மணிக்கு

எனக்குக் கேட்க வேண்டும்?" என்று கேட்டான்.

டாக்டர் அது குறித்து ஓரிரு நிமிடங்கள் யோசித்தார். பிறகு திடீரென்று–

"இப்போது உங்களுடைய கைக்கடிகாரத்தில் மணி என்ன?" என்று அவர் கேட்டார்.

ஜாக் தன் கைக்கடிகாரத்தைப் பார்த்துவிட்டு, "7.45," என்றான்.

"ஓ! நீங்கள் கேட்டக் கேள்விக்கு விடையளிப்பது இப்போது எளிது. என் கைக்கடிகாரத்தில் இப்போது நேரம் 7.40. உங்களுடைய கைக்கடிகாரம் ஐந்து நிமிடம் வேகமாக ஓடிக் கொண்டிருக்கிறது. இது ஒரு முக்கியமான விஷயம். இன்னும் சொல்லப் போனால், இது ஒரு மதிப்புவாய்ந்த விஷயம்."

"எதனால் அப்படிச் சொல்கிறீர்கள்?"

ஜாக்கிடம் இப்போது ஆர்வம் துளிர்த்திருந்தது.

"இதற்கு இப்படி விளக்கமளிக்கலாம்: முதல் நாள் நீங்கள் உண்மையிலேயே ஒரு குரலைக் கேட்டிருக்கிறீர்கள். அது உண்மையானதாக இருக்கலாம் அல்லது பகடிக்காக யாராவது செய்ததாக இருக்கலாம். அதற்கு அடுத்த நாள், அதே நேரத்தில் அக்குரலைக் கேட்பதற்கு நீங்களே உங்களுடைய ஆழ்மனத்தைத் தூண்டியிருக்கக்கூடும்."

"நான் அப்படி எதுவும் செய்யவில்லை என்று என்னால் உறுதியாகக் கூற முடியும்."

"அதை நீங்கள் பிரக்ஞைபூர்வமாகச் செய்துள்ளீர்கள் என்று நான் கூறவில்லை. அது உண்மையிலேயே உங்களுடைய ஆழ்மனத் தூண்டுதலாக இருக்கும்பட்சத்தில், உங்களுடைய கைக்கடிகாரத்தின்படி சரியாக 7.25 மணிக்கு அதை நீங்கள் கேட்டிருப்பீர்கள். அதை உங்களால் ஒருபோதும் ஐந்து நிமிடங்கள் கழித்துக் கேட்டிருக்க முடியாது."

"அப்படியானால்?"

"அந்த உதவிக் குரல் ஒரு குறிப்பிட்ட நேரம் மற்றும் இடத்தை ஆக்கிரமித்துள்ளது. அந்த இடம் நீங்கள் சொன்ன வீட்டுக்கு அருகேயுள்ள பகுதி. அந்த நேரம் காலை 7.25 மணி."

"அது சரியென்றே வைத்துக் கொள்வோம். அதைக் கேட்கும் நபராக 'நான்' ஏன் இருக்க வேண்டும்? ஆவிகளுடன் பேசுதல் போன்ற அமானுஷ்ய விஷயங்கள் எதிலும் எனக்கு நம்பிக்கை கிடையாது. அப்படி இருக்கும்போது, இந்தக் குரல் எனக்கு மட்டும் ஏன் கேட்க வேண்டும்?"

"ஓ! அதைப் பற்றி நம்மால் இப்போது அறுதியிட்டுச் சொல்ல முடியாது. ஆவியூடகமாகச் செயல்படுபவர்களில் பலர் இதுபோன்ற விஷயங்களில் நம்பிக்கையற்றவர்கள்

என்பது வியப்பூட்டும் செய்தியாகும். அமானுஷ்ய விஷயங்களில் ஆர்வம் கொண்டிருப்பவர்களுக்கு மட்டுமே இதுபோன்ற விஷயங்கள் கைகூடுவதில்லை. பிறர் பார்க்காத, பிறர் கேட்காத விஷயங்களை ஒரு சிலர் பார்க்கின்றனர், கேட்கின்றனர். இதற்கான காரணத்தை நாம் அறியோம். அவர்களில் பத்தில் ஒன்பது பேருக்கு, அவர்கள் பார்க்கின்ற அல்லது கேட்கின்ற விஷயங்களைப் பார்ப்பதற்கோ அல்லது கேட்பதற்கோ விருப்பம் கிடையாது. அவர்கள் உங்களைப்போலவே மனப்பிரமையால் பாதிக்கப்பட்டுள்ளதாகக் கருதப்படுகின்றனர். இது மின்சக்தியைப் போன்றது. சில பொருட்கள் செம்மையான மின்கடத்திகளாக இருக்கின்றன, சில கடத்துவதே இல்லை. நீண்டகாலத்திற்கு அதற்கான காரணம் நமக்குத் தெரியாமல் இருந்தது. இப்போது அதற்கான காரணம் நமக்குத் தெரியும். என்றாவது ஒரு நாள், நீங்கள் கேட்டக் குரலை நானோ அல்லது அந்தப் பெண்ணோ ஏன் கேட்கவில்லை என்பதற்கான விளக்கத்தை நாம் கண்டுபிடிப்போம் என்பது உறுதி. இந்தப் பிரபஞ்சத்திலுள்ள அனைத்தும் இயற்கை விதிகளால் கட்டுப்படுத்தப்படுகின்றன. இயற்கையை மீறிய சக்தி என்ற ஒன்று இருக்க முடியாது. அமானுஷ்ய ஆற்றலைக் கட்டுப்படுத்துகின்ற விதிகளைக் கண்டுபிடிப்பது கடினம். ஆனால், அது தொடர்பாக நிகழ்கின்ற ஒவ்வொரு சின்னச் சின்ன விஷயமும் அதற்கு உதவிகரமாக இருக்கும்."

"நான் என்ன செய்ய வேண்டும் என்பது குறித்து எனக்குக் குழப்பமாக இருக்கிறது."

"எதார்த்தமாக நடந்து கொள்ளுங்கள். காலை உணவைச் சாப்பிட்டுவிட்டு, உங்களுக்குப் புரியாத விஷயங்களைப் பற்றி நினைத்து மனத்தைக் குழப்பிக் கொள்ளாமல் வேலைக்குச் செல்லுங்கள். நான் அந்த வீட்டின் பக்கம் சென்று அதைப் பற்றி வேறு எதையேனும் கண்டுபிடிக்க முடியுமா என்று பார்க்கப் போகிறேன். அங்கேதான் இந்தப் புதிர் மையம் கொண்டுள்ளது என்று நான் உறுதியாக நம்புகிறேன்."

ஜாக் எழுந்தான்.

"சரி, டாக்டர். நீங்கள் சொல்கின்றபடியே நான் செய்கிறேன். ஆனால்–"

"ஆனால்?"

ஜாக் கூச்சத்துடன் நெளிந்தான்.

"அந்தப் பெண்ணுக்கு எந்தப் பிரச்சனையும் இல்லை என்று நான் நம்புகிறேன்."

டாக்டரின் முகத்தில் ஒரு விஷமப் புன்னகை படர்ந்தது.

“அந்தப் பெண் அழகானவள் என்று நீங்கள் என்னிடம் சொல்லவேயில்லை. அவளைப் பற்றி நீங்கள் கவலைப்படாதீர்கள். இந்த மர்மம் அவளுடைய காலத்திற்கு முன்னால் தொடங்கியதாக இருக்கும் என்று நான் சந்தேகப்படுகிறேன்.”

அன்று மாலையில் ஜாக் வீடு திரும்பியபோது, அவனைப் பெரும் ஆர்வம் பற்றிக் கொண்டிருந்தது. இப்போது அவன் டாக்டரின்மீது முழு நம்பிக்கை கொண்டிருந்தான். தான் சொன்னதைக் கேட்டு அதிர்ச்சியடையாமல் அதை இயல்பாக எடுத்துக் கொண்டிருந்த அவருடைய செயல் அவனைக் கவர்ந்திருந்தது.

அவன் இரவு உணவுக்காகக் கீழே இறங்கி வந்தபோது, அவனுக்காக அந்த டாக்டர் காத்துக் கொண்டிருந்தார். ஒன்றாகச் சேர்ந்து உணவருந்துவதற்கு அவர் அவனை அழைத்தார்.

“ஏதாவது செய்தி உண்டா?” என்று ஜாக் ஆவலுடன் கேட்டான்.

“நீங்கள் குறிப்பிட்டிருந்த அந்த வீட்டைப் பற்றிய முழு விபரங்களையும் நான் சேகரித்துவிட்டேன். அதன் பெயர் ஹீதர் காட்டேஜ். முதலில் அந்த வீட்டை ஒரு தோட்டக்காரரும் அவருடைய மனைவியும் வாடகைக்கு எடுத்திருந்தனர். அந்த வயதான தோட்டக்காரர் இறந்தவுடன், அவருடைய மனைவி, தன் மகளுடன் வசிப்பதற்காகச் சென்றுவிட்டார். அதையடுத்து, கட்டடத் தொழிலில் ஈடுபட்டிருந்த ஒருவரின் கைக்கு அந்த வீடு வந்தது. அதை அவர் நவீனமாகப் புதுப்பித்து, நகரத்தில் இருந்த ஒருவரிடம் அதை விற்றுவிட்டார். அந்த நபர் வார இறுதி நாட்களில் அதைப் பயன்படுத்தி வந்தார். ஓராண்டுக்கு முன்பு அவர் டர்னர் தம்பதியரிடம் அதை விற்றுவிட்டார். அவர்கள் ஒரு விநோதமான ஜோடியாக இருந்தனர். டர்னர் ஓர் ஆங்கிலேயர். அவருடைய மனைவி பாதி இரஷ்யர். அவர் மிகவும் அழகாக இருப்பாராம். அவர்கள் அந்த வீட்டில் அமைதியாக வாழ்ந்து வந்தனராம். அவர்கள் அதிகமாக வீட்டைவிட்டு வெளியே செல்லவில்லை. அவர்கள் அங்கிருந்தபோது எதையோ கண்டு பயந்திருந்ததாகக் கூறப்படுகிறது. ஆனால், கிராமத்து மக்களின் பேச்சை நாம் தீவிரமாக எடுத்துக் கொள்ளத் தேவையில்லை.

“பின் திடீரென்று ஒரு நாள் அதிகாலையில் அவர்கள் அந்த வீட்டைக் காலி செய்துவிட்டு வேறு எங்கோ போய்விட்டனர். அதற்குப் பிறகு அவர்கள் திரும்பி வரவேயில்லை. இங்குள்ள வீடுமனை முகவர்களுக்கு, லண்டனில் இருந்த

டர்னரிடமிருந்து ஒரு கடிதம் வந்தது. அக்கடிதத்தில், எவ்வளவு விரைவாக முடியுமோ அவ்வளவு விரைவாக அந்த வீட்டை விற்றுவிடும்படி அவர் அந்த முகவர்களைக் கேட்டுக் கொண்டிருந்தார். அந்த வீட்டிலிருந்த அறைகலன்கள் முதலில் விற்கப்பட்டன. அடுத்து, மவுலவர் என்பவருக்கு அந்த வீடு விற்கப்பட்டது. அவர் அந்த வீட்டில் பதினைந்து நாட்கள் மட்டுமே வசித்தார். பின்னர், அந்த வீட்டில் அவர் வாங்கிப் போட்டிருந்த அறைகலன்களோடு சேர்த்து அதை வாடகைக்கு விடுவதற்கு அவர் விளம்பரம் செய்தார். இப்போது அந்த வீட்டை ஒரு பிரெஞ்சுப் பேராசிரியர் வாடகைக்கு எடுத்துள்ளார். அவருடன் அந்த வீட்டில் அவருடைய மகளும் வசித்து வருகிறாள். அவர்கள் அங்குக் குடியேறி வெறும் பத்து நாட்கள்தான் ஆகின்றன."

ஜாக் இந்த விபரங்கள் அனைத்தையும் மௌனமாகக் கேட்டுக் கொண்டிருந்தான்.

பின் இறுதியில், "இந்த விபரங்கள் நம்மை எங்கும் இட்டுச் செல்லவில்லை என்று எனக்குத் தோன்றுகிறது," என்று அவன் கூறினான்.

அதற்கு பதிலளிக்கும் விதமாக, "நான் டர்னர் தம்பதியர் பற்றி அதிகமாகத் தெரிந்து கொள்ள விரும்புகிறேன்," என்று டாக்டர் கூறினார். "அவர்கள் அதிகாலையிலேயே புறப்பட்டுச் சென்றனர். அவர்கள் கிளம்பியதை எவரும் பார்க்கவில்லை. அதற்குப் பிறகு டர்னரைப் பலர் பார்த்திருந்தனர். ஆனால் அவருடைய மனைவியைப் பார்த்திருந்த எவரையும் என்னால் கண்டுபிடிக்க முடியவில்லை."

ஜாக்கின் முகம் வெளுத்துப் போனது.

"அப்படி இருக்க முடியாது. நீங்கள்–"

"பதற்றமடையாதீர்கள். வன்முறை மூலமாக ஒருவர் இறக்கும் பட்சத்தில் அந்த நபருடைய தாக்கம் அதைச் சுற்றியுள்ள இடத்தில் வலுவாக இருக்கும். அந்தச் சூழலால் அதன் தாக்கத்தைக் கிரகித்து, அதைப் பெறுவதற்குப் பொருத்தமான ஒரு நபருக்கு அனுப்பி வைக்க முடியும். நம்முடைய விவகாரத்தைப் பொறுத்தவரை, நீங்கள்தான் அந்த நபர்."

"எதற்காக நான்?" என்று ஜாக் முனகினான். "ஏதாவது உருப்படியாகச் செய்யக்கூடிய வேறு யாரிடமாவது அது அனுப்பி வைக்கப்பட்டிருக்கலாமே?"

"நீங்கள் அந்த ஆற்றலைக் கண்மூடித்தனமான, இயந்திரத்தனமான ஒன்றாகப் பார்க்காமல், அதைப் புத்திசாலித்தனமும் நோக்கமும் கொண்ட ஒன்றாகச்

சித்தரிக்கிறீர்கள். ஒரு குறிப்பிட்ட நோக்கத்திற்காக ஆவிகள் ஓரிடத்தைச் சுற்றிக் கொண்டிருக்கும் என்பதில் எனக்கு நம்பிக்கை கிடையாது. ஆனால், நான் மீண்டும் மீண்டும் ஒரு விஷயத்தைப் பார்த்திருக்கிறேன். அதை என்னால் தற்செயல் நிகழ்வு என்று ஒதுக்கித் தள்ள முடியவில்லை. நியாயம் பெற்றே தீர வேண்டும் என்ற ஒரே நோக்கத்தில் செயல்பட்டு அதை நோக்கிக் குருட்டுத்தனமாக நகர்கின்ற ஒரு இரகசிய ஆற்றல் அது."

பின் அவர் தன் தலையை இலேசாக உதறிக் கொண்டார். தான் அதீத ஆர்வம் காட்டிக் கொண்டிருந்த ஒன்றை உதறித் தள்ள அவர் முயன்றதுபோல இருந்தது அது. பின் அவர் ஜாக்கை நோக்கிப் புன்னகைத்தார்.

"இந்த விஷயத்தைப் பற்றி இன்று இரவு இதற்கு மேல் பேச வேண்டாம்," என்று அவர் ஜாக்கிடம் கூறினார்.

ஜாக் அதற்கு உடனே ஒத்துக் கொண்டான். ஆனால், அந்த விஷயத்தைத் தன் மனத்திலிருந்து அகற்ற அவன் படாத பாடு பட வேண்டியிருந்தது.

அந்த வார இறுதியில், இந்த விவகாரம் குறித்து அவன் சொந்தமாக மேலும் தகவல்களைச் சேகரிக்கத் தீவிரமாக முயன்றான். ஆனால், சொல்லிக் கொள்ளும்படியான கூடுதல் தகவல் எதையும் அவனால் சேகரிக்க முடியவில்லை. காலை உணவுக்கு முன்பாக கோல்ஃப் விளையாடுவதை அவன் முற்றிலுமாக நிறுத்தியிருந்தான்.

அந்த விவகாரம் தொடர்பான அடுத்தக் கண்ணி, எதிர்பாராத ஓர் இடத்திலிருந்து வந்தது. ஒரு நாள், வேலையிலிருந்து அவன் திரும்பியிருந்தபோது, ஓர் இளம்பெண் அவனுக்காகக் காத்துக் கொண்டிருந்ததாக அவனிடம் தெரிவிக்கப்பட்டது. தனக்காகக் காத்துக் கொண்டிருந்தது யார் என்பதை அறிந்ததும் அவன் பெரும் வியப்படைந்தான். அவன் தன் மனத்தில் பான்சி மலர்த் தேவதை என்று அழைத்துக் கொண்டிருந்த அந்தப் பெண்தான் அது. அவள் பதற்றமாக இருந்தாள், குழப்பமாகக் காணப்பட்டாள்.

"உங்களை இப்படித் திடுதிடுப்பென்று பார்க்க வந்ததற்கு என்னை மன்னியுங்கள். நான் உங்களிடம் ஒரு விஷயத்தைச் சொல்ல விரும்புகிறேன். நான்–"

அவள் சுற்றுமுற்றும் சிறிது அசௌகரியத்துடன் பார்த்தாள்.

ஜாக் அவளை அங்கிருந்த வரவேற்பறை ஒன்றுக்குள் அழைத்துச் சென்றான். பின் அவன் அவளிடம், "சொல்லுங்கள்–" என்று இழுத்தான்.

"ஓ! என் பெயர் ஃபெலிஸ் மார்சவுட்," என்று அவள்

தன்னை அறிமுகப்படுத்திக் கொண்டாள்.

“உட்காருங்கள்.”

அவள் உடனே அமர்ந்து கொண்டாள். இன்று அவள் கரும்பச்சை நிற ஆடை அணிந்திருந்தாள். அவளுடைய முகத்தின் அழகும் வசீகரமும் குறையாமல் இருந்தன. அவளுக்கு அருகே அவன் அமர்ந்தபோது, அவனுடைய இதயம் வேகமாகத் துடிக்கத் துவங்கியது.

“நாங்கள் இந்த வீட்டுக்கு வந்து கொஞ்ச நாட்கள்தான் ஆகின்றன. தொடக்கத்திலிருந்தே, இந்த வீடு ஓர் ஆவி வசிக்கின்ற வீடு என்று எங்களிடம் சொல்லப்பட்டு வந்தது. வேலைக்காரிகள் நீடிக்க மறுத்தனர். அது ஒன்றும் எனக்குப் பிரச்சனையாக இருக்கவில்லை. வீட்டை நிர்வகிப்பதும் சமைப்பதும் எனக்குக் கடினமாக இருக்கவில்லை.”

‘தேவதை!’ என்று ஜாக் உள்ளூர நினைத்துக் கொண்டான்.

ஆனால், வெளிப்பார்வைக்கு, அவள் கூறிக் கொண்டிருந்ததைத் தீவிரமாகக் கேட்டுக் கொண்டிருந்த ஒருவனாக அவன் தோன்றினான்.

“பேய், பிசாசுகள் குறித்த இந்தப் பேச்சுகள் எல்லாம் பைத்தியக்காரத்தனமானவை என்று நான் நினைத்து வந்திருந்தேன். ஆனால், நான்கு நாட்களாக எனக்குத் தினமும் ஒரே கனவு வந்து கொண்டிருக்கிறது. அதில் ஒரு பெண் தோன்றுகிறாள். அவள் அழகாகவும் உயரமாகவும் இருக்கிறாள். அவள் தன் கைகளில் நீல வண்ண ஜாடி ஒன்றை வைத்திருக்கிறாள். கடும் வேதனையில் இருக்கின்ற அவள் அந்த ஜாடியை என்னை நோக்கித் தொடர்ந்து நீட்டிக் கொண்டே இருக்கிறாள். அந்த ஜாடியைக் கொண்டு ஏதோ ஒன்றைச் செய்யுமாறு அவள் மறைமுகமாக என்னைத் தூண்டுகிறாள். ஆனால், துரதிர்ஷ்டவசமாக, அந்தக் கனவில் அவள் எதுவும் பேசவில்லை. அதனால், அவள் என்னிடம் என்ன எதிர்பார்க்கிறாள் என்பது எனக்குத் தெரியவில்லை. இந்தக் கனவுதான் முதல் இரண்டு நாட்களும் தொடர்ந்து வந்தது. மூன்றாவது நாள், அக்கனவில் கூடுதல் விஷயங்கள் இடம் பெறத் துவங்கின. அவளும் அந்த நீல வண்ண ஜாடியும் மறைந்த பிறகு, எனக்கு ஓர் அழுகுரல் கேட்கிறது. அது அவளுடைய குரல்தான் என்பது எனக்கு எப்படியோ தெரிகிறது. அக்குரல், அன்று காலையில் நீங்கள் என்ன வார்த்தைகளைச் சொன்னீர்களோ அதே வார்த்தைகளைக் கூறியது: ‘கொலை! உதவுங்கள்! கொலை!’ நான் உடனே திடுக்கிட்டு விழித்தேன். அது ஒரு கெட்ட கனவு என்று எனக்கு நானே கூறிக் கொண்டேன். நீங்கள் கேட்டதாகக் கூறியிருந்த

அதே வார்த்தைகளை நான் கேட்டது ஒரு தற்செயல் நிகழ்வு என்று கூறி என்னை நானே சமாதானப்படுத்திக் கொண்டேன். ஆனால், நேற்று இரவும் அதே கனவு மீண்டும் வந்தது. இதற்கு என்ன அர்த்தம்? நீங்களும் அதே வார்த்தைகளைக் கேட்டிருக்கிறீர்கள். நானும் அதே வார்த்தைகளைக் கேட்டிருக்கிறேன். இப்போது நாம் என்ன செய்யலாம்?"

ஃபெலிஸ் மிகவும் பயந்து போயிருந்தாள். அவளுடைய சின்னஞ்சிறு கைகள் இரண்டும் ஒன்றோடொன்று பிணைந்து கிடந்தன. அவளுடைய கண்கள் ஜாக்கிடம் யாசித்துக் கொண்டிருந்தன.

"ஃபெலிஸ், நீங்கள் கவலைப்படாதீர்கள். நீங்கள் தப்பாக எடுத்துக் கொள்ளவில்லை என்றால், நீங்கள் என்ன செய்ய வேண்டும் என்று நான் கூறுகிறேன். நீங்கள் என்னிடம் கூறியுள்ள இதே கதையை, இங்குத் தங்கியிருக்கின்ற என்னுடைய நண்பரிடம் கூறுமாறு நான் உங்களைக் கேட்டுக் கொள்கிறேன். அவர் ஒரு மருத்துவர். அவருடைய பெயர் லேவிங்டன்."

அதற்கு ஃபெலிஸ் உடன்பட்டதால், ஜாக், டாக்டர் லேவிங்கடனைத் தேடிக் கண்டுபிடித்து அவளிடம் அழைத்து வந்தான்.

ஜாக் அவளை டாக்டர் லேவிங்கடனிடம் வேகவேகமாக அறிமுகப்படுத்தி வைத்துக் கொண்டிருந்தபோது, அவர் அவளைத் தீவிரமாக எடைபோட்டுக் கொண்டிருந்தார். ஒரு சில ஆறுதல் வார்த்தைகளைக் கூறி அவர் ஃபெலிஸை ஆசுவாசப்படுத்தினார். பின் அவள் கூறிய கதையை அவர் கவனமாகக் காது கொடுத்துக் கேட்டார்.

அவள் பேசி முடித்ததும், "நீங்கள் இதை உங்களுடைய அப்பாவிடம் கூறினீர்களா?" என்று அவர் கேட்டார்.

அதற்கு ஃபெலிஸ் இல்லையென்று தலையாட்டினாள்.

"நான் அவரைக் கவலைக்கு உள்ளாக்க விரும்பவில்லை. அவருக்கு உடல்நிலை சரியில்லை. அவரைப் பதற்றத்திற்கு உள்ளாக்குகின்ற அல்லது பரவசப்படுத்துகின்ற எதையும் நான் அவரிடம் சொல்வதில்லை," என்று அவள் கூறினாள். அவளுடைய கண்கள் குளமாயின.

"எனக்குப் புரிகிறது," என்று லேவிங்டன் கனிவுடன் கூறினார். "நீங்கள் எங்களை அணுகியது குறித்து எனக்கு மகிழ்ச்சியே. ஜாக்கும் தன் கதையை என்னிடம் கூறியிருந்தார். இப்போது உங்களுடைய கதையையும் அதனோடு சேர்த்துப் பார்க்கின்றபோது, இதில் முன்னேற்றம் ஏற்பட்டுள்ளதுபோல எனக்குத் தோன்றுகிறது. ஃபெலிஸ், இது குறித்து உங்களுக்கு வேறு ஏதாவது யோசனை உள்ளதா?"

ஃபெலிஸ் இலேசாகத் தன் தலையில் அடித்துக் கொண்டாள். "நான் ஒரு முட்டாள். இன்னொரு முக்கியமான விஷயத்தைக் கூற நான் மறந்துவிட்டேன். எங்கள் வீட்டிலுள்ள ஓர் அலமாரியின் பின்பக்கத்தில் இந்தக் காகிதம் விழுந்து கிடந்ததை நான் கண்டெடுத்தேன்," என்று கூறி அவள் ஒரு காகிதத்தை நீட்டினாள்.

அழுக்கான ஓர் ஓவியக் காகிதம் அது. அதில் நீல வண்ணத்தில் ஒரு படம் தீட்டப்பட்டிருந்தது. அதில் ஓர் உயரமான பெண்மணி நின்று கொண்டிருந்தாள். அவளுடைய முகம் ஆங்கிலேயப் பெண்மணியின் சாயலில் இருக்கவில்லை. அவள் ஒரு மேசைக்கு அருகே நின்று கொண்டிருந்தாள். அந்த மேசையின்மீது ஒரு நீல வண்ண ஜாடி இருந்தது.

"இதை நான் இன்று காலையில்தான் கண்டெடுத்தேன்," என்று ஃபெலிஸ் அதைப் பற்றி விவரித்தாள். "என் கனவில் வந்த பெண்மணி இவர்தான். இந்த ஓவியத்தில் இடம் பெற்றுள்ள அதே ஜாடியைத்தான் என் கனவில் அவர் என்னிடம் நீட்டினார்."

"இது அசாதாரணமாக இருக்கிறது," என்று டாக்டர் கூறினார். இந்த மர்மத்திற்கான விடை இந்த ஜாடியில்தான் இருக்கிறது. இதைப் பார்த்தால் ஒரு சீன நாட்டு ஜாடிபோலத் தோன்றுகிறது. ஒருவேளை இது மிகவும் பழமையான ஒன்றாக இருக்கக்கூடும். இதில் ஏதோ எழுதப்பட்டுள்ளது."

"அவை சீன எழுத்துகள்," என்று ஜாக் அறிவித்தான். "துல்லியமாக இதைப் போன்ற ஒன்றை நான் என்னுடைய மாமாவின் கலைச் சேகரிப்பில் பார்த்திருக்கிறேன். அவர் சீனப் பீங்கான் பொருட்களைச் சேகரிப்பதில் ஆர்வம் கொண்டவர்."

"சீன ஜாடி!" என்று கூறிவிட்டு, டாக்டர் லேவிங்டன் ஓரிரு நிமிடங்கள் ஆழ்ந்த யோசனையில் ஆழ்ந்தார். பின் அவர் திடீரென்று நிமிர்ந்தார். அப்போது அவருடைய கண்களில் ஒரு பிரகாசம் மின்னியது. "ஜாக், உங்கள் மாமாவிடம் அந்த ஜாடி எவ்வளவு காலமாக இருந்து வந்துள்ளது?" என்று அவர் கேட்டார்.

"அது எனக்குச் சரியாகத் தெரியாது."

"யோசித்துப் பாருங்கள். அதை அவர் சமீபத்தில்தான் வாங்கினாரா?"

"எனக்குத் தெரியாது – ஒரு நிமிடம் பொறுங்கள்! அப்படித்தான் நினைக்கிறேன். ஓ! இப்போது என் நினைவுக்கு வருகிறது! பீங்கான் பொருட்களில் எனக்கு அவ்வளவாக ஆர்வம் கிடையாது. என் மாமா என்னிடம், 'இவை என்னுடைய சமீபத்திய சேகரிப்புகள்' என்று காட்டியவற்றில்

ஒரு நீல வண்ண ஜாடியும் இருந்தது."

"இரண்டு மாதங்களுக்குள் இருக்குமா? அப்போதுதான் டர்னர் இந்த வீட்டிலிருந்து வெளியேறினார்," என்று டாக்டர் லேவிங்டன் ஜாக்கிடம் கேட்டார்.

"நான் அப்படித்தான் நினைக்கிறேன்."

"உன்னுடைய மாமா கிராமப்புறங்களில் நடக்கின்ற கலைப்பொருட்கள் விற்பனைச் சந்தைகளுக்குச் செல்வாரா?"

"அவர் எப்போதும் இப்படிப்பட்ட இடங்களுக்குத்தான் சென்று கொண்டிருப்பார்."

"அப்படியானால், டர்னரின் பொருட்கள் விற்பனை செய்யப்பட்டபோது அவர் இந்த ஜாடியை வாங்கியிருக்கக்கூடும் என்று அனுமானித்துக் கொள்வதில் தவறில்லை. இதை ஒரு வியப்பூட்டும் தற்செயல் நிகழ்வு என்று சொல்லலாம். அல்லது, 'நியாயம் பெற்றே தீர வேண்டும் என்ற ஒரே நோக்கத்தில் செயல்பட்டு அதை நோக்கிக் குருட்டுத்தனமாக நகர்கின்ற இரகசிய ஆற்றலின் செயல்' என்றும் வைத்துக் கொள்ளலாம்."

பின் டாக்டர் லேவிங்டன் ஜாக்கின் பக்கம் திரும்பி, "நீங்கள் உடனடியாக உங்களுடைய மாமாவைத் தொடர்பு கொண்டு, அவர் இதை எங்கு வாங்கினார் என்பதைக் கண்டுபிடியுங்கள்," என்று கூறினார்.

அதைக் கேட்டு ஜாக்கின் முகம் தொங்கிப் போனது.

"அது உடனடியாகச் சாத்தியமில்லை. தற்போது என் மாமா ஐரோப்பாவுக்குச் சென்றிருக்கிறார். அங்கு அவர் எங்கு இருக்கிறார் என்பதுகூட எனக்குத் தெரியாது."

"அவர் எப்போது திரும்பி வருவார்?"

"குறைந்தபட்சம், மூன்று வாரங்களிலிருந்து ஒரு மாதம்வரை ஆகலாம்."

அங்கு ஒரு சிறு மௌனம் நிலவியது. ஃபெலிஸ் பதற்றத்துடன் அவர்கள் இருவரையும் மாறி மாறிப் பார்த்துக் கொண்டிருந்தாள்.

"அப்படியானால், இது குறித்து நம்மால் எதுவும் செய்ய முடியாதா?" என்று அவள் சங்கோஜத்துடன் கேட்டாள்.

டாக்டர் தன்னுள் எழுந்த பரவசத்தை அடக்கிக் கொண்டு, "நாம் ஒன்றை முயற்சி செய்யலாம்," என்று தெரிவித்தார். "இது கொஞ்சம் அசாதாரணமானது. ஆனால், இது வேலை செய்யும் என்று நான் நம்புகிறேன். ஜாக், நீங்கள் எப்படியாவது அந்த ஜாடியை எடுத்துக் கொண்டு இங்கே வாருங்கள். ஃபெலிஸ் அனுமதித்தால், நாம் மூவரும் ஓர் இரவு முழுவதும் அந்த ஜாடியுடன் அவளுடைய வீட்டில் தங்கலாம்."

அதைக் கேட்டு ஜாக்கிடம் இனம் புரியாத ஒரு பயம் புகுந்து கொண்டது.

"நாம் அவ்வாறு செய்தால் என்ன நடக்கும் என்று நீங்கள் நினைக்கிறீர்கள்?" என்று அவன் டாக்டரிடம் கேட்டான்.

"எனக்கு அது குறித்துச் சுத்தமாக எந்த யோசனையும் இல்லை. ஆனால், இது அந்த மர்மத்தைத் தீர்த்து அந்த ஆவிக்கு சாந்தியளிக்கும் என்று நான் நம்புகிறேன். அந்த ஜாடியின் அடியில் ஏதாவது ஒரு இரகசிய அறை இருந்து, அதில் ஏதாவது ஒளித்து வைக்கப்பட்டிருக்கலாம். அன்று அமானுஷ்யமான எதுவும் நிகழவில்லை என்றால், நாம் நம்முடைய புத்திசாலித்தனத்தைப் பயன்படுத்த வேண்டும்."

ஃபெலிஸ் தன்னுடைய கைகளைப் பிசைந்தாள்.

"இது ஒரு பிரமாதமான யோசனையாகத் தோன்றுகிறது," என்று அவள் உற்சாகமாகக் கூறினாள்.

அவளுடைய கண்கள் பிரகாசிக்கத் துவங்கின. ஜாக்கிற்கு அப்படிப்பட்ட உற்சாகம் எதுவும் இருக்கவில்லை. உண்மையில் அவன் உள்ளுக்குள் குமைந்து கொண்டிருந்தான். ஆனால், அவன் அதை ஃபெலிஸிற்கு முன்னால் ஒத்துக் கொண்டிருக்க மாட்டான். தன்னுடைய பரிந்துரை, உலகிலேயே மிகவும் இயல்பான ஒன்று என்பதுபோல டாக்டர் லேவிங்டன் நடந்து கொண்டார்.

ஃபெலிஸ் ஜாக்கைப் பார்த்து, "உங்களால் எப்போது அந்த ஜாடியைக் கொண்டு வர முடியும்?" என்று கேட்டாள்.

ஜாக் வேறு வழியின்றி, "நாளை," என்றான்.

முன்பு, தான் கேட்டிருந்த அந்த உதவிக் குரல் குறித்துத் தன்னால் எதுவும் செய்ய முடியாது என்ற முடிவுக்குத்தான் ஜாக் வந்திருந்தான். அதைத் தனக்குள் அழுத்தி வைக்க அவன் படாத பாடு பட்டுக் கொண்டிருந்தான். இப்போது அதற்குத் தீர்வு காண்பதற்கான ஒரு வாய்ப்பு வந்திருந்தது.

மறுநாள் மாலை, ஜாக் தன் மாமாவின் வீட்டுக்குச் சென்று அந்த ஜாடியை எடுத்து வந்தான். அதை அவன் மீண்டும் நேரில் பார்த்தபோது, தான் அந்த ஓவியத்தில் பார்த்த அதே ஜாடிதான் அது என்பது அவனுக்கு உறுதியானது. அதை அவன் கவனமாக ஆராய்ந்து பார்த்தும்கூட, அதில் இரகசிய அறை எதுவும் இருந்ததற்கான அறிகுறி எதையும் அவனால் கண்டுபிடிக்க முடியவில்லை.

டாக்டர் லேவிங்டனும் அவனும் ஃபெலிஸின் வீட்டை அடைந்தபோது இரவு மணி பதினொன்று ஆகியிருந்தது. அவர்களுக்காகக் காத்துக் கொண்டிருந்த ஃபெலிஸ், அவர்கள் கதவைத் தட்டுவதற்கு முன்பாகவே அதைச் சத்தமில்லாமல்

திறந்தாள்.

பிறகு ஒரு கிசுகிசுப்பான குரலில், “மெதுவாக உள்ளே வாருங்கள். மாடியில் என் அப்பா தூங்கிக் கொண்டிருக்கிறார். நாம் அவரை எழுப்பிவிடக்கூடாது. நான் உங்களுக்காகக் காபி போட்டு வைத்திருக்கிறேன்,” என்று அவள் கூறினாள்.

அவள் அவர்களைப் படிப்பறைக்கு அழைத்துச் சென்றாள். அங்கு ஒரு விளக்கில் அவள் அந்தக் காபியைச் சூடேற்றினாள்.

ஜாக் அந்த ஜாடியைப் பல காகிதங்களால் சுற்றி மூடியிருந்தான். அவன் இப்போது அக்காகிதங்களைக் களைந்துவிட்டு, அந்த ஜாடியை அங்கிருந்த மேசையின்மீது வைத்தான். அதைப் பார்த்த ஃபெலிஸின் கண்கள் அகல விரிந்தன. அவளுக்கு மூச்சே நின்றுவிடும்போல இருந்தது.

“நான் கனவில் பார்த்த ஜாடி இதுதான். எங்குப் பார்த்தாலும் அதை என்னால் அடையாளம் கண்டுவிட முடியும்,” என்றாள் அவள்.

இதற்கிடையே டாக்டர் லேவிங்டனும் ஏதோ சில தயாரிப்புகளை மேற்கொண்டிருந்தார். அவர் அந்தச் சிறிய மேசையின்மீதிருந்த எல்லா பொருட்களையும் அப்புறப்படுத்திவிட்டு, அந்த மேசையை அந்த அறையின் நடுவில் கொண்டு போட்டுவிட்டு, அதைச் சுற்றி மூன்று நாற்காலிகளைப் போட்டார். பிறகு அவர் ஜாக்கிடமிருந்து அந்த ஜாடியை வாங்கி அந்த மேசையின் நடுவில் வைத்தார்.

“இப்போது நாம் தயாராகிவிட்டோம்,” என்று அவர் அறிவித்தார். “விளக்குகளை அணைத்துவிடு. நாம் இருட்டில் இந்த மேசையைச் சுற்றி அமர்ந்திருக்கலாம்.”

மற்ற இருவரும் அவர் கூறியபடியே செய்தனர். இருளிலிருந்து டாக்டர் லேவிங்டனின் குரல் ஒலித்தது.

“எதைப் பற்றியும் சிந்திக்காதீர்கள். உங்களுடைய மனத்தை எதன்மீதும் வலுக்கட்டாயமாக நிலைப்படுத்தாதீர்கள். நம்மில் ஒருவரிடம் இடையூடக ஆற்றல் இருக்கக்கூடும். அப்படி இருக்கும் பட்சத்தில், அந்த நபர் பிரக்ஞையற்ற நிலையை அடையக்கூடும். இதில் பயப்படுவதற்கு எதுவும் இல்லை என்பதை நினைவில் கொள்ளுங்கள். உங்களுடைய இதயத்திலிருந்து பயத்தை அப்புறப்படுத்திவிடுங்கள். மெதுவாக, மிக மெதுவாக–”

அவருடைய குரல் மங்கி மறைந்தது. அதைத் தொடர்ந்து மௌனம் நிலவியது. நிமிடத்திற்கு நிமிடம் அந்த மௌனம், சாத்தியக்கூறுகளால் கனத்துக் கொண்டே வந்ததுபோலத் தோன்றியது. பயத்தை அப்புறப்படுத்தும்படி கூறுவது அந்த டாக்டருக்கு வேண்டுமானால் எளிதாக இருந்திருக்கலாம்.

ஆனால் ஜாக்! அவன் வெறுமனே பயந்து போயிருக்கவில்லை. அவனைக் கிலி பிடித்து ஆட்டிக் கொண்டிருந்தது. ஃபெலிஸுூம் அதேபோலத்தான் உணர்ந்து கொண்டிருக்கக்கூடும் என்று அவன் உறுதியாக நம்பினான்.

திடீரென்று, ஃபெலிஸ், பயம் நிரம்பிய ஒரு குரலில், "பயங்கரமான ஏதோ ஒன்று நிகழப் போகிறது. என்னால் அதை உணர முடிகிறது," என்றாள்.

"உங்களுடைய பயத்தை உதறுங்கள்," என்று டாக்டர் லேவிங்டன் கூறினார். "உங்கள்மீது ஆதிக்கம் செலுத்த முயற்சிக்கின்ற சக்திக்கு எதிராகப் போராடாதீர்கள்."

இருட்டு மேலும் இருட்டாகிக் கொண்டிருந்ததுபோலவும், மௌனம் மேலும் தீவிரமடைந்து கொண்டிருந்ததுபோலவும் இருந்தது. இனம் புரியாத ஓர் ஆபத்து மேன்மேலும் நெருங்கிக் கொண்டிருந்ததுபோலத் தோன்றியது.

ஜாக்கின் தொண்டை வறண்டது, அவனுக்கு மூச்சு முட்டியது. அந்தத் தீய சக்தி மிகவும் அருகில் வந்திருந்ததைப்போலத் தோன்றியது. . .

பின் முரண்பாட்டுக் கணம் கடந்து சென்றது. ஜாக் ஏதோ ஓர் ஓடையில் மிதந்து சென்று கொண்டிருந்தான். அவனுடைய கண்கள் மூடிக் கொண்டன – அமைதி – இருள். . .

* * *

ஜாக் இலேசாக உசும்பினான். அவனுடைய தலை ஈயத்தால் நிரப்பப்பட்டிருந்ததைப்போலக் கனத்திருந்தது. அவன் இப்போது எங்கே இருந்தான்?

சூரிய வெளிச்சம் . . . பறவைகளின் கீச்சொலி . . . அவன் மல்லாந்து படுத்தவாறு வானத்தைப் பார்த்துக் கொண்டிருந்தான்.

பின் அனைத்தும் அவனிடம் திரும்பி வந்தன. அந்தப் படிப்பறை. மேசையைச் சுற்றி அமர்ந்திருத்தல். ஃபெலிஸ் மற்றும் அந்த டாக்டர். என்ன நடந்திருந்தது?

அவன் நிமிர்ந்து உட்கார்ந்தான். அவனுடைய தலை 'விண் விண்' என்று தெறித்துக் கொண்டிருந்தது. அவன் தன்னைச் சுற்றிலும் பார்த்தான். அவன் அந்த வீட்டிலிருந்து சிறிது தூரம் தள்ளி சில மரக்கூட்டங்களுக்கு அருகே படுத்துக் கிடந்தான். அவனுக்கு அருகே யாரும் இருக்கவில்லை. அவன் தன் கைக்கடிகாரத்தைக் கழற்றினான். அது பன்னிரண்டரை மணி என்று காட்டிக் கொண்டிருந்ததைக் கண்டு அவன் வியப்படைந்தான்.

ஜாக் மிகவும் சிரமப்பட்டு எழுந்தான். அவன் தன்னால்

முடிந்த அளவு வேகமாக அந்த வீட்டை நோக்கி ஓடினான். தான் தன்னுடைய பிரக்ஞையிழந்த நிலையிலிருந்து மீளாமல் போனதைக் கண்டு அதிர்ச்சியடைந்து, அவர்கள் தன்னை வெளியில் கொண்டு வந்து போட்டிருந்திருக்க வேண்டும் என்று அவன் நினைத்தான்.

அந்த வீட்டை அடைந்த அவன், அதன் கதவை பலமாகத் தட்டினான். ஆனால் அவனுக்கு பதிலேதும் கிடைக்கவில்லை. உள்ளே யாரும் இருந்ததற்கான அறிகுறியும் இருக்கவில்லை. உதவி நாடி அவர்கள் வெளியே சென்றிருந்திருக்க வேண்டும் என்று அவன் நினைத்தான். இல்லையெனில் – திடீரென்று, இனம் புரியாத ஒரு பயம் அவனைச் சூழ்ந்தது. நேற்று இரவு என்ன நடந்தது?

பின் அவன் தான் தங்கியிருந்த ஓட்டலை நோக்கி விரைந்தான். அவன் அதற்குள் நுழையவிருந்தபோது, அவனுடைய விலா எலும்பின்மீது ஒரு பெரிய அடி விழுந்தது. அவன் கிட்டத்தட்டக் கீழே விழ இருந்தான். யார் தன்னை அடித்தது என்று தெரிந்து கொள்வதற்காக அவன் கோபத்துடன் நிமிர்ந்து பார்த்தபோது, நரைத்தத் தலைமுடியுடன் ஒரு முதியவர் ஒரு புன்னகையுடன் அங்கு நின்று கொண்டிருந்தார்.

“நீ என்னை எதிர்பார்க்கவில்லை, அப்படித்தானே?” என்று அவர் கேட்டார்.

“ஜார்ஜ் மாமா, நீங்கள் எங்கோ ஐரோப்பாவில் இருந்ததாக அல்லவா நான் கேள்விப்பட்டேன்,” என்றான் ஜாக்.

“நேற்று இரவுதான் நான் டோவர் துறைமுகத்தில் வந்திறங்கினேன். வீட்டுக்குப் போவதற்கு முன்பாக உன்னைப் பார்த்துவிடலாம் என்று நான் நினைத்தேன். ஆனால் உன்னைக் காணவில்லை. இரவு முழுவதும் நீ என்ன செய்து கொண்டிருந்தாய்?” என்று அவர் கேட்டார்.

“மாமா, நான் உங்களிடம் மிகவும் அசாதாரணமான கதை ஒன்றைக் கூறப் போகிறேன். அதை நீங்கள் கண்டிப்பாக நம்ப மாட்டீர்கள்.”

“இந்த வயதில் என்னை பிரமிக்க வைக்கின்ற கதைகள் குறைவே. முயற்சி செய்!”

“முதலில் நான் ஏதேனும் சாப்பிட வேண்டும். எனக்கு பயங்கரமாகப் பசிக்கிறது.”

ஜாக் தன் மாமாவை அந்த ஓட்டலின் உணவருந்தும் அறைக்கு அழைத்துச் சென்றான். சாப்பிட்டுக் கொண்டே, முழுக் கதையையும் அவன் அவரிடம் கூறினான்.

“அவர்கள் இருவரும் என்ன ஆனார்கள் என்பது

கடவுளுக்குத்தான் வெளிச்சம்," என்று கூறி அவன் அக்கதையை முடித்தான்.

அதைக் கேட்டு முடித்த அவனுடைய மாமா, உச்சகட்டக் கோபத்தில் இருந்தார்.

இறுதியில் ஒருவழியாக அவருக்குக் குரல் வந்தது. "அந்த ஜாடி! அந்த நீல வண்ண ஜாடிக்கு என்னவாயிற்று?"

ஜாக்கிற்கு முதலில் ஒன்றும் புரியவில்லை. பின் அவன் தன்னுடைய மாமாவின் வார்த்தை வெள்ளத்தில் குளித்தெழுந்தபோதுதான் அவனுக்குப் புரியத் துவங்கியது.

"அது சீனாவின் மிங் காலகட்டத்திய ஜாடி – வெகு அபூர்வமானது – என் சேகரிப்பின் மகுடம் – அதன் விலை குறைந்தபட்சம் பத்தாயிரம் பவுன்டுகளாவது இருக்கும் – அமெரிக்கக் கோடீஸ்வரர் ஹோகன்ஹெய்மர் அதை என்னிடமிருந்து வாங்கிக் கொள்ள முன்வந்திருந்தார் – உலகத்திலேயே அதைப் போன்ற ஜாடி ஒன்றே ஒன்றுதான் உண்டு – அப்பேற்பட்ட நீல வண்ண ஜாடியை நீ என்னடா பண்ணித் தொலைத்தாய்?"

ஜாக் அங்கிருந்து ஓடினான். அவன் முதலில் டாக்டர் லேவிங்டனைக் கண்டுபிடித்தாக வேண்டியிருந்தது. ஜாக் ஒவ்வோர் அறையாகத் தேடினான். அந்த ஓட்டலின் வரவேற்பாளர் பெண்மணி ஜாக்கை முறைத்துப் பார்த்தாள்.

"டாக்டர் லேவிங்டன் நேற்று நள்ளிரவுக்குப் பிறகு ஒரு காரில் ஏறிச் சென்றுவிட்டார். அவர் உங்களுக்கு ஒரு கடிதத்தை விட்டுச் சென்றுள்ளார்," என்று கூறி, அவள் ஒரு கடித உறையை அவனிடம் கொடுத்தாள்.

ஜாக், அந்த உறையைக் கிழித்து அக்கடிதத்தைப் படித்தான். அது சுருக்கமாகவும் நேரடியாகவும் இருந்தது.

என் இளம் நண்பரே,

அமானுஷ்யங்களின் காலம் முடிந்துவிட்டதா? இல்லையென்றுதான் தோன்றுகிறது. குறிப்பாக, புதிய அறிவியல் மொழி முலாம் பூசப்பட்டுக் கொடுக்கப்படுகின்றபோது, அதற்கு மக்கள் பலியாகிவிடுகின்றனர். ஃபெலிஸ், படுத்தப் படுக்கையாகக் கிடந்த அவளுடைய அப்பா, மற்றும் என்னிடமிருந்து உங்களுக்கு அன்பான வாழ்த்துகள்! இதை நீங்கள் படிக்கின்றபோது, நாங்கள் கிளம்பிப் பன்னிரண்டு மணிநேரத்திற்கு மேல் இருக்கும். தப்பித்துச் செல்வதற்கு அந்த நேரம் எங்களுக்குப் போதும்.

என்றென்றும் உண்மையுள்ள,
ஆம்புரோஸ் லேவிங்டன்,
ஆன்மாவிற்கான மருத்துவர்.

நீல ஜெரேனியப் பூ

“கடந்த முறை நான் இங்கு வந்திருந்தபோது–” என்று துவங்கிய ஹென்ரி கிளிதெரிங், பாதியில் நிறுத்திக் கொண்டார்.

அவருடைய விருந்தோம்பி டாலி பான்ட்ரி அவரை ஆர்வத்துடன் பார்த்தார்.

ஹென்ரி ஸ்காட்லாந்து யார்டின் முன்னாள் காவல்துறை ஆணையர். அவர் இப்போது தன்னுடைய நண்பர்களான கர்னல் பான்ட்ரி மற்றும் டாலி பான்ட்ரி தம்பதியரின் வீட்டில் தங்கியிருந்தார். அவர்களுடைய வீடு செயின்ட் மேரி மீடு என்ற கிராமத்திற்கு அருகே இருந்தது.

அன்று இரவு டாலி தங்கள் வீட்டில் ஒரு விருந்து அளிக்கவிருந்தார். அந்த விருந்தில் கலந்து கொள்ள ஆறாவது நபராக யார் அழைக்கப்படலாம் என்று பரிந்துரைக்கும்படி ஹென்ரியிடம் டாலி கேட்டிருந்தார்.

“உங்களுக்கு மார்ப்பிளைத் தெரியுமா?” என்று ஹென்ரி கேட்டார்.

“இது என்ன கேள்வி? இந்தப் பகுதியில் மார்ப்பிளைத் தெரியாதவர்கள் யாரேனும் இருக்க முடியுமா? அவர் ஒரு முதிய பெண்மணி. அவர் அன்பாகப் பழகுவார் என்றாலும், பழங்காலத்து விஷயங்களைப் பிடித்துத் தொங்கிக் கொண்டிருப்பவர் அவர். அவரை ‘நான்’ இந்த விருந்துக்கு அழைக்க வேண்டும் என்று நீங்கள் கூறுகிறீர்களா?”

“அது உங்களுக்கு வியப்பூட்டுகிறதா?”

“அது உண்மைதான்,” என்று டாலி ஒப்புக் கொண்டார். “நீங்கள் அவரைப் பரிந்துரைப்பீர்கள் என்று நான் எதிர்பார்க்கவில்லை. ஒருவேளை அதற்கு உங்களுக்கு ஒரு வலுவான காரணம் இருக்கக்கூடும் என்று இப்போது எனக்குத்

தோன்றுகிறது."

"அதற்கான காரணம் நேரடியானது. கடந்த முறை நான் இங்கு வந்தபோது, முடிச்சவிழ்க்கப்படாத மர்மங்கள் பக்கம் எங்கள் உரையாடல் திரும்பியது. இங்குக் குழுமியிருந்த ஐந்தாறு பேரில், கதாசிரியர் ரேமன்ட் வெஸ்ட்தான் முதலில் அதைத் தொடங்கி வைத்தார். அதையடுத்து, நாங்கள் ஒவ்வொருவரும் ஆளுக்கொரு கதை கூறினோம். அவை உண்மைக் கதைகளாக இருக்க வேண்டும் என்பது விதி. ஒருவர் கூறிய கதையின் முடிவு, அந்த நபருக்கு மட்டுமே தெரியும். மற்றவர்கள் அதை ஊகிக்க வேண்டும். எங்களுடைய துப்பறியும் திறன் எந்த அளவுக்கு இருந்தது என்பதைப் பார்ப்பதற்கான ஒரு வேடிக்கையான பொழுதுபோக்காக அது இருந்தது."

"உம்."

"அதில் மார்ப்பிளும் கலந்து கொண்டிருந்தார். ஆனால், அவர் தன்னுடைய அபாரத் திறமையால், ஒவ்வொரு முறையும் கதையின் முடிவைச் சரியாக ஊகித்து எங்களை அசர வைத்தார்."

"என்ன சொல்கிறீர்கள்? என்னால் நம்பவே முடியவில்லை."

"ஆமாம். ஒவ்வொரு முறையும் அவருடைய கணிப்பு துல்லியமாக இருந்தது."

"அவ்வளவு திறமைசாலியான மார்ப்பிள் ஏன் இந்தக் குக்கிராமத்தில் இருந்து கொண்டு குண்டுச்சட்டிக்குள் குதிரை ஓட்டிக் கொண்டிருக்கிறார்?"

"நானும் இதைத்தான் அவரிடம் கேட்டேன். ஆனால், மனித இயல்புகளை அவதானிப்பதற்குக் கணக்கிலடங்கா வாய்ப்புகள் இங்கு மட்டுமே இருந்ததாக அவர் கூறினார்."

"அது உண்மைதான்," என்று டாலி ஒத்துக் கொண்டார். "குறைந்தபட்சம், மக்களின் அற்பக் குணங்களை உங்களால் அறிந்து கொள்ள முடியும். ஆனால், இங்கு எங்களுக்கு இடையே குற்றவாளிகள் எவரும் இருப்பதாக நான் நம்பவில்லை. சரி, உங்கள் விருப்பப்படியே இன்று நாம் மார்ப்பிளைக் கூப்பிடலாம். இரவு உணவுக்குப் பிறகு, கர்னலின் பேய்க் கதையை அவரிடம் கூறலாம். அதற்கு அவரால் தீர்வு கூற முடிந்தால், நான் நன்றியுடையவளாக இருப்பேன்."

"பேய், பிசாசுகளில் கர்னலுக்கு நம்பிக்கை உண்டு என்பது எனக்கு இதுவரை தெரியாதே?"

"ஓ! அவற்றில் அவருக்கு நம்பிக்கை கிடையாது. அதுதான் சிக்கலின் முடிச்சுகளை இறுக்குகிறது. அது அவருடைய நண்பர் ஜார்ஜ் பிரிட்சார்டுக்கு நடந்த கதை. ஜார்ஜ் ஒரு சுவாரசியமற்ற, சாதாரணமான நபர். அவருக்கு அப்படி நடந்தது

கொடுமைதான். அவருடைய இந்த அசாதாரணமான கதை, ஒன்று, உண்மையாக இருக்க வேண்டும், இல்லையெனில்–"

"இல்லையெனில்?"

அதற்கு டாலி பதிலேதும் கூறவில்லை. ஆனால், ஓரிரு நிமிடங்கள் கழித்து, அதற்குச் சம்பந்தமில்லாத ஒன்றை அவர் சொன்னார்.

"மற்ற எல்லோரையும்போல எனக்கும் ஜார்ஜைப் பிடிக்கும். ஆனால், அப்படிப்பட்ட அசாதாரணமான விஷயத்தை அவரால் செய்திருக்க முடியும் என்பது நம்புதற்கரியதாக இருக்கிறது."

ஹென்ரி அதைக் கேட்டுத் தலையாட்டினார். மக்களால் எந்த அளவுக்கு அசாதாரணமான விஷயங்களைச் செய்ய முடியும் என்பதை அவர் டாலியைவிட நன்றாகவே அறிவார்.

அன்று இரவு விருந்துக்கு அழைக்கப்பட்டிருந்த மார்ப்பிள், தனக்கு அருகே அமர்ந்திருந்த டாக்டர் லாயிடுடன் அரட்டையடித்துக் கொண்டிருந்தார். டாலி கண்கொட்டாமல் அவரைப் பார்த்துக் கொண்டிருந்தார். மார்ப்பிள் ஒரு சாதாரணமான கிராமத்துக் கிழவியைப்போல உடையணிந்திருந்தார்.

மார்ப்பிளை அவதானித்துக் கொண்டிருந்த டாலிக்கு, ஹென்ரி அவரைப் பற்றிக் கூறியிருந்தது உண்மையா என்ற சந்தேகம் பலமாக எழுந்தது. ஆனால், இப்போது காலம் கடந்திருந்தது.

டாலியின் பார்வை அடுத்து அவருடைய கணவரின்மீது இலயித்தது. அவர் தனக்கு அடுத்து அமர்ந்திருந்த ஜேன் ஹெலியரிடம் குதிரைகளைப் பற்றிப் பேசிக் கொண்டிருந்தார். ஜேன் ஒரு பிரபலமான நாடக நடிகை. அவள் மிகவும் அழகானவள். அவள் மேடையில் தெரிந்ததைவிட நேரில் அதிக அழகாக இருந்தாள். குதிரைகளைப் பற்றி அவளுக்கு எதுவும் தெரியாது. அதில் அவளுக்கு ஆர்வமும் கிடையாது. ஆனாலும், அவள் தன் அழகான கண்களை அவ்வப்போது அகலமாக விரித்து, "ஓ, அப்படியா!", "பிரமாதம்!", "பரவாயில்லையே!" என்றெல்லாம் கூறி, கர்னலின் பேச்சைத் தான் இரசித்ததுபோலக் காட்டிக் கொண்டிருந்தாள்.

டாலி தன் கணவரிடம், "நீங்கள் ஜேனிடம் குதிரைகளைப் பற்றிக் கூறி அவளுக்குச் சலிப்பேற்றியது போதும். குதிரைகளை விட்டுவிட்டு உங்களுடைய பேய்க் கதையை எடுத்துவிடுங்கள்... ஜார்ஜ் பிரிட்சார்டின் கதை!" என்று கூறினார்.

"ஓ, டாலி, எனக்கு அது–"

"ஹென்ரியும் அதைக் கேட்க ஆவலாக உள்ளார். அதைப்

பற்றி இன்று காலையில் நான் அவரிடம் குறிப்பிட்டேன். அது குறித்து இங்குள்ளவர்கள் என்ன நினைக்கிறார்கள் என்பதைத் தெரிந்து கொள்வது சுவாரசியமாக இருக்கும்.”

“சொல்லுங்கள், கர்னல்,” என்றாள் ஜேன். “பேய்க் கதைகள் எனக்கு மிகவும் பிடிக்கும்.”

“சரி,” என்று கர்னல் தயக்கத்துடன் துவக்கினார். “எனக்கு அமானுஷ்யங்களில் நம்பிக்கை கிடையாது என்பதை நான் முதலில் தெரிவித்துக் கொள்ள விரும்புகிறேன். இங்கிருப்பவர்கள் எவருக்கும் ஜார்ஜைத் தெரிந்திருக்க வாய்ப்பில்லை. அவர் ஒரு நல்ல மனிதர். அவருடைய மனைவி மேரி இப்போது இறந்துவிட்டார். அதனால் அவரைப் பற்றித் தவறாகப் பேசினால் நன்றாக இருக்காது. ஆனால், அவர் உயிரோடு இருந்தவரை ஜார்ஜைப் பாடாய்ப் படுத்தினார் என்பதைக் கூறித்தான் ஆக வேண்டும். அவர் சலன புத்தி உடையவர், பிறரிடமிருந்து அதிகமாக எதிர்பார்த்தவர், நியாயமற்றவர். காலையிலிருந்து இரவுவரை அவர் எதைப் பற்றியாவது குறை கூறிக் கொண்டே இருப்பார். ஜார்ஜ் தன்னைத் தலையில் தூக்கி வைத்து ஆட வேண்டும் என்று அவர் எதிர்பார்த்தார். ஜார்ஜ் எதைச் செய்தாலும், அதில் ஏதேனும் குறை கண்டுபிடித்து அவரை வறுத்தெடுப்பது மேரியின் வழக்கமாக இருந்தது. வேறு எந்த ஆண்மகனாக இருந்தாலும் மேரியை அடித்துத் துவைத்திருந்திருப்பான். டாலி, நான் சொல்வது சரிதானே?”

“அவள் ஒரு பயங்கரமான பெண்மணி,” என்று டாலி உறுதிபடக் கூறினாள். “ஜார்ஜ் அவளை அடித்தே கொன்றிருந்து, அந்த வழக்கு நீதிமன்றத்திற்குச் சென்றிருந்தால், அந்த வழக்கை விசாரிக்கும் நீதிபதி யாராக இருந்தாலும், ஜார்ஜ்மீது குற்றம் எதுவுமில்லை என்று கூறி அவர் ஜார்ஜை சுலபமாக விடுதலை செய்திருப்பார்.”

கர்னல் கதையைத் தொடர்ந்தார். “நான் சொல்லவிருக்கின்ற இந்த விவகாரம் எப்படித் தொடங்கியது என்பது எனக்குத் தெரியாது. அது குறித்து ஜார்ஜ் எப்போதும் பொத்தம்பொதுவாகத்தான் குறிப்பிடுவார். குறி சொல்பவர்கள், கைரேகை பார்ப்பவர்கள், புலன் கடந்த விஷயங்களை அறிந்து கொள்கின்ற திறமை இருப்பதாகக் கூறிக் கொள்பவர்கள் போன்றோரிடம் மேரிக்கு எப்போதும் ஓர் ஈர்ப்பும் அவர்களுடைய கூற்றில் நம்பிக்கையும் இருந்தது. அதை ஜார்ஜ் பொருட்படுத்தவில்லை. தன் மனைவிக்கு அது பிடித்திருந்தால், அவள் அதில் ஈடுபட்டுக் கொள்ளட்டும் என்று அவர் விட்டுவிட்டார். ஆனால், அதைப் பற்றி

சிலாகித்துப் பேசவோ அல்லது அதில் ஈடுபடவோ அவர் மறுத்தார். அவர்மீது மேரி வைத்திருந்த புகார்ப் பட்டியலில் அதுவும் இடம் பெற்றிருந்தது.

"மேரியின் நரம்புத்தளர்ச்சி மற்றும் இதர உடல் உபாதைகளுக்காக, வீட்டுக்கு வந்து அவரைக் கவனித்துக் கொள்வதற்கு ஜார்ஜ் வரிசையாக ஒவ்வொரு செவிலியாக ஏற்பாடு செய்தார். ஆனால், அவர்களில் ஒருவர்கூட அங்கு நீண்ட காலம் தாக்குப்பிடிக்கவில்லை. சில வாரங்களிலேயே அவர்கள்மீது அதிருப்தியடைந்து மேரி அவர்களை நீக்கிவிடுவார். ஒரு முறை இப்படி அவர் திடுதிப்பென்று தன் செவிலிப் பெண்ணை நிறுத்திவிட்டதால், வயது கூடுதலான ஒரு செவிலிப் பெண் நியமிக்கப்பட்டார். அவளுடைய பெயர் கோப்லிங். இதற்கு முன்பு ஒரு முறை அவள் மேரியைக் கவனித்துக் கொண்டிருந்தாள். மேரி அவளையும் அப்போது வேலையைவிட்டு நீக்கியிருந்தார். மிகவும் அனுபவம் வாய்ந்த அந்தச் செவிலி, நரம்புத்தளர்ச்சி நோயாளிகளைச் சாதுரியமாகக் கையாளும் திறமை பெற்றிருந்தாள். அவள் விவேகமானவள் என்று ஜார்ஜ் கணித்திருந்தார். அவள் மேரியின் கோப வெளிப்பாடுகளையும் பிடிவாதப் போக்கையும் திறமையாகச் சமாளித்தாள்.

"மேரி எப்போதும் மாடியிலிருந்த தன்னுடைய அறையில்தான் மதிய உணவு உட்கொண்டார். மதிய வேளைகளில், ஜார்ஜ், கோப்லிங் ஆகிய இருவரில் யார் மேரியுடன் இருக்க வேண்டும் என்பதை அவர்கள் மதிய உணவு இடைவேளையின்போது தீர்மானித்துக் கொள்வர். பொதுவாக, இரண்டு மணியிலிருந்து நான்கு மணிவரை கோப்லிங்கின் ஓய்வு நேரம். ஆனாலும், ஜார்ஜுக்காக அவள் சில வேளைகளில் அந்த நேரத்திலும் மேரியைக் கவனித்துக் கொள்ள ஒப்புக் கொண்டாள். அதற்குப் பதிலாக, அவள் மாலை வேளைகளில் ஓய்வெடுத்துக் கொண்டாள். ஒரு நாள், கோப்லிங், அன்று மதியம் தான் ஓர் உறவினரைப் பார்க்கச் செல்லவிருந்ததாகவும், தான் திரும்பி வர நேரமாகும் என்றும் ஜார்ஜிடம் கூறினாள். அதைக் கேட்டு ஜார்ஜின் முகம் வாடிவிட்டது. ஏனெனில், அன்று கோல்ஃப் விளையாடச் செல்ல அவர் திட்டமிட்டிருந்தார். கோப்லிங் அவரைத் தேற்றினாள்.

" 'இன்று நாம் இருவரும் இல்லாதிருப்பதை மேரி கண்டுகொள்ள மாட்டார். ஏனெனில், நம் இருவரையும்விட அதிக சுவாரசியமான ஒரு நபருடன் அவர் தன் நேரத்தைச் செலவிடப் போகிறார்,' என்று கோப்லிங் கூறினாள்.

" 'யார் அது?' என்று ஜார்ஜ் கேட்டார்.

" 'அவளுடைய பெயர் ஜரிதா. வருங்காலத்தைக் கணிப்பதில் கைதேர்ந்தவள் அவள்.'

" 'ஐயோ! புதிதாக இன்னொருத்தியா?' என்று ஜார்ஜ் பதறினார்.

" 'ஆமாம். எனக்கு முன்னால் இங்கு வேலை பார்த்தச் செவிலியான கார்ஸ்டேர்ஸ்தான் ஜரிதாவைப் பரிந்துரைத்தாள். மேரி ஜரிதாவைப் பார்த்ததில்லை. இன்று தன்னைச் சந்திக்க வருமாறு ஜரிதாவுக்கு ஒரு கடிதம் எழுதும்படி அவர் எனக்கு உத்தரவிட்டார். அதன்படி, ஜரிதா இன்று இங்கு வரவிருக்கிறாள்.'

"அதனால் அன்று ஜார்ஜ் கோல்ஃப் விளையாடச் சென்றுவிட்டார். அன்று மாலையில் அவர் திரும்பி வந்தபோது, மேரி பெரும் பதற்றத்தில் இருந்தாள். தன் படுக்கையில் படுத்திருந்த அவள், வழக்கம்போல, தன் கையில் வைத்திருந்த 'முகரும் உப்பு' பாட்டிலை அடிக்கடி முகர்ந்து பார்த்துக் கொண்டிருந்தாள்.

"அவர் ஜார்ஜைக் கண்டதும், 'இந்த வீட்டுக்கு நாம் குடிவந்த உடனேயே நான் என்ன சொன்னேன் என்பது உங்களுக்கு நினைவிருக்கிறதா? இந்த வீட்டில் ஏதோ சரியில்லை என்று நான் சொன்னேன், இல்லையா?' என்று கேட்டார்.

"அதற்குச் சூடாகப் பதிலளிக்க நினைத்த ஜார்ஜ், அதை அடக்கிக் கொண்டு, 'எனக்கு நினைவில்லை,' என்று அமைதியாக பதிலளித்தார்.

"மேரி அவரிடம், 'உங்களுக்கு என் விஷயம் என்றால் எதுவும் ஞாபகத்தில் இருக்காது. எல்லா ஆண்களும் கல்நெஞ்சக்காரர்கள். ஆனால் உங்களுக்கோ பாறை மனது,' என்றார்.

" 'மேரி, நீ இப்படிப் பேசுவது நியாயமே இல்லை,' என்றார் ஜார்ஜ்.

" 'இன்று நம் வீட்டுக்கு வந்த ஜரிதா அதை நன்றாக அறிந்திருந்தாள். இன்னும் சொல்லப் போனால், அவள் வெலவெலத்துப் போனாள். அவள் நம் வீட்டுக்குள் அடியெடுத்து வைத்த உடனேயே, "இந்த வீட்டில் ஒரு தீய சக்தி வாசம் புரிகிறது. அது ஆபத்தானதும்கூட. அதை என்னால் உணர முடிகிறது," என்று கூறினாள்.'

"அதைக் கேட்டு ஜார்ஜ் முட்டாள்தனமாக நகைத்தார். பிறகு அவர் மேரியிடம், 'நீ ஜரிதாவிற்குக் கொடுத்தக் காசுக்கு மேலேயே அவளிடமிருந்து நீ வசூலித்துவிட்டாய்,' என்றார்.

"மேரி தன் கண்களை மூடிக் கொண்டு, தான் வைத்திருந்த

முகரும் உப்பு பாட்டிலைத் தன் மூக்கருகே கொண்டு சென்று நீளமாக உறிஞ்சினார்.

" 'நீங்கள் என்னை வெறுக்கிறீர்கள். நான் செத்துப் போனால் நீங்கள் அதைக் கோலாகலமாகக் கொண்டாடுவீர்கள்,' என்று மேரி புலம்பினார்.

"ஜார்ஜ் அதை மறுத்தார். ஓரிரு நிமிடங்களுக்குப் பிறகு மேரி தொடர்ந்தார்.

" 'இதைக் கேட்டு நீங்கள் நகைப்பீர்கள் என்பது எனக்குத் தெரியும். ஆனாலும் நான் முழுக் கதையையும் உங்களிடம் கூறுகிறேன். இந்த வீடு கண்டிப்பாக எனக்கு ஆபத்து விளைவிக்கும் என்று ஜரிதா கூறினாள்.'

"இந்த யோசனை மேரிக்குள் இன்னும் ஆழமாக ஊடுருவிவிட்டால், வேறு வீட்டுக்குக் குடிபெயர வேண்டும் என்று அவர் வானத்துக்கும் பூமிக்குமாகக் குதிப்பார் என்பதை ஜார்ஜ் அறிந்திருந்தார்.

"அதனால் அவர் தன் மனைவியிடம், 'ஜரிதா வேறு என்ன சொன்னாள்?' என்று கேட்டார்.

" 'அவளால் பெரிதாக எதையும் சொல்ல முடியவில்லை. அவள் கடும் மனஉளைச்சலில் இருந்தாள். ஆனால், ஒரே ஒரு விஷயத்தை மட்டும் அவள் என்னிடம் கூறினாள். ஒரு பூச்சாடியில் சில பான்சி மலர்களை நான் வைத்திருந்தேன். அவள் அவற்றைச் சுட்டிக்காட்டி, "அவற்றை உடனே தூக்கி எறிந்துவிடுங்கள். ஒருபோதும் நீல நிற மலர்களை உங்கள் அருகே வைத்துக் கொள்ளாதீர்கள். அவற்றால் உங்களுடைய உயிருக்கே ஆபத்து விளையலாம்," என்று கத்தினாள்.'

"அதைத் தொடர்ந்து, 'ஜார்ஜ், எனக்கு நீல நிறத்தைக் கண்டாலே பற்றிக் கொண்டு வரும் என்று நான் உங்களிடம் பல முறை கூறியிருக்கிறேன். எச்சரிக்கையுடன் இருக்கின்ற என் உள்ளுணர்வுதான் என்னை அப்படிக் கூற வைத்துள்ளது என்பது இப்போது எனக்குப் புரிகிறது,' என்றார் மேரி.

"மேரி ஒருபோதும் தன்னிடம் அப்படிக் கூறியிருக்கவில்லை என்பதை அவரிடம் கூறும் அளவுக்கு ஜார்ஜ் ஒரு முட்டாளாக இருக்கவில்லை. அதற்குப் பதிலாக, அவர் ஜரிதாவைப் பற்றி மேலும் விசாரித்தார்.

"மேரி உடனே அவளைப் பற்றி வர்ணிக்கத் துவங்கிவிட்டார். 'கருமையான தலைமுடியுடன் இருந்த அவள், தன் தலைமுடியைத் தன் காதுக்கு அருகே சுருட்டிவிட்டிருந்தாள். அவளுடைய கண்கள் எப்போதும் பாதி மூடிய நிலையிலேயே இருந்தன. அவளுடைய கண்களைச் சுற்றிக் கருவளையங்கள் இருந்தன. அவள் தன் வாயையும் நாடியையும் சுற்றி ஒரு

கருப்புத் துணியைக் கட்டியிருந்தாள். அவள் பேசியது அவள் பாடியதைப்போல இனிமையாக இருந்தது. அதில் ஸ்பானிஷ் மொழியின் சாயல் இருந்தது.'

"ஜார்ஜ் அவளிடம், 'அதாவது, வழக்கமாக இதுபோன்றவர்களிடம் இருக்கின்ற அனைத்தும் இவளிடமும் இருந்ததாக நீ சொல்கிறாய், அப்படித்தானே?' என்று கேட்டார்.

"மேரி தன் கண்களை மூடிக் கொண்டு, 'எனக்கு மூச்சுவிடவே சிரமமாக இருக்கிறது. கோப்லிங்கை அழையுங்கள். பிறரைப் பற்றிக் கனிவற்ற வார்த்தைகளை நீங்கள் கூறுவது எனக்கு எரிச்சல் உண்டாக்குகிறது. இது தெரிந்தும் நீங்கள் அப்படிப் பேசுகிறீர்கள்,' என்றார்.

"இரண்டு நாட்கள் கழித்து, கோப்லிங் ஒரு கவலையான முகத்துடன் ஜார்ஜிடம் வந்தாள்.

"அவள் ஜார்ஜிடம், 'நீங்கள் உடனே மேரியின் அறைக்கு வாருங்கள். அவர் தன் கையில் ஒரு கடிதத்தை வைத்திருக்கிறார். அது அவரை மிகவும் தொந்தரவுக்கு உள்ளாக்கியிருக்கிறது,' என்று கூறினாள்.

"ஜார்ஜ் தன் மனைவியின் அறைக்குச் சென்றபோது, மேரி அக்கடிதத்தை அவரிடம் நீட்டி, 'இதைப் படியுங்கள்,' என்றார்.

"ஜார்ஜ் அதைப் படித்தார். அந்தக் காகிதத்திலிருந்து நல்ல நறுமணம் வீசியது. அதில் பெரிய எழுத்துகளில் கருப்பு மையால் இவ்வாறு எழுதப்பட்டிருந்தது: 'நான் வருங்காலத்தைப் பார்த்தேன். காலம் கடப்பதற்கு முன்பு எச்சரிக்கையாக இருங்கள். பௌர்ணமியன்று ஜாக்கிரதையாக இருங்கள். நீலப் பிரிம்ரோஸ் பூ எச்சரிக்கையையும், நீல ஹோலிஹாக் பூ ஆபத்தையும், நீல ஜெரேனியப் பூ மரணத்தையும் பிரதிநுதப்படுத்துகின்றன.'

"ஜார்ஜ் தனக்குள் வெடித்துக் கிளம்பவிருந்த சிரிப்பை, கோப்லிங் தன் கண்களால் சாடை காட்டியதைத் தொடர்ந்து, சிரமப்பட்டு அடக்கிக் கொண்டார். அதற்குப் பதிலாக, சிறிது அசௌகரியத்துடன் அவர் தன் மனைவியிடம், 'ஜரிதா உன்னைப் பயமுறுத்த முயற்சிக்கிறாள். உண்மையில், நீல வண்ணத்திலுள்ள பிரிம்ரோஸ் பூக்களோ அல்லது ஜெரேனியப் பூக்களோ கிடையாது,' என்று கூறினார்.

"ஆனால் மேரி அழத் துவங்கிவிட்டார். தன்னுடைய நாட்கள் எண்ணப்பட்டுவிட்டதாக அவர் அரற்றலானார்.

"ஜார்ஜ் அந்த அறையைவிட்டு வெளியே வந்தபோது, கோப்லிங்கும் உடன் வந்தாள்.

" 'இதெல்லாம் வடிகட்டிய மடத்தனமாக இருக்கிறது,' என்று ஜார்ஜ் அவளிடம் வெடித்தார்.

“ஆனால், அதற்கு ‘ஆமாம்’ என்று கூறிய கோப்லிங்கின் குரலின் தொனியைக் கவனித்த ஜார்ஜ், ‘நீயும் இதுபோன்ற தத்துப்பித்து விஷயங்களை நம்புகிறாயா?’ என்று அவளிடம் கேட்டார்.

“ ‘எனக்கு இந்த வருங்காலக் கணிப்புகளிலெல்லாம் நம்பிக்கை கிடையாது. இதுபோன்ற விஷயங்களில் ஈடுபடுபவர்கள், பொதுவாகத் தங்களின் சுயலாபத்திற்காக எதையாவது சொல்வார்கள். ஆனால், ஜரிதா உங்களுடைய மனைவியை இப்படிப் பயமுறுத்துவதால் அவளுக்கு என்ன இலாபம் என்பது எனக்கு விளங்கவில்லை. அப்புறம் இன்னொரு விஷயம்...’ என்று கோப்லிங் இழுத்தாள்.

“ ‘என்ன?’

“ ‘ஜரிதாவைப் பற்றிய ஏதோ ஒன்று தனக்குப் பரிச்சயமானதாக இருப்பதாக மேரி கூறுகிறார்.’

“ ‘சரி. அதற்கென்ன?’

“ ‘அது எனக்குப் பிடிக்கவில்லை.’

“ ‘உனக்கும் மூடநம்பிக்கைகள் உண்டு என்பது எனக்கு இதுவரை தெரியாது.’

“ ‘எனக்கு மூடநம்பிக்கைகள் எதுவும் கிடையாது. ஆனால், இதில் ஏதோ வில்லங்கம் இருப்பதாக எனக்குத் தோன்றுகிறது,’ என்று கூறிவிட்டு அவள் அங்கிருந்து சென்றுவிட்டாள்.

“இதற்கு நான்கு நாட்கள் கழித்துத்தான் முதல் நிகழ்வு அரங்கேறியது. இதைச் சொல்வதற்கு முன்பு, நான் மேரியின் அறையைப் பற்றி விவரிக்க வேண்டும். அது–”

கர்னலின் பேச்சை இடைமறித்த டாலி, “நான் அதை விவரிக்கிறேன்,” என்றார். “அந்த அறை நவீன வால்பேப்பர்களால் அலங்கரிக்கப்பட்டிருந்தது. அவற்றின் ஓரங்கள் நெடுகிலும் கொத்துக் கொத்தாகப் பூக்களின் படங்கள் இடம் பெற்றிருந்தன. அது நீங்கள் ஒரு பூந்தோட்டத்திற்குள் இருப்பது போன்ற உணர்வைக் கொடுக்கும். அவற்றில் ஒரு செயற்கைத்தனம் இருந்தது. ஏனெனில், நிஜத்தில் அந்த பூக்கள் அனைத்தும் ஒரே பருவகாலத்தில் பூப்பதில்லை.”

அதைக் கேட்டக் கர்னல், “இங்கு நீ உன்னுடைய தோட்டக்கலை அறிவை நுழைக்க வேண்டியதில்லை,” என்று தன் மனைவியைக் கடிந்து கொண்டார்.

“ஆனாலும் இப்படிப் பல பூக்களை ஒன்றாகச் சேர்ப்பது அபத்தம்,” என்று டாலி குறைபட்டுக் கொண்டார்.

“நீங்கள் இருவரும் அடித்துக் கொண்டது போதும். அது அறிவியல்பூர்வமானது அல்ல என்பது உண்மைதான். நீங்கள் கதையைத் தொடருங்கள்,” என்றார் ஹென்ரி.

“அவற்றில் மஞ்சள் மற்றும் இளஞ்சிவப்பு நிறப் பிரிம்ரோஸ் பூக்களும் இருந்தன,” என்று கூறிய டாலி, தன் கணவரைப் பார்த்து, “இது உங்களுடைய கதை. நீங்களே தொடருங்கள்,” என்றார்.

கர்னல் அக்கதையைத் தொடர்ந்தார்.

“ஒரு நாள் காலையில், மேரி தன் படுக்கைக்கு அருகே இருந்த அழைப்புமணியை இடைவிடாமல் அழுத்தினார். அவருக்கு ஏதோ ஆகிவிட்டது என்று அலறியடித்துக் கொண்டு எல்லோரும் அவருடைய அறைக்கு ஓடி வந்தனர். ஆனால் அப்படி எதுவும் ஆகியிருக்கவில்லை. அங்குச் சென்றவர்களிடம், உணர்ச்சிப்பெருக்குடன், சுவரிலிருந்த வால்பேப்பர்களை மேரி சுட்டிக்காட்டினார். அங்கிருந்த பூக்களுக்கு நடுவே ஒரே ஒரு பிரிம்ரோஸ் பூ நீல நிறத்திற்கு மாறியிருந்தது.”

“ஓ! இது புல்லரிக்க வைக்கிறது,” என்றாள் ஜேன்.

கர்னல் தொடர்ந்தார்.

“அந்த வால்பேப்பரில் இருந்த பூக்களில் ஒரு பிரிம்ரோஸ் பூ ஏற்கனவே நீல வண்ணத்தில் இருந்தது என்று ஜார்ஜும் கோப்லிங்கும் வாதிட்டனர். ஆனால், எவ்வளவு சொல்லியும் அதை ஏற்றுக் கொள்ள மேரி மறுத்துவிட்டார். அன்று காலையில்தான் அதைத் தான் பார்த்ததாக அவர் அடம்பிடித்தார். அதோடு, அதற்கு முந்தைய தினம்தான் பௌர்ணமி என்பதையும் அவர் அவர்களுக்கு நினைவுபடுத்தினார். மொத்தத்தில், மேரி மிகவும் கலவரமடைந்திருந்தார்.”

இப்போது டாலி பேசினார். “அன்று நான் ஜார்ஜைப் பார்த்தபோது, அதைப் பற்றி அவர் என்னிடம் கூறினார். நான் உடனே மேரியின் அறைக்குச் சென்று, அது எவ்வளவு பைத்தியக்காரத்தனமானது என்று அவளிடம் எடுத்துரைக்க முயன்றேன். ஆனால், அதில் என்னால் வெற்றி பெற முடியவில்லை. நான் மேரி குறித்தக் கவலையுடனேயே அங்கிருந்து கிளம்பினேன். பின்னர் நான் ஜீன் இன்ஸ்டோவைப் பார்த்தேன். ஜீன் ஒரு விநோதப் பிறவி. நான் அவளிடம் இதைப் பற்றிக் கூறினேன். ‘மேரி மிகவும் பயந்து போயிருக்கிறாள். அது மட்டுமல்லாமல், அவள் மூடநம்பிக்கையில் மிகவும் ஊறிப் போனவள். அவளை நினைத்தால் எனக்குக் கவலையாக இருக்கிறது.’

“அதற்கு ஜீன் என்னிடம் கூறிய பதில் என்னை நிலைகுலைய வைத்துவிட்டது. ‘அப்படி மேரி மேலே போய்ச் சேர்ந்தால் நல்லதுதானே?’ அதைக் கேட்டு நான்

மிகவும் அதிர்ச்சியடைந்தேன். இப்போது மக்கள் இப்படி வெளிப்படையாகப் பேசுகிறார்கள் என்பது உண்மைதான் என்றாலும், என்னால் அதைச் சீரணித்துக் கொள்ள முடியவில்லை. ஜீன் என்னிடம், 'நான் இப்படிப் பேசுவது உனக்குப் பிடிக்கவில்லை என்பது எனக்குத் தெரிகிறது. மேரி உயிரோடு இருப்பதால் அவளுக்கே எந்தப் பயனும் கிடையாது. அவள் மேலே போனால் ஜார்ஜாவது நிம்மதியாக இருப்பார்,' என்றாள். நான் அவளிடம், 'ஜார்ஜ் எப்போதுமே அவளிடம் நல்லவிதமாகத்தான் நடந்து கொள்கிறார்,' என்று கூறினேன். அதற்கு ஜீன், 'அதனால்தான் நான் இப்படிச் சொல்கிறேன். அவர் இப்படி நடத்தப்படுவதற்குத் தகுதியானவர் அல்லர். அது மட்டுமல்லாமல், ஜார்ஜ் வசீகரமானவர். மேரியைக் கடைசியாகப் பார்த்துக் கொள்ள வந்த செவிலிப் பெண் – அவளுடைய பெயர் என்ன? கார்ஸ்டேர்ஸ்! – அந்த அழகான செவிலிப் பெண்கூட ஜார்ஜைப் பற்றி இப்படித்தான் நினைத்திருந்தாள். அது மேரியின் காதுகளுக்குப் போனபோது, அவளுக்கும் ஜார்ஜுக்கும் இடையே புதிய மோதல் ஒன்று வெடித்தது,' என்று நினைவுகூர்ந்தாள்.

"ஜீன் அப்படிச் சொன்னது எனக்குப் பிடிக்கவில்லை. எப்போதுமே எல்லோரும்–"

இந்த இடத்தில் டாலி வேண்டுமென்றே ஓர் இடைவெளி கொடுத்தார்.

அப்போது மார்ப்பிள் அமைதியாக, "எப்போதுமே எல்லோரும் அப்படி முடிச்சுப் போடுவார்கள் என்பது உண்மைதான். டாலி, இந்த ஜீன் அழகானவளா? அவள் கோல்ஃபும் விளையாடுவாளா?" என்று கேட்டார்.

"ஜீன் பல விளையாட்டுகளில் திறமையானவள். அவள் அழகாகவும் வசீகரமாகவும் இருப்பாள். ஆரோக்கியமான தோலுக்கும் நீல நிறக் கண்களுக்கும் சொந்தக்காரி அவள். விதி வேறு மாதிரியாக இருந்திருந்தால், ஜார்ஜும் ஜீனும் ஒரு நல்ல ஜோடியாக விளங்கியிருந்திருப்பார்கள் என்று நாங்கள் எங்களுக்குள் பேசிக் கொள்வோம்."

"ஜார்ஜும் ஜீனும் நண்பர்களா?" என்று மார்ப்பிள் கேட்டார்.

"ஆமாம். நெருக்கமான நண்பர்கள்."

கர்னல் தன் மனைவி டாலியிடம், "உன் வம்புதும்புகளை முடித்துவிட்டாயா? நான் கதையைத் தொடரலாமா?" என்று கேட்டார்.

"கர்னல் தன் பேயிடம் திரும்பிச் செல்ல விரும்புகிறார்," என்று கூறி டாலி அவருடைய காலை வாரினாள்.

"மீதிக் கதையை நான் ஜார்ஜிடமிருந்தே நேரடியாகத் தெரிந்து கொண்டேன்," என்று கூறிய கர்னல், அக்கதையைத் தொடர்ந்தார். "அதற்கு அடுத்த மாதம், மேரியின் கலக்கம் இன்னும் அதிகரித்தது. மேரி தன்னுடைய நாட்காட்டியில் பௌர்ணமியின் தேதியைக் குறித்து வைத்துக் கொண்டு, அன்று இரவு ஜார்ஜையும் கோப்லிங்கையும் தன் அறைக்கு அழைத்து, அந்த அறையில் ஒட்டப்பட்டிருந்த வால்பேப்பரைக் கவனமாக உற்று நோக்கும்படி கூறினார். அந்த வால்பேப்பரில் சிவப்பு மற்றும் இளஞ்சிவப்பு ஹோலிஹாக் பூக்கள் மட்டுமே இடம் பெற்றிருந்தன. அவற்றில் நீல நிற ஹோலிஹாக் பூக்கள் இருக்கவில்லை. பின் மேரி அவர்களை வெளியே போகும்படி கூறிவிட்டுத் தன் அறைக்கதவை மூடிக் கொண்டார்–"

ஜேன் அவரை இடைமறித்து, "காலையில் அந்த வால்பேப்பரில் நீல வண்ண ஹோலிஹாக் பூ ஒன்று தோன்றியிருந்தது, இல்லையா?" என்று கேட்டாள்.

"ஆமாம்," என்று கர்னல் ஒத்துக் கொண்டார். "ஒரே ஒரு ஹோலிஹாக் பூ நீல வண்ணத்திற்கு மாறியிருந்தது. அது மேரியைக் கடுமையான அதிர்ச்சிக்கு உள்ளாக்கியது. ஆனாலும் ஜார்ஜ் அதைத் தீவிரமாக எடுத்துக் கொள்ள மறுத்தார். அந்த விவகாரம் மொத்தமுமே யாராலோ வேடிக்கைக்காகச் செய்யப்பட்டதென்று அவர் வலியுறுத்தினார். மேரியின் அறைக் கதவு தாழிடப்பட்டிருந்ததையும், காலையில் அவர்கள் உள்ளே நுழைவதற்கு முன்பாக மேரியே அந்தப் பூவைக் கவனித்திருந்தார் என்பதையும் ஜார்ஜ் கணக்கில் எடுத்துக் கொள்ள மறுத்தார்.

"ஜார்ஜ் தன் வாழ்க்கையில் முதன்முறையாக அமானுஷ்யத்தில் நம்பிக்கை கொள்ளத் தொடங்கினார். ஆனால், அதை வெளிப்படையாக ஒப்புக் கொள்ள அவர் மறுத்தார். பொதுவாகத் தன் மனைவியின் தாளத்திற்கு ஏற்ப ஆடிய ஜார்ஜ், இம்முறை தன் மனைவி அந்த வீட்டை மாற்ற விரும்பியதற்குக் குறுக்கே நின்றார். அது தன்னை ஒரு முட்டாளாகச் சித்தரிக்கும் என்று அவர் வாதிட்டார்.

"வேகமாக அடுத்த மாதப் பௌர்ணமியை நோக்கி நாட்கள் நகர்ந்து கொண்டிருந்தன. இம்முறை மேரி முதன்முறை அளவுக்கு அலட்டிக் கொள்ளவில்லை. தன் காலைச் சுற்றிக் கொண்டிருந்த விதி தன்னை எப்படியும் காவு வாங்கிவிடும் என்று அவர் நம்பத் துவங்கியிருந்ததாக எனக்குத் தோன்றியது. அவர் மீண்டும் மீண்டும், 'நீலப் பிரிம்ரோஸ் பூ எச்சரிக்கையையும், நீல ஹோலிஹாக் பூ ஆபத்தையும், நீல ஜெரேனியப் பூ மரணத்தையும் பிரதிநுதப்படுத்துகின்றன,'

என்று கூறிக் கொண்டிருந்தார். மேரி தன் படுக்கையில் படுத்துக் கொண்டு, படுக்கைக்கு அருகேயிருந்த சிவப்பு மற்றும் இளஞ்சிவப்பு நிற ஜெரேனியப் பூக்களை வெறித்துக் கொண்டிருந்தார்.

"இது எல்லோருக்குமே மனஅழுத்தத்தைக் கொடுத்தது. கோப்லிங்கையும் அது தொற்றிக் கொண்டது. பௌர்ணமிக்கு இரண்டு நாட்களுக்கு முன், கோப்லிங் ஜார்ஜிடம் வந்து, மேரியை வேறு வீட்டுக்குக் கூட்டிச் சென்றுவிடும்படி மன்றாடினாள்.

"அதைக் கேட்டுக் கடும் கோபமடைந்த ஜார்ஜ், 'அந்த வால்பேப்பரில் இருக்கின்ற அனைத்துப் பூக்களும் நீலமாக மாறினால்கூட அது எவரையும் கொன்றுவிடாது,' என்று கத்தினார்.

" 'கொன்றுவிடக்கூடும். இதற்கு முன்பு அதிர்ச்சி பலரைக் கொன்றுள்ளது.'

" 'அபத்தம்.'

"ஜார்ஜ் எப்போதுமே பிடிவாதக் குணமுடையவர். அந்த அறையிலிருந்த பூக்களின் நிறத்தைத் தன் மனைவியே மாற்றிக் கொண்டிருந்தாள் என்ற ஒரு யோசனை அவருடைய மனத்திற்குள் ஓடிக் கொண்டிருந்தது. மேரி ஏதோ வெறித்தனமான திட்டம் ஒன்றைத் தீட்டியிருந்ததாக அவர் நினைத்தார்.

"பௌர்ணமி இரவும் வந்தது. அன்றிரவு மேரி வழக்கம்போலத் தன் அறையின் கதவை மூடினார். அன்று அவர் வழக்கத்தைவிட அதிக அமைதியாக இருந்தார். அவருடைய அந்த வழமைக்கு மாறான அமைதி கோப்லிங்கிற்குப் பிடிக்கவில்லை. மேரியின் உணர்ச்சிகளைத் தூண்டக்கூடிய ஒரு மருந்தை ஓர் ஊசி மூலம் செலுத்த அவள் விரும்பினாள். ஆனால், மேரி அதற்கு ஒப்புக் கொள்ளவில்லை. ஏதோ ஒரு விதத்தில் அவர் தன்னுடைய செயல்களை இரசித்துக் கொண்டிருந்ததுபோலத் தோன்றியது. ஜார்ஜும் அதை உறுதி செய்தார்."

"அது சாத்தியம்தான்," என்று டாலி கூறினார். "இந்த மொத்த விவகாரத்திலும் ஏதோ ஒரு விதமான கவர்ச்சி இழையோடிக் கொண்டிருந்திருக்க வேண்டும்."

கர்னல் அக்கதையைத் தொடர்ந்தார். "மறுநாள் காலையில் அழைப்புமணி அலறவில்லை. மேரி பொதுவாகக் காலை எட்டு மணிக்கு எழுந்துவிடுவார். எட்டரை மணிவரை பொறுத்துப் பார்த்தக் கோப்லிங், மேரியின் அறைக் கதவைத் தட்டினாள். கதவு திறக்கப்படாததால், அவள் விரைந்து

சென்று ஜார்ஜை அழைத்து வந்தாள். கதவை உடைக்க வேண்டும் என்று கோப்லிங் வற்புறுத்தியதற்கு இணங்க, ஓர் உளியின் உதவியுடன் ஜார்ஜ் அந்தக் கதவைத் திறந்தார்.

"படுக்கையில் கிடந்த உருவத்தைப் பார்த்த உடனேயே நிலைமையின் விபரீதம் கோப்லிங்கிற்குப் புரிந்துவிட்டது. மருத்துவருக்கு அழைப்பு விடுக்கும்படி அவள் ஜார்ஜை அவசரப்படுத்தினாள். ஆனால், மருத்துவர் வந்து பார்த்துவிட்டு, மேரி இறந்து குறைந்தபட்சம் எட்டு மணிநேரமாவது ஆகியிருக்கும் என்று அறிவித்தார். முகரும் உப்பு அடங்கிய பாட்டில் மேரியின் கைக்கு அருகே கட்டிலில் கிடந்தது. வால்பேப்பரில் இருந்த ஒரு ஜெரேனியப் பூ நீல வண்ணத்திற்கு மாறியிருந்தது."

"பயங்கரம்!" என்று ஜேன் நடுங்கியவாறு கூறினாள்.

ஹென்ரி முகஞ்சுளித்தார்.

"வேறு கூடுதல் தகவல்கள் எதுவும் கிடையாதா?"

இல்லையென்று கர்னல் தலையாட்டினார்.

ஆனால், டாலி, "அந்த வாயு!" என்று எடுத்துக் கொடுத்தார்.

"என்ன வாயு?" என்று ஹென்ரி கேட்டார்.

"மருத்துவர் அங்கு வந்தபோது, அந்த அறையில் ஒரு இலேசான வாயு வாசனை இருந்ததைக் கவனித்திருந்தார். அந்த அறையில், வாயுவால் இயங்கிக் கொண்டிருந்த கணப்படுப்பிற்கு வாயுவை எடுத்துச் சென்ற குழாயின் வளையம் இலேசாகத் திறந்திருந்ததை அவர் கண்டார். ஆனால், அது மிகமிக லேசாகத் திறந்திருந்ததால், அப்போது அது ஒரு பொருட்டாகக் கருதப்படவில்லை."

"முதலில் அந்த அறைக்குள் சென்றபோது ஜார்ஜும் கோப்லிங்கும் அதைக் கவனிக்கவில்லையா?"

"ஏதோ லேசான வாடையைத் தன்னால் உணர முடிந்ததாகக் கோப்லிங் கூறினாள். ஆனால், வாயு வாசனை எதையும் தான் கவனிக்கவில்லை என்று ஜார்ஜ் தெரிவித்தார். ஆனால், ஏதோ ஒன்று விநோதமாக இருந்ததாக அவர் நினைத்திருந்தபோதிலும், தன் மனைவியின் மரணம் அதிர்ச்சியால் ஏற்பட்டிருந்திருக்கும் என்று அவர் முடிவு செய்தார். எது எப்படியோ, மேரியின் மரணம் வாயுவால் ஏற்பட்டிருக்கவில்லை என்று முடிவானது. அதன் வாசனை குறிப்பிடத்தக்க அளவு இருக்கவில்லை."

"அப்படியானால், அதுதான் கதையின் முடிவா?"

"இல்லை. அது குறித்துப் பல விதமான பேச்சுகள் கிளம்பின. அந்த வீட்டில் வேலை பார்த்தவர்களின் காதுகளில் சில விஷயங்கள் விழுந்திருந்தன. எடுத்துக்காட்டாக, ஜார்ஜ் தன்னை வெறுத்ததாகவும், தான் செத்துப் போனால் அதை

அவர் கோலாகலமாகக் கொண்டாடுவார் என்றும் மேரி தன் கணவரிடம் கூறியிருந்ததை அவர்கள் கேட்டிருந்தனர். அடுத்து, சமீபத்தில், 'நான் செத்துப் போன பிறகு, நீங்கள்தான் என்னைக் கொன்றீர்கள் என்பதை நீங்கள் உணர்வீர்கள்,' என்று மேரி கூறியதையும் அவர்கள் கேட்டிருந்தனர். துரதிர்ஷ்டவசமாக, மேரி இறப்பதற்கு முந்தைய நாள், தோட்டத்துப் பாதைகளில் தெளிப்பதற்காகக் களைக்கொல்லிப் பூச்சிமருந்தை ஜார்ஜ் கலந்து கொண்டிருந்ததை ஒரு வேலைக்காரன் பார்த்திருந்தான். சிறிது நேரத்தில் ஜார்ஜ் ஒரு பால் டம்ளருடன் மேரியின் அறைக்குள் நுழைந்ததை அவன் இதனோடு தொடர்புபடுத்தியிருந்தான்.

"இதுபோன்ற வம்புப்பேச்சுகள் பெருகிப் பரவின. மேரியின் இறப்புக்கு, அதிர்ச்சி, மயக்கம், மாரடைப்பு போன்றவை காரணமாக இருந்திருக்கலாம் என்று அவருடைய இறப்புச் சான்றிதழில் அந்த மருத்துவர் குறிப்பிட்டிருந்தார். மேரி தன் கல்லறையில் ஒரு மாதம்கூட நிம்மதியாகத் தூங்கியிருந்திருக்க மாட்டார். அவருடைய உடல் தோண்டியெடுக்கப்பட்டுப் பிரேதப் பரிசோதனைக்கு உட்படுத்தப்பட வேண்டும் என்ற கோரிக்கையை ஏற்றுக் கொண்ட நீதிமன்றம், அதற்கான உத்தரவையும் வழங்கியது."

"பிரேதப் பரிசோதனையில் எதுவும் கண்டுபிடிக்கப்படவில்லை என்பது எனக்கு நினைவிருக்கிறது," என்று ஹென்ரி கூறினார்.

"இந்த விவகாரத்தில் ஏகப்பட்ட மர்மங்கள் இருந்தன. ஜரிதா தன்னுடைய வீட்டு முகவரியாக எதைக் கொடுத்திருந்தாளோ, அந்த முகவரியில் விசாரிக்கப்பட்டபோது, அதுபோன்ற எவரும் அங்கு வசிக்கவில்லை என்பது கண்டுபிடிக்கப்பட்டது.

"ஜரிதா தங்கள் வாழ்வில் திடீரென்று தோன்றி, பிறகு திடீரென்று காணாமல் போய்விட்டதாக ஜார்ஜ் கூறினார்.

"தான் அப்படி எவரையும் பரிந்துரைக்கவில்லை என்று கார்ஸ்டேர்ஸ் கூறிவிட்டாள்."

அங்கு இருந்தவர்கள் ஒருவரையொருவர் பார்த்துக் கொண்டனர்.

"இது ஒரு மர்மமான கதை. இதற்கான காரணத்தை ஒருவர் ஊகிக்கலாம். ஆனால், உண்மை-" என்று கூறிவிட்டு லாயிடு தலையாட்டினார்.

"ஜீன் இன்ஸ்டோவை ஜார்ஜ் திருமணம் செய்து கொண்டாரா?" என்று மார்ப்பிள் ஒரு மென்மையான குரலில் கேட்டார்.

"நீங்கள் எதற்காக அதைக் கேட்கிறீர்கள்?

மார்ப்பிள் தன் கண்களைத் திறந்தார்.

"அது முக்கியமென்று எனக்குத் தோன்றியது. அவர்கள் திருமணம் செய்து கொண்டார்களா?"

இல்லையென்று கர்னல் தலையாட்டினார்.

"அதுபோன்ற ஒன்று நடக்கும் என்று நாங்கள் எதிர்பார்த்திருந்தோம். அச்சம்பவம் நடந்து இப்போது பதினெட்டு மாதங்கள் ஆகிவிட்டன. அவர்கள் இப்போது ஒருவரையொருவர் சந்தித்துக் கொள்வதுகூட இல்லை என்று நான் நினைக்கிறேன்."

"அது முக்கியம். மிகவும் முக்கியம்," என்றார் மார்ப்பிள்.

"அப்படியானால், நான் நினைப்பதுபோலவே நீங்களும் நினைக்கிறீர்கள்," என்று டாலி கூறினாள். "நீங்கள்–"

இடையில் குறுக்கிட்டக் கர்னல், "டாலி, நீ சொல்ல முனைவது நியாயமற்றது. எந்தவிதமான நிரூபணங்களும் இல்லாமல் பிறர்மீது குற்றம் சுமத்துவது தவறு," என்று கூறினார்.

"இந்த ஆண்களே இப்படித்தான். எதையும் சொல்ல பயப்படுவார்கள். இதை ஒன்றும் நான் வெளியே போய் சொல்லப் போவதில்லை. நமக்குள் பேசிக் கொள்கின்றபோதுதானே நான் இதைச் சொல்கிறேன்? என்னுடைய யோசனை இதுதான். ஜீன்தான் ஜரிதாவைப்போல வேடமிட்டுச் சென்றிருக்க வேண்டும். அதை அவள் வேடிக்கைக்காகக்கூடச் செய்திருக்கலாம். மேரிக்குத் தீங்கு விளைவிக்கும் நோக்கத்தில் அதை அவள் செய்திருப்பாள் என்று நான் ஒரு கணம்கூட நினைக்கவில்லை. மேரி முட்டாள்தனமாக பயத்தில் செத்துப் போயிருந்தால், அதற்கு யார் என்ன செய்ய முடியும்? மார்ப்பிள், இதைத்தானே நீங்கள் கூற வந்தீர்கள்?"

"இல்லை," என்று அதை மறுத்துவிட்டு மார்ப்பிள் தொடர்ந்தார். "நான் யாரையாவது கொலை செய்ய விரும்பினால் – அதை நான் ஒருபோதும் செய்ய மாட்டேன். ஏனென்றால், அது தீயது. அதோடு, எதையும் கொல்வது எனக்குப் பிடிக்காது – அதில் குளவிகள்கூட அடங்கும். குளவிகள் கொல்லப்பட்டே ஆக வேண்டும் என்பதை நான் அறிவேன். அதனால்தான் தோட்டக்காரர்கள் அவற்றை முடிந்த அளவு மனிதாபிமானமான வழிகளில் கொல்கின்றனர்போலும். நான் என்ன சொல்லிக் கொண்டிருந்தேன்?"

"நீங்கள் யாரையாவது கொலை செய்ய விரும்பினால் என்று நீங்கள் ஆரம்பித்தீர்கள்."

"ஓ! ஆமாம். நான் யாரையாவது கொலை செய்ய

விரும்பினால், நான் அதற்கு ஒருவருடைய பயத்தை மட்டுமே நம்பியிருக்க மாட்டேன். மக்கள் அதிர்ச்சியாலும் பயத்தாலும் இறப்பதைப் பற்றி நாம் படித்திருக்கலாம். ஆனால், அது உத்தரவாதமற்றது. அதோடு, உணர்ச்சிக் கொந்தளிப்புகளால் அவதிப்பட்டுக் கொண்டிருக்கின்ற நபர்களில் பெரும்பாலானவர்கள், நாம் நினைத்துக் கொண்டிருப்பதைவிட அதிகத் துணிச்சலானவர்கள். அதனால், இறப்பை உறுதி செய்கின்ற ஒரு திட்டவட்டமான திட்டத்தைத்தான் நான் தேர்ந்தெடுப்பேன். அதை நிறைவேற்றுவதற்கு நான் ஒரு முழுமையான திட்டத்தை வகுப்பேன்."

"மார்ப்பிள், நீங்கள் எனக்குக் குலைநடுக்கத்தை ஏற்படுத்துகிறீர்கள்," என்றார் ஹென்ரி. "என்னைத் தீர்த்துக்கட்ட நீங்கள் முயற்சிக்க மாட்டீர்கள் என்று நான் நம்புகிறேன். ஏனென்றால், உங்களுடைய திட்டம் கனகச்சிதமாக இருக்கும்."

மார்ப்பிள் அவரை எரித்துவிடுவதுபோலப் பார்த்தார்.

"குற்றச் செயலில் ஈடுபட்டிருந்த நபரின் இடத்தில் நான் என்னை வைத்துப் பார்த்தேன், அவ்வளவுதான்," என்றார் மார்ப்பிள்.

"அது ஜார்ஜ் என்று நீங்கள் நினைக்கிறீர்களா?" என்று கர்னல் கேட்டார். "அது ஜார்ஜாக இருக்கும் என்று என்னால் ஒருபோதும் நம்ப முடியாது. ஆனால், அவர்தான் அதைச் செய்திருக்க வேண்டும் என்று கோப்லிங்கூட நம்புகிறாள். மேரியின் உடல் தோண்டியெடுக்கப்பட்டதற்கு ஒரு மாதம் கழித்து நான் கோப்லிங்கைப் பார்த்தேன். அப்போது அவள் என்னிடம், 'ஜார்ஜ் எப்படி அதைச் செய்தார் என்பது எனக்குத் தெரியாது. ஆனால், அதை அவர்தான் செய்திருக்க வேண்டும் என்று நான் உறுதியாக நம்புகிறேன்,' என்று கூறினாள்."

"அது உண்மையாக இருக்கலாம்," என்றார் டாக்டர் லாயிடு. "ஒரு செவிலிப் பெண் என்ற முறையில் அதை அவள் அறிந்திருக்கக்கூடும். ஆனால், அதற்கான நிரூபணம் எதுவும் அவளிடம் இருக்காது."

"மார்ப்பிள், நீங்கள் ஏன் திடீரென்று ஓர் ஆழமான யோசனைக்குள் மூழ்கிவிட்டீர்கள்?" என்று ஹென்ரி கேட்டார்.

"டாலி, நீங்கள் அந்த வால்பேப்பரில் இருந்த பிரிம்ரோஸ் பூக்களைப் பற்றிக் கூறியபோது, அவை மஞ்சள் நிறத்திலும் இளஞ்சிவப்பு நிறத்திலும் இருந்ததாகக் கூறினீர்கள். இளஞ்சிவப்பு நிறப் பூ நீலமாக மாறியிருந்தால், அது நான் கொண்டுள்ள ஒரு யோசனையோடு ஒத்துப் போகும். ஆனால்,

அது மஞ்சள் பூவாக இருந்தால்–"

"அது இளஞ்சிவப்பு நிறப் பூதான்," என்று டாலி தெரிவித்தார்.

எல்லோரும் மார்ப்பிளையே பார்த்துக் கொண்டிருந்தனர்.

"அப்படியானால், விஷயம் முடிந்ததுபோலத்தான். என்ன இருந்தாலும், செவிலியரும் மனிதர்கள்தாம் என்பதை நாம் மறக்கக்கூடாது."

ஹென்ரியிடம் ஒரு நம்பிக்கைக் கீற்று பிறந்தது.

"மார்ப்பிள், நீங்கள் கார்ஸ்டேர்ஸைச் சந்தேகிக்கிறீர்களா?"

"இல்லை. நான் கோப்லிங்கைச் சந்தேகிக்கிறேன். அவள் முன்பு ஒரு முறை அந்த வீட்டில் செவிலியாகப் பணிபுரிந்திருக்கிறாள். ஜார்ஜ் வசீகரமானவர். அவளுக்கு அவர்மீது ஒரு கண் இருந்திருக்கக்கூடும். ஆனால் ஜீன் இன்ஸ்டோவைப் பற்றித் தெரிந்து கொண்ட பிறகு, தன் கனவு கைகூடாது என்பது கோப்லிங்கிற்குத் தெரிந்துவிடுகிறது. அதனால், அவள் ஜார்ஜுக்கு எதிராகத் திரும்புகிறாள். ஆனால், இதில் அந்தக் கடிதம்தான் அவளை எனக்குக் காட்டிக் கொடுத்துவிட்டது."

"எந்தக் கடிதம்?"

"மேரியின் வேண்டுகோளுக்கு இணங்கவே அவள் ஜரிதாவுக்குக் கடிதம் எழுதுகிறாள். அந்தக் கடிதம் கிடைத்தவுடன் ஜரிதா அங்கு வந்ததாகச் சொல்லப்படுகிறது. ஆனால், அந்த முகவரியில் ஜரிதா என்ற பெயரில் யாரும் இல்லை என்பது பின்னர் நிரூபணமாகிறது. அப்படியானால், கோப்லிங் அந்தக் கடிதத்தை உண்மையிலேயே எங்கும் அனுப்பியிருக்கவில்லை. அவள்தான் ஜரிதாவாக வேடமிட்டு வந்திருக்கிறாள்."

"நான் இந்த முக்கியமான விஷயத்தைக் கோட்டை விட்டுவிட்டேன்," என்று ஹென்ரி கூறினார்.

"அது ஒரு துணிச்சலான, ஆபத்தான முடிவுதான். ஏனெனில், அவள் மாறுவேடத்தில் இருந்தபோதிலும், மேரி அவளை அடையாளம் கண்டு கொண்டிருந்திருக்கக்கூடும். ஒருவேளை மேரி அப்படிக் கண்டுபிடித்திருக்கும் பட்சத்தில், தான் அதை வேடிக்கைக்காகச் செய்ததாகக் கோப்லிங்கால் எளிதாகக் கூறியிருக்க முடியும்."

"மார்ப்பிள், நீங்கள் அந்த நபராக இருந்தால், வெறும் பயத்தை மட்டுமே நம்பி இதுபோன்ற காரியங்களில் இறங்க மாட்டீர்கள் என்று நீங்கள் கூறினீர்களே?" என்று ஹென்ரி கேட்டார்.

"அது உண்மைதான். ஜரிதாவின் வடிவில் வந்து கொடுக்கப்பட்டிருந்த எச்சரிக்கை, அந்த நீல வண்ண மலர்கள்

போன்றவை திசைதிருப்பும் நடவடிக்கைகளே. இராணுவத்தில் இது 'உருமறைப்பு' என்று கூறப்படுகிறது."

"அப்படியானால், உண்மையான விஷயம்?"

"எனக்குக் குளவிகளைக் கொல்வது பிடிக்காது என்றாலும், தோட்டக்காரர்கள் அவற்றை அழிப்பதற்குப் பொட்டாசியம் சயனைடு மருந்தைக் கலக்கியபோது நான் பார்த்திருக்கிறேன். அது அப்படியே 'முகரும் உப்பு' பாட்டிலில் உள்ளதைப்போலவே இருக்கும். முகரும் உப்புக்குப் பதிலாக அதை மாற்றுவது ஒன்றும் கோப்லிங்கிற்குக் கடினமான காரியமாக இருந்திருக்காது. அந்த முகரும் உப்பு பாட்டில் மேரியின் படுக்கையில் அவளுடைய கைகளுக்கு அருகே கிடந்தது பற்றி நீங்கள் குறிப்பிட்டீர்கள். ஜார்ஜ் மருத்துவரை அழைப்பதற்குக் கீழே இறங்கிச் சென்ற சமயத்தில், பொட்டாசியம் சயனைடு அடைக்கப்பட்டிருந்த பாட்டிலை எடுத்துவிட்டு, உண்மையான முகரும் உப்பை அந்த இடத்தில் வைப்பதற்கு வெகு நேரம் பிடித்திருக்காது. கூடுதல் எச்சரிக்கைக்காக, கோப்லிங், வாயுவையும் இலேசாகத் திறந்து விட்டிருந்திருக்கிறாள். பொட்டாசியம் சயனைடு காற்றில் கலந்து நேரமாகிவிட்டால், அதில் வாசம் எதுவும் இருக்காது என்று நான் படித்திருக்கிறேன். நான் பொட்டாசியம் சயனைடு என்று கூறினேன். அது தவறாக இருக்கக்கூடும். ஆனால், கண்டிப்பாக அது முகரும் உப்பாக இருந்திருக்காது என்பது மட்டும் உறுதி. அது எந்த நச்சுப் பொருளாக இருந்தால்தான் என்ன?"

இதைச் சொல்லிவிட்டு மார்ப்பிள் சிறிது இடைவெளி விட்டார்.

"வால்பேப்பரில் இருந்த பூக்கள் நீல நிறமானது எப்படி?" என்று ஜேன் கேட்டாள்.

"செவிலியரிடம் எப்போதும் லிட்மஸ் காகிதங்கள் இருக்கும், இல்லையா? சோதிப்பதற்கு அதை அவர்கள் வைத்திருப்பர். அமிலம் பட்டால், நீல லிட்மஸ் காகிதம் சிவப்பாக்கிவிடும். காரம் பட்டால், சிவப்பு லிட்மஸ் காகிதம் நீலமாகிவிடும். இது அடிப்படை அறிவியல். சிவப்பு லிட்மஸ் காகிதத்தைச் வால்பேப்பரிலுள்ள ஒரு சிவப்புப் பூவின்மீது தேய்த்துவிடுவது கோப்லிங்கிற்குக் கடினமாக இருந்திருக்காது. முகரும் உப்பிலுள்ள அம்மோனியா வெளியேறுகின்றபோது, அது பூவின்மீது தேய்க்கப்பட்டிருந்த சிவப்பு லிட்மஸை நீல நிறமாக மாற்றியிருந்திருக்கும். உண்மையிலேயே அது ஓர் அற்புதமான யோசனை. அன்று காலையில் அவர்கள் அந்த அறையின் கதவை உடைத்துக் கொண்டு உள்ளே சென்றபோது, ஜெரேனியப் பூ நீல நிறமாக மாறியிருக்கவில்லை. ஆனால், அப்போது இருந்த

பதற்றத்தில் எவரும் அதைக் கவனித்திருக்கவில்லை. கோப்லிங் முகரும் பாட்டிலை மாற்றியபோது அதை அவள் ஜெரேனியப் பூவின்மீது நேரடியாக ஒரு நிமிடம் காட்டியிருந்திருக்கக்கூடும் என்று நான் நினைக்கிறேன்.”

“மார்ப்பிள், நீங்கள் அங்கே ஒளிந்திருந்து பார்த்ததுபோல இருக்கிறது உங்களுடைய விவரிப்பு,” என்றார் ஹென்றி.

“இதில் என்னைக் கவலைக்கு உள்ளாக்குகின்ற விஷயம் என்ன தெரியுமா? ஜார்ஜும் சரி, ஜீனும் சரி, ஒருவர் மற்றவர்மீது சந்தேகப்பட்டிருந்த காரணத்தால்தான் அவர்கள் பரஸ்பரம் விலகி இருந்து கொண்டிருக்கிறார்கள். பாவம் அவர்கள். வாழ்க்கை மிகவும் குறுகியது!”

இப்படிச் சொல்லிவிட்டு மார்ப்பிள் சோகமாகத் தன் தலையை ஆட்டிக் கொண்டார்.

“மார்ப்பிள், இந்த விஷயத்தில் நீங்கள் கவலைப்பட வேண்டாம்,” என்று ஹென்றி கூறினார். “என்னிடம் ஒரு துருப்புச் சீட்டு இருக்கிறது. தன் மேல் உயில் எழுதி வைத்திருந்த ஒரு முதிய நோயாளியை, முகரும் உப்பு பாட்டிலில் பொட்டாசியம் சயனைடைக் கலந்து கொன்றதற்காக ஒரு செவிலிப் பெண் கைது செய்யப்பட்டிருக்கிறாள். கோப்லிங் மீண்டும் அதே உத்தியைப் பயன்படுத்தியிருக்கிறாள். வெகுவிரைவில் இந்த உண்மையை ஜார்ஜும் ஜீனும் அறிந்து கொள்வர்.”

“இது நன்றாக இருக்கிறது, இல்லையா?” என்று மார்ப்பிள் கேட்டார். “நான் இப்புதிய கொலையைப் பற்றிப் பேசவில்லை. அது வருத்தமான ஒன்றுதான் என்பதில் சந்தேகம் இல்லை. இந்த உலகில் இவ்வளவு கொடுமைகள் இருக்கின்றன என்பதை அது காட்டுகிறது, இல்லையா?”

ஊடுருவல்

"புவாரோ, இப்படி நான் திடுதிடுப்பென்று வந்து நிற்பதற்கு நீங்கள் என்னை மன்னிக்க வேண்டும்."

ஏமி கார்னபி தன் கைப்பையை இறுகப் பற்றிக் கொண்டு, முன்னே சாய்ந்து கொண்டு, புவாரோவின் முகத்தையே பார்த்துக் கொண்டிருந்தாள்.

புவாரோவின் புருவங்கள் உயர்ந்தன.

"என்னை உங்களுக்கு நினைவிருக்கிறதுதானே?" என்று அவள் பதற்றத்துடன் கேட்டாள்.

புவாரோவின் கண்கள் மின்னின.

"நான் எதிர்கொண்டிருந்த வெற்றிகரமான குற்றவாளிகளில் நீ தலைசிறந்தவள் என்று உன்னை நான் ஞாபகம் வைத்திருக்கிறேன்," என்று அவர் கூறினார்.

"என்னைப் பற்றி நீங்கள் இப்படியெல்லாம் கூற வேண்டுமா? நீங்கள் என்னிடம் கருணையுடன் நடந்து கொண்டிருந்தீர்கள். நானும் என் தங்கை எமிலியும் அடிக்கடி உங்களைப் பற்றிப் பேசிக் கொள்வோம். உங்களைப் பற்றிப் பத்திரிகைகளில் எந்தச் செய்தி வந்தாலும் அதைக் கத்தரித்து ஒரு புத்தகத்தில் ஒட்டி வைத்துக் கொள்வோம். எங்களுடைய நாய் அகஸ்டஸுக்குக்கூட நாங்கள் ஒரு புதிய உத்தியைக் கற்றுக் கொடுத்திருக்கிறோம். 'ஹெர்கியூல் புவாரோவுக்காக உயிரைக் கொடு!' என்று நாங்கள் கூறினால், அது அப்படியே ஒரு செத்த நாயைப்போலச் சுருண்டு படுத்துக் கொள்ளும். நாங்கள் கூப்பிடும்வரை அது அப்படியே படுத்திருக்கும்."

"நான் புளகாங்கிதம் அடைந்துவிட்டேன். அகஸ்டஸ் இப்போது எப்படி இருக்கிறது?"

உடனே ஏமி தன்னுடைய நாயின் புராணத்தைப் பாட

ஆரம்பித்துவிட்டாள்.

"அது முன்பைவிடப் பெரும் புத்திசாலியாக ஆகியுள்ளது. அன்றொரு நாள், குழந்தைகளுக்கான தள்ளுவண்டியில் உட்கார்ந்து சென்று கொண்டிருந்த ஒரு கைக்குழந்தையை நான் பார்த்து இரசித்துக் கொண்டிருந்தபோது, என் உடையைப் பிடித்து யாரோ இழுத்ததைப்போல இருந்தது. திரும்பிப் பார்த்தால், அகஸ்டஸ் என் கையிலிருந்த அதன் சங்கிலியைக் கடித்து இழுத்துக் கொண்டிருந்தது. அதன் புத்திசாலித்தனத்தைப் பற்றி நீங்கள் என்ன நினைக்கிறீர்கள்?"

"இப்போது நாம் பேசிக் கொண்டிருந்த குற்ற மனப்போக்குகளை அகஸ்டஸும் சுவீகரித்துக் கொண்டுள்ளதுபோலத் தோன்றுகிறது."

இதைக் கேட்டு ஏமி சிரிக்கவில்லை. அவளுடைய குண்டான முகத்தில் கவலையும் சோகமும் படர்ந்தன.

"புவாரோ, எனக்கு மிகவும் கவலையாக இருக்கிறது."

"எது குறித்து?" என்று புவாரோ அக்கறையுடன் கேட்டார்.

"நான் உண்மையிலேயே ஒரு கடைந்தெடுத்தக் குற்றவாளியாக இருப்பேனோ என்று நான் அஞ்சுகிறேன். ஏனெனில், எனக்கு ஏகப்பட்ட யோசனைகள் தோன்றிக் கொண்டே இருக்கின்றன."

"எந்த மாதிரியான யோசனைகள்?"

"மிகவும் அசாதாரணமான யோசனைகள். எடுத்துக்காட்டாக, நேற்று, ஓர் அஞ்சலகத்தைக் கொள்ளையடிப்பதற்கான, நடைமுறைக்கு ஏற்ற வழிமுறைகள் என் மண்டைக்குள் உதித்தன. நான் அது குறித்து யோசிக்கவில்லை. அவை தாமாகவே வந்தன. அடுத்து, சுங்க வரிகளைத் தவிர்ப்பதற்கான அபூர்வமான யோசனைகள் தோன்றின. இவை சிறப்பாக வேலை செய்யும் என்று நான் உறுதியாக நம்புகிறேன்."

"அவை வேலை செய்யக்கூடும். அதுதான் உன்னுடைய யோசனைகளில் இருக்கின்ற ஆபத்தே."

"புவாரோ, இது எனக்கு மிகவும் கவலையளிக்கிறது. கண்டிப்பான கொள்கைகளின் அடிப்படையில் வளர்க்கப்பட்ட என்னைப் போன்றவளுக்கு எதற்காக இதுபோன்ற தீய யோசனைகள் வருகின்றன? எனக்கு இப்போது ஏகப்பட்ட ஓய்வு நேரம் இருப்பது அதற்கான காரணமாக இருக்கக்கூடும். நான் ஒரு முதிய பெண்மணியிடம் வேலை செய்து கொண்டிருக்கிறேன். தினமும் நான் அவருக்குப் படித்துக் காட்ட வேண்டும், அவருக்காகக் கடிதங்கள் எழுத வேண்டும். கடிதங்கள் எழுத எனக்கு வெகுநேரம் ஆகாது. நான் படிக்க ஆரம்பித்தவுடனேயே அவர் தூங்கிவிடுவார். அதனால்,

நான் அங்கு வெறுமனே உட்கார்ந்திருக்க வேண்டியிருக்கிறது. சோம்பேறிகளின் மனம் சாத்தானின் கோட்டை என்று நான் கேள்விப்பட்டிருக்கிறேன்."

"நெஞ்சைத் தொட்டுவிட்டாய்!"

"சமீபத்தில் நான் ஒரு புத்தகம் படித்தேன். அது ஒரு நவீனப் புத்தகம். அது ஜெர்மானிய மொழியிலிருந்து மொழிபெயர்க்கப்பட்டிருந்தது. குற்றவியல் மனப்போக்குகள் குறித்து அது ஒரு புதிய வெளிச்சத்தைப் பாய்ச்சியது. ஒருவர் தனக்குள் எழுகின்ற உள்ளுணர்வுரீதியான தூண்டல்களை, கலாச்சாரரீதியான ஓர் உயர்ந்த இடத்திற்கோ அல்லது சமூகரீதியாக ஏற்றுக் கொள்ளப்பட்டுள்ள நடத்தைகளுக்கோ மடைமாற்றிக் கொள்ள வேண்டும் என்று அதில் கூறப்பட்டுள்ளது. அது தொடர்பாகத்தான் நான் உங்களைப் பார்க்க வந்தேன்."

"சரி, மேலே சொல்."

"என்னுடைய பிரச்சனை என்னிடமுள்ள தீய குணம் அல்ல. மாறாக, நான் பரபரப்பான ஒரு வாழ்க்கைக்கு ஏங்கிக் கொண்டிருக்கிறேன். துரதிர்ஷ்டவசமாக, தற்போது என் வாழ்க்கை மிகவும் சலிப்பூட்டுவதாக மாறிப் போயுள்ளது. அதனால், பரபரப்புக்கான ஏக்கத்தைச் சட்டத்தின் பக்கமாக நிற்கின்ற விதத்தில் மடைமாற்றுவதற்கு உங்களால் உதவ முடியுமா என்று கேட்பதற்காகவே நான் இங்கு வந்துள்ளேன்."

"ஆகா! எனக்குப் போட்டியாகக் கடை போடப் போகிறாயா?"

ஏமியின் முகம் சிவந்தது.

"என்னடா இந்தப் பெண் எல்லை தாண்டுகிறாளே என்று நீங்கள் நினைக்கக்கூடும். ஆனால், நீங்கள் எப்போதும் என்னிடம் கருணையோடு நடந்து கொண்டுள்ளீர்கள் என்பதால்–"

அவள் நிறுத்தினாள். தன்னை வெளியே நடப்பதற்கு அழைத்துச் செல்ல மாட்டார்களா என்று தன் எஜமானரை ஏக்கத்தோடு பார்க்கின்ற ஒரு நாயின் வேண்டுகோளைப் போன்ற ஒன்று அவளுடைய கண்களில் பிரதிபலித்தது.

"அது ஒரு நல்ல யோசனைதான்," என்றார் புவாரோ மெதுவாக.

"நான் ஒன்றும் பெரிய புத்திசாலி கிடையாது. ஆனால், எனக்கு நன்றாக நடிக்க வரும். என்னிடம் இருக்கின்ற கொஞ்சநஞ்சப் புத்திசாலித்தனத்தை நான் வெளிக்காட்டிக் கொண்டால்கூட, நான் இப்போது செய்து கொண்டிருக்கின்ற வேலையை நான் இழக்க வேண்டி வரும். அதனால், ஒருவர்

தன்னை உள்ளதைவிட அதிக முட்டாளாகக் காட்டிக் கொள்வது பெரும்பாலான சமயங்களில் நல்ல விளைவுகளை ஏற்படுத்துகிறது என்று நான் நினைக்கிறேன்."

"உனக்கு வாய் நன்றாக வளர்ந்திருக்கிறது," என்று புவாரோ சிரித்துக் கொண்டே கூறினார்.

"நீங்கள் எனக்கு நம்பிக்கையூட்டுகிறீர்கள். சமீபத்தில் எனக்கு ஓர் உறவினர் மூலம் சிறிதளவு சொத்து வந்து சேர்ந்துள்ளது. சிக்கனமாக இருக்கும் பட்சத்தில், அதை வைத்துக் கொண்டு நானும் என் தங்கையும் எளிதாக வாழ்க்கையை ஓட்டிவிட முடியும். அதனால், நான் இப்போது என் சம்பாத்தியத்தை நம்பி இல்லை."

"உன் திறமைகளை எப்படிப் பயன்படுத்திக் கொள்ளலாம் என்று நான் யோசிக்கிறேன். உனக்கு இது குறித்து ஏதேனும் யோசனை இருக்கிறதா?"

"புவாரோ, பிறருடைய மனத்தில் இருப்பதை எப்படி உங்களால் படிக்க முடிகிறது? சமீபத்தில் நான் என்னுடைய தோழி ஒருத்தி குறித்துக் கவலை அடைந்துள்ளேன். அவளுடைய நிலையைப் பற்றி நான் கூறினால், அது என்னுடைய அதீதக் கற்பனை என்று நீங்கள் ஒதுக்கித் தள்ளக்கூடும். உண்மையில், அது காக்கை உட்கார பனம்பழம் விழுந்த கதையாக இருந்து, நான் அதை ஊதிப் பெரிதாக்கிக் கொண்டிருக்கவும் வாய்ப்பிருக்கிறது."

"நீ என்னிடம் புளுகுமூட்டைகளை அவிழ்த்துவிட மாட்டாய் என்பதை நான் அறிவேன். உன் மனத்தில் இருப்பதைச் சொல்."

"எனக்கு ஒரு தோழி இருக்கிறாள். கடந்த சில ஆண்டுகளாக நான் அவளை அதிகமாகப் பார்க்கவில்லை. அவளுடைய பெயர் எம்மெலீன் கிளெக். இங்கிலாந்தின் வடக்குப் பகுதியில் வசித்து வந்த ஒருவரை அவள் மணமுடித்துக் கொண்டாள். சில ஆண்டுகளிலேயே அவளுடைய கணவர் இறந்துவிட்டபோதிலும், அவள் ஒரு வசதியான வாழ்க்கையை வாழத் தேவையான பணத்தை அவளுடைய கணவர் விட்டுச் சென்றிருந்தார். அவள் தன்னுடைய கணவர் இறந்த பிறகு மகிழ்ச்சியாக இல்லை. அவள் மிகவும் தனிமையாக உணர்ந்தாள். சில வழிகளில் அவளை ஒரு முட்டாள் என்று வர்ணிப்பது பொருத்தமாக இருக்கும். தன்னுடைய தனிமையைப் போக்கிக் கொள்வதற்கான முயற்சியில் அவள் மதத்தின் பிடிக்குள் மாட்டிக் கொண்டாள். மதங்கள், குறிப்பாகப் பாரம்பரிய மதங்கள், என் தோழியைப்போல வாழ்க்கையில் தடுமாறிக் கொண்டிருக்கின்ற நபர்களுக்கு ஓர்

ஊன்றுகோலாக இருக்கும் என்பதில் சந்தேகமில்லை."

"பாரம்பரியமான மதங்கள் என்று நீ கூறுகின்றபோது, கிரேக்கக் கிறித்தவ மதத்தை மனத்தில் வைத்து அப்படிக் கூறுகிறாயா?"

"இல்லை. புராட்டஸ்டன்ட் மதம், கத்தோலிக்க மதம் போன்றவற்றை மனத்தில் வைத்து நான் அப்படிக் கூறினேன். எனக்கு இவற்றைப் பிடிக்காது என்றாலும், இந்த மதங்கள் ஒழுங்குமுறையானவை, அமைப்புரீதியானவை, மக்களால் மதிக்கப்படுபவை. ஆனால், சமீப காலங்களில் சிறு சிறு சமய உட்பிரிவுகள் ஏராளமாக முளைத்துள்ளன. அவை மக்களின் உணர்ச்சிகளுக்குத் தீனி போடுகின்றன. ஆனால், அவற்றுக்குப் பின்னால் உண்மையான சமய நம்பிக்கைகள் இருக்கின்றனவா என்பது சந்தேகமே."

"உன்னுடைய தோழி இதுபோன்ற ஒரு குழுவினரிடம் மாட்டிக் கொண்டிருப்பதாக நீ நினைக்கிறாயா?"

"ஆமாம். அந்த அமைப்புக்கு 'த ஃபிளாக் ஆஃப் த ஷெப்பர்டு' என்று பெயர். அவர்களுடைய தலைமையகம் டெவன்ஷயரில் கடலுக்கு அருகேயுள்ள ஓர் அழகான இடத்தில் இருக்கிறது. இந்த உட்பிரிவில் சேர்ந்துள்ளவர்கள் அங்குக் கூடுகின்றனர். அதை அவர்கள் 'ரிட்ரீட்' என்று அழைக்கின்றனர். அந்த ரிட்ரீட்டுகள் தொடர்ந்து பதினைந்து நாட்களுக்கு நடைபெறும். அப்போது சமய போதனைகள் வழங்கப்படும், சமயச் சடங்குகள் பின்பற்றப்படும். இவை தவிர, ஆண்டுக்கு மூன்று முக்கியமான கொண்டாட்டங்களும் அங்கு நடைபெறும். அவற்றுக்கு, 'கமிங் ஆஃப் த பாஸ்சர்,' 'ஃபுல் பாஸ்சர்', மற்றும் 'ரீப்பிங் ஆஃப் த பாஸ்சர்' என்று பெயர்."

"கடைசிப் பெயர் முட்டாள்தனமானதாக இருக்கிறது."

"இது மட்டுமல்ல, அங்கு நடக்கின்ற எல்லாமே அபத்தமாகத்தான் இருக்கிறது. அந்த மொத்த இயக்கமும் ஒரு தனிநபரைச் சுற்றியே அமைந்துள்ளது. அந்நபர்தான் அவர்களின் தலைவர். அவர் தன்னை 'த கிரேட் ஷெப்பர்டு' என்று அழைத்துக் கொள்கிறார். அவருடைய உண்மையான பெயர் டாக்டர் ஆன்டர்சன். அவர் வசீகரமானவர், ஆளுமை மிக்கவர் என்று நான் கேள்விப்படுகிறேன்."

"அது பெண்களைக் கவர்கிறது, அப்படித்தானே?"

"ஆமாம். ஒரு பாதிரியாராக இருந்த என் அப்பா மிகவும் வசீகரமானவர். அதனால், அவருடைய தேவாலய அமைப்புக்குள் சில சச்சரவுகள் தோன்றும்."

"இந்த அமைப்பில் இருப்பவர்களில்

பெரும்பான்மையானவர்கள் பெண்களா?"

"முக்கால்வாசிப் பேர் பெண்கள். அங்கிருக்கின்ற ஆண்களில் பெரும்பாலானோர் பித்துக்குளிகள். அதனால், அந்த அமைப்பின் வெற்றி பெருமளவுக்கு அங்குள்ள பெண்களையே சார்ந்துள்ளது. குறிப்பாக, அந்தப் பெண்கள் அந்த இயக்கத்திற்கு அளித்துக் கொண்டிருக்கின்ற பணம்!"

"ஓ! இப்போதுதான் நீ விஷயத்திற்கு வந்துள்ளாய். இந்த விவகாரம் மொத்தமுமே ஒரு பித்தலாட்டமாக இருக்கும் என்று நீ சந்தேகிக்கிறாயா?"

"ஆமாம். மற்றொரு விஷயமும் என்னைப் பெரும் கவலைக்கு உள்ளாக்கியிருக்கிறது. சமீபத்தில், தன் இறப்புக்குப் பிறகு தன் சொத்து முழுவதும் அந்த அமைப்பிற்குச் சென்று சேரும் என்று என் தோழி உயில் எழுதி வைத்துள்ளாள்."

"அப்படிச் செய்யும்படி அவள் தூண்டப்பட்டாளா?"

"இல்லை. அது அவளுடைய சொந்த யோசனைதான். 'த கிரேட் ஷெப்பர்டு' அவளுக்கு ஒரு புதிய வாழ்க்கைமுறையைக் காட்டியிருக்கிறார். அதாவது, அவள் இறக்கும்போது, அவளுடைய உடைமைகள் அனைத்தும் ஓர் உன்னத நோக்கத்திற்குப் போய்ச் சேர வேண்டும் என்பதுதான் அது. இதைவிட என்னை அதிகமாகக் கவலையுறச் செய்கின்ற ஒரு விஷயம் இருக்கிறது."

"அது என்ன?"

"அந்த அமைப்பில் சேர்ந்திருக்கும் பெண்களில் பலர் பெரும் பணக்காரிகள். கடந்த ஆண்டில் மட்டும் மூன்று பணக்காரிகள் இறந்து போயிருக்கிறார்கள்."

"அவர்கள் தங்களுடைய மொத்தச் சொத்தையும் அந்த அமைப்பிற்கு விட்டுச் சென்றுள்ளனரா?"

"ஆமாம்."

"அவர்களுடைய உறவினர்கள் இதற்கு எதிர்ப்பு தெரிவிக்கவில்லையா? அந்த அமைப்பினர் சில சட்டச் சிக்கல்களில் மாட்டிக் கொண்டிருந்திருப்பார்கள் என்று நான் நினைத்தேன்."

"இதில் சேர்கின்ற பணக்காரிகளில் பெரும்பாலானோர், அதற்கு முன்பு தனியாக வாழ்ந்து வந்தவர்கள். அவர்களுக்கு நெருங்கிய சொந்தங்கள் அல்லது நண்பர்கள் என்று எவரும் கிடையாது."

புவாரோ யோசனையுடன் தலையாட்டினார். ஏமி தொடர்ந்து பேசினாள்.

"இந்த அமைப்பு குறித்துப் புகார் செய்வதற்கு என்னிடம் எந்த முகாந்திரமும் இல்லை. நான் விசாரித்தவரை, அந்த

மரணங்களில் வில்லங்கம் எதுவும் இருந்ததாகத் தெரியவில்லை. அவர்களில் ஒருத்தி நுரையீரல் அழற்சி நோயால் இறந்து போனாள். மற்றொருத்தி இன்புளூயென்சா நோயால் பாதிக்கப்பட்டு மரணமடைந்தாள். இன்னொருத்திக்குக் குடற்புண் ஏற்பட்டிருந்தது. அவர்களுடைய மரணங்கள் சந்தேகத்திற்கிடமான விதங்களில் நிகழவில்லை. அவர்கள் அனைவருமே தங்களுடைய சொந்த வீடுகளில் இருந்தபோதுதான் மரணமடைந்திருந்தனர். இந்த மரணங்களைப் பற்றி நான் எதுவும் சொல்ல விரும்பவில்லை. ஆனால், என் தோழி எம்மெலீனுக்கு அகால மரணம் நிகழ்ந்துவிடக்கூடாது என்பதுதான் என்னுடைய ஒரே கவலை."

ஏமி தன்னுடைய இரண்டு கைகளையும் இறுக்கமாகப் பிணைத்துக் கொண்டு அமர்ந்திருந்தாள். அவளுடைய கண்கள் புவாரோவை நோக்கி இறைஞ்சிக் கொண்டிருந்தன.

ஒரு சில நிமிடங்களுக்குப் புவாரோவும் அமைதியாக இருந்தார். அவர் மீண்டும் பேசத் துவங்கியபோது, அவருடைய குரல் மாறியிருந்தது. அது இறுக்கமாகவும் ஆழமாகவும் இருந்தது.

"சமீபத்தில் இறந்து போன அந்த மூன்று பெண்களைப் பற்றிய விபரங்களை உன்னால் சேகரித்து என்னிடம் கொடுக்க முடியுமா?"

"முடியும்."

"நீ மிகவும் துணிச்சல்காரி. நீ ஏற்கனவே சொல்லியிருந்தபடி, பிறரைப்போல நடிக்கும் ஆற்றல் உனக்கு இருக்கிறது. நிறைய ஆபத்துகள் நிறைந்த ஒரு வேலையில் இறங்குவதற்கு நீ தயாரா?"

"அதைத்தான் நான் ஆவலுடன் எதிர்பார்த்துக் கொண்டிருக்கிறேன்."

புவாரோ அவளை எச்சரிக்கும் விதத்தில் பேசினார்.

"இதில் உன் உயிருக்குக்கூட ஆபத்து ஏற்படலாம். அந்த அமைப்பைப் பற்றிய உண்மையைத் தெரிந்து கொள்ள வேண்டுமென்றால், நீயும் அதன் உறுப்பினராக ஆவதுதான் ஒரே வழி. அதற்கு நான் சிலவற்றை உனக்குப் பரிந்துரைக்கிறேன். தற்போது உன் உறவினர்களிடமிருந்து நீ சுவீகரித்திருக்கும் பணத்தின் அளவை நீ கணிசமாக அதிகரித்துக் கூற வேண்டும். இப்போது நீ ஒரு பணக்காரி, வாழ்க்கையில் பெரிய நோக்கங்கள் எதுவும் இல்லாதவள். நீ உன் தோழி எம்மெலீனுடன் அவள் சேர்ந்திருக்கும் மதத்தைப் பற்றிய விவாதத்தில் இறங்கு. அது அபத்தமானது என்று முழங்கு. உன் தோழி உன்னை அந்த மதப்பிரிவுக்கு மாற்ற

ஆர்வம் காட்டுவாள். அவள் உன்னை அவர்களுடைய அமைப்பின் தலைமையகத்திற்கு அழைத்துச் செல்ல அவளை அனுமதி. அங்குச் சென்ற பிறகு, நீ டாக்டர் ஆன்டர்சனின் வசீகரத்திற்கும் ஆளுமைக்கும் பலியாகிவிட்டதாக நடி. நீ இந்த விஷயத்தை வெளுத்துக் கட்டுவாய் என்று நான் நம்புகிறேன்."

அதைக் கேட்டு ஏமி புன்னகைத்தாள்.

"நான் சமாளித்துக் கொள்வேன் என்றுதான் நான் நினைக்கிறேன்," என்று அவள் தன்னடக்கத்துடன் கூறினாள்.

* * *

"நண்பரே, எனக்கு ஏதாவது செய்தி இருக்கிறதா?" என்று புவாரோ ஜேப்பிடம் கேட்டார்.

ஜேப் ஸ்காட்லாந்து யார்டின் துப்பறிவுப் பிரிவின் காவல் ஆய்வாளர்.

"நீளமாக முடி வளர்த்துக் கொண்டு திரிகின்றவர்களைக் கொண்ட மத உட்பிரிவுக் குழுக்களைக் கண்டாலே எனக்குப் பிடிக்காது. இவர்கள் பெண்களின் மனங்களில் விஷத்தை விதைக்கின்றனர். ஆனால், டாக்டர் ஆன்டர்சன் மிகவும் எச்சரிக்கையான பேர்வழியாக இருக்கிறார். குற்றம் சுமத்துகின்ற விதத்தில் அந்த அமைப்பில் எதையும் கண்டுபிடிக்க முடியவில்லை."

"இதுவரை ஆன்டர்சனைப் பற்றி நீங்கள் என்ன கண்டுபிடித்தீர்கள்?"

"அவருடைய கடந்தகாலத்தைத் தோண்டினேன். அவர் ஒரு திறமையான வேதியியலாளராக உருவெடுத்துக் கொண்டிருந்தபோது, அவர் படித்துக் கொண்டிருந்த ஜெர்மானியப் பல்கலைக்கழகம், அவர் தொடர்ந்து படிக்க அனுமதி மறுத்து அவரை வெளியேற்றிவிட்டது. அவருடைய அம்மா யூத மதத்தைச் சேர்ந்தவர். ஆன்டர்சன் எப்போதும் கீழை நாட்டு மதங்கள் தொடர்பான விஷயங்களில் ஆர்வம் கொண்டிருந்தார். அவை தொடர்பான பல கட்டுரைகளை அவர் பத்திரிகைகளில் எழுதியுள்ளார். அவற்றில் சில கட்டுரைகள் எனக்குக் கிறுக்குத்தனமானவையாகப் படுகின்றன."

"அப்படியானால், அவரை ஒரு மதவெறியன் என்று கருதலாமா?"

"அது சாத்தியம்தான்."

"நான் உங்களிடம் குறிப்பிட்டிருந்த பெண்களின் இறப்பு குறித்து ஏதாவது தகவல்கள் கிடைத்தனவா?"

“அவற்றிலிருந்து எந்த பூதமும் கிளம்பவில்லை. எவரிட் என்ற பெண், குடற்புண்ணால் இறந்து போயுள்ளார். அதில் எந்த வில்லங்கமும் இல்லை என்று டாக்டர் கூறிவிட்டார். திருமதி லாயிடு, நுரையீரல் அழற்சி நோயால் மரணித்துள்ளார். திருமதி வெஸ்டர்ன், காசநோயால் இறந்து போயுள்ளார். வெகுகாலமாகவே அவருக்கு அந்த நோய் இருந்து வந்திருந்தது. லீ, டைஃபாய்டு காய்ச்சலால் மாண்டு போயுள்ளார். வடக்கு இங்கிலாந்துக்குச் சென்றபோது அவர் சாப்பிட்டிருந்த பச்சைக் காய்கறிகளிலிருந்து அவருக்கு அந்தக் காய்ச்சல் வந்திருக்கலாம் என்று கருதப்படுகிறது. இந்த நால்வரில் மூன்று பேரின் மரணங்கள் அவர்களுடைய சொந்த வீடுகளில் நிகழ்ந்துள்ளன. திருமதி லாயிடு, தெற்கு பிரான்ஸிலுள்ள ஓர் ஓட்டலில் தங்கியிருந்தபோது இறந்துள்ளார். இந்தச் சாவுகளையும், ஆன்டர்சனையோ அல்லது அவருடைய அமைப்பையோ தொடர்புபடுத்துவதற்கு எதுவும் இல்லை.”

“ஆனாலும், இதில் ஏதோ மர்மம் இருப்பதாக எனக்குப் படுகிறது,” என்று புவாரோ முணுமுணுத்தார்.

* * *

“இங்கு நிலவுகின்ற அமைதி உண்மையிலேயே அற்புதமாக இருக்கிறது,” என்றாள் ஏமி.

“நான்தான் உனக்கு முன்பே சொன்னேன் அல்லவா?” என்றாள் எம்மெலீன்.

அந்த இரண்டு தோழிகளும் கடலைப் பார்த்தபடி இருந்த ஒரு மலைச்சரிவில் அமர்ந்திருந்தனர். அங்கிருந்த புற்கள் பச்சைப்பசேலென்று இருந்தன. அந்த இடத்தின் மண்ணும் மலைமுகடுகளும் செந்நிறத்தில் இருந்தன. ‘கிரீன் ஹில்ஸ் சேங்க்சுவரி’ என்று இப்போது அழைக்கப்பட்ட அந்த இடம். ஆறு ஏக்கர் நிலப்பரப்பைக் கொண்டது. அந்த இடத்தையும் முக்கிய நிலப் பகுதியையும் ஒரு சிறிய நிலத்துண்டுதான் இணைத்திருந்தது. அது கிட்டத்தட்ட ஒரு தீவைப்போல இருந்தது.

“நம்பிக்கையையும் ஒளியையும் உமிழ்ந்து கொண்டிருக்கின்ற இந்தச் செந்நிற பூமியில்தான் ‘மும்மடிப்பு விதிப்பயன்’ அறுவடை செய்யப்படும்,” என்று எம்மெலீன் உணர்ச்சிபூர்வமாகக் கூறினாள்.

“நேற்று இரவு, மாஸ்டர் எல்லாவற்றையும் மிகவும் அழகாகக் கூறியிருந்தார் என்று நான் கருதுகிறேன்,” என்று ஏமி கூறினாள்.

“இதற்கே இப்படிச் சொன்னால், இன்று இரவு நடக்கவிருக்கும் ‘ஃபுல் பாஸ்சர்’ கொண்டாட்டங்களைப் பார்த்தப் பிறகு நீ என்ன சொல்வாயோ?”

“அதற்காக நான் ஆவலுடன் காத்திருக்கிறேன்.”

“உனக்குச் சிறப்பானதோர் ஆன்மிக அனுபவம் அங்கு நிச்சயமாகக் கிடைக்கும்.”

ஏமி அந்த இடத்திற்கு ஒரு வாரத்திற்கு முன்பு வந்து சேர்ந்திருந்தாள். வந்தபோது அவளுடைய மனப்போக்கு, ‘என்ன இது அபத்தம்? உன்னைப் போன்ற புத்திசாலியான ஒரு பெண் எப்படி இப்படி?’ என்ற ரீதியில் இருந்தது.

ஆன்டர்சனுடனான நேர்முகத்தின்போது, தன்னுடைய நிலைப்பாட்டை அவள் அவரிடம் கூறத் தயங்கவில்லை.

“நான் இதைப் பற்றித் தெரிந்து கொள்கின்ற ஆர்வத்திலேயே இங்கு வந்துள்ளேன். என் அப்பா ஒரு புராட்டஸ்டன்ட் மதபோதகராக இருந்தவர். நான் என்னுடைய கிறித்தவ மத நம்பிக்கைகள் குறித்துச் சலனப்பட்டதே கிடையாது. அதனால் என் மதத்திற்கு அப்பாற்பட்ட விஷயங்களை நான் ஒருபோதும் ஏற்றுக் கொண்டதில்லை.”

பொன்னிறத் தலைமுடியுடன் வாட்டசாட்டமாக இருந்த ஆன்டர்சன், அவளுடைய கருத்தை ஏற்றுக் கொண்டதுபோலப் புன்னகை பூத்தார். தன் முன்னால் உட்கார்ந்திருந்த, அறிவு ஜொலிக்காத, ஓரளவு குண்டாக இருந்த அந்தப் பெண்ணை, செல்லம் கொடுக்கின்ற ஒரு பெற்றோரின் தோரணையில் அவர் பார்த்துக் கொண்டிருந்தார்.

“ஏமி, நீங்கள் எம்மெலீனின் தோழி என்ற முறையில் இங்கு நீங்கள் வரவேற்கப்படுகிறீர்கள். எங்களுடைய தத்துவங்கள் கிறித்தவ மதத்திற்கு எதிரானவை அல்ல. இங்கு அனைத்து மத நம்பிக்கையாளர்களும் வரவேற்கப்படுகிறார்கள், அனைவரும் ஒரே மாதிரியாக மதிக்கப்படுகிறார்கள்.”

“அப்படியானால், இது கிறித்தவத்திற்கு எதிரானதாக இருக்க முடியாது,” என்று ஏமி கூறினாள்.

தன் இருக்கையில் பின்னால் சாய்ந்து கொண்ட ஆன்டர்சன், தன்னுடைய கம்பீரமான குரலில், “என் பிதாவின் வீட்டில் அநேக வாசஸ்தலங்கள் உண்டு,” என்ற பைபிள் வசனத்தைக் கூறிவிட்டு, “ஏமி, அது உங்களுக்கு நினைவிருக்கிறதா?” என்று கேட்டார்.

அவர்கள் அங்கிருந்து கிளம்பிய பிறகு, ஏமி, “அவர் உண்மையிலேயே மிகவும் வசீகரமான ஒரு நபராக இருக்கிறார்,” என்று எம்மெலீனிடம் கூறினாள்.

“ஆமாம். அதோடு, அவர் ஓர் அற்புதமான

ஆன்மிகவாதியாகவும் இருக்கிறார்," என்று எம்மெலீன் கூறினாள்.

அதை ஏமியும் ஒத்துக் கொண்டாள். அது உண்மையும்கூட. ஆன்டர்சனைச் சுற்றி ஒருவிதமான ஆன்மிக ஆளுமை படர்ந்திருந்தது.

பின் ஏமி சுதாரித்துக் கொண்டாள். 'நான் இங்கு வந்தது ஆன்டர்சனின் கவர்ச்சி ஈர்ப்புக்குள் மாட்டிக் கொள்வதற்காக அல்ல,' என்று அவள் தனக்குத் தானே சொல்லிக் கொண்டாள்.

நாட்கள் செல்லச் செல்ல, அவள் அந்த இடத்தின் மாய வலைக்குள் தன்னைச் சுலபமாகத் தொலைத்துக் கொண்டிருந்தாள். அந்த இடத்தில் நிலவிய அமைதியும் எளிமையும், அங்குப் பரிமாறப்பட்ட சாதாரணமான, ஆனால், சுவையான உணவும், அன்பைச் சிலாகித்து முழங்கப்பட்ட பஜனைகளின் நேர்த்தியும், இதயத்தை சுண்டியிழுத்த ஆன்டர்சனின் போதனைகளும் அவளைக் கட்டிப்போடத் துவங்கின. அங்கு வெளியுலகின் கோரங்களுக்கு இடமிருக்கவில்லை. அன்பும் அமைதியும் மட்டுமே அங்குக் கோலோச்சின.

அன்று இரவு, கோடைக்காலக் கொண்டாட்டமான 'ஃபுல் பாஸ்சர்' நிகழவிருந்தது. அப்போது நடக்கவிருந்த ஒரு சடங்கின் மூலம், ஏமி, அவர்களில் ஒருத்தியாகச் சேர்த்துக் கொள்ளப்படவிருந்தாள்.

அந்த விழா, வெள்ளை நிறத்திலிருந்த ஒரு பளபளப்பான மண்டபத்தில் நடைபெற்றது. அங்கு, சூரியன் மறைவதற்குச் சற்று முன்னதாக பக்தகோடிகள் ஒன்றுகூடினர். அவர்கள் அனைவரும் ஆட்டுத்தோலால் ஆன அங்கிகளை அணிந்திருந்தனர். அந்த மண்டபத்தின் மத்தியில் ஓர் உயரமான இடத்தில் ஆன்டர்சன் அமர்ந்திருந்தார். பச்சை நிற அங்கி அணிந்திருந்த அவர், தன் கையில், தங்கத்தால் ஆன, ஆட்டிடையர்களின் பிரம்பு ஒன்றை வைத்திருந்தார்.

அவர் அதைத் தன் தலைக்கு மேலே உயர்த்தினார். உடனே அங்கு அனைத்துச் சத்தங்களும் அடங்கின.

"என் ஆடுகள் எங்கே?"

"ஓ! மேய்ப்பனே! உங்களுடைய ஆடுகளாகிய நாங்கள் இங்கே இருக்கிறோம்!" என்று அங்கிருந்த கூட்டம் ஆர்ப்பரித்தது.

"உங்களுடைய இதயத்தை ஆனந்தத்தாலும் நன்றியுணர்வாலும் நிரப்புங்கள்! இது ஆனந்தக் கொண்டாட்டம்!"

கூட்டம் முழங்கியது:

"இது ஆனந்தக் கொண்டாட்டம்! நாங்கள் ஆனந்தத்தில்

திளைத்திருக்கிறோம்!"

"உங்களுக்கு இனி வேதனை இருக்காது. வலி இருக்காது. ஆனந்தம் மட்டுமே இருக்கும்!"

கூட்டம் கூவியது: "அனைத்தும் ஆனந்தம்!"

"மேய்ப்பனுக்கு எத்தனை தலைகள்?"

"மூன்று: தங்கத் தலை, வெள்ளித் தலை, மற்றும் பித்தளைத் தலை."

"ஆடுகளுக்கு எத்தனை உடல்?"

"மூன்று: சதையால் ஆன உடல், சிதைவுறும் பொருட்களால் ஆன உடல், மற்றும் ஒளியால் ஆன உடல்."

"மந்தையோடு எப்படி நீங்கள் பிணைக்கப்படுவீர்கள்?"

"இரத்தத்தின் புனிதத்தால்!"

"புனிதச் சடங்குக்கு நீங்கள் தயாரா?"

"ஆமாம்! நாங்கள் தயார்!"

"கண்களைக் கட்டிக் கொண்டு உங்களுடைய வலது கையை முன்னால் நீட்டுங்கள்!"

கூட்டம் அப்படியே கீழ்ப்படிந்தது. கூட்டத்திலிருந்த அனைவரும், இதற்காகவே கொண்டுவரப்பட்டிருந்த ஒரு பச்சைத் துணியை எடுத்துக் கண்களில் கட்டிக் கொண்டு, தங்களுடைய வலது கையை முன்னால் நீட்டினர். ஏமியும் அவ்வாறே செய்தாள்.

ஆன்டர்சன் கூட்டத்தினரின் வரிசைகளுக்கு இடையே நடந்து வந்தார். ஆங்காங்கே சில கத்தல்கள் கேட்டன. அவற்றில் வலி அல்லது பரவசம் ஒலித்தது.

ஏமி தனக்குள் இவ்வாறு கூறிக் கொண்டாள்: 'மொத்தமும் அடாவடித்தனமானதாக இருக்கிறது. இதுபோன்ற மதரீதியான விகாரங்கள் நிராகரிக்கப்பட்டே ஆக வேண்டும். நான் அமைதியாக இருந்து கொண்டு மற்றவர்களை அவதானிக்கப் போகிறேன். இவற்றால் வாரிச் சுருட்டிக் கொள்ளப்பட என்னை நான் அனுமதிக்க மாட்டேன்.'

இப்படி அவள் கூறிக் கொண்டிருந்தபோது, ஆன்டர்சன் அவளருகே வந்தார். அவளுடைய வலது கரம் எடுத்துக் கொள்ளப்பட்டதையும், சில கணங்கள் பிடித்து வைக்கப்பட்டதையும், அதைத் தொடர்ந்து, ஊசி குத்தியதைப் போன்ற ஒரு சிறு வலியையும் அவள் உணர்ந்தாள்.

ஆன்டர்சன் ஒரு மெதுவான குரலில் முணுமுணுத்தார்: "ஆனந்தத்தைக் கொண்டுவருகின்ற இரத்தத்தின் புனிதம்."

பின் அவர் அவளைக் கடந்து சென்றார்.

அடுத்து ஓர் ஆணை பிறப்பிக்கப்பட்டது.

"கண்களைத் திறந்து ஆவியின் இன்பத்தை அனுபவியுங்கள்!"

சூரியன் அப்போதுதான் மறைந்து கொண்டிருந்தான். அந்த மண்டபத்திலிருந்து வெளியேறிக் கொண்டிருந்தவர்களோடு சேர்ந்து ஏமியும் வெளியேறினாள். திடீரென்று அவள் மகிழ்ச்சியாக உணர்ந்தாள், உற்சாகமான மனநிலையில் இருந்தாள். வெளியேயிருந்த புல் தரையில் அவள் அமர்ந்தாள். தான் தனிமையானவள் என்றும், பிறரால் விரும்பப்படாதவள் என்றும் இதற்கு முன்பு தான் ஏன் உணர்ந்திருந்தோம் என்று அவள் யோசித்தாள். வாழ்க்கை அற்புதமானதாக இருந்தது. அவளும் அற்புதமானவளாக இருந்தாள். அவளிடம் சிந்திக்கும் சக்தி இருந்தது, கனவு காணும் சக்தி இருந்தது. அவளால் சாதிக்க முடியாத எதுவும் இல்லை!

அவளுக்குள் உற்சாகம் பீறிட்டுக் கிளம்பியது. அவள் தன்னைச் சுற்றியிருந்தவர்களைப் பார்த்தாள். அவர்கள் திடீரென்று நெடிதுயர்ந்துவிட்டதுபோல அவளுக்குத் தோன்றியது.

'உயர்ந்த மரங்கள் நடப்பதைப்போல இருக்கிறது இது,' என்று ஏமி தனக்குள் சொல்லிக் கொண்டாள்.

அவள் தன் கைகளை உயர்த்தினாள். அதன் மூலம் அவளால் இந்த பூமிக்கு ஆணையிட முடியும். சீசர், நெப்போலியன், ஹிட்லர் போன்றவர்கள் அவள் முன் சிறியவர்கள், அற்பமானவர்கள். ஏமியால் என்ன செய்ய முடியும் என்பது குறித்து அவர்களுக்கு எதுவும் தெரியாது. நாளையே உலகின் அமைதிக்கும் உலகச் சகோதரத்துவத்துக்கும் அவளால் ஏற்பாடு செய்ய முடியும். இனி, இந்த உலகில் போர்கள் இருக்காது, வறுமை இருக்காது, வியாதிகள் இருக்காது. ஏமியாகிய அவளால் ஒரு புத்தம் புதிய உலகை வடிவமைக்க முடியும்.

ஆனால், அதற்கு அவசரப்பட வேண்டியதில்லை. காலம் எல்லையற்றது. ஏமியின் கைகளும் கால்களும் சோர்ந்திருந்தன. ஆனால், அவளுடைய மனம் மகிழ்ச்சியுடன் விழித்திருந்தது. அந்த மனத்தால் பிரபஞ்சம் நெடுகிலும் சஞ்சரிக்க முடிந்தது. அவள் தூங்கிப் போனாள். ஆனால், அவள் தன் கனவில் பெரும் வெளிகளுக்கு ஊடாகப் பறந்தாள், பிரம்மாண்டமான கட்டடங்களைக் கண்டாள், ஒரு புதிய அற்புதமான உலகைத் தரிசித்தாள்.

அந்த உலகம் மெதுவாகச் சுருங்கியது. ஏமி கொட்டாவி விட்டாள். பாறைகளைப்போலக் கனத்துக் கிடந்த தன்னுடைய கைகளையும் கால்களையும் அவள் அசைத்தாள். நேற்றைய இரவுக்குப் பிறகு என்ன ஆயிற்று? கடந்த இரவில் அவள் ஏதோ கனவு கண்டிருந்தாள்.

வானில் ஒரு நிலா இருந்தது. அதன் ஒளியில் தன் கைக்கடிகாரத்தில் அவள் மணி பார்த்தாள். மணி 9.45 என்று காட்டியது. சூரியன் 8.10 மணிக்கு அஸ்தமனமாயிற்று. அப்படியானால், சுமார் ஒன்றரை மணிநேரம் மட்டும்தான் கடந்திருந்ததா? ஆனால்–

'இது வியப்புக்குரியதாக இருக்கிறது,' என்று ஏமி தனக்குள் சொல்லிக் கொண்டாள்.

* * *

"நான் உன்னிடம் கூறுவதை நீ கவனமாகப் பின்பற்ற வேண்டும்," என்றார் புவாரோ.

"கண்டிப்பாக. நீங்கள் என்னை நம்பலாம்."

"அந்த அமைப்பின் பெயரில் உயில் எழுத நீ உத்தேசித்துள்ளதை நீ அவர்களிடம் தெரிவித்தாயா?"

"ஆமாம். நான் மாஸ்டரிடம் – மன்னித்துக் கொள்ளுங்கள் – ஆன்டர்சனிடம் நேரில் பேசினேன். நான் அதை எள்ளி நகையாடி வந்திருந்தபோதிலும் இப்போது அதன்மீது எனக்கு நம்பிக்கை பிறந்திருந்ததாக நான் அவரிடம் தெரிவித்தேன். இவற்றை நான் வெகு இயல்பாகவே அவரிடம் கூறினேன்."

"அதற்கு அவர் என்ன சொன்னார்?"

"அதற்கு அவர் அளித்த பதிலும், அதை அவர் சொன்ன விதமும், அவர் நம்பத்தக்கவர்தான் என்ற பிரமையை ஏற்படுத்தின. அதைப் பார்க்கும் எவரும், அவருக்குப் பணத்தின்மீது துளிகூட ஆசையில்லை என்று கண்டிப்பாக நம்புவர். 'உன்னால் என்ன முடியுமோ அதைக் கொடு,' என்று அவர் தன்னுடைய வசீகரச் சிரிப்புடன் கூறினார். 'உன்னால் எதையும் கொடுக்க முடியவில்லை என்றாலும் பரவாயில்லை. அது ஒரு பிரச்சனையே அல்ல. இப்போது நீ இந்த மந்தையில் ஒருத்தி,' என்றார் அவர். அதற்கு நான் அவரிடம் இவ்வாறு கூறினேன்: 'நான் ஒன்றும் நன்றியில்லாதவள் அல்லள். சமீபத்தில் என்னுடைய தூரத்து உறவினர் ஒருவரிடமிருந்து எனக்கு ஒரு கணிசமான சொத்து கிடைத்துள்ளது. அந்தப் பணத்தைச் சட்டரீதியான சடங்குகள் முடிகின்றவரை என்னால் தொட முடியாது என்றாலும், நான் உடனடியாக ஒரு காரியத்தைச் செய்ய விரும்புகிறேன். நான் இறந்த பிறகு என் சொத்து முழுவதும் இந்த அமைப்புக்கு வந்து சேரும் வகையில் நான் ஓர் உயில் எழுதி வைக்கப் போகிறேன்.' எனக்கு நெருங்கிய உறவினர்கள் எவரும் இல்லை என்பதை அவரிடம் குறிப்பிடவும் நான் மறக்கவில்லை.'

“அதை ஆன்டர்சன் கண்ணியத்துடன் ஏற்றுக் கொண்டாரா?”

“அது குறித்து அவர் விட்டேத்தியாகப் பேசினார். நான் நீண்ட நெடுங்காலம் வாழ்வேன் என்றும், அக்காலம் முழுவதும் நான் ஆனந்தத்துடனும் ஆன்மிக நிறைவுடனும் வாழ்வேன் என்றும் அவர் என்னை ஆசிர்வதித்தார். அதை அவர் சொன்ன விதம் இதயத்தைத் தொடுவதாக இருந்தது.”

“வேறு எப்படிச் சொல்வார்?” என்று கூறிவிட்டு, புவாரோ, “உன்னுடைய உடல்நிலை பற்றி அவரிடம் சொன்னாயா?” என்று கேட்டார்.

“ஆமாம். எனக்கு நுரையீரல் பிரச்சனை இருந்தது என்றும், பல ஆண்டுகளுக்கு முன் நான் ஒரு மருத்துவமனையில் சேர்ந்து அதைக் குணப்படுத்திக் கொண்டிருந்தேன் என்றும் நான் அவரிடம் கூறினேன். இனி அது மீண்டும் தலைகாட்டாது என்று நான் நம்பியதாகவும் அவரிடம் தெரிவித்தேன்.”

“பிரமாதம்!”

“என் நுரையீரல் அற்புதமாக இயங்கிக் கொண்டிருக்கின்றபோது எதற்காக நான் இப்படி அவரிடம் சொல்ல வேண்டும் என்பது எனக்குப் புரியவில்லை.”

“இப்போதைக்கு, அது மிகவும் அத்தியாவசியம் என்று மட்டுமே என்னால் கூற முடியும். சரி, உன் தோழி குறித்த விஷயத்தையும் நீ அவரிடம் கூறிவிட்டாயா?”

“ஆமாம். என் தோழி எம்மெலீன் இப்போது அவளிடம் இருப்பதைவிட அதிகமான சொத்துகளை அவளுடைய ஓர் அத்தையிடமிருந்து வெகுவிரைவில் சுவீகரிக்க இருந்ததாக நான் அவரிடம் கூறினேன். இத்தகவலை, அவர்மீது எனக்கு இருந்த நம்பிக்கையால் நான் அவரிடம் கூறியதாகவும் நான் அவரிடம் தெரிவித்தேன்.”

“நல்லது. இது உன்னுடைய தோழியைத் தற்போதைக்குப் பாதுகாப்பாக வைத்திருக்கும்.”

“புவாரோ, உண்மையிலேயே அங்கு மர்மங்கள் இருப்பதாக நீங்கள் நம்புகிறீர்களா?”

“அதைக் கண்டுபிடிக்கும் முயற்சியில்தான் இப்போது நான் இறங்கியிருக்கிறேன். சரி, கோல் என்ற ஒருவரை நீ அங்குச் சந்தித்தாயா?”

“கடந்த முறை நான் அங்குச் சென்றபோது, அந்தப் பெயரில் அங்கு ஒருவர் இருந்தார். அவர் ஒரு விநோதமான ஆசாமி. அவர் பச்சை நிறத்தில் ஓர் அரைக்கால் சட்டை அணிந்திருந்தார். அவர் முட்டைக்கோஸை மட்டுமே சாப்பிட்டுக் கொண்டிருந்தார். ஆனால், ஆன்டர்சனின்

ஆதர்ச அபிமானி அவர்.”

“நீ இதுவரை செய்துள்ள வேலைகளுக்காக நான் உன்னைப் பாராட்டுகிறேன். எல்லாம் சரியாகச் சென்றால், அந்த அமைப்பின் இலையுதிர்காலக் கொண்டாட்டத்தின்போது நமக்கு ஒரு முடிவு கிடைக்கும் என்று நான் நினைக்கிறேன்.”

* * *

“ஏமி, ஒரு நிமிடம்,” என்று கோல் அவளை நிறுத்தினார். அவருடைய கண்கள் மினுமினுத்துக் கொண்டிருந்தன.

“எனக்கு ஒரு தீர்க்கதரிசன முன்னோக்கு ஏற்பட்டது. அது பிரமாதமான ஒன்று. அதை நீங்கள் கண்டிப்பாகக் கேட்டாக வேண்டும்.”

ஏமி பெருமூச்செறிந்தாள். கோலையும் அவருடைய உள்நோக்குகளையும் குறித்து அவள் அஞ்சினாள். அவருக்கு உண்மையிலேயே பைத்தியம் பிடித்திருந்ததாகப் பல சமயங்களில் அவள் உறுதியாக நம்பினாள்.

அவருடைய உள்நோக்குகளில் சில அவளுக்குக் கடும் அசௌகரியத்தைக் கொடுத்தன. அந்த உள்நோக்குகளில், அவள் படித்திருந்த, ஆழ்மனம் குறித்த அந்த ஜெர்மானியப் புத்தகத்திலிருந்து சில பகுதிகள் மேற்கோள் காட்டப்பட்டன.

இம்முறை கோலின் உள்நோக்கு ‘தீர்க்கதரிசி எலியாவைப்’ பற்றி இருந்தது. அதைப் பற்றி அவர் விலாவாரியாக விளக்கினார். ஒரு கட்டத்தில் அவரிடமிருந்து தப்பிக்க வழி தேடிக் கொண்டிருந்த ஏமி, அந்த வழியாக வந்த லிப்ஸ்கோம்பைக் கூப்பிட்டாள். அவர் அந்த அமைப்பின் அலுவலகத்தில் வேலை பார்த்து வந்தார். அவர் பொதுவாக மகிழ்ச்சியாக இருக்கவில்லை.

ஆனாலும், கோலிடமிருந்து தப்பிப்பதற்காக ஏமி அவரிடம், “என்னுடைய ஆடையில் நான் அணிகின்ற அலங்கார ஊசி ஒன்றை நான் தொலைத்துவிட்டேன், நீங்கள் அதைப் பார்த்தீர்களா?” என்று கேட்டாள்.

அதற்கு அவர், “நான் பார்க்கவில்லை. அதோடு, அது என் வேலையும் அல்ல,” என்று வெடுக்கென்று கூறிவிட்டு அங்கிருந்து செல்லத் துவங்கினார். ஏமியும் அவருடன் சேர்ந்து நடந்தாள்.

அப்போது, அலுவலகக் கட்டடத்திலிருந்து ஆண்டர்சன் வெளியே வந்தார். அவளைப் பார்த்து அவர் சிரித்ததனால் துணிச்சல் பெற்ற ஏமி, அவரிடம் தன் மனக்குறையைக் கொட்டிவிடலாம் என்று முடிவு செய்தாள்.

முதலில் அவள் கோலைப் பற்றிப் புகார் கூறினாள்.

அவளுடைய தோளின்மீது கை வைத்த ஆன்டர்சன், "நீ பயத்தைத் தூக்கியெறிய வேண்டும். கச்சிதமான அன்பால் பயத்தை விரட்ட முடியும்," என்று கூறினார்.

"கோல் ஒரு பைத்தியம் என்று நீங்கள் நினைக்கிறீர்களா?" என்று அவள் அவரிடம் கேட்டாள்.

"கவலைப்படாதே. வெகுவிரைவில் அவர் ஆன்மிக உண்மையை உணர்ந்து கொள்வார்."

அதனால் கொஞ்சம் ஆசுவாசமடைந்த ஏமி, "லிப்ஸ்கோம்ப் ஏன் இப்படி இங்கிதமற்ற முறையில் நடந்து கொள்கிறார்?" என்று வினவினாள்.

"லிப்ஸ்கோம்ப் ஒரு விசுவாசமுள்ள நாயைப் போன்றவர். அவர் கரடுமுரடானவர். அவர் ஒரு முதிர்ச்சியற்ற ஆன்மா. ஆனால், நன்றியுள்ளவர். மிகவும் நன்றியுள்ளவர்."

பின் ஆன்டர்சன் நகர்ந்து சென்றுவிட்டார். போகும் வழியில் கோலைப் பார்த்த அவர் தன் கையைக் கோலின் தோளைச் சுற்றிப் போட்டுக் கொண்டு அவரிடம் பேசினார். இதன் விளைவாக கோலின் புலம்பல்கள் குறைந்தால் நன்றாக இருக்கும் என்று ஏமி நினைத்துக் கொண்டாள்.

இலையுதிர்காலக் கொண்டாட்டத்திற்கு ஒரு வாரம் மட்டுமே இருந்தது.

* * *

கொண்டாட்டத்திற்கு முந்தைய மாலை வேளையில் 'கிரீன் ஹில்ஸ் சேங்க்சுவரி' இருந்த இடத்திற்கு அருகேயிருந்த ஒரு கிராமத்திலிருந்த ஒரு தேநீர்க் கடையில் ஏமி புவாரோவைச் சந்தித்தாள்.

புவாரோ அவளிடம் பல கேள்விகளைக் கேட்டார். அவற்றுக்கு ஏமி ஒற்றை வார்த்தைகளில் பதிலளித்துக் கொண்டிருந்தாள்.

"நாளைய கூட்டத்தில் எத்தனை பேர் கலந்து கொள்வார்கள்?" என்று புவாரோ கேட்டார்.

"நூறு பழைய நபர்களும் இருபது புதியவர்களும் அதில் கலந்து கொள்ள இருக்கின்றனர்."

"நல்லது. நாளை நீ என்ன செய்ய வேண்டும் என்று நான் கூறியது உனக்கு நினைவிருக்கிறதா?"

சிறிது இடைவெளிவிட்டு ஏமி அதற்கு பதிலளித்தாள். அவளுடைய குரல் சற்று விநோதமாக இருந்தது.

"நீங்கள் சொல்லியது எனக்கு ஞாபகம் இருக்கிறது . . ."

"நல்லது."

அப்போது ஏமி புவாரோவிடம் தெளிவாக இவ்வாறு கூறினாள்:

"ஆனால், நீங்கள் கூறியுள்ளபடி நான் செய்யப் போவதில்லை."

புவாரோ அவளை வெறித்துப் பார்த்தார். ஏமி தான் உட்கார்ந்திருந்த இடத்திலிருந்து எழுந்து கொண்டாள். அவள் வேகமாகவும் பதற்றத்துடனும் பேசினாள்.

"நீங்கள் டாக்டர் ஆன்டர்சனை வேவு பார்ப்பதற்காக என்னை அனுப்பினீர்கள், அவர்மீது பலவாறு சந்தேகப்பட்டீர்கள். ஆனால், அவர் ஓர் அற்புதமான நபர், மாபெரும் ஆசான். அவரை நான் இதயபூர்வமாக நம்புகிறேன். நான் இனியும் உங்களுக்காக வேவு பார்க்கின்ற வேலைகளில் ஈடுபடப் போவதில்லை. நான் அங்குள்ள ஆடுகளில் ஒருத்தி. மாஸ்டர் இந்த உலகிற்கு ஒரு புதிய போதனையை அருளியுள்ளார். இனி இந்த உடலும் ஆன்மாவும் அவருக்குத்தான் சொந்தம். என் தேநீருக்கு நான் பணம் கொடுத்துக் கொள்கிறேன்."

அவள் சில நாணயங்களை எடுத்து அந்த மேசைமீது வைத்துவிட்டு அங்கிருந்து வேகமாகச் சென்றுவிட்டாள்.

புவாரோ ஏதோ ஆழ்ந்த யோசனையில் இருந்ததால், அவருக்குத் தேநீர் பரிமாறிய நபர் இரண்டு முறை அவரிடம் கேட்டப் பிறகுதான், தன்னிடம் அவர் பணம் கேட்டுக் கொண்டிருந்தார் என்ற பிரக்ஞையே அவருக்கு வந்தது. அடுத்த மேசையில் கடுகடுப்பான தோற்றத்துடன் அமர்ந்திருந்த ஒருவன் தன்னை முறைப்பதுபோலப் பார்த்துக் கொண்டிருந்ததைக் கண்டு முகம் சிவந்த புவாரோ, தேநீருக்குரிய பணத்தைக் கொடுத்துவிட்டு அங்கிருந்து கிளம்பினார்.

அவர் மிகவும் தீவிரமாகச் சிந்தித்துக் கொண்டிருந்தார்.

* * *

மீண்டும் அந்த மண்டபத்தில் ஆடுகள் குழுமியிருந்தன.

வழக்கமான கேள்விகள் கேட்கப்பட்டு வழக்கமான பதில்கள் பெறப்பட்டன.

"புனிதச் சடங்குக்கு நீங்கள் தயாரா?"

"ஆமாம்! நாங்கள் தயார்!"

"கண்களைக் கட்டிக் கொண்டு உங்களுடைய வலது கையை முன்னால் நீட்டுங்கள்!"

ஆன்டர்சன் அங்கு உட்கார்ந்திருந்தவர்களின் வரிசைகளுக்கு

ஊடாக நடந்து வந்தார். ஏமிக்கு அருகே அமர்ந்திருந்த கோலின் அருகே வந்து அவர் நின்றார். அவர் ஓர் ஊசியால் கோலின் கையைக் குத்தியவுடன், கோல் பரவசத்திலும் வலியிலும் கத்தினார்.

அடுத்து அவர் ஏமிக்கு அருகே வந்து நின்று அவளுடைய கையைத் தொட்டார்.

"அவளுடைய கையைத் தொடாதீர்கள்."

அது போன்ற வார்த்தைகள் அந்த மண்டபத்தில் அதற்கு முன்பு ஒருபோதும் ஒலித்திருக்கவில்லை. அதைத் தொடர்ந்து அங்கு ஒரு கைகலப்பு நிகழ்ந்தது. கோபமான வார்த்தைகள் பரிமாறிக் கொள்ளப்பட்டன. அங்கிருந்தவர்கள் அனைவரும் தங்களுடைய கண்களை மூடியிருந்த பச்சைத் துணிகளை அவிழ்த்தனர். அவர்கள் முன் அரங்கேறிக் கொண்டிருந்த காட்சியை எவராலும் நம்ப முடியவில்லை. கோலும் இன்னொருவரும் சேர்ந்து ஆண்டர்சனைப் பிடித்திருந்தனர். அவர் திமிறிக் கொண்டிருந்தார்.

அப்போது ஓர் அதிகாரத் தொனியுடன் கோலிடமிருந்து வார்த்தைகள் வெளிவந்தன.

"உங்களைக் கைது செய்ய நான் வாரன்ட் கொண்டு வந்திருக்கிறேன். இப்போது நீங்கள் எதைக் கூறினாலும் அது நீதிமன்றத்தில் உங்களுக்கு எதிராகப் பயன்படுத்தப்படும் என்று உங்களை எச்சரிக்க நான் கடமைப்பட்டிருக்கிறேன்."

அடுத்து அந்த மண்டபத்தின் வாசலில் மேலும் சில நபர்கள் தோன்றினர். அவர்கள் நீல நிறச் சீருடைகளை அணிந்திருந்தனர்.

"காவல்துறையினர்! அவர்கள் நம்முடைய மாஸ்டரைக் கைது செய்து கூட்டிச் செல்கின்றனர்," என்று யாரோ ஒருவர் கத்தினார்.

அதைக் கேட்டு அங்கிருந்தவர்கள் கடும் அதிர்ச்சியடைந்தனர். அவர்களைப் பொறுத்தவரை, அவர்களுடைய மாஸ்டர் ஒரு தியாகி. மக்களின் அறியாமையின் காரணமாக மற்ற பிற மாபெரும் ஆசான்களைப்போலவே அவரும் அவதிப்பட்டுக் கொண்டிருந்தார்.

இதற்கிடையே, ஸ்காட்லாந்து யார்டின் துப்பறிவாளரும் காவல் ஆய்வாளருமான கோல், ஆண்டர்சனின் கையிலிருந்து கீழே விழுந்திருந்த ஊசியைக் கவனமாக எடுத்து வைத்திருந்தார்.

* * *

“என்னுடைய துணிச்சல்கார சகாவே!”

புவாரோ ஏமியின் கையைப் பிடித்துக் குலுக்கிவிட்டு அவளை ஜேப்பிடம் அறிமுகப்படுத்தி வைத்தார்.

“பிரமாதமான வேலை. உங்களுடைய உதவி இல்லாமல் இவரை நாங்கள் ஒருக்காலும் பிடித்திருந்திருக்க மாட்டோம். நான் உண்மையைத்தான் சொல்கிறேன்,” என்று ஜேப் அவளிடம் கூறினார்.

“நீங்கள் இப்படிக் கூறுவது உங்களுடைய பெருந்தன்மையைக் காட்டுகிறது. நான் இதை இரசித்துச் செய்தேன். சில நேரங்களில் நான் அதிகமாக உணர்ச்சிவசப்பட்டுவிட்டேன். சில நேரங்களில் அந்த முட்டாள் பெண்களில் ஒருத்தி என்ற நினைப்பு என்னிடம் மேலோங்கி இருந்தது.”

“அதில்தான் உங்களுடைய வெற்றியே அடங்கியிருந்தது. நீங்கள் ஒரு போலி அல்ல. நீங்கள் நிஜமாகவே அவர்களில் ஒருத்தியாக மாறியிருந்தீர்கள். இல்லையெனில், அதிபுத்திசாலியான அந்த அயோக்கியனை எங்களால் ஒருபோதும் பிடித்திருக்கவே முடியாது.”

ஏமி புவாரோவின் பக்கம் திரும்பினாள்.

“அந்தத் தேநீர்க் கடையில் நான் ஒரு நிமிடம் வெலவெலத்துப் போய்விட்டேன். எனக்கு என்ன செய்வதென்றே தெரியவில்லை. அக்கணத்தில் எனக்கு என்ன தோன்றியதோ, நான் அப்படிச் செயல்பட்டேன்.”

“அன்று நீ உண்மையிலேயே கலக்கிவிட்டிருந்தாய். அது உண்மையோ என்று ஒரு நிமிடம் நான்கூடக் கதிகலங்கிவிட்டேன்.”

“நான் உங்களுடன் பேசிக் கொண்டிருந்தபோது, எனக்குப் பின்னால் இருந்த மேசையில் லிப்ஸ்கோம்ப் அமர்ந்து கொண்டு நாம் பேசியதை ஒட்டுக் கேட்டுக் கொண்டிருந்ததை நான் கவனித்தேன். அவர் தற்செயலாக அங்கு இருந்தாரா அல்லது என்னைப் பின்தொடர்ந்து வந்திருந்தாரா என்பது எனக்குத் தெரியாது. அதனால், நீங்கள் கண்டிப்பாகப் புரிந்து கொள்வீர்கள் என்ற நம்பிக்கையில், திடீரென்று எனக்குத் தோன்றிய விதத்தில் நான் நாடகமாடினேன்.”

புவாரோ புன்னகைத்தார்.

“நான் புரிந்து கொண்டேன். நாம் பேசிக் கொண்டிருந்ததைக் கேட்கக்கூடிய தூரத்தில் இருந்த நபர் அவர் ஒருவர்தான். அதனால், நான் அந்தக் கடையைவிட்டு வெளியேறியதும் அவரைப் பின்தொடர்ந்து செல்ல ஏற்பாடு செய்தேன். அவர் நேராக கிரீன் ஹில்ஸ் சேங்க்சுவரிக்குச் சென்றதும், நீ என்னைக் கைவிட மாட்டாய் என்பது எனக்கு உறுதியாகிவிட்டது.

ஆனால், அதன் மூலம் உனக்கு ஆபத்து அதிகரித்திருந்ததால், உன்னைப் பற்றிய என் கவலை அதிகரித்தது."

"உண்மையிலேயே எனக்கு ஆபத்து ஏற்படக்கூடிய சாத்தியக்கூறு இருந்ததா? அந்த ஊசியில் என்ன இருந்தது?"

"நீங்களே சொல்லிவிடுங்கள்," என்று ஜேப் புவாரோவிடம் கூறினார்.

புவாரோ தொடர்ந்தார்.

"ஆன்டர்சன் ஏமாற்று வேலைகளையும் கொலைகளையும் அறிவியல்பூர்வமான விதத்தில் மேற்கொள்வதற்கு ஒரு செம்மையான திட்டத்தைத் தீட்டியிருந்தார். அதற்கு முன்பு அவர் தன் வாழ்க்கையின் பெரும்பகுதியை நுண்ணுயிரியல் ஆய்வுகளில் செலவழித்திருந்தார். ஷெஃபீல்டு என்ற இடத்தில் வேறொருவரின் பெயரில் அவர் ஒரு வேதியியல் தொழிற்சாலையை நடத்தி வருகிறார். அங்கு அவர் பலவிதமான பாக்டீரியாக்களை உருவாக்கி வருகிறார். கொண்டாட்டங்களின்போது, பக்தகோடிகளின் கைகளில் ஹஷீஷ் என்ற போதைப் பொருளை ஊசியின் மூலம் செலுத்துவது அவருடைய வழக்கம். அது இன்ப உணர்வுகளையும் மனப்பிரமைகளையும் உண்டாக்கும். அவை ஆன்மிக அனுபவங்கள் என்று அவர் கூறியதால், ஒரு முறை அங்குச் சென்றவர்கள் மீண்டும் மீண்டும் அங்குச் சென்றனர்."

"ஆனால், அது ஓர் அற்புதமான அனுபவம்," என்று ஏமி அது குறித்துச் சிலாகித்துப் பேசினாள்.

அதை ஆமோதித்ததுபோலப் புவாரோ தலையாட்டினார்.

"ஆதிக்கம் செலுத்துகின்ற ஆளுமை, பலரை ஒன்றாகத் தன் வசப்படுத்துகின்ற பேச்சாற்றல், இந்த போதைப் பொருள் உருவாக்குகின்ற விளைவு போன்றவை அவருடைய பொதுவான செயல்முறையாக இருந்து வந்தது. அவருக்கு இரண்டாவது நோக்கம் ஒன்றும் இருந்தது.

"தனிமையில் வாடிக் கொண்டிருந்த பெண்கள், நன்றியுணர்வின் காரணமாக, தங்களுடைய இறப்புக்குப் பின்பு தங்களுடைய சொத்துகள் ஆன்டர்சனின் அமைப்புக்குப் போகும்படி உயில் எழுதி வைத்தனர். அப்படி எழுதி வைத்தவர்கள் ஒவ்வொருவராக இறந்தனர் என்றாலும், அவர்களுடைய இறப்புகள் அவர்களுடைய சொந்த வீடுகளில் நிகழ்ந்தன. நுரையீரல் பாதிப்புகளை உருவாக்குகின்ற பாக்டீரியாக்கள், டைஃபாய்டு காய்ச்சலுக்குக் காரணமான பாக்டீரியாக்கள் போன்றவற்றை ஊசியின் மூலமாக உடலுக்குள் செலுத்திவிட முடியும். குறைந்த அளவில் அவை செலுத்தப்பட்டால், உடனடியாக மரணம் நேராது. சில நாட்கள்

கழித்துத்தான் அது நேரும். அதேபோல, காசநோய் பாக்டீரியா. அதைக் குறைந்த அளவில் உடலுக்குள் செலுத்தினால், சாதாரணமானவர்களை அது பெரிதாக பாதிக்காது. ஆனால், ஏற்கனவே அந்த நோயால் பாதிக்கப்பட்டிருந்தவர்களுக்கு அது பேரழிவுகளை ஏற்படுத்தும். ஆன்டர்சனின் புத்திசாலித்தனம் இங்கேதான் உச்சத்தில் இருந்தது. இந்த மரணங்கள் நாட்டின் வெவ்வேறு இடங்களில் நடைபெறும். அவர்களை வெவ்வேறு மருத்துவர்கள் பரிசோதிப்பர். அதனால் இதனை எவராலும் ஆன்டர்சனோடு முடிச்சுப் போட முடியாது என்பதால், அவர்மீது எவருக்கும் சந்தேகம் வராது. அவர் உட்செலுத்துகின்ற பாக்டீரியாக்கள் சிறிது காலம் கழித்து வேலை செய்வதற்கென்றே அவர் தனியாக ஒரு பாக்டீரியாவை உருவாக்கியிருந்தார் என்றும் நாங்கள் அறிகிறோம்."

"அவர் ஒரு சாத்தான்," என்றார் ஜேப்.

புவாரோ தன் பேச்சைத் தொடர்ந்தார்.

"என்னுடைய ஆலோசனையின்படி, உனக்குக் காசநோய் வந்திருந்ததாக நீ கூறியிருந்தாய் அல்லவா? கடைசி நாளன்று, காவல் ஆய்வாளர் கோல், ஆன்டர்சனைக் கைது செய்தபோது, அவருடைய கையிலிருந்த ஊசியில் காசநோய் பாக்டீரியாதான் இருந்தது. நீ ஓர் ஆரோக்கியமான நபராக இருப்பதால், அவர் அதை உன் உடலில் செலுத்தியிருந்தாலும் உன்னை அது பாதித்திருக்காது. அதனால்தான் நான் உனக்கு அந்த நோய் இருந்ததாக ஆன்டர்சனிடம் சொல்லச் சொன்னேன். கடைசி நேரத்தில் ஆன்டர்சன் வேறு ஏதாவது ஒரு பாக்டீரியாவை உன் உடலில் ஏற்றிவிடுவாரோ என்ற பயம் உள்ளூர எனக்கு இருந்தது. நான் உன் துணிச்சலை மதித்ததால், நீ அந்த ஆபத்தை எதிர்கொள்ள உன்னை நான் அனுமதித்தேன்."

"ஓ! அதில் எனக்கு எந்தப் பிரச்சனையும் இருக்கவில்லை. அந்த பயங்கரமான நபர்மீது குற்றம் சுமத்தத் தேவையான சான்றுகள் உங்களிடம் இருக்கின்றனவா?"

ஜேப் புன்னகைத்தார்.

"எக்கச்சக்கமான சான்றுகள் இருக்கின்றன. அவருடைய ஆய்வு மையம், அங்குச் சோதனைக்குழாய்களில் அவர் வளர்த்துக் கொண்டிருக்கும் பாக்டீரியாக்கள் போன்ற அனைத்தும் எங்களிடம் சிக்கியிருக்கின்றன."

"சரி, நான் கிளம்புகிறேன். எமிலி எனக்காகக் கவலையோடு காத்துக் கொண்டிருப்பாள். அகஸ்டஸ் என்னைத் தேடிக் கொண்டிருக்கும்," என்று ஏமி கூறினாள்.

புவாரோ ஒரு புன்னகையுடன் இவ்வாறு கூறினார்:

“ஹெர்கியூல் புவாரோவுக்காக நீ உன் உயிரைக் கொடுத்துவிடப் போகிறாயோ என்று உன் அகஸ்டஸ் பயந்து கொண்டிருக்கக்கூடும்!”